D1772433

கொடிவழி

ம. காமுத்துரையின் பிற நூல்கள்

சிறுகதை

1. விடுபட (சவுத் விஷன் பதிப்பகம்)
2. நல்லதண்ணிக் கிணறு (அன்னை ராஜேஸ்வரி பதிப்பகம்) திருப்பூர் தமிழ்சங்கம் விருது.
3. காமுத்துரை கதைகள் (கலைஞன் பதிப்பகம்)
4. கப்பலில் வந்த நகரம் (சந்தியா பதிப்பகம்)
5. நாளைக்குச் செத்துப் போனவன் (பாரதி புத்தகாலயம்)
6. கனா (வம்சி பதிப்பகம்)
7. பூமணி (கதை ஒன்று களம் பத்து) (அன்னை ராஜேஸ்வரி பதிப்பகம்)
8. குல்பி ஐஸ் விற்பவனின் காதல் கதை (விகடன் பதிப்பகம்)
9. மிகினும் குறையினும் (கலைஞன் பதிப்பகம்) மலேசியா பல்கலைக்கழகம் சிறப்பு வெளியீடு.
10. புழுதிச்சூடு (வெர்ஸோ பேஜஸ் – புதுச்சேரி) தமுஎகச மாநில விருது.
11. கருப்புக்காப்பி (அன்னம் பதிப்பகம்)
12. இன்னுமொரு வாக்குமூலம் (வாசக சாலை வெளியீடு)
13. யானைத் தாலி (டிஸ்கவரி புக் பேலஸ்)
14. காரான் (எதிர் வெளியீடு)

நாவல்கள்

1. முற்றாத இரவொன்றில் (வாசகசாலை வெளியீடு)
2. மில் (டிஸ்கவரி புக் பேலஸ்) ஆனந்தவிகடன் – சுஜாதா அறக்கட்டளை விருது.
3. கோட்டை வீடு (எதிர் வெளியீடு) தமிழ்நாடு முற்போக்கு கலைஇலக்கியமேடை விருது.
4. அலைவரிசை (அகரம் பதிப்பகம்) திருப்பூர் தமிழ் இலக்கியச் சங்கம் விருது.
5. குதிப்பி (டிஸ்கவரி புக் பேலஸ்) பிரபஞ்சன் அறக்கட்டளை – சௌமா கல்விக்குழும விருது.
6. கடசல் (ஜீரோ டிகிரி பதிப்பகம்), ஜீரோ டிகிரி நாவல்போட்டியில் டாப் டென் வரிசை.

கொடிவழி

ம. காமுத்துரை

எதிர்
வெளியீடு

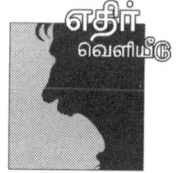

கொடிவழி
ம. காமுத்துரை

முதல் பதிப்பு: ஜூலை 2023

எதிர் வெளியீடு,
96, நியூ ஸ்கீம் ரோடு, பொள்ளாச்சி – 642 002
தொலைபேசி: 04259 – 226012, 99425 11302

விலை: ரூ. 399

Kodivazhi
Ma. Kamuthurai

First Edition: July 2023

Published by
Ethir Veliyeedu, 96, New Scheme Road, Pollachi – 2
email: ethirveliyedu@gmail.com
www.ethirveliyeedu.com

ISBN: 978-81-964046-3-5
Cover Design: Santhosh Narayanan
Printed at Jothy Enterprises, Chennai.

All rights reserved. No part of this book may be reprinted or reproduced or utilised in any form or by any electronic, mechanical or other means, now known or hereafter invented, including photocopying and recording, or in any information storage or retrieval system, without permission in writing from the Publisher.

போராட்டங்களின் தேரோட்டம்

தோழர் ம. காமுத்துரை எனக்குத் தெரிந்த - தேர்ந்த எழுத்தாளர். இதுவரை பதினான்கு சிறுகதைத் தொகுப்புகளும், ஆறு நாவல்களும் எழுதி உள்ளார். இது ஏழாவது நாவல். அவரது வளர்ச்சியும், முதிர்ச்சியும் இந்த நாவலில் தெரிகிறது. தொ.மு.சி. ரகுநாதன், கு. சின்னப்பபாரதி, டி. செல்வராஜ் போன்ற சோசலிச யதார்த்த எழுத்தாளர்களின் வரிசையில் நிற்பவர்.

'கொடிவழி' என்ற தலைப்பில் வெளிவந்துள்ள இந்த நாவல் முதலாளி, தொழிலாளி, தொழிற்சங்கம், போராட்டம், பழிவாங்கல் எனும் - அனேகமாக தமிழ் வாசகர்கள் அதிகம் அறிந்திடாத - கதைக் களத்தைச் சுற்றி நாவல் பின்னப்பட்டிருக்கிறது. ஆலையை அமைப்பதற்கு நிலம் வாங்கும் போது விவசாயிகளிடம் வக்கனையாகப் பேசுகிற மில் முதலாளி, காரியம் முடிந்தபிறகு எப்படி தலைகீழாக மாறுகிறான் என்பது தொடங்கி, சமகால தொழிலாளர் பிரச்சனையையும் மிக லாவகமாகச் சொல்லிச் செல்கிறது இந்நாவல். தோழர் ம. காமுத்துரை ஒரு மில் தொழிலாளியாக பணியாற்றிய போது அவர் பட்டபாடுகளும், அவருக்குக் கிடைத்த பட்டறிவுகளுமே கதையாகியிருக்கிறது.

எனது ஐம்பது ஆண்டுக்கால தொழிற்சங்க வேலையில் அன்றாடம் சந்தித்த, சந்திக்கிற அதே மனிதர்கள் கதை மாந்தர்களாய் உலா வருவதைப் படிக்கும் போது கதை என்னை முன்னுக்கும் பின்னுக்கும் இழுத்துக் செல்வதாக உணர்ந்தேன். என்னையே நான் திரும்பிப் பார்ப்பதாகவும் உணர்ந்தேன்.

இந்த கதையில் உள்ள உயிர்ப்பும், தொழிலாளர்களின் உளவியலும் ஊடாடிச் செல்லும் தன்மை, நம்மைக் கதையில் லயிக்க வைக்கிறது. தொடர்ந்து படிக்க வைக்கிறது. அந்த வகையில் தோழர் காமுத்துரைக்குள்ளே இருக்கும் கதை சொல்லி பெரும் வெற்றி பெற்றிருக்கிறார்.

தொழிற்சங்க இயக்கம், அது முளைவிட்ட காலத்திலிருந்தே முதலாளிகளின் கொடுந்தாக்குதலுக்கு ஆளானது. தொழிலாளர்கள் கூடுவதும், கூட்டாகச் செயல்படுவதும் தங்களது சுரண்டலை தீவிரப்படுத்துவதைத் தடுத்துவிடும் என்று முதலாளிகள் அறிவார்கள். சொல்லப்போனால் வர்க்கப் போரைப்பற்றி தொழிலாளிகளைவிட முதலாளிகளுக்கு புரிதல் அதிகம்.

முதலாளித்துவ உற்பத்தியின் மீது தொழிலாளி வர்க்கம் தொடக்கத்தில் நடத்திய பெருந்தாக்குதல் வேலை நேரக்குறைப்பிற்கானது. கூடுதல் வேலை நேரம் என்பதுதான் முதலாளிகளின் கூடுதல் லாபத்திற்கான ஊற்றுக்கண். எனவே அவர்கள் வேலை நேரத்தைக் குறைப்பதை கடுகளவும் ஏற்க மாட்டார்கள். இந்த மோதலில் தொழிலாளர்கள் கொடுத்த ஒன்றுபட்ட அழுத்தந்தான் முதலாளிகளையும் அவர்களது அரசுகளையும் உலுக்கி அசைத்தது. எட்டு மணி நேர வேலை என்பது முதலாளித்துவ சுரண்டலின் மீது விழுந்த பேரிடி. தொழிற்சங்க இயக்கம் சாதித்த இமாலய சாதனை அது. மேதினம் உலகப் பெருந்தினமாய் போற்றப்படுவதும் இதனால்தான்.

1871ஆம் ஆண்டில் பாரீசில் அமைந்த 'பாரீஸ் கம்யூன்' என்கிற தொழிலாளி வர்க்க ஆட்சிதான் முதல் புரட்சிகரமான ஆட்சி.

போராட்டப் பாரம்பரிய தொழிற்சங்கத்தின் மாட்சி இது. அந்நாளிலேயே முதலாளிகளோடு அனுசரணையாக நடந்துகொள்ளும் சங்கங்களும் முதலாளிகளின் தயவோடு உருவாக்கப்பட்டன. முதலாளித்துவச் சுரண்டலையும் அடக்குமுறைகளையும் சமரசமில்லாமல் எதிர்த்துப் போராடுவது என்ற போராட்டப் பாரம்பரிய சங்கங்கள்தான் மே தினப் பாரம்பரிய சங்கங்கள். அதன் வாரிசுகளாய் தேனியில் உள்ள ஒரு பஞ்சாலையில் நடைபெறும் போராட்டம்தான் இக்கதையின் மையப்புள்ளி. தொழிலாளர் உலகில் இன்றும் எரியும் பிரச்சனையும் இதுதான்.

இதுவரை நடந்துள்ள வேலை நிறுத்தங்களில் ஊதிய உயர்விற்காக நடந்தவற்றைவிட சங்கம் அமைக்கும் உரிமைக்காகவும், உருவாக்கிய சங்கத்தை நிலை நிறுத்துவதற்காகவும் நடந்த போராட்டங்கள்தான் அதிகம். தீவிரமான நீண்ட போராட்டங்களில் பெரும்பாலானவை சங்க உரிமை, கூட்டுபேர உரிமை, தொழிலாளர்கள் விரும்பும் தலைமையை தேர்ந்தெடுத்துக் கொள்ளும் உரிமை போன்றவற்றிற்காகத்தான் நடந்துள்ளன.

1990க்குப் பிறகு புதிதாக வந்துள்ள பெரிய நவீன தொழிற்சாலைகளிலும், பன்னாட்டு நிறுவனங்களிலும் இந்தியா, முழுவதும் நடைபெறும் முட்டல், மோதல்கள் தொழிற்சங்க உரிமைகளுக்கானதுதான். தமிழகத்தில் இந்த உரிமைப் பிரச்சினையில்தான் ஹூண்டாய், ஃபாக்ஸ்கான், யமஹா, ராயல் என்ஃபீல்டு உள்ளிட்ட பெரும் போராட்டங்கள் நடந்தன நடந்து கொண்டும் இருக்கின்றன.

இதுபோன்ற வேலை நிறுத்தங்களில் ஈடுபடுகிற தொழிலாளர்கள் தலைமையின் சொற்களை மீறியும்கூட போராட்டத்தில் குதித்துவிடுவது உண்டு. அவர்களை வாட்டும் கொடுமையும் கொதிப்பும் கொந்தளிப்பும் அப்படி. தொழிற்சங்க அனுபவமின்மை, முதலாளியின் ஆத்திரமூட்டலுக்கு இரையாகும் தன்மை, கூட்டாக நின்று உற்பத்தியை நிறுத்துவதற்குப் பதிலாக வன்முறையில் இறங்குவது, தனிநபர் சாகசங்களில் ஈடுபடுவது போன்ற பல திரிபுகள் வெளிப்படுவதும் வேலையிழந்து, வருமானமிழந்து நிற்கிற தொழிலாளர்கள் போராட்டத்தை குறை சொல்வது, எங்களை இப்படிக் கொண்டு போய் சிக்கவைத்து விட்டீர்களே என்று தலைவர்களைக் குற்றஞ்சொல்வது, பெரும் ஆர்ப்பாட்டங்கள், கூச்சல்களால் என்ன பயன் என்று பொருமுவது, உண்டியல் குலுக்கவைத்து விட்டீர்களே என்று நக்கலாய்ப் பேசுவது, ஒருவருக்கு ஒருவர் திட்டியும், ஏசியும், பேசியும் மோதிக்கொள்வது போன்ற விஷயங்கள் எல்லாம் ஒவ்வொரு போராட்டத்திலும் நடந்தவண்ணம் இருக்கும்.

இதையெல்லாம் சமாளித்து பொதுக்கருத்தில் தொழிலாளர்களை உடன்படவைத்து நம்பிக்கையூட்டி செயல் ஊக்கப் படுத்துவதில்தான் தலைமையின் வெற்றி இருக்கிறது.

இவைபோன்ற பல உணர்ச்சிமய பிரச்சனைகளை தொழிற்சங்க இயக்கத்தில் அன்றாடம் மூழ்கிக்கிடப்பவர்களால் மட்டுமே உணர

முடியும். தோழர் காமுத்துரையின் கூர்த்த பார்வையில் நுணுக்கமாக எல்லாவற்றையும் உள்வாங்கி அடைகாத்து அத்தனையையும் காட்சிகளாக்கி தவாவில் வெளிக்கொணர்ந்திருக்கிறார். ஒவ்வொரு தொழிலாளிக்குள்ளும் நடைபெறுகிற மனப் போராட்டத்தை படம்பிடிப்பதற்கு உளவியல் பார்வை வேண்டும். அத்தகைய உளவியல் பார்வையில் மிக எடுப்பாக பல விஷயங்கள் கதையில் வெளிப்படுகின்றன.

இந்தக் கதையில் வரும் ஒவ்வொரு அத்தியாயமும் கலாப்பூர்வமாக காட்சிப்படுத்தப்பட்டிருப்பது சிறப்பு.

வேலை நிறுத்தத்தை உடைப்பது, முதலாளி ஒரு சங்கத்தவர்களை குறிவைத்துப் பழிவாங்குவது, பணம் கொடுத்து விலை பேச நினைப்பது, அவர்கள் வட்டி லேவா தேவிக்கரர்களிடம் சிக்குவது, ஊருக்குள் ஜாதிச்சண்டையை மூட்டிவிடுவது, காவல் துறையை வைத்து பொய்வழக்குகள் போட்டு அலைய வைப்பது. தொழிலாளர் துறை மற்றும் நீதி மன்றங்கள் செய்கிற தாமதங்கள் என்று இப்படி ஒவ்வொன்றும் எனது அன்றாட அனுபவமாக நான் பார்த்துக் கொண்டிருப்பவை. அவைகள் வாசகனுக்கு கதையனுபவமாக மாற்றப்பட்டு இந்த நாவல் தருகிற சித்திரம் புதிய தலைமுறைத் தொழிலாளர்களுக்கு வழிகாட்டியாக இருக்கும். நம்பிக்கையூட்டும். தொழிலாளர்களது வாழ்க்கை, போராட்டங்களின் தேரோட்டந்தான் என்ற தெளிவைத் தரும்.

சமீபத்தில் தமிழக அரசு ஒரு சட்டம் போட்டு எட்டுமணி நேரத்தை அகற்ற முயற்சித்ததை எதிர்த்து வெடித்த போராட்ட எழுச்சியும், அதனால் அரசு பின்வாங்கியதும் தொழிற்சங்கங்களின் தேவையை உணர்த்துகின்றன. நாவலில் மே தினக் கொண்டாட்டத்திற்கான தயாரிப்புப் பணிகளை, பெருந்திரட்டல் மூலம் முதலாளிக்கு எச்சரிக்கை விடும் நோக்கோடும் தொழிலாளர்கள் கூடி ஆளுக்கொரு வேலை செய்யும் காட்சியும் எந்தவிதமான செயற்கைத் தன்மையும் புகாமல் நேர்த்தியாகச் சொல்லப்பட்டுள்ளது.

இந்த நாவலில் என்னை மிகவும் உணர்ச்சி வசப்படுத்திய ஒரு சம்பவம் வருகிறது. திருமணத்திற்கு முடிவு செய்து பூ மாற்றிக்கொண்ட மாப்பிள்ளைக்கு பஞ்சாலையில் வேலை போய் விடுகிறது. மணப்பெண் மாமன் மகள்தான் என்றாலும், சிறுவயதிலிருந்து இருவரையும் இணைத்துப் பேசி மகிழ்ந்தவர்கள்

என்றாலும் பெண்வீட்டார் திருமணத்தை நிறுத்தி விடுகின்றனர். வேலை போனதுதான் காரணம்.

இதுபோன்று நிறைய திருமணங்கள் நின்று போவதை பார்த்து என் அனுபவத்தில் தாங்கமுடியாத வேதனைப்பட்டுள்ளேன். பெற்றோருக்கு சமாதானம் சொல்ல முடியாமல் சில நேரங்களில் கண்ணீர் வடித்துள்ளேன். இப்போதும் அப்படி ஒரு திருமணம் சென்னை மெட்ரோ ரயில் நிறுவனத்தில் தடைப்பட்டிருக்கிறது. நெஞ்சில் ஈரமற்ற முதலாளிகள் இதுபோன்ற எந்தக் காரணத்திற்காகவும் மனம் மாறுவதில்லை. கதையில் இந்த இருவரும் ஓடிவந்து கோவிலில் திருமணம் முடித்துக்கொள்கிறார்கள். அவர்களை தொழிற்சங்கம் தனது அலுவலகத்தில் வைத்து பாதுகாத்து வாழவைக்கிறது.

கதை முழுவதும் தேனியின் வட்டார வழக்குச் சொற்கள் மிகவும் இயல்பாக சொல்லப்பட்டுள்ளது. காமுத்துரையின் எழுத்துக்களில் வட்டார வழக்குச் சொல்லாட்சி நிரம்பி இருப்பது தனிச்சிறப்பு தனித்திறமை. இதர மாவட்டங்களைச் சேர்ந்த என்னை போன்றவர்களின் படிக்கும் வேகம் குறைகிறது என்பது எனது அனுபவம். ஆயினும் சிறிய மெனக்கிடலில் அது நிவர்த்தியானது.

தொழிலாளர்களைப் பற்றிய சமூக உணர்வை ஊட்டுகிற... ஜாதி, மத வேறுபாடுகளை சாடுகிற... மானுடம் ஒன்றே! என பறைசாற்றுகிற தோழர் ம. காமுத்துரையின் இந்நாவல் தொழிலாளர்கள் மத்தியில் பரவலாக எடுத்து செல்லப்பட வேண்டும். எடுத்துச் செல்வோம்!

தோழமையுடன்,

அ. சவுந்தரராசன்,
மாநிலத் தலைவர்,
இந்தியத் தொழிற்சங்க மையம்,
சென்னை.

1

“யப்பேய், ஈரக் கொலைய அறுத்துப் புட்டாய்ங்களேய் ப்பேய்...! அறுத்துப் புட்டாய்ங்களே! நா என்னாங்கட்டூ ஊ? நா என்னாங்கட்டும்?”

சிறு பிள்ளையாய் அழுதார் பாண்டியன். மில்லில் எல்லோருக்கும் அவர் அண்ணன்தான். அவரும் யாரைக் கண்டாலும் “என்னப்பா தம்பி” என்றே அழைப்பார். வார்த்தையில் அன்பு கசியும். ரெம்பவும் உணர்ச்சிமய்மானவர். ஐம்பதைத் தொடும் வயதானாலும், ஆறடிக்கும் குறையாத கட்டுறுதியான தேகம், பரந்த மார்பு, அகலமான முகம், மஞ்சள் கலந்த பழுப்பு நிறம், கையும் காலும் அத்தனை நீளம். நல்ல உழைப்பாளி. பொம்பளைப் பிள்ளைகளில் மூத்ததை கரை சேர்த்திருந்தார். வீட்டில் அவரது சம்சாரம் கொஞ்சம் வாய்த் துடுக்கு.

எல்லோரும் சங்க அலுவலுகத்திற்குள் அப்போதுதான் நுழைந்திருந்தனர். அவரவர் கையிலிருந்த சஸ்பெண்ட் அறிக்கையை அபு சேகரித்துக் கொண்டிருந்தான். பாண்டியனின் அந்த ஓலம் கொஞ்ச நஞ்ச நம்பிக்கை வைத்திருந்தவர்களையும் பீதிக்குள்ளாக்கியது. பலருடைய முகங்களும் வெளிறிப் படபடத்தன.

“ஏலே ஏலே, இங்க வார்ரா ஏ லூசுப்பலே... என்னத்தக் கண்டுப்புட்டேன்னு இம்பிட்டு ஒப்பு வெக்கிறவெ? முட்டாப் பய, முட்டாப் பய.” பாண்டியனின் அருகில் வந்த அனஞ்சு, அவரை தோளில் சாய்த்து சமாதானப்படுத்தலானார். அவரது தொடுதலுக்கு ஏற்ப பாண்டியனின் உடம்பு குறுகி, உயிரற்ற ஜடமாய் அங்குமிங்கும் அசைந்து கொடுத்தது. ஆனாலும் அழுகையினைக் கைவிடவில்லை.

“வொக்கார்ரா வொக்கார்ரா… யே வெண்ணெ பெஞ்சீல வொக்கார்ரான்னா!” வழக்கம் போலவே சுவரில் சாய்ந்து உட்கார்ந்து கொண்ட பாண்டியன் குத்துக்காலை மடித்து சம்மணமிட்டுக் கொண்டார். வற்புறுத்தினாலும் சேரில் உட்கார மாட்டார். அனஞ்சு அவருக்குப் பக்கமாய் தனது சேரை இழுத்துப் போட்டு உட்கார்ந்தார்.

“ஆமாமா, இத்தன் நாளும் வாங்க மாப்ள, வாங்க மருமனேன்னு மில்லுல தட்டழப்பு வச்சி, ஆலத்தி எடுத்துக் கூட்டுக்கு இருந்தானுகளாக்கும்? இன்னிக்கி மட்டும் அப்புடியே சைடுமாறி நிக்க? போடாங் புண்ணாக்கு! ஒனக்கு மட்டுமா அச்சடிச்சுத் தனியா அனுச்சுருக்கானுக அல்லாருக்குந்தே ஓல வந்துருக்கு. ந்தா!” தனக்கு வந்திருந்த சஸ்பென்சன் கடிதத்தையும் எடுத்துக் காண்பித்தார். “பாப்பம்டா, தம்பி, ஊருக்கு மேற்கெ மலையா மடுவான்னு. அதுக்குத்தான இங்க அல்லாரையும் வரச்சொன்னது.”

“ண்ணே, பாண்டிண்ணே, எத்தன தைரியமான ஆளு நீங்க? இதெல்லா ரெம்ப சகஜம்ணே. நாம அவங்க மில்லுல வேல பாக்குறோம் அப்படிங்கறதுக்கான அத்தாச்சியே இதுதான். அவங்களே எழுத்துப் பூர்வமான ஆதாரத்த நமக்குக் குடுத்துருக்காங்க. மதுரைல இருந்து சாயங்காலம் வாழவந்தான் தோழர் வாராருல்ல. மேக்கொண்டு செய்ய வேண்டியத ஜரூரா செஞ்சு விசயத்த சட்டுனு முடிவுக்குக் கொண்டு வந்திரலாம்ணே. இந்த நேரத்திலதா நாம ரெம்பவே ஸ்ட்ராங்கா இருக்கணும்.” எழுத்து வேலையை நிறுத்திவிட்டு சங்க அலுவலகத்தின் உள்ளறையிலிருந்து எழுந்து வந்தான் ராசு.

சங்க அலுவலகம் ஊரின் பிரதான வீதியில் அமைந்திருந்தது. கட்டிடத்தின் முகப்பில் கொடிக் கம்பமும், உள்ளே நுழைந்ததும் கழிப்பறை, குளிப்பறைகளும், அதையடுத்து நீள் செவ்வகமான வரந்தாவும் உட்புறம் ரெட்டைக் கதவு போட்ட இன்னுமொரு அறையுமாய் தூய்மையாய் தேவையான நாற்காலி நீளபெஞ்சு, மேசைகளுடன் நிரம்பி இருந்தது. சுவரெங்கும் தலைவர்களது படங்களும், ஒவ்வொரு பொருட்களிலும் அன்பளிப்புச் செய்தவர் பெயர்கள் வெள்ளை அல்லது சிவப்பில் எழுதப்பட்டிருந்தன.

“இல்லப்பா தம்பி, ராசு, போதும்! வயசாயிப் போச்சு. முடியல. என்னிய விட்ருங்க, நா எப்பயும் போல மலங்காட்ல ரெண்டு வெறகு - வெக்காலியப் பெறக்கி எம் பொழப்ப ஓட்டிக்கறேன். நீங்க நல்லாருப்பீங்க.” ராசுவின் பக்கம் திரும்பி கை கூப்பினார்.

ரெம்பவும் வேகமாகவே நாள் ஓடிப்போனது. அதிகபட்சம் ஒருவாரம் அல்லது பத்துநாள் தான் ஸ்ட்ரைக் நீடிக்கும் என கணக்குப் போட்டிருந்தார்கள். புதுமில், முதல் வேலைநிறுத்தம். உள்ளூர் ஜனங்களை பகைத்துக் கொள்ள விரும்பாத நிர்வாகம் கொஞ்சம் அனுசரித்துப் போகும் என்ற எதிர்பார்ப்பும் கணக்கும் பொய்யாகிப் போனது. முப்பத்து மூன்றுநாள் தொடர்ந்தடியான வேலைநிறுத்தம். மதுரை தொழிலாளர் நீதிமன்றத்தில் வழக்குப் போட்டு பேச்சுவார்த்தையில் அதுமுடிந்ததும் முன்னணி ஊழியர்கள் பதினாறுபேரை வேலைக்குச் சேர்க்கமாட்டேன் என்ற பிடிவாதம் பிடித்தது மில் நிர்வாகம். நேரடிப் பேச்சுவார்த்தை, ஊர்க்காரர்களை இணைத்துச் செய்த பஞ்சாயத்து, போலீஸ் ஸ்டேசன், எஸ்.பி. ஆபீசில் சமரசக்கூட்டம், அனைத்துக்கட்சி தர்ணாப்போர், குடும்பங் குடும்பமாய் உண்ணாவிரதம், என நீண்ட போராட்டத்தில்... இன்று சட்டரீதியாக எல்லோரையும் இடைநீக்கம் செய்திட்ட பதிவுத் தபால் தனித்தனியாய் வந்திருக்கிறது.

“அன்னிக்கே சொன்னே, மில்லுக்காரெ நரிவேல பாக்குறான் இன்னும் நாலுநாள் சேத்து ஸ்டைக் பண்ணலாம்ணு. ஆருங் கேக்கல, அல்லாரையும் வேலைக்கி அனுப்புச்சு விட்டீக. இன்னிக்கி அவனுக்கு மில்லு ஓடுது. இனி நம்மளத் திரும்பிப் பாப்பானா. எதுனாச்சும் தொக்கம் விழுந்தாத்தான வைத்தியத்துக்கு வருவான்.” பூலோகம் கக்கூஸ் ரூமின் பக்கமாய் நின்றுகொண்டு விளக்கமாறுக் குச்சியை ஒடித்து பல்லைக் குத்தியபடி அலட்சியமாய்ப் பேசினான். வேட்டி நீளத்துக்கு துண்டு ஒன்று கழுத்தில் கிடக்க, வாரப்படாத தலைமுடி சிலும்பி, நிமிர்ந்து நின்றிருந்தது. முப்பத்தைந்து வயதைக் கடந்த அவனது தேகம். வெய்யிலில் பாடுபட்டு கூடுதலான பிராயத்தைக் காட்டியது. வேட்டிக்கட்டும், சட்டையின் விகாரமும் அவனின் அலட்சியத்தைப் படம் பிடித்தன.

“இவனப் பார்ரா, சந்தடி சாக்குல அல்லயில கத்தியச் சொருகறத” என்று திரும்பிய அனஞ்சு, “ஏண்டா ஒளுவாடி, ஒருமாத்தைக்கும் மேல வேலவெட்டிய விட்டு, காக் காசு வரும்படியில்லாம வேலக்காரெம் பூரா வெந்து போய்த் திரியறான். ஸ்டைக்கு முடிஞ்ச தாக்கல் தெரிஞ்சதும் அவெவெ அடிச்சுப் பிடிச்சு வேலைக்கிப் போக, நீ வர்சைல நின்னான்ல. அவன்ட்ட, இன்னம் ஒருநாள் நில்றான்னு சொல்லியிருந்தம்னு வையி. நின்றுப்பான்னு நெனைக்கிறயா?”

“நாமதே நிக்க வெக்கெணும்” அன்னக்கொடி ஆவேசமாய் எழுந்து வந்து சொன்னான். “அவனுகளுக்காகத்தான மில்லுக்காரனோட போராடிக்கிருக்கம். அது அவனுகளுக்குத் தெரியாதா? எங்க பக்கமெல்லா...” கேரளத்து மாப்பிள்ளை. இங்கே வந்து கலியாணம் முடித்தவன், பொண்டாட்டி தமிழரசி சத்துணவில் வேலை செய்கிறாள்.

“நடப்பு நெலவரத்தப் புரிஞ்சி பேசணும் அன்னக்கொடி. எல்லாம் சரித்தே. ஆனா, அந்த நேரம் எவன் நிப்பான்?”

“நானேன்னாலும் வேலைக்கிப் போகத்தேம் பாப்பேன். போகாட்டித்தேன் ஒங்களோட சேத்து என்னையும் நிப்பாட்டீருவான்ல” ராசேந்திரன் பேசினான். அவன் எப்போதும் அன்னக்கொடிக்கு எதிர்ப் பார்ட்டி. அன்னக்கொடியின் அலப்பறைகள் அவனுக்குச் சுத்தடியாய்ப் பிடிக்காது.

“அட போப்பா, எனக்கு அப்பவே தெரியும்ப்பா, இதெல்லா சோக்காட்ற வேலன்னு!. நாஞ் சொல்லலியா” சங்கத்தின் மீதான குற்றச்சட்டை பூலோகம் தனது சுருதி குறையாமல் பேசினான்.

அவனது அந்த விட்டேத்தியான பேச்சில் சுரீரெனக் கோபம் கொண்ட அனஞ்சு, வேகமாய் எழுந்தார். “ஏண்டா பூலோகம், அப்ப ஒருமாசமா இம்புட்டுத் தூரத்துக்கு மில்லுக்காரனோட மல்லுக்கட்டி சம்பளத்தக் கூட்டி வாங்கிக் குடுத்ததெல்லா எப்பிடி? அதும் சோக் காட்ன வேலயா? எதையும் மானாங் கன்னியாப் பேசாம, அறிஞ்சு பேசுடா நோழி மவனே!”

“அதுக்குத்தே அல்லார் வாயிலயும் கைத்தண்டி வாழப்பழத்தச் சரக்குன்னு சொருகி வுட்டானுகள்ல. சப்பீட்டுத் திரிங்கடான்னு” கெக்கேகே என்று சிரித்தான்.

பூலோகத்தின் பேச்சிலிருந்த நையாண்டியும் விஷமமும் அனஞ்சுவுக்குப் புரிந்தது. உடனே தட்டவில்லை என்றால் அது பரவிவிடும் “பூலோகொம் இந்தா வந்துட்ட பாத்தீல்ல வாங்குன வெலைக்கி? ஒனக்கு என்னாதான் டா பெரச்சன? அவெவெ இங்க என்னாத்தப் பேசிட்ட்ருக்கம். நீ என்னமோ பூனைக்கு மசுர் புடுங்குன மாதரி வில்லங்கமாப் பேசீட்டுருக்க.”

“நாம் பூனைக்கு மசுர் புடுங்கல. நீதா அதச் செய்யிற. இந்தா புருசனக் காவு குடுத்த பொம்பள மாதரி ஒப்பு வச்சிட்ருக்கான்ல ஓம் மச்சினெ, அவனுக்கு என்னா வதுலு சொல்லப்போற? வீட்டுல

கஞ்சி காச்சி ஒருவார மாச்சி, கேட்டா லேவர் ஆவீசர் வாராரு ஊனியன் தலைவரு புடுங்கி நிப்பாட்டுவார் னீக. இன்னிக்கி மொத்தமா காச்சி ஊத்திட்டானா?”

“அட, நிய்யும் சேந்து நின்னுதானடா ஸ்டைக் பண்ணுன? அப்பயே சொல்ல வேண்டிதான. வாணாமப்பா, அவெ வாயில் குடுத்தாலுஞ் சரி, குண்டியத் திருப்பச் சொன்னாலுஞ் சரின்னு காட்டீருக்கலாம்லடா.”

விபரீதமாகச் செல்லும் இந்த உரையாடல் ராசுவை உசுப்பிவிட்டது.

“ண்ணே...! என்னாங்ண்ணே, இந்த நேரத்தில இப்பிடிப் பேசிட்டு இருக்கீங்க. ஒத்த ஆள் நம்ம எல்லாருக்கும் சவால் விட்டு நிக்கறான் அத எப்பிடி சால்வ் பண்ணறது ன்னு பேசாம, நடந்து முடிஞ்சதப் பேசிட்டு? இன்னிமேலதா நம்மளோட வேலைய தீவிரமா காட்டணும். மில் நிர்வாகம் நம்ம பதினாறு பேரப் பாத்து பயந்து நிக்கிது இந்த நேரத்துல நம்பிக்கையாப் பேசுங்க.”

“தம்பீ எனக்குச் சொல்லாத, ந்தா அழுதுகிட்டு ஒக்காந்துகிருக்காப்ல பாரு அவருக்கு சொல்லு” பூலோகம் ராசுவை பாண்டியன் பக்கம் நகர்த்திவிட்டான்.

“அவருக்குத்தே அனஞ்சண்ணே சொல்லிக் கிட்டிருக்கார்ல. நீங்க புதுசு புதுசா எதயாச்சும் கௌப்பிச் சிக்கல உண்டு பண்ணாதீங்க.”

இன்னும் அலுவலகத்திற்கு, அலுவலகச் செயலாளரோ ஏனைய தோழர்களோ வரவில்லை. அடுத்தகட்ட நடவடிக்கை குறித்துப் பேசவே, தொழிலாளர்களை இங்கு வரச்சொல்லியிருந்தான்... ஒருமாதகால போராட்டத்துக்குப் பின், ஸ்ட்ரைக்கில் முன்னணியில் நின்றவர்களை, திடீரென இடை நீக்கம் செய்திருப்பதாய் நோட்டீசை அனுப்பி வேலைக்கு எடுக்க மறுத்த மில் நிர்வாகத்தின் அச் செயல் அவனுக்குமே ஏமாற்றமாகத்தான் இருந்தது.

கிட்டத்தட்ட ஒன்னரை மாதம் வருமானமில்லாத நிலையில் அடுத்தடுத்த தாக்குதலை எதிர்கொள்ளுவது சாட்டையடிதான். ஸ்ட்ரைக் முடிந்துவிட்டது இதோ வேலைக்குச் சென்றுவிடலாம் என்ற எண்ணங்களையெல்லாம் தவிடு பொடியாக்குவதுபோல ஒவ்வொரு நிகழ்வும் நிகழும்போது யார்தான் பொறுக்க இயலும். ஆனாலும் இதைப் புரியவைக்க வேண்டியது தனது கடமை என்பதை ராசு உணர்ந்திருந்தான்.

“ஆரு, நானா புதுசு புதுசாச் சொல்லிக்கிட்டிருக்கேன்? பார்ரா, பிளேட்ட அப்பிடியே தோசயத் திருப்பிப் போட்ட மாதிரி போடுற!. ரெண்டுமாசமா நீதானப்பா உண்ணா வெரதம், சைக்கிள் ஊர்வலம், லொட்டு லொசுக்குன்னு ஊரச் சுத்திச் சுத்தி வார. என்னம்மாச்சும் ஆச்சா, ந்தா பாதில ஆட்டையக் கலச்சுப் போட்டுட்டான். முன்னுக்க நின்னவனப் பூராம் பொச்சுல ஆப்பச் சொருகி அலய விட்டுட்டான். இனி என்னத்தப் புதுசா சொல்ல போறேன்னு தெரியல” ஹெஹெ என எகத்தாளமாய்ச் சிரித்தான் பூலோகம்.

ராசுவின் முகவாட்டம் கண்டு அனஞ்சு எழுந்து வந்தார். “யே லூசுப் பலே, வேற என்னாதே செய்யணுங்கற. இதென்ன, கட்டப் பஞ்சாயத்துல தீக்கற காரியமா?. நாலுபேரக் கூட்டிவச்சு பேசிமுடிக்க!. ஒண்ணொண்ணுக்கும் ஒரொரு வரமொற இருக்கில்ல. முட்டாப்பய முட்டாப்பய.”

“ஆமாப்பா நாங்க முட்டாப் பயகதே, அதான ஒஞ் சொல்லுக் கேட்டு அலயறம்.”

“நாந்தே அன்னைக்கிருந்தே சொல்லிட்டிருக்கேன். ஒர்த்தரும் காதுல வாங்க மாட்டேங்கிறேங்க” நீள பெஞ்சில் அமர்ந்திருந்த அன்னக்கொடி தனது சுருட்டை முடி தலையினை கைகளால் அளைந்து கொடுத்த வண்ணம் எழுந்து வந்தான். அவன் என்ன சொல்லுவான் என்பது அனஞ்சுவிற்கு நன்றாகத் தெரியும். ஆனால் அவனைப் பேசவிட்டால்தான் தனது கருத்தை ஏற்கச் செய்யமுடியும். “சொல்றா மாப்ள. மொதலாளி வாரப்ப, அவுட்டக் கொண்டி எறியலாம்ங்கற! அப்பிடித்தான?”

கேரளாவில் இப்படித்தான் சங்கத்துக்காரர்கள் அடிக்குஅடி, பழிக்குப்பழி என துள்ளி விளையாடுவார்களாம். இங்கே மாசக்கணக்காக போராட்டம் போராட்டம் என்று வெறும் வாயில் கத்திக்கொண்டே இருப்பதாய் புகார் சொன்னான். அவ்வப்போது இரவு நேரத்தில் மில்கேட்டில் மலைத் தோட்டங்களில் பன்றிக்கு வைக்கும் அவுட்டை எறிந்து பயமுறுத்த வேண்டும் என பாடாய்ப்படுத்தினான். தானே அதனை செய்து தருவதாகவும் சொன்னான்.

“அது பழசு மாமூ. இன்னைக்கி அதயெல்லாம் தாண்டியாச்சு. வேலைக்கு எடுத்துக்கறேன்னு நம்பவச்சுக் கழுத்தறுத்துட்டான் ஓனர். இப்ப என்னா செய்யணும் னா, இந்த வழியாத்தான ஓனர் மில்லுக்குப் போவார். நேரம் பாத்து கார் முன்னால குதிச்சிடணும்.”

“அட ங்கொக்காள்ளி.”

அனைவரும் அதிர்ச்சியடைந்தனர். பாண்டியன் தலைநிமிர்ந்தார், “நாங்கூட விழுகறன் ப்பே” என்றார். பாதிப்பேர் சிரிக்க பாதிப்பேருக்கு விருமுட்டியடித்தது.

“யாரையாச்சும் நிய்யி சேதாரமாக்காம இருக்க மாட்ட! ஏன்டா மாப்ள?” அனஞ்சு அன்னக்கொடியை அதட்டினார்.

“ஒங்கள விழச்சொல்லல மாமூ. நானே விழறேன். நேக்கா விழணும். ரத்தக்காயம் படுறமாதரி தெரியணும் ஆனா, சேதாரம் இருக்கக்குடாது. கொலக் கேஸ்ல ஒனர உள்ள தள்ளீறலாம் பயந்துடுவான், நிய்யும் கேசப் பார்ரா, நாங்களும் பாக்கறோம்னு சொல்வோம். மாப்ளீக தணிஞ்சு வந்துருவான்ல.”

“போங்கடா சாமி, போய், நிய்யும் பூலோகமும் சேந்தாப்ல விழுங்கடா. ஏதாச்சும் நல்லது நடக்கட்டும்” அனஞ்சுவின் அந்தப் பேச்சில் ராசு, சஞ்சலப்பட்டுப் போனான்.

“என்னா அனஞ்சண்ணே?” கண்கள் நிலைக்க, கைவிரித்துக் கேட்டான்.

“சர்த்தே, நாங்க ரெண்டு வேரும் கார்ல விழுந்து சாக, நீங்க சொகுசா சம்பளத்த வாங்கிக்கிட்டு பொண்டாட்டி புள்ளைகளோட ஒய்யாராமத் திரிவீகளாக்கும்? ஏம்ப்பா, நாங்கெல்லா குடுமி வச்சுருக்கம்னு நெனச்சியாக்கும்?” என அனஞ்சுவைப் பார்த்துப் பேசிய பூலோகம், திடீரென ஒரு வேகமெடுத்தாற்போல கத்தலானான். “க்காள்ளி சங்கத்துக்காரங்கெளப் பூராம் சூரிக்கத்திய எடுத்து கீசரி மேசரியா கிழிச்சுப்புட்டு செவனேன்னு செவக்காட்டுப்பக்கம் போயி ஒக்காந்துக்குவேன். ஆமா! பார்ரா மாப்ள, நம்மள எம்பிட்டு எளக்காரமா நெனச்சிப் புட்டானுகன்னு” இப்போது அன்னக்கொடி பக்கம் சேர்ந்து கொண்டான் பூலோகம்.

“சர்ரா ஒஞ் சொல்லக் கேக்கறம்டா சொல்றா?” அனஞ்சு தலையைக் குனிந்து பூலோகத்திடம் யோசனை கேட்கலானார்.

அனஞ்சு, ராசேந்திரன், முருகன், பூலோகம், தர்மர் இவர்கள் அனைவரும் தேனிக்குப் பக்கமிருக்கும் திருமலாபுரத்தைச் சேர்ந்தவர்கள். சொந்தக்காரர்களும் கூட, புறம்போக்கில் நிலம்பிரித்து மானாவாரி விவசாயம் பார்க்கும் சம்சாரிகள். தேனியில் பஞ்சாலைகள் துவங்கிய நேரத்தில் விவசாயத்தின் மீதிருந்த நம்பிக்கையின்மையால் தொழிலாளியாக மாறியவர்கள்.

முதலாளிகளின் நரித்தந்திரம் சம்சாரிகளான இவர்களுக்கு சுத்தமாய் புரியவில்லை. பிடிக்கவுமில்லை.

“ஏஞ் சொல்ல ஒண்ணுங் கேக்கவேணாம். எரநூறு பேரா இருந்த நம்மள இப்ப பதினாறு பேராக் கொறச்சுட்டாங்கெ. அம்புட்டு பெலம் இருக்கப்பவே ஒண்ணும் புடுங்க முடியல. இப்ப பாரு, கேட்ல வச்சு அசிங்கப்படுத்திட்டாங்கெ. இன்னியும் போய் முட்ட முட்ட நம்ம தலதான் சேதாரமாகப் போவுது.”

“அதனால?”

“சமாதானமாப் போயிருவம். பாரு, பாண்டிப்பய, அவக அப்புச்சி செத்தன்னைக்கிக்கூட இம்புட்டு கண்ணுத் தண்ணி விட்ருக்க மாட்டான். எத்தன நாளைக்கித்தான் வீட்ல பிள்ள குட்டிகளுக்கு வதுல் சொல்லிக்கிருக்க முடியும். ஒருநேரமில்லாட்டியும் ஒருநேரம் ஒருவா கஞ்சியாச்சும் ஊத்தணும்ல.”

“பூலோகம்ணே என்னாண்ணே, இப்பிடி பேசிட்டீங்க. எம்புட்டு உற்சாகமா இத்தன நாளும் எல்லாரையும் சிரிக்கவச்சு இழுத்துக்கிட்டுப் போனீங்க. இன்னிக்கி என்னா என்னமோ மாதரிப் பேசறீங்க” ராசு பூலோகத்தின் அருகில் வந்து பேசினான்.

“இல்ல தம்பி, இப்பயும் நா சகசமாத்தேம் பேசறேன். நடப்புன்னு ஒண்ணு இருக்கில்ல. நாம் பொறுப்பேன். இன்னம் நாலு மாசங்கூடச் செல்லட்டும். கவலையில்ல. ஒரு முழுத்த ஆம்பள அழுவுறான்ல.”

“அவருக்கு நாமதாண்ணே புரிய வக்கெணும்.”

“புரியவச்சா ஆச்சா. வகுத்துக்கு - புவ்வாவுக்கு வக பண்ணணுமே.”

“புரிஞ்சாப் போதும்ணே. அவர் வகுத்துக்கு மட்டுமில்ல, ஊருக்கே வழி பாத்துருவார்” ரெம்பவும் நம்பிக்கையாகச் சொன்னான் ராசு.

ஆனாலும் சமாதானமில்லாமல் தலையைத் தலையை ஆட்டி மறுத்துக் கொண்டிருந்தான் பூலோகம்.

“ஏ பூலோகம், ராசு சொன்னா அதுல ஒரு அர்த்தம் இருக்குங்கறத ஏம் புரிஞ்சுக்க மாட்டேங்கிற? சரி சமாதானம்னா எப்பிடி சமாதானம்?” அனஞ்சுவின் கேள்வியில் திணறினான் பூலோகம்.

“ண்ணே, நல்லா யோசியுங்க. நாம, அன்னியிலிருந்து இன்னிவரைக்கும், ஏன் இப்ப வரைக்குமே சமாதானமாத்தான போய்க்கிருக்கம். சம்பளம் கூடுதலாக் குடுன்னு கேக்கத்தான

செஞ்சம். முடியாதுன்னப்ப வேலைக்குப் போகாம வீட்ல இருந்தோம். அதுல நமக்குத்தான சம்பளம் போச்சு. அப்பிடி நம்மள வருத்தித்தான் காரியம் பண்றோம். ஒவ்வொரு நாளும் பேச்சுவார்த்தைக்கித்தான கூப்புடுறோம். சண்டைக்கா போனோம். உள்ளாற நொழைய விட மாட்டேன்னது யாரு.? விடலேன்னதும் நாம மல்லுக்கட்டவா செஞ்சம்? அமைதியா ஆபீசுக்குத்தான வந்தம். ஆக நாம எப்பவுமே சமாதானமான முறையிலதான் வேலை செய்யிறம். அவங்கதான் அடம்பிடிக்கிறாங்க. நம்மகூட சண்டை பிடிக்கிறாங்க.”

அப்போது அலுவலகத்தின் முன்னால் ஆட்டோ வந்து நின்றது. அலுவலகச் செயலாளர் மற்றும் கமிட்டித் தோழர்கள் வந்து இறங்கினார்கள். தாலுகாச் செயலாளர் சின்னச்சாமி முதல் நபராய் வேகமாய் உள்ளே வந்தார்.

கூடவே, மருதமலை, எத்திராஜ் இவர்களோடு தோழர் ராமராஜூம் வந்தார். ராமராஜைப் பார்த்ததும் தொழிலாளர்கள் அத்தனைபேரும் ஒன்று கூடினார்கள். நகரத்திலும் சங்கத்திலும் முக்கியப் பிரமுகர். ஊரில் பெரியகுடும்பம் அவருடையது. நிலபுலன்கள் நிரம்பக் கிடக்கிறது. அண்ணந்தம்பி ஐந்துபேர்களும் ஒரேகுடும்பமாய் பாகப்பிரிப்பு செய்யாமல் கூட்டு விவசாயம் செய்து வருகின்றனர். இத்தனை வசதியானவராக இருந்தும் இடதுபக்கம் கிடக்கிறாரே பிழைக்கத் தெரியாதவர் என ஊரில் பேச்சு...

இந்த மில் பிரச்சனையிலும் நாற்பது நாட்களாய் சொந்த வேலையைக் கெடுத்து தொழிலாளர்களுக்காக மில் முதலாளியோடு பலமுறை தனிப்பட்டும் சங்கத்து ஆட்களோடும் பேச்சுவார்த்தைக்குப் போய்வந்தார். சொந்த சாதிக்காரராக இருந்தும் ராமராஜ் தம்பக்கம் நிற்காமல் தொழிலாளர்கள் பக்கமே நிற்பது மில்நிர்வாகத்திற்கு எரிச்சலை ஏற்படுத்தியது. தேனியில் இருந்த இதர மில்நிர்வாகங்களுடன் கூடிப் பேசி ராமராஜுக்கு தனிப்பட்ட வகையில் சில நெருக்கடிகளைத் தரும்விதமாக முதலில் அவரது மாந்தோப்புகளில் இருந்த மோட்டார் பம்புசெட்டுகளை சேதாரம் செய்ய ஆட்களை ஏவினார்கள். முந்தாநாள் அவரது தம்பியின் பார்வையிலிருந்த கரும்புத் தோட்டத்தில் திடீரென தீப்பற்றியது.

“என்னாச்சு தோழர்? சஸ்பெண்டு ஆடர் வந்திருக்காம்ல எல்லாருக்கும்தான!” ராசுவிடமும் அனஞ்சுவையும் மொத்தமாய்ப் பார்த்துக் கேட்டார்.

“ஆமாந் தோழர், பதில் கேட்டுருக்காங்க. பதில் தயார் பண்ணணும் தோழர்” ராசு தனது நோட்டூசைக் கொடுத்தான்.

தாலுகாச் செயலாளர் சின்னச்சாமி அதை வாங்கிப் பிரித்தார்.

“எல்லாரும் ஒக்காருங்க” ராமராஜ் தோழர் ஒருசேரில் உட்கார, கோவிந்தராஜ் காத்தாடியைச் சுழலவிட்டார். எல்லோரையும் உட்காரச் சொல்லி அலுவலகச் செயலாளரிடம் பணம் கொடுத்து அனைவருக்கும் டீ வாங்கிவரச் சொன்னார்.

‘நான் போறேன்’ என மருதமலை தூக்கு ஒன்றை எடுத்துக்கொண்டு அலுவலக சைக்கிளை வெளியில் எடுத்தார்.

“தோட்டத்தில ரெம்பச் சேதாராம்னாங்க தோழர்” ராசேந்திரன் விசாரித்தான்.

“நல்லா வெளஞ்ச கரும்பு தோழர், அறுப்புக்கான பருவம். அதும் ரெண்டுமூணு பக்கம் தீயப் பத்தவச்சு விட்டதால சட்டுன்னு அமத்த முடியல. போலீஸ்ல புகார் கொடுத்து வந்திருக்கம்” சொல்லிக்கொண்டே சட்டைக் காலரைத் தூக்கிவிட்டார். நடந்து வந்த கசகசப்பு. ஒரு லட்சம் ருபாய் இழப்பு என, கணக்குச் சொன்னார்கள்.

“இவங்கதே காரணம்னு உறுதியாத் தெரியுமா தோழர்?”

“சொல்லிட்டுத்தான செஞ்சாங்க” சாதாரணமாகச் சொன்னார். ராசேந்திரனும் பாண்டியனும் ஒருவரை ஒருவர் பார்த்துக் கொண்டார்கள். ராமராஜ் தம்பி தேனியில் கமிசன் கடை வைத்திருக்கிறார், அவரது கடையில் வந்து “அண்ணன கொஞ்சம் வெலகியிருக்கச் சொல்லுங்க. சேதாரத்த தாங்கமாட்டூக”ன்னு நேரில் வந்து சொன்னதாகத் தகவல்.

“நா அவுட்டப் பத்திப் பேசினப்ப, பாக்கிஸ்தான்காரனப் பாக்கற மாதரிப் பாத்தீங்க. இப்ப மொதலாளியே ஏவுகணைய வீசியிருக்கான். இப்ப என்னா சொல்றீங்க” அன்னக்கொடி அனஞ்சுவிடம் பதில் கேட்டான்.

“அவனுக மொதலாளிகடா. நாமன்னா இந்நேரம் ஒட்டு மொத்தமா அள்ளீட்டுப் போயிருப்பானுக. என்னா தோழர்.”

“இப்பிடி கதவத் தெறந்து வச்சு ஒக்காந்துர முடியாது.”

“இல்ல தோழர், நாம பயக்குறம். பயக்கப் பயக்க இப்பிடித்தான் நடக்கும். ஒருதரம் செஞ்சு பாருங்க.”

“அதுக்கு ஒரு நேரம் வரும் தோழர்” செயலாளர் சின்னச்சாமி பதில் சொன்னார்.

“அன்னிக்கி வாட்ச்மேன், ரெம்ப கெடுபிடியா நடந்தப்பவே அந்தாளத் தள்ளிவிட்டு உள்ள போகலாம்னு சொன்னே. கேக்கல” அன்னக்கொடி சொன்னான்.

“இல்லடா அன்னக்கொடி, உள்ளாற போலீஸ் நாலஞ்சு பேர் மப்ட்டியில இருந்தாக தெரியுமா.”

“அஞ்சுபேர்தான நாம எத்தனபேர் இருந்தோம்? துணிஞ்சு ஒருகை பாத்துருக்கணும்.”

தலையாட்டி மறுத்த செயலாளர், “வாட்ச்மேனத் தள்ளிவிட்டு உள்ள போய்ருவீங்க சரி, லேபர் டிபாட்மெண்டுக்குள்ள போகணும்ல? நீங்க வாட்ச்மேன தள்ளுனதுமே போலீஸ் வந்துரும். ஈசியா அத்தனைபேரையும் அள்ளிட்டுப்போய் என்னென்னா வழக்குப் போடணுமோ எல்லாத்தியும் போட்டுடுவாங்க.”

“செய்வாங்க செய்வாங்க” என வாய்திறந்த பாண்டியன், “ந்தா, நம்ம கூட நின்ன பாவத்துக்கு தோழரோட தோட்டத்த எரிச்சிருக்காங்களே! பச்சப் பசலைய எரிக்க எப்பிடித்தே மனசு ஒப்பிச் செய்றாக தோழர்?”

“இதுதே அவகளுக்கு பாலபாடம். யாரும் யார்கூடவும் சேரக்குடாது. முக்கியமா ஒங்களப்போல தொழிலாளிகள் பக்கம் பெத்த அப்பனே சேந்தாலும் தாலியறுக்கத் தயங்க மாட்டாங்க. ரெம்பக் கொடூரமான குணம் முதலாளிக குணம். இதோட முடிஞ்சிடும்னு நெனைக்கிறீங்களா? இன்னம் யார்யாருக்கு செக் வச்சிருக்காகன்னு நம்மனால யோசிக்க முடியாது.” ராமராஜ் எல்லோரையும் அளந்து பார்த்தபடி சொன்னார். பேச்சில் எந்தப் பதட்டமுமில்லாமல் நிதானமாகவே வார்த்தைகள் விழுந்தன.

“இம்பிட்டு நட்டமாயிருச்சேன்ன கவலயில்ல?” பாண்டியன் மெதுவாகக் கேட்டார்.

“இல்லாம இருக்குமா? அதுக்காக ஒன்னப்போல ஒப்புவச்சா ஆச்சா?” அனஞ்சு பதில் சொன்னார்.

"உசுர் போகலைல்ல பாண்டி! சங்கத்துக்கு வேலைக்கு வாரம்னா இதெல்லாம் எதிர்பார்த்துத்தான் நிக்கணும். இப்பத்தக்கி என் கவலையெல்லாம் நீங்க எல்லாரும் மில்லுக்கு பழையபடி வேலைக்குத் திரும்பணும். அதுக்கு என்ன வழின்னுதான் யோசனை. அதுவரைக்கும் எதுவந்தாலும் சமாளிப்போம். சட்டம் இருக்கு. எல்லாத்துக்கும் மேல நீங்க இருக்கீங்கள்ல. எங்களுக்கு எதும்னா விட்ருவீங்களா?" ராமராஜ் தோழர் எளிமையாக எடுத்துச் சொன்னபோது எல்லோருமே உணர்ச்சிவசப்பட்டு மனசெங்கும் தீப்பிழம்பாய் கொதிப்பேறி நின்றனர்.

அந்த நேரம் டீ வாங்கப்போன மருதமலை, வேட்டி சட்டையெல்லாம் கசங்கி, மணலில் புரண்டெழுந்ததுபோல அலங்கோலமாய் மூச்சுவாங்க ஓடிவந்தார்.

அவர் சொன்ன சேதியில் அலுவலகத்திலிருந்த அத்தனைபேரும் ஒருகணம் ஆடிப்போனார்கள். "எங்கன இருக்யான்?" கையில் ஆளுக்கொரு கட்டை கம்புகளுடன் கண்களில் பொறிபறக்க, அலுவலகத்தை பூட்டவும் மறந்து மருதமலையைப் பின்தொடர்ந்து நகரின் பஜாரை நோக்கி ஓடினர்.

2

அன்று நிலா மஞ்சக் குளித்திருந்தது. தேகம் முழுக்க செம்மஞ்சள் நிறம் தளும்பத் தளும்ப முதலிரவில் நாயகனின் முகம்பார்க்கும் முதிர்கன்னிபோல தன்னிலை தொலைத்து வெளிச்சம் உடைந்திருந்தது.

"ஏங் குருட்டு வெளிச்சமா இருக்கு? பௌர்ணமிதான இன்னிக்கி? வயசானதால எனக்கு அப்பிடித் தெரியுதா?" தோழர் வாழவந்தான் உடன் வந்த பாண்டியனின் மணிக்கட்டைப் பிடித்துக் கொண்டார்.

கொட்டக்குடி ஆற்றில் தண்ணீர் வற்றிப் போயிருந்தது. ஓரக்காலில் மட்டும் எலிவாலாய் நீர் நெளிந்து ஓடிக்கொண்டிருந்தது. பரந்த மணல்காட்டில் கால்கள் புதைந்தன. ஆற்றின் கரை, அவர்களை விழுங்கியது போக தலைக்கு மேலே ஒருமுழம் மிச்சமுமிருந்தது.

தோழருக்கு வலுத்த அகலமான கைகள். விரல்கள் பாண்டியனின் மணிக்கட்டை விழுங்கி விரல்கடை நீளம் மிச்சமும் இருந்தது. அந்தக் குளிரான இரவிலும் அவரது உள்ளங்கை கதகதவென சூடாகவே இருந்தது. அவருக்கு அடுத்த பக்கத்தில் ராசு நடந்து வந்தான். அவனது தோளில் மறு கையை வைத்துக் கொண்டார். கொஞ்சம் மூச்சு இரைப்பது தெரிந்தது.

"அப்பாத யெல்லாம் பாத்தீகன்னா நெலா, அப்பிடியே செடியில பூத்த பூசணிப்பழமா மஞ்சப்பூத்து இருந்துச்சு தோழர். இப்பத்தேங் கொஞ்சம் ஒடுஞ்சுருக்கு. அடுத்தடுத்து நெறம் மாறி பால் வெளிச்சம் வந்துடும்" என்று தான் பார்த்த பூசணிப்பழ நிலவைப் பகிர்ந்து கொண்டான் ராசு.

"நம்ம கிட்ட பேட்ரி லைட்டு இருக்குங்கய்யா" வாழவந்தான் தோழருக்கிருந்த வெளிச்சக் கவலையைப் போக்கும் விதமாகப் பதில் சொன்னார் பாண்டியன்.

அவரது ஏறிட்ட பார்வையில் ‘இப்ப கைவசம் இல்லேல்ல’ என சொல்வதுபோல இருந்தது பாண்டிக்கு.

“ஆமா, கூட்டம் நடக்குற எடத்துல வச்சிருக்கே” என தானாகவே பதில் சொன்னார்.

தேனி பேருந்து நிலையத்திலிருந்து தோழரை ஆட்டோவில் கூட்டிவந்து ஊர் விலக்கில் இறங்கி ஆற்றுக்குள் நடத்தி வருவது அனாவசிய தூரம்தான். கரைவழியே வந்து பாலத்தில் இறங்கி இருக்கலாம். பாலத்தினடியில்தான் கூட்டம் ஏற்பாடாகி உள்ளது. ரோந்து சுற்றிக்கொடிருக்கும் மில் முதலாளியின் ஆட்கள் கண்ணில் பட்டால்? என ராசு பயந்தான். சதி திட்டம்னு போலீசை அனுப்பி கூட்டத்தை கலைப்பார்கள் அல்லது கைது செய்வார்கள் என எண்ணினான்.

“எது வேணாலும் நடக்கலாம். எதுக்கும் நாம தயாரா இருக்கணும்” என்று சொன்ன வாழவந்தான், “உண்மையச் சொல்லணும்னா மொதலாளிக ரெம்ப பிருக்கினிப் பயக. தெரியுமா தோழர், நாம, நின்டாலும் பயப்படுவானுக, நடந்தாலும் பயப்படுவானுக, கூட்டமாச் சேந்தா கூட்டத்தக் கலச்சுவிட போலீசுகிட்ட போவாங்க. அவனுகளுக்கு ஆபீசு, வீடு அல்லாத்துக்கும் போலீஸ் துணை வேணும். ஆனா, பாதிக்கப்பட்டது நாம, நமக்கு என்னிக்காச்சும் போலீஸ் பாதுகாப்பப் பத்தி யோசிச்சி இருக்கமா?”

பேசிக்கொண்டே நடக்க தோழர் சிரமப்படுவதை பாண்டியனால் உணரமுடிந்தது. தகப்பன் வயது. “ஏப்பா ராசு, அம்புட்டுத் தொலவெட்டுல வச்சுப் பேசாட்டி கூட்டத்த கிட்டக்கப் போட்ருக்கலாம்ல. பாவம் தோழர இப்பிடிப் பாடு வாங்க வேண்டியிருக்குது பாரு!” ஆதங்கமான பேச்சு தன்னையறியாமலே வந்துவிட்டது.

தோழரின் நடையினைக் காண, ராசுவுக்கும் அது சரியெனப்பட்டது. ஆனால் இப்போது தொழிலாளர்கள் எல்லோரும் பாலத்துக்குக் கீழே அல்லவா கூடியிருக்கிறார்கள்?

“பாண்டீண்ணே, என்னா புதுசா பேசறீங்க. நீங்களும் சேந்துதான பாலத்துக்கு கீழ கூடுறதுன்னு பேசுனீங்க. இப்ப ராசுவ மட்டும் கொற சொல்றது எப்பிடி சரியாகும்?”

ஆனந்தனின் இந்தக்கேள்விக்கு பாண்டியனால் பதில் சொல்ல முடியவில்லை.

“தேவையில்லாம நீங்க சண்ட போட வேணாம். எனக்கொண்ணு மில்ல. மணல்லதான நடக்குறோம். அதும் குளுந்த ஒரு பௌர்ணமிப் பொழுதுலதான நடக்குறோம். என்ன கொஞ்சம் வயசானதுனால ஒரு தகிப்புத்தே. அதெல்லாம் பாக்கக் குடாது. என்னா முடிவு பண்ணுனமோ அதுப்படிதான் நடக்கணும். என்னால உங்களுக்குத்தான் கஷ்டம். சட்டுன்னு வேகமாப் போகமுடியல.”

“கொஞ்சம் தண்ணி குடிக்கிறீகளா தோழர்?” ராசு தண்ணீர் பாட்டிலைத் திறக்கத் தயாரானான். தோழர் இரவுச் சாப்பாடு எடுத்துக் கொள்வதில்லை எனச் சொல்லி வாழைப் பழங்கள் மட்டும் சாப்பிட்டிருந்தார்.

“தண்ணி குடுச்சா அதுக்கு ஒரு நேரம் ஆகும். எல்லாம் அங்க போய்ப் பாத்துக்குவோம்” சொல்லிவிட்டு கொஞ்சம் வேகமாய் நடக்க முயற்சித்தார்.

ராசு தனது நடையின் வேகத்தைக் குறைத்துக் கொண்டான். ஆனந்தனையும், எத்திராசுவையும் முந்திக்கொண்டு போகச் சொன்னார்கள். “தோழர் வந்துட்டார்னு எல்லாரையும் ஒக்கார வையிங்க. சீக்கிரம் பேசிட்டு காலாகாலத்தில தோழர, ஊருக்கு அனுப்பிச்சு வெக்கணும்” அடங்கிய குரலில் அவர்களுக்கு எட்டும் விதத்தில் உயர்த்திப் பேசினான். ராசு. சத்தம் அனாவசியமாய் வேறுயாருக்கும் எட்டிவிடக் கூடாது என்ற எச்சரிக்கை உணர்ச்சி இருந்தது.

மேற்குப் பக்கமாகவே நடந்து சென்றனர். நேர் பார்வையில் மரக்கா மலை வானத்தை முட்டி நின்றது. ஒருசாயலில் பூமியை உத்துப் பாக்குற மாதரியும் பாண்டியனுக்குத் தெரிந்தது. நிலா வெளிச்சத்தில் சுங்கடிச் சேலைக்கு சாயம் முக்கின மாதரி மலைமேலிருந்த மரங்களும் பாறைகளும் ஓவியமாய்ச் சரிந்து கிடந்தன. மலையின் மேல் ஓரிடத்தில், சாட்டை வெடியைக் கொளுத்திப் போட்டதுபோல நீளமாய் தீப்பிடித்து எரிந்து கொண்டிருந்தது. தானாகப் பற்றியதா, இல்லை கஞ்சா, சாராயம் காய்ச்சுகிற நபர்களது சூழ்ச்சியா எனத் தெரியவில்லை. மலைக்குமேல் ஆவியாய் நெளிந்து செல்லும் புகை வடிவம் நெருப்பின் வெளிச்சத்தில் நன்றாகவே தெரிந்தது.

இடதுகைப் பக்கம் ஆற்றங்கரையின் மேல் ஒரு மாட்டுவண்டி கடகடவென ஓடியது. ஆத்துக்குள் இறங்க அந்தப்பக்கம் வழி கிடையாது, வலது பக்கந்தான் பாதை இறங்குகிறது, பூதிப்புரத்து சனங்கள், தோட்டந் துரவு வைத்திருக்கிற சம்சாரிகளுக்கு அங்கேதான்

போக்குவரத்துக்கு வழிவகை உண்டு. தென்னந்தோப்புகள் அதிகமாய் ஏற்படுத்தியிருந்தனர். இரும்புக் கம்பியாய் நெடுநெடுவென வளர்ந்த மரங்கள் காற்றுக்கு விசிறியாட்டம் ஆடிக்கொண்டிருந்ததில் ஈரக் காற்று குளுகுளுவென வந்து கண்களைச் சொக்கடித்தது. அப்பிடியே மல்லாக்கப் படுத்தால் மணலில் அடிச்சுப் போட்டது போல் உறங்கலாம். இந்தக் காத்துமே நடையை எட்டிப்போட விடாமல் தள்ளுகிறது.

“ஏ சம்சாரி, இந்தவர்சம் மழ மாரியெல்லா எப்பிடீய்யா?” பாண்டியனின் கரத்தைச் சுரண்டிக் கேட்டார் தோழர் வாழவந்தான்.

ஏகாந்தத்திலிருந்து தன்னை விடுவித்துக் கொண்ட பாண்டி, “அய்யா...?” என கேள்வியை மறுபடி வாங்கினார். “மழைக் கெல்லாங் கொறவு இல்லீங்யா. என்னா பட்டம் மாறிப் பெய்யுது. பருவத்த நெகாக் காங்க முடியல. அதனால சம்சாரிக நெதானந் தவறி கைக்குச் சிக்குனத, இல்லாட்டி, பக்கத்து தோட்டக்காரெஞ் சொல்றதக் கேட்டுத் தூவி விடுறான். அதது வாச்சாத்தே ஆச்சு.”

“நம்ம மில்ட்ரிக்காரர் - பட்டாளம் நல்லாருக்காரா?” கேட்கும்போதே தோழருக்குச் சிரிப்பு வந்தது. “கலகலப்பான மனுசன் இல்ல?” என துணைக் கேள்வி ஒன்றும் போட்டுக்கொண்டார்.

“நல்லா இருக்கார் தோழர். சும்மா லேசான காயந்தான். பின் பாய்ண்ட்ல தப்பிச்சிட்டார். கொஞ்சம் சுதாரிக்காம இருந்தார்னா தலைல பெருத்த சேதாரம் ஆகியிருக்கும்.”

“அவரையும் அரெஸ்ட் பண்ணீட்டாகளோ?”

‘ஆமாங் தோழர், ராமராஜ் தோழர், அவர் தம்பி, பட்டாளம் மாமா, வீட்டாள்க நாலுபேரு. நாளைக்கு ஜாமீன் எடுக்கப் போறம்.”

“என்னா கேணத்தனம் பாருங்கய்யா. அடிச்சும் போட்டு அடிபட்டவங்களையே அரெஸ்ட்டும் பண்ற கொடும எங்கயும் கேவிப்பட்டிருக்கீகளா?” பாண்டியன் மனங் கொதிக்கக் கேட்டார். “சம்மந்தமில்லாம நம்ம அப்புவையும் (அபு) இழுத்துட்டுப் போய்ட்டாங்களாம்ல. பாவம்!”

“அதனாலதான் இது முதலாளிகளுக்கான ஜனநாயகம்னு சொல்றோம், இப்போ திடீர்னு வந்து உங்களையும் என்னையுங்கூட அரெஸ்ட் பண்ணலாம்.”

கண்பார்வைக்கு பாலம் தெரிந்தது. தண்ணீர்த் தொட்டி அருகே பாட்டரியின் வெளிச்சமும் மனித உருவங்களின் இருப்பும் நிழலாடக் கண்டான் ராசு.

பாண்டியனுக்கு நேற்றைய சம்பவம் இன்னமும் கண்ணைவிட்டு அகலாதிருந்தது. தன் வாழ்நாளில் இப்படியெல்லாம் நடக்கும் என எதிர்பார்க்கவே இல்லை.

3

டீக்கடையில் சைக்கிளை நிறுத்தி பூட்டுப்போட்டு தூக்குவாளியினை டீ மாஸ்டரிடம் கொடுத்து சுடுதண்ணிவிட்டு அலசி டீ போடச் சொன்னார் மருதமலை. அங்கே பட்டாளத்தார் இருந்ததைக் கவனிக்கவில்லை. மிக்சரோ, வடையோ சாப்பிட்டுவிட்டு வாயைத் துடைத்து தண்ணீர் குடிப்பதற்காக டீ பட்டறைக்கு வந்தார் பட்டாளம்.

"என்னா, மருதமல... விருந்தாடிக வந்துருக்காகளாக்கும்?" பட்டறைக்கு அருகில் வைத்திருந்த பானையிலிருந்து தண்ணீரை மொண்டு குடித்தவர், மோவாயில் வடிந்த நீரைத் துடைத்தபடியே கேட்டார்.

"அய்யா, நீங்க எப்ப வந்தீங்க? அவசரத்தில கவனிக்கல" பதட்டத்துடன் பதில் சொன்ன மருதமலை, "டீ சாப்டுங்கய்யா" என்றார். அதற்குள் அவருக்கு வட்டகப்பில் காப்பியினை நீட்டினார் மாஸ்டர்.

முக்கால் கை வைத்த கர்லிங் ஜிப்பாவும், கெண்டங்கால் வரை உயர்த்திக் கட்டிய வேஷ்டியும், நீளமான கழுத்துத் துண்டுமாய் சிரித்தபடியே காப்பியை வாங்கி நின்றமானைக்கே ஆத்தலானார். "மருமகெ என்னா செய்றாரு. எங்க இருக்காரு?"

"மில்லவிட்டு நிப்பாட்டுனவங்களுக்குப் பூராம் சஸ்பெண்டு நோட்டீஸ் வந்திருக்குங் கய்யா, அது சம்பந்தமா பேசணும்னு சங்க ஆபீசுக்கு ராசுதான் வரச்சொல்லுச்சு. இப்ப, எல்லாரும் அங்கதான் இருக்காங்க. டீ வாங்கிட்டுப் போக வந்தேன். நீங்களும் வாங்கய்யா."

"ஒண்டவந்த அவுசாரி ஒறவுக்காரிய வெரட்டிவிட்ட கதையாப் போச்சு. ஒங்க பொழப்பு. ம்? மில்லக் கட்ட

வந்தப்ப இடுப்பு வேட்டி கழறக் கழறப் பேசி நெலத்த வாங்குனாங்க. இப்ப பாரு, எந்த ஊரு நீ ன்னு கேக்கறாங்க.” வருத்தப்பட்டுப் பேசியவர், “எதாருந்தாலும் ரெம்ப இழுபரியாக விடாம சுருக்கா முடிக்கப் பாருங்க. வீடுகள்ல பிள்ளகுட்டிக ரெம்ப ஏங்கிப் போகும்ங்க” என்றவர், மருதமலையின் பார்சல் டீக்கும் சேர்த்துப் பணம் கொடுத்தார்.

“இது சங்கத்துக் கணக்குங்கய்யா” என்ற வார்த்தையை எல்லாம் அவர் கேட்கவில்லை. மீதப்பணத்தை வாங்கி, சிகரட்பெட்டியின் அட்டையில் மடித்து, மடித்ததை ஒரு பாலிதீன் பைக்குள் வைத்து அதற்கு ஒரு சணல்போட்டுக் கட்டி அதனை ஜிப்பாவின் பையில் திணித்துக் கொண்டார், கழுத்துத் துண்டின் நுனியில் முகம் துடைத்து பாம்பு வால்போல பின்பக்கம் போட்டுக்கொண்டு படியிறங்கி வெளியேறினார் பட்டாளம்.

பட்டாளத்தாரின் சம்சாரத்தை விசாரிக்கவில்லையே எனும் குறையுடன் தூக்குவாளியை மூடியபடி வெளியில் வந்து சைக்கிளை எடுத்தபோது செங்கற் கல் ஒன்று சைக்கிளின் பாரில் ‘டமார்’ என்ற சத்தத்துடன் விழுந்து உடைந்து சிதறியது.

திடுக்கிட்டு திரும்பிப் பார்த்தபோது பக்கத்திலிருந்த பூக்கடையில் பட்டாளத்தார் யாரோ சிலபேரிடம் வாய்த்தகராறில் ஈடுபட்டுக் கொண்டிருந்தார். அங்கிருந்துதான் கல் வந்திருக்கிறது என புரிந்து கொண்ட மருதமலை உடனடியாக சைக்கிளை விட்டுவிட்டு பட்டாளத்தார் அருகில் விரைந்தார். அதற்குள் இன்னொரு கல் பறந்து வந்து, தார்ரோட்டில் விழுந்து சிதறியது. அதுகண்டு சாலையிலிருந்த பொதுமக்கள் கவனம் திருப்பினர். மூன்றாவது கல்லை கையில் தட்டிவிட்டபோது அது பட்டாளத்தாரின் தலையில் விழுந்தது. நிலை தடுமாறி சமாளித்து நிமிர்ந்தவர், பாதையில் நின்றிருந்த ஒரு சைக்கிளைத் தூக்கி அவர்கள்மீது எறிந்தார். அதற்குள் மருதமலை பக்கத்தில் வந்து பட்டாளத்தாரைத் தாங்கிக் கொண்டார்.

“நீ போயிரு மருது, ஒங்களக் குறிவச்சுத்தே அடிக்க வாராய்ங்கெ” எனக் கூவிய பட்டாளத்தார், எதிர்த்து வந்த அந்த நாலைந்து பேர்களைத் தடுக்கும் வண்ணமாய் கீழேகிடந்த கற்களை எடுத்து கண்மூடித்தனமாய் எறியலானார். மருதமலையும் அவருக்கு உதவும் நோக்கத்தில் பட்டாளத்தாரோடு இணைந்து அவர்களை விரட்டலானார்.

“அந்தாருக்கான் டா சங்கத்துக்காரெ. அவெந்தே!” என ஒரு குரல் சேர்ந்து ஒலித்தது.

“நீ போ மருது. ஒங்க கட்சி ஆவீச ஒடைக்கப் போறாய்ங்களாம். போங்க, ஆளுகள உசார்ப்படுத்துங்க இவனுகள நாம் பாத்துக்கறேன்” என்றபோது பொதுமக்களில் சிலர் பட்டாளத்துக்கு ஆதரவாகக் களம் இறங்கினர்.

சைக்கிளையும் டீ வாங்கிய தூக்குவாளியையும் மறந்துவிட்ட மருதமலை, ஒரே ஓட்டமாய் சங்க அலுவலகம் நோக்கி ஓடிவந்தார்.

இத்தனைபேரையும் ஒராளாய்ச் சமாளிக்க எத்தனைநேரம் தன்னால் தாக்குப்பிடிக்க முடியும் என்பதைக் கணக்கிட்ட பட்டாளம், சட்டென ஒருகணத்தில் அருகிலிருந்த பூக்கடைச் சந்துக்குள் நுழைந்தார். ஏற்கனவே இந்த சண்டையைப் பார்த்துக் கொண்டிருந்த அந்தத் தெருக்காரர்கள், பட்டாளம் நுழைந்ததும் படியிறங்கி வந்து அவருக்கு ஆதரவாக அவரைச் சூழ்ந்து நின்றனர்.

மருதமலை, சங்கத்திலிருந்து ஆட்களைத் திரட்டி வந்தநேரம் சூழல் மாறியிருந்தது. தாக்க வந்தவர்கள் கங்குகரை ஏதுமின்றி அடையாளமற்றுச் சிதறி ஓடிப் போயிருந்தனர்.

பூக்கடைச் சந்திலிருந்த பெண்கள், அது கள்ளச்சாராயம் காய்ச்சும் மரவட்டை முருகன் வகையறாதான் என அடையாளம் சொன்னார்கள்.

“இதே ஆளுகதான் நம்ம ராமராஜ் தோழரு தோட்டத்துல போய் மோட்டாரக் கழட்டுனது, கெணத்துக்கு வார தண்ணிக் கொழாய்களப் பூராம் ஒடச்சுச் சேதாரம் பண்ணது. அதப் பேசுனதுனாலதா என்னிய அடிக்க வந்தாங்கெ” பட்டாளத்தார் புதிய தகவலைச் சொன்னார்.

“அப்பன்ன, கரும்புக்குத் தீ வச்சவனுகளும் இந்தத் தாயோளிகளா?” பூலோகத்தின் கேள்விக்கு யாரும் வாய்திறந்து பதிலளிக்கவில்லை.

“ஆக, மில்லுக்காரருக்கு இவெந்தே அல்லக்கையா வேல செய்றானாக்கும்!” என ஆவேசம் கொண்ட அன்னக்கொடி, “இந்த வக்காள்ளியப் போட்டுத் தாக்குற தாக்குல மொதலாளி ரத்தம் கக்கணும்.”

முதலாளியின் ஏவுகணையாக மரவட்டை வகையறா வேலைசெய்கிறான் என்கிற சந்தேகம் உறுதிப்பட்டதும் அவனது

வீட்டுக்கே போய் அவனைச் சந்திப்பது என அன்னக்கொடி ஆட்களை தயார் செய்தான்.

"நம்மளத் தேடி அவெ என்னா வாரது. நாம அவனத் தேடிப் போவோம். ஆம்பள யார்னு பாத்துருவோம்."

அவனது இந்தக் குரலுக்கு அனஞ்சு, பாண்டி உள்பட பலரும் துணைக்குரல் கொடுத்தனர். "சங்கமா, கச்சியா நிண்டு சண்ட போட்டப்ப நடந்தது வேற. இப்ப தனி ஆளா வந்து வம்புக்கு இழுக்குறான். ஒரு கள்ளச்சாராயம் காச்சற நாயி, அவென்ட்ட மடங்கிப் போனா நாமல்லா உசிரவச்சிட்டு இருக்கறதில அர்த்தமே இல்ல. அவெ அடியாள் வச்சு இருந்தாப்பல அம்புட்டுப் பெரியாளா? டே, நாங்களே அடியாளுக தான்டா..." உணர்ச்சி வேகமாய்ப் பேச்சுகள் வர தாலுகா செயலாளரோ, சங்க அலுவலகத்துச் செயலாளரோ அவர்களைக் கட்டுப்படுத்த முடியவில்லை.

"வீட்டுக்குப் போணம்னா பிரச்சனய வேற மாதிரி திருப்பி விடுவாங்க" என சங்கச் செயலாளர் சொல்லிப் பார்த்தார்.

தொடர்ந்தடியான தம்மீது தொடுக்கப்படுகிற தாக்குதல்களுக்கு ஏதேனும் ஒருவகையில் பதிலடி கொடுக்கவும், தங்களை மட்டுமல்லாது தமக்கு உதவவரும் தோழர்களை தனிப்பட்ட வகையில் வஞ்சம் தீர்ப்பதை பொறுக்க முடியாது என்பதை வெளிக்காட்டவும் அமைந்த சந்தர்ப்பமாக இதனை பயன்படுத்த வேண்டுமென அன்னக்கொடி எடுத்துரைத்தான். மரவட்டை முருகனுக்கு நாம் கொடுக்கப் போகிற பதிலடி பெரிய மாறுதலை உண்டாக்கும் என உறுதிபடச் சொன்னான். பாண்டியன், அனஞ்சு போன்றவர்களுக்கு, ராமராஜ் தோழர் சொத்துக்கள் சூறையாடப்பட்டதும், வயசை மறந்து பச்சைப்பிள்ளைபோல தங்களோடு அலைகிற பட்டாளத்தாரை நடுவீதியில் வைத்து அடிக்க வந்ததையும் சகித்துக் கொள்ள முடியவில்லை. ஆகவே அன்னக்கொடிக்கு எதிராகப் பேச அவர்களுக்கும் நா எழவில்லை.

இறுதியாக பட்டாளத்தை ஆஸ்பத்திரிக்கு கூட்டிப்போவதற்கென ராசுவும், அலுவலகச் செயலாளரும் ஒதுங்கிக்கொள்ள, தொழிலாளர் எல்லோரும் மரவட்டை முருகனது வீட்டுக்குச் செல்வது என முடிவெடுத்து அதே வேகத்தில் மரவட்டையனின் வீடு நோக்கி பயணித்தனர். தாலுகா செயலாளர் சின்னச்சாமி, மரவட்டையனின் வீட்டில் தொழிலாளர்களது ஆவேசத்தில் அசம்பாவிதம் ஏதும்

நடவாமலிருக்க நாம யாராச்சும் கூட இருக்கணும் என்று சங்க செயலாளரிடம் சொல்லிவிட்டு உடன் சென்றார்.

அவனது வீடு, ஹைஸ்கூலுக்கு பின்னால் இருந்தது.

ஆட்கள் வருவது கேள்விப்பட்டு மரவட்டையன் தப்பித்து ஓடிப்போனான். வீட்டில் அவனது மனைவியும் மாமியாரும் மட்டுமே இருந்தனர்.

“வாங்க நைனா,” சின்னச்சாமியைக் கண்டதும் முருகனது மாமியார் ஆசனத்திலிருந்து எழுந்து கும்பிடு போட்டாள்.

“யாரம்மா நைனாங்கற, இவரு வேற!” சங்கத்து தோழர் ஒருவர், சின்னச்சாமியை தோழர் ராமராஜ் என நினைத்துப் பேசும் முருகனது மாமியாரின் கும்பிடுக்கு எதிர்க்குரல் விடுத்தார்.

“அப்பா” என முறை மாற்றி அழைத்தாள், “இவரத் தெரியாதா சாமி, எத்தன எடத்துல பாத்துருக்கே. நல்லாருக்கீகளாப்பா?” சின்னச்சாமியையும் அவரைச் சூழ்ந்து நிற்கும் கூட்டத்தையும் பீதியடைந்த விழிகளால் ஏறிட்டவள், உள்நடுக்கத்தினைச் செருமி விழுங்கியபடி பேசினாள்.

“அவர்லாம் நல்லாத்தே இருக்காரு. எங்காத்தா ஓம்மருமகன?” அன்னக்கொடி ஆங்காரம் குறையாமல் கேட்டான்.

“ஆர்ப்பா நிய்யி! பெரிய மனுசிகிட்டக்க மரியாத இல்லாமப் பேசறவெ?” முருகனின் சம்சாரம் கீச்சுக்குரலில் கத்தினாள். இது, வாடிக்கையாளர்கள் வந்து போகும் நேரம். பஸ்ஸ்டாண்டு கடையில் எதோ கரச்சல் எனக் கேள்விப்பட்டிருந்தாள். யாரையாவது கட்சிக்காரர்களை மிரட்டுவதும், அரட்டுவதும் முருகனுக்கு சகஜமான ஒன்றுதான். ராத்திரி சாப்பிட உக்காரும்போது ஊரில் நடந்த ஒவ்வொரு சம்பவமாக பட்டியலிட்டுச் சொல்லுவான். இது ஏதோ விபரீதமாக மாறி இருக்கிறது. ரோட்டிலிருந்து வீட்டுக்கு வந்தவன், அரக்கப் பறக்கக் கிளம்பிவிட்டான்.

“வோவ், என்னத்தம்மா ஒங்காத்தாள மரியாதக் கொறவாப் பேசிட்டான். ஏலா ண்டானா, அவளே இவளே ன்னு கூப்புட்டானா. ஆத்தா ன்னுதான சொன்னான்? ஒனக்கு ஆத்தா தான? வேற மொறை இல்லேல்ல. இல்ல, கொமரி ன்னு கூப்புடணுமா” முருகனது சம்சாரத்தின் முகத்தருகே வந்து நின்று பேசிய ராசேந்திரனை கைப்பிடித்து இழுத்தார் சின்னச்சாமி.

“என்னன்டாலும் அப்பறமா வாங்கப்பா. ஆம்பள இல்லாத நேரத்தில இப்பிடி வாரது தப்புப்பா” கொஞ்சமும் காரம் குன்றாமல் மாமியார் பேசினார்.

“தப்பு ரைட்ட பின்னாடி பாத்துக்கலாம். மொதல்ல உள்ள இருக்க ஒம் மருமகன வெளீல வரச்சொல்லு. நாங்க உள்ளாற வந்தம்னா கண்டமாயிருவான்.”

“என்னா விசியம்? இப்ப எதுக்கு அதக் (முருகன்) கூப்புடுறீக” மனைவி எதுவும் அறியாதவளாய்க் கேட்டாள்.

வெவகாரத்தெ யெல்லா இன்னவ் வரைக்கும் சொல்லாமயா இருப்பான். “ங்கோரும்மா அவனுக்கும் எங்களுக்கும் கடுகத்தினியும் சம்மந்தமில்ல. ஆனா, தேவையில்லாம ஓரசிக்கிட்டிருக்கான். ஒதுங்கிப் போகப் போக, இன்னிக்கி நடுரோட்லயே ஆட்டங் காமிக்கிறானே...” பாண்டியன் எல்லோரையும் விலக்கி விட்டு வந்து ஒப்பித்தார்.

சின்னச்சாமிக்கு எப்படி இவர்களைப் பிரித்து அழைத்துப் போவதென ஆழங்கால் புரியாமல் தனக்கான நேரத்தினை எதிர்பார்த்துக் கொண்டிருந்தார். இப்படியே விட்டால் ஏதாவது அசம்பாவிதம் நிகழலாம். தனது முன்னிலையில் அப்படியொரு சம்பவம் ஏற்பட்டால் காலத்துக்கும் அழிக்க முடியாது. தவிர, இன்றைய சிக்கலான சூழலில் மேலும் தீர்க்க முடியாத இடியாப்பச் சிக்கலை உருவாக்கும்.

பாண்டியன் அந்தப்பெண்ணிடம் பேசிக்கொண்டிருக்கும்போதே அன்னக்கொடியும் ராசேந்திரனும் மரவட்டையனின் வீட்டுக்குள் புகுந்தனர்.

“என்னத்தடா அவ ஒரு ஆள்ன்னு அவகிட்ட ஒப்பிச்சுக்கிருக்கீக. உள்ள மொழஞ்சு பாத்தா ஆம்பளயா பொம்பளையான்டு தெரிஞ்சுடப் போவுது.”

உடனே அவனது மாமியார் கூச்சல் போட்டாள். “அய்யய்யோ ஆம்பள இல்லாத வீட்ல கம்பு கட்டையோட அடிக்க வாரானுகளே” அவளது வெற்றுக் கூச்சல் கேட்டு கோபமடைந்த தோழர்கள் உண்மையாகவே அவர்கள் அட்டணக்கால் போட்டு உட்கார்ந்திருந்த முக்காலி, பிளாஸ்டிக் சேர், குடம், பானை உள்ளிட்ட சில பொருள்களைத் தள்ளிவிட்டும் உடைத்தும் சேதாரம் செய்தார்கள்.

சின்னச்சாமி தடுத்தார். மரவட்டையனின் மனைவியும் பயத்தில் சின்னச்சாமியிடம் ஓடிவந்து ஒண்டினாள். “காப்பாதுங்கண்ணே எங்களுக்கெல்லா எதுவும் தெரியாது... ஒங்க தங்கச்சியா நெனச்சுப் பாருங்கண்ணே” என கெஞ்சினாள்.

ஒருவழியாய் அவர்களை சமாதானம் செய்து சங்க அலுவலகத்துக்கு அழைத்து வந்தார். அங்கே இருந்துதான் மதுரை மாவட்ட சங்க ஆபீசுக்குப் போன் போட, வாழவந்தான் வருவார் வழிகாட்டுவார் என பதில் வந்தது.

அதற்குள் இரவோடு இரவாக அத்தனை தோழர்கள் வீட்டுக்கும் போலீஸ் வந்து கதவைத் தட்டி எழுப்பியது. வீட்டில் படுத்துறங்கிக் கொண்டிருந்த, ராமராஜ், அவரது தம்பி, பட்டாளம், அபு, சோலை இன்னும் சில தோழர்களை - மரவட்டையனை கொலை செய்ய முயற்சித்ததாகவும், அவனது வீட்டில் கொள்ளையடிக்க முயன்றதோடு, வீட்டிலிருந்த பெண்களை மானபங்கப்படுத்த முயற்சித்ததாகவும் வழக்குப்பதிவு செய்து கைது செய்தனர்.

4

"ஜிந்தாபாத் தோழர்" வாழவந்தான் தோழரை எதிர்கொண்டழைத்து முஷ்டி உயர்த்திச் சொன்னான் ராசேந்திரன்.

இருட்டில் தோழருக்கு ஆள் அடையாளம் தெரியவில்லை. குரல் அடையாளமும் சரிவர விளங்கவில்லை. ஆனாலும் பதிலுக்கு ஜிந்தாபாத் சொன்னார்.

"ராசேந்திரன் தோழர்."

"ஓ! சரிசரி. இப்பத் தெரியிது. சௌக்கியம்தான தோழர்" என்றவர் "எல்லா தோழருக்கும் வணக்கம்" என கைகூப்பினார்.

தொழிலாளர்கள் அத்தனைபேருமே தோழரை கைதொட்டு வணக்கம் சொன்னார்கள். "வணக்கந்தோழர்."

"வணக்கம் தோழர்."

"நல்லாருக்கிங்களா தோழர்."

"தோழர் நான் சென்றாயன்."

தொழிலாளர்களின் வரவேற்பில் உணர்ச்சிப் பெருக்காகிப் போனார் தோழர். "எனக்கு ஹார்வி மில்லுல சங்கம் கட்டுன ஞாபகம் வருது. அங்கேயும் இதுபோலத்தான் இராப் பொழுதுல சந்திப்பு நடத்தினோம்."

பாண்டியன் தன்னுடைய பாட்டரி விளக்கினை ஒளிரச்செய்து வெளிச்சம் பரப்ப முயன்றார். அது சிறுவட்டம் போட்டது ஒரொருத்தர் முகத்திலும் தனித்தனியாய் வெளிச்சம் காட்ட வேண்டியிருந்தது.

"வாண்டாம் ணே. நெலா வெளிச்சம் வந்திருச்சு போதும்" என அவரது சிரமம் கண்டு சொன்னான்.

அதனை வழிமொழிபவன் போல ஆனந்தனும் பேசினான். "பேட்ரி வெளிச்சத்துக்கு காட்டுப் பூச்சிக வரும். கொசுவும் கூடுதலாகும். அதுமில்லாம பேசத்தான போறம்" என்றான்.

உண்மையிலேயே வெள்ளை நிலா அப்போதுதான் பிறப்பெடுத்ததுபோல வெளிர்நீல நிறத்தில் மேகத்திலிருந்து விடுபட்டு வந்தது. பூமியின் இருட்டு விலகி அண்டவெளி எங்கும் பரவி, சாம்பல் வண்ணம் கவிழ்த்து உயிர் ராசிகள் மீது ஒளிப் போர்வை ஒன்றைப் போர்த்தியது. ஆற்றங்கரை, மணல்வெளி, ஓடும் நீர், பூதிப்புரத்தையும் கோடாங்கிபட்டியையும் இணைக்கும் நீண்டபாலம், காற்றில் அசையும் மரம், செடி, கொடிகள், அந்த அகாலத்திலும் இரைக்காகவோ இணைக்காகவோ அவ்வப்போது பறந்து செல்லும் பூச்சிகள், இருட் பறவைகள், பிரச்சனைகளுக்கு விடிவினைத்தேடி கொடும் இருட்டில் கூடியிருக்கும் ராசு, ஆனந்தன், பாண்டி, பூலோகம், அன்னக்கொடி, தோழர் வாழவந்தான் போன்ற மனித ராசிகளும் கூட சாம்பல் நிறத்தினின்று மாறுபடவில்லை.

"ஆனாலும் தோழர் வந்திருக்கார். மொகம் பாத்துப் பேசற மாதரி வருமா? லைட்ட அப்பப்ப அடிச்சா நல்லது."

"இல்ல, இருட்டிலேயே பேசுவோம். நேத்திக்கி இதே பொழுதுலதான் நம்ம தோழர்கள் பலபேர் சிறைப்பிடிக்கப்பட்டிருக்காங்க. இன்னிக்கிம் அவங்களோட நடவடிக்கை நீளும் வாய்ப்பிருக்கு. நாமளே நம்மை எதிரிக்கு காட்டிக் குடுத்துக்க வேணாம்" வாழவந்தான் தோழர் சொல்லிவிட்டு மணலின் ஒரு மேடான பகுதியில் உட்கார்ந்தார்.

"சரி, நாம வேலை நிறுத்தம் ஆரம்பிச்சு இது நாப்பதாவதுநாள். இல்லியா? ஐம்பதாம் நாளை நோக்கிப் போய்க்கிட்டிருக்கிறோம். நான் நாளை பெருமையாய் எண்ணிச் சொல்லுவது உங்களுக்கு எரிச்சலைக் கொடுக்கலாம். வேலைய இழந்து போட்டு இப்படி துன்பப்பட்டுக்கிடக்கோம் இந்தக் கிழவன் சினிமா போஸ்டர் விளம்பரம் செய்ற மாதரி கூவுறானே...! என்னதான் கோபப்பட்டாலும் எரிச்சல்பட்டாலும் உண்மை அதுதானே. நமக்கு வேண்டாதவங்க இதச் சொல்லும்போது நமக்கு, நம்மை அறியாமலேயே சில உணர்ச்சிகள் எழும்பும். அதாவது அவசரப்பட்டு ஸ்ட்ரைக் பண்ணிட்டமோ, இல்ல, சிவசிவான்னு நாமபாட்டுக்கு வேல உண்டு வீடு உண்டுன்னு காரியத்தப் பாக்கமாட்டாம தப்பான ஆளுகளோட சேந்துட்டோமோ, அப்பிடின்னெல்லா எண்ணத்தோணும்.

அப்பிடி நெனைக்காதவங்களையும் சிலர் நெனைக்க வைப்பாங்க. அல்லது சில சூழல்கள் நம்மை நெனைக்கவைக்கும். ஆனா, ஒருவிசயத்தை மட்டும் நாம சரியாகப் புரிஞ்சுக்கணும். இந்த நாட்டுல இருக்க எத்தனையோ பேரில் ஒருசிலரைத்தான் நாம உதாரண புருசர்களாக அல்லது சாதனையாளர்களாக சொல்லுறோம். ஏன்னா, அந்த வேலைக்காக அவங்க செஞ்ச, அல்லது கொடுத்த விலை அவங்களை நமக்கு அடையாளம் காட்டுது. அதேபோல, இந்த வட்டாரத்து பஞ்சாலைத் தொழிலாளர்களது எதிர்கால வாழ்க்கைக்காக இந்தப் பதினாறு பேர்களது தியாகம் தொழிலாளி வர்க்கம் உள்ளமட்டும் பேசப்படும் இது உறுதி. நான் நம்பிக்கை கொண்டிருக்கும் தத்துவத்தின் மீது ஆணையிட்டு சத்தியமாகச் சொல்றேன்.” மணலில் அறைந்து சொன்னார்.

ஒருகணம் அங்கே அலாதியான மௌனம் நிலவியது.

நிலவின் வெளிச்சம் இப்போது பூரணமாக வெளிப்பட்டு முகம் தெரிந்தது. கரையோரத்து நாணல் தட்டைகளிலிருந்து தட்டான்கள் குட்டிகுட்டி ஹெலிகாப்டர்கள் போல பறந்து வளையமிட்டன. நாணலின் வேர்ப்பகுதியிலிருந்த சேற்றுக்குள்ளிருந்து தவளைகள் மழைப்பாட்டு பாடலாயின. தென்னந்தோப்புகளிலிருந்து பெருத்த பழந்தின்னி வவ்வால் கூட்டம் ஒன்று மரக்கா மலை நோக்கிப் பறந்தன.

அந்த இறுக்கத்தை உடைப்பதுபோல அன்னக்கொடி கைதட்டினான். அவனைத் தொடர்ந்து இன்னும் ஓரிருவர் கைதட்ட அந்தச் சத்தம் அவ்வகால வேளையைத் திடுக்குறச் செய்தது. பாலத்தின் இருண்ட பகுதியிலிருந்து குறுமுயல்கள் இரண்டு இவர்களைத் தாண்டிக் குதித்து ஓடி மறைந்தன.

“பாண்டீ... அப்பன்னா ஒனக்கு செல வச்சிருவாங்க, மச்சான்” பூலோகம் திடுமெனச் சொன்னதும் அனஞ்சுவுக்கு வியர்த்தது.

“எந்த நேரத்தில என்னத்தப் பேசறதுன்ன அறிவே இருக்காதாடா பூலோகம். ஒரு பெரியமனுசே, இந்த சாம ஏமத்துல வந்து ஒனக்காக எனக்காக நின்டு பேசறார்னா அவரு என்னா நமக்கு சிய்யானா, இல்ல சம்பந்தஞ்சாடி வக்கெப் போறவரா! புடிச்சா கேளு. புடிக்கலியா பொச்சப் பொத்திட்டுப் போய்ரு. எகடாசி மயிரெல்லா இன்னிமேப்பட்டு வந்துச்சூ, அம்புட்டுத்தே” அனஞ்சு பூலோகத்தை எதிர்நின்று கோபமாய்ப் பேச, சின்னச்சாமி தோழர்

இருவரையும் அணைத்து ஆறுதல் செய்தார். அந்த நேரம் ஒரு கசகசப்பு நிகழ்ந்தது.

“நா என்னத்தடா சொன்னே. இது எகடாசியா? எம்மேல என்னதான்ப்பா கடுப்பு?”

“ஓர் நிமிசம்” என கையுயர்த்திய சின்னச்சாமி தோழர், “சிலை வைக்கலாம் அதுக்கான தேவை வந்தா சிலை வக்கிறத யாரும் தடுக்க முடியாது. ரைட், பூலோகம், தோழர் என்ன சொல்லவரார்னா, இன்னிக்கி நம்ம மாவட்டத்தில் எத்தனையோ தொழில் ஸ்தாபனங்கள் இருக்கு ரைஸ் மில்லு, எண்ணெய் மில்லு, ஜின்னிங் பேக்டரி. இப்படி நிறைய நிறைய இருக்கில்ல. இதுகள்ல எத்தனையோ பிரச்சனைகள் நடக்குது. ஆனா. இப்ப அதிகமா பேசப்படுறது எது? நம்ம பண்ற ஸ்ட்ரைக்தான். இல்லியா இத்தன ஆயிரம் ஜனங்கள்ல - மில்லில வேலபாக்குற முன்னூறு பேரிலேயும் உங்க பதினாறு பேரோட பெயர்தான் முன்னுக்கு நிக்கிது. ஏன்? யோசியுங்க மில்லு, மாவட்டம் பல்லாயிரம் ஜனங்க. இதுல நீங்க மட்டும் தனியா நிக்கறீங்க. எப்பிடி?”

“கேவலமா இல்லியா தோழர்!” பூலோகம் தணிந்த குரலில் கேட்டான்.

“எது கேவலம் தோழர்? உங்க வாழ்க்கைய அழிச்சுக்கிட்டு, முன்னூறு பேருக்கு கூடுதல் சம்பளம் வாங்கிக்குடுத்து இருக்கீங்களே. அது கேவலமா?” தோழர் வாழவந்தானது கேள்வியில் நிலா தனது பிரகாசத்தை அதிகரிக்க எல்லோரது அகத்திலும் ஒளிபடர்ந்தது.

“எல்லாரும் சேந்துதான ஸ்டைக் பண்ணுணோம்.”

“அதுதான் இல்ல, அவங்க பூராம் பாசெஞ்சர் - பயணிக, நீங்கதான் எஞ்சின்கள். ஸ்டைக் ஆரம்பிச்சது யாரு முடிச்சது யாரு. பலனடையறது யாரு தோழர்? அடிமாட்டுச் சம்பளம் கட்டுபடியாகாதுன்னு கோரிக்கை வச்சு வேலைநிறுத்தம் துவங்கி, நடத்தி, கூடுதல் சம்பளம் பேசி ஒப்பந்தம் போடவச்சது நீங்கதான. நீங்களும் அவங்களப்போல வேலையுண்டு வீடுண்டுன்னு இருந்தா இத்தனை அனுகூலம் கிடைச்சிருக்குமா?”

“நாமளாத்தான் சொல்லிக்கணும். அவனுக நெனைக்க மாட்டாங்கெ.”

“அப்படி நெனைக்க வேணாம். நிச்சியமா உங்கமேல அவங்களுக்கு மரியாதை இருக்கும். மறக்கமாட்டாங்க. வேணும்னா வெளிய சொல்லிக்க மாட்டாங்க. அதில பலவிதமான தடைகள், அதிகாரமா,

வேறவேற அமைப்பா அமைஞ்ச தடைகள் காரணமா நேரிடையா பாராட்ட மாட்டாங்க. மனசில பூரணமான ஆதரவு இருக்கும்" சின்னச்சாமி நிதானமாக எடுத்துச் சொன்னார்.

"ஆமா, தோழர் சொன்னது போலதா லேபர் பலபேர் எங்கிட்டப் பேசுனாங்க. "வீட்டுச் சூழல் சரியில்ல. அதனாலதா உங்களோட நிக்கெ முடியல. நீங்க இல்லாட்டி இம்புட்டு கூடுதலான சம்பளம் இத்தன சீக்கிரத்தில கெடச்சிருக்காது. அதனால உங்களுக்கு வேற என்ன மாதரியான சப்போட்னாலும் செய்யத் தயாரா இருக்கேன் னாக" ராசேந்திரன் சின்னச்சாமியிடம் ஒப்பித்தான்.

"ஏன் நம்ம முன்னாடி தியாகராசன் மேஸ்திரி சொல்லலியா. 'சளைக்காம அடிச்சு புடிச்சு வாங்க. என்ன செலவுன்னாலும் நாங்க அத ஈவுச்சுத் தரோம்னார்ல" ராசுவும் அனஞ்சுவிடம் சொல்வதுபோல அவ்விடம் பகிர்ந்து கொண்டான்.

"இதெல்லாம் பகுமானம். நாங்க வேலைக்குப் போய்ட்டம். மாச சம்பளம் வாங்கப் போறம்னு பாவ்லா காட்றது" அன்னக்கொடி தனியாய் பேசினான்.

"அதான, நாங்கெல்லா தப்பிச்சு கரசேந்துட்டம். நீங்க மொதலகிட்ட மாட்டிக்கிட்டுச் சாவப் போறீங்கடின்னு சங்கூதுற வேல."

"ஏன் உங்கள இப்பிடி தர டிக்கெட்டா தரந் தாழ்த்திக்கிறீங்க. யாரவச்சு எந்தக் காரியத்த நடத்தலாம்னு இந்த இயற்கை முடிவு செய்யும். அந்தப்படி இயற்கையால தேர்வு செய்யப்பட்ட கேடர்கள் நீங்க. இன்னும் சொல்லப்போனா ஆசீர்வதிக்கப்பட்ட நபர்கள்னு சொன்னாப் புரிஞ்சுக்குவீங்களா." சின்னச்சாமியும் எப்படியாவது அவர்களிடத்தே இருக்கும் அவநம்பிக்கைக் குரலை போக்கவேண்டுமென போராடினார்.

அனஞ்சு அவருக்கு கைகொடுக்க வந்தார். "தோழர், அதெல்லா மெள்ள மெள்ள இவனுகளுக்கு புரிய வக்கெலாந் தோழர். இப்பதைக்கி வறுமைல பேசற பேச்சுத்தான் இது" சொல்லிவிட்டு பாண்டியன் உட்பட அனைவரையும் ஒரு சுற்று பார்த்துக் கொண்டார்.

அந்தசமயம் பாலத்தின் மீது ஒரு ஆட்டோ ஏறிப்போனதில் பாலம் அதிர்ந்த ஓசை ஹூங்காரமாய்க் கேட்டது. எல்லோரும் ஒரு கணம் பாலத்தின் மீது தமது பார்வையினைச் செலுத்தினர்.

“அதப் பேசத்தான நாம வந்திருக்கோம்” என்ற சின்னச்சாமி, எல்லோருக்குமே இடைநீக்க உத்தரவு வந்திருப்பதால் இதைவைத்து ஆறுமாத காலத்துக்கு பாதிச் சம்பளமும் ஏழாம் மாதத்திலிருந்து முக்கால் சம்பளமும், ஒருவருசத்துக்கும் பிரச்சினை நீடிக்குமேயானால் முழுச்சம்பளம் மில்நிர்வாகம் தரவேணும். இது சட்டம். இத யாரும் மறுக்கமுடியாது. ஆகவே, உடனடியாக வாங்கப்பட்ட நோட்டீசுக்கு நாளைக்கி பதில் போட்டுடலாம். வரும் மாதத்திலிருந்து நிச்சயம் நமக்கு சம்பளம் வரும்” என்றார்.

நிலாபோல அக்கணம் தொழிலாளர்கள் அத்தனைபேரது உள்ளமும் குளிர்ந்தது.

“பழைய சம்பளந்தான கெடைக்கும். புதுசு வராதுல்ல” அன்னக்கொடியின் பேச்சினை பாண்டி இடைமறித்தார்.

“விட்றா சல்லிக்காசு கெடச்சாலும், மில்லுக்கும் நமக்கும் ஒறவு அத்துப் போகலேன்ன கணக்கு உண்டுல்ல” என்றார்.

“அதுமட்டுமில்ல, இன்னுமொரு முக்கிய சேதி” என்ற தோழர் வாழவந்தான், “இத்தன நாள் போல நமக்கு தொடர்ந்தடியான வேலைகள் இருக்காது. அனேகமா நாளைக்கு நோட்டீசுக்கு பதில் குடுத்துட்டம்னா அடுத்து கோர்ட் தகவல் வந்து விசாரணைக்கு போகும் வரை வேலை கிடையாது. அதனால தோழர்கள் பொழப்பத் தேடுங்க. சந்திச்சுப் பேச வேண்டிய நேரத்தில மட்டும் நாம கூடுனாப் போதும்” என்றார்.

ராசுவும் அலுவலகச் செயலாளரும் நோட்டீசுக்கான பதில் தயாரித்து அனுப்பும் வேலையையும், சின்னச்சாமி, அனஞ்சு, வேலப்பன் இவர்கள் கைது செய்யப்பட்டவர்களை ஜாமீனில் எடுக்கும் வேலையில் நிற்பது எனவும் முடிவானது.

“நல்லவேள, ஆனந்தனோட தோட்டத்துக்கு காவலுக்குப் போனதனால நாங்கெல்லா தப்பிச்சோம். இல்லேன்னா எங்களுக்கும் சேத்து ஜாமீன் எடுக்கற வேல பாக்க வேண்டியிருக்கும்” என அன்னக்கொடி சொன்னான்.

வாழவந்தான் தோழருக்கு அது விளங்கவில்லை.

ராமராஜ் தோழரது தோட்டத்தில் தீவைப்பு சம்பவம் நடந்ததால் ஏனைய தோழர்களது சொத்துக்களுக்கும் பாதுகாப்பு தேவை என அலுவலகச் செயலாளரும் சின்னச்சாமியும் தோழர்களை உசார்படுத்தி ஆனந்தனின் தோட்டத்துக்கு காவல் போகச்

சொன்னதில் ராசு, அன்னக்கொடி, பாண்டியன், மற்றும் உள்ளூர் நண்பர்கள் சிலரையும் கூட்டிக்கொண்டு தோட்டத்தில் படுத்திருந்தார்கள். அதே பொழுதில்தான் மரவட்டையனது புகாரின் பேரில் வீட்டில் படுத்திருந்த பட்டாளம் உட்பட பலபேரை போலீஸ் கைது செய்திருக்கிறது.

"நல்லவேளைக்கி எங்க ஊருக்கு வரல. வந்திருந்தானுகன்னா எங்க ஊர்க்காரனுக போலீச அரெஸ்ட் பண்ணீருப்பனுக. தெரிஞ்சுதே வரல." பூலோகம் இந்த நேரத்தில் தனது ஊரின் பெருமையை சொல்லிக்கொண்டான்.

வாழவந்தான் தோழரை பஸ் ஏத்திவிட சின்னச்சாமி தோழர் பஸ்ஸ்டாண்டுக்கு வந்தபோது, "செலவோட செலவா, பாண்டியனப்போல சில தோழர்களுக்கு எதாச்சும் வீட்டுச் செலவுக்கு கொஞ்சம் வசூல் பண்ணி குடுக்க முயற்சியுங்க" என்றார்.

5

ராசுவின் தாயார் கண்ணம்மாவுக்கு கண்ணுப் பட்டைக்கு மேலே உறக்கம் தொங்கிக் கொண்டிருந்தது... மதியம் சாப்பிட்டதும் காலைநீட்டி ஓரிடத்தில் ரெண்டு நிமிசமாச்சும் கண்ணை மூடவேணும். அது படுக்கைதான் என்றில்லை, வீட்டுச் சுவத்திலேயோ, மரம் மட்டையிலேயோ கட்டையை, லேசாவாச்சும் சாச்சுக்கிடணும். இல்லட்டா இப்படித்தான் பொழுதடையிறவரைக்கும் சீக்கு வந்த கோழியாய் தலை கொணங்கிக் கொணங்கிச் சுதாரிப்பில்லாம ஒறக்கச் சடவாவே கெடக்கும்.

'என்னா பய தெருவு? இத்தன சந்து பொந்துகளா இருக்கு, எப்பிடித்தே சனக்காடுக சாம ஏமத்துல நெகாத் தெரிஞ்சு வீடுகளுக்கு வாராகளோ!'

பாண்டியன்நகர் வீதியில் மருதமலையின் வீட்டைக் கண்டுபிடிக்க முடியாமல் அலைந்தார். தூக்கவெறிச்சிக்கு இடையிலும் துப்பு விசாரித்து வந்தார்.

மங்கத்தாயம்மா சொன்ன அடையாளம் அப்படியே இருந்தது, "நொட்டாங்கைப் பக்கம் திரும்புனதும் கொஞ்சம் காலி எடம் இருக்கும். அதுல சின்னதா தகரம் போட்டவீடு முருங்கமரமும், வேப்பமரமும், அவரப்பந்தலுங்கூட இருக்கும்." எல்லாம் இருந்தது. ஆனால் இரண்டு வீடுகள் தனித்தனியாக இருந்தன.

மருதமலை சம்சாரத்தின் பெயர் மறந்துபோனது. "ஏம்மா ம்மோவ், வீட்ல ஆருமா" எட்டி நின்றுதான் அழைத்தார்.

கதவு தாள் போடாமல் இருந்தது. வீட்டு முன்னால் சுண்ணாம்பு ஊறப்போட்ட மண் கலயங்கள் கிடந்தன. 'இதெதுக்கு வீடு தீத்துறாகளா? எதும் விசேசமா?'

“ஆரது? கந்துக்கார ஆச்சியா? வீட்டுப் பொறவாக்ல இருக்கேன் ஆயி” சொல்லிக் கொண்டே வீட்டின் பின்புறத்திலிருந்து வயதான பெண், குளித்து முடித்த கோலத்தில் வெறும் சேலையை உடம்பில் சுற்றிக்கொண்டு வேகமாய் வந்தார். ஈரத்தலை துவட்டாது சேலைபூராவும் தண்ணீர் சொட்டியபடி இருந்தது.

“அட, சுண்ணாம்புக்கார சடச்சிதானே? நீ இங்கியா இருக்கவ?” கண்ணம்மா நெருங்கி வந்தார்.

சடச்சி, கண்ணம்மாவுக்கு நல்ல பழக்கம். ஒருகாலத்தில் சடச்சியின் அய்யா ஊருக்கு மேற்கே சுண்ணாம்புக் காளவாசல் வைத்திருந்தார். வீடுகட்ட காரைச் சுண்ணாம்பு இவக அய்யாதான் அரைத்துக் கொடுப்பார். அவருக்குப் பின்னால் அதனை எடுத்துச் செய்ய ஆண்வாரிசு இல்லாததால் அவருடனேயே அந்த தொழில் முடிந்துபோனது. சடச்சி புருசன் வெறும் சுண்ணாம்புக்கல் சூளை போட்டுப் பார்த்தான். எடுபடவில்லை. கல் வாங்கவும் பக்குவம் வேணும். அதனால் கொஞ்சநாள் வேறு ஒரு சூளையில் கமிசனுக்குச் சுண்ணாம்பு வாங்கி ஏவாரம் பார்த்தனர். அதுவும் சுகப்படவில்லை. இப்போது வெத்திலை போடுவதற்கான சுண்ணாம்பை ஊறப்போட்டு கல் இல்லாமல் பசைபோல கெட்டியாக வடித்து பெட்டிக்கடைகளுக்கு டப்பாக்களில் அடைத்து வியாபாரம் செய்து வருகிறாள்.

“நீங்களா ஆயி, நாங்கூட கந்துக்காரம்மாதான் வராங்களோன்னு அரக்கப் பரக்க வந்தேன். என்னாங்காயி விசேசமா?” சமயத்தில் வீடு ஒதுங்க வைக்க சுண்ணாம்பு ஊறப்போட்டு வெள்ளையடித்து தீத்திக் கொடுக்கக் கூப்பிடுவார்.

“விசேசமெல்லா ஒண்ணுமில்ல, சும்மாத்தே வந்தேன். நீ, நல்லாருக்கீல்ல. ஏவாரம் எப்பிடிப் போகுது.”

“என்னா ஏவாரம், கல்கண்டும் குல்கந்துமா மணக்க மணக்கப் பண்றோம்? எதோ, வகுறு காயாமப் பாத்துக்கிடுது ஆயி. அந்த மனுசெ சந்தைக்கிப் போறாப்ல. நா அம்மூர்ல கடைகளப் பாக்குறேன்.”

“அம்புட்டுத்தேன். அடுத்தாள அண்டி நிக்கிற சீவியமில்லாமப் போச்சில்லியா! இது எவ்வளவு பெரிய கொடுப்பினெ? நானே ராசா நானே மந்திரி.” உற்சாகப்படுத்தினார், மில் ஸ்ட்ரைக்கிற்குப் பிறகு கண்ணம்மாவிற்கு சுதந்திரத் தொழில்மீதான அபிமானம் கூடியிருந்தது. “புள்ளீகள்லாஞ் சொகமாருக்குகள்ல?”

பரஸ்பரம் இருவரும் விசாரிப்புகளைப் பரிமாறிக் கொண்டிருக்கும்போதே சடச்சி கொடியில் கிடந்த ரவிக்கையினை எடுத்து அணிந்து கொண்டு உடுத்தியிருந்த சேலை முந்தானையால் தலையினைத் துவட்டிக் கொண்டாள்.

சடச்சியின் வீட்டை ஒட்டியிருந்த தகரவீடுதான் மருதுவின் வீடு. இரண்டு வீடுகளுமே அஸ்திவாரம் போடாமல் தன் தரையில்தான் சுவரெழும்பி இருந்தது. கூரைக்கு மேலிருந்த தகரத்திற்கு முண்டாரி கட்டாமல் பாரத்திற்காக கற்களைத் தூக்கி வைத்திருந்தார்கள். வீட்டைச் சுற்றிலும் மரங்களிருந்ததால் காற்றுப் பயமில்லை. மருதுவின் வீட்டுக்கு முன்புறத்தில் கொல்லை மறைத்திருந்தது. சடச்சிக்கு பின்புறத்தில் வேறு எதும் வித்தியாசமில்லை.

மருதுவின் சம்சாரத்தின் பெயர் விஜயாவென சடச்சி சொன்னதில் ஞாபகம் வந்தது. களை பிடுங்க கரட்டுக் காட்டுக்கு போயிருக்கிறாராம். வரும்நேரமே!. சொல்லிக் கொண்டிருக்கும்போதே விஜயா தலையில் பொத்தக் கள்ளிச் சுமையோடு வந்தார். வீட்டுவாசலில் சொத்தெனப் போட்டுவிட்டு வியர்த்த நெற்றிப்பொட்டு, கழுத்துப் பகுதிகளைத் துடைத்தபடி கண்ணம்மாவை வரவேற்றார்.

“ரெம்ப நாழியாச்சா ங்கம்மா?”

“சித்த மிந்தித்தே வந்தே விசயா! வேலைக்குப் போயிருந்தியாக்கும்?”

“வீட்ல சும்மாருந்து என்னா செய ம்மா? அவக வாண்டான்னுதே சொல்றாக...வீட்டுக்குள்ள வாங்கம்மா. வெளீல நிக்க வச்சே பேசிட்ருக்கே” கதவைத் திறந்து விட்டாள்.

“வேப்பமர நெனலு யாருக்குக் கெடைக்கும். சிலுசிலுனு இருக்குள்ள.”

‘ஆயி, நீங்க பேசிட்டு இருங்க. நாங் கடைக்குப் போய்ட்டு வாரேன்.’ சுண்ணாம்புச் சட்டியைத் தூக்கிய சடச்சி, ஞாபகம் விட்டவளாய் தன் தலையில் தட்டிக்கொண்டாள், “கோச்சுக்காதீங்க ஆயி, பேச்சுவாக்ல மறந்துட்டே. இருங்க ஒரோட்டத்துல கலரு வாங்கிட்டு வரேன்” என்றாள்.

“அய்யோ! நீ போற சோலிக்கு போத்தா. வெட்டியா ஒம் பொழப்பக் கெடுத்துகிறாத. நானென்ன ரயிலேறியா வந்திருக்கே?”

கண்ணம்மாவின் மகனைப்பற்றி கேக்க நினைத்த சடச்சி, நாக்குவரை வந்த வார்த்தைகளை மடக்கி முழுங்கிக் கொண்டாள். பாவம், அத விசாரிச்சா, அவக மனசு சங்கடப்படும். தனக்குத்தானே

யூகித்தபடி தலையில் முந்தானையை சும்மாடு கூட்டி சட்டியைச் சுமந்து நடந்தாள். சந்து திரும்பும்போது அனிச்சையாய் கண்கள் தன்வீட்டுக் கதவின் தாழ்ப்பாளை நோட்டம் விட்டன. பூட்டித்தான் இருக்கிறது.

கதவைத் திறந்துவிட்ட விஜயா, கண்ணம்மாவை உள்ளே போகச் சொல்லிவிட்டு கொல்லைக்குள் நுழைந்து சேலையை அவிழ்த்து உதறினாள், தண்ணீரை அள்ளி கால், கை, கழுத்து, முகம் வரை சிலீர் சிலீரென அடித்து குளிரக் கழுவி வந்தாள்.

"குளிக்கலியா விசயா?"

"இந்நேரத்துக்கா,? வேல கெடக்குல்லம்மா. இன்னிமேல்ப்பட்டுத்தான வீட்டு வேலைகளப் பாக்கணும்."

"அதச்சொல்லு, என்னாதே பொம்பள, ஆம்பளையா வெளீல போய்ட்டு வந்தாலும் வீட்டுக்குள்ள அவளுக்குன்னு போட்ட கோடு மட்டும் அழியாது."

"உள்ள வாங்கம்மா" இருவரும் வீட்டுக்குள் சென்றனர். குறுக்கும் நெடுக்குமாய் ஓடிய கொடிக்கயிற்றில், வேட்டி, சேலை, பாவாடை, டவுசர், அண்டிராயர், துண்டுகள் தூரியாடின. தொங்கிய துணிகளை பரபரவென உருவி மூலையில் போட்டாள் விஜயா. இருந்த ஒரேயொரு சன்னல் கட்டையில் கண்ணாடியும், சீப்பும், பவுடர் டப்பாவும் இருந்தன.

"உக்காருங்க" ட்ரங்குப் பெட்டியோரம் பாயை விரித்தாள். பானையிலிருந்து தண்ணீர் மொண்டு தந்தாள். "காப்பி வாங்கி வரட்டாம்மா."

தண்ணீரை வாங்கிக்கொண்ட "காப்பியெல்லா வாண்டாம். இதுபோதும்." தண்ணீரை அண்ணாக்கக் குடித்த கண்ணம்மா, "மருது எதும் சொல்லுச்சா?" எனக்கேட்டார்.

"ம்! வீட்டுவரி ரசீது வேணும்னு ராசு கேட்டுச்சாம்ல. அதே எங்கக்கா வீட்ல வாங்கச் சொன்னாரு. நேத்திக்கிக் கேட்டே, தாரேன்னா. இப்ப போலாமா" விஜயாவின் பேச்சில் ஒரு தயக்கம் தெரிந்தது.

"அதுக்குத்தே வந்தே, வேலையிருக்கா?"

"வேலைக்கென்னா பஞ்சமா?" என யோசித்தவள், "புள்ளீக பள்ளியொடம் விட்டு வந்துரும். வந்ததும் என்னத்தியாச்சும் திங்கத்

தேடும். களி கிண்டி வச்சிட்டுப் போனாத் தேவல...! பழைய கொழம்பு இருக்கு தொட்டுக்கிரும்” சொல்லிவிட்டு கண்ணம்மாவின் முகம் பார்த்தாள்.

“புள்ளைகளக் காட்டியும் பெரிய வேல கெடையாது. வெசயா! மொதல்ல அதப்பாரு, கேப்பையா, சோளக்களியா?”

“சோளந்தாம்மா - வெள்ளச் சோளம். ரைஸ்மில்லுல அரச்சு வச்சிருக்கே. ஒலயக் கொதிக்க வக்கிறதுதேஞ் சோலி ஒரு நுமுசம்!”

“ஒரு நுமுசமோ அர நுமுசமோ ஆனது ஆகட்டும். நீ அடுப்பப் பத்தவச்சு ஒலைய ஏத்து, அரச்ச மாவக் கொண்டா நா சளிச்சுத் தாரேன்.”

விஜயா, அடுப்பில் உலை ஏற்றி, காய்ந்த பொத்தக்கள்ளி விறகை நெரித்து வைத்தாள் கற்பூரமாய் பற்றியெரிந்தது. கண்ணம்மா சல்லடை வாங்கி நைஸ் தட்டு போட்டு சுளகில் சோளமாவை சளித்து குருணை தனியாக மாவு தனியாகப் பிரித்தெடுத்தார்.

“இதென்னாம்மா பகல் கொள்ளையா இருக்கு, இந்த மில் வேல? பேசாம பழைய வேலைக்கே போயிருந்தாலும் இம்புட்டு கஷ்டப்பட்டிருக்க வேண்டிதில்ல போல? கொஞ்சங்கூட நாயமே இல்லாமல்ல நடந்துக்கிறாங்க. நல்லா படிச்சவக பணக்காரங்க இப்பிடியா நடந்துக்குவாங்க?” மில் நிர்வாகத்தின் சஸ்பெண்ட் நடவடிக்கையை புரிந்து கொள்ளமுடியவில்லை விஜயாவால். வேலைக்கு வரச்சொல்லிவிட்டு வாட்ச்மேனிடம் அனுமதிக்க வேண்டாம் என வாய்மொழி உத்தரவும் இதுவரை அணுகாத ஒரு சங்கதியாகவே விஜயாவுக்குத் தெரிந்தது.

“இப்பிடித்தா அந்தக் காலத்துல வெள்ளக்காரே எடத்தக் கேட்டு மடத்தப் பிடிச்சு நம்மாளுக தலய மொட்டையடிச்சான்னு எங்கய்யா சொல்லுவாரு. இப்ப இவக. வேல இல்லேன்டதுகூட பெருஸ்சாப் படல, போடா பொக்கேன்னு உட்றலாம். ஆனா, எவனோ எங்கியோ ஊதுன சங்குக்கு ஆப்படுறவெங் கழுத்தெல்லா புடிச்சு நெரிக்கிறா மாதரி எங்கனயோ நடந்த கச்சராவுக்கு இங்கவந்து ஆளுகளப் புடிச்சு கச்சேரிக்குக் கொண்டுக்குப் போறான்னா? காசிருக்க திமுருதான?” கண்ணம்மாவுக்கு இன்னமும் ஆறவேயில்லை.

அன்றைக்கு இரவு ராசுவைத் தேடி போலீஸ் வந்தபோது நாகுகூட கொஞ்சம் பேச்சில் உழண்டு பேசினாள். இன்னும் நெருக்கியிருந்தால் ஆனந்தனது தோட்டத்துக்கே போலீசை அனுப்பியிருப்பாள்.

கண்ணம்மா எழுந்து "ஆர்ரா நீங்க" என உரத்துக் கேட்டதில் பின்வாங்கினர். "இன்ஸ்பெக்டர் ராசுவப் பாக்கணும்னார்."

"இந்நேரத்துல என்னத்தப் பாக்கப் போறாரு. காலம்பற வா பாத்துக்கலாம்."

"இல்லம்மா, ஒரு விசயம் கேட்டதும் அனுப்பி விட்ருவாரு."

"பகல்ப்பூரா எங்க போயிருந்தீக. அசந்து மறந்து ஒறங்குற நேரந்தா வந்து விசாரிப்பீகளோ. காலம்பற வாப்பா."

"அவக இன்னம் சங்க ஆவீஸ்ல இருந்து வரலீங்க" நாகுவின் பதிலைப் பதிவு செய்து கொண்ட ஏட்டையா, கதவு இடைவெளியில் வீட்டை கண்களால் ஒரு நோட்டமும் விட்டுக் கிளம்பினார்.

"இன்னிமே எவனாச்சும் வந்து கதவத் தட்டுனா கைய வெட்டிப்புடணும்டீ வதுலு சொல்லிட்ருக்கவ?" ஏட்டையாவின் காதுபடவே சத்தமாய்ப் பேசினார் கண்ணம்மா.

"ஆமாம்மா, இங்கயும் வந்து சன்னலெல்லா எட்டிப் பாத்தாங்க, பின்னால சடச்சியோட கொல்லையக் கூட லாவீட்டுப் போனாங்க."

"எல்லாஞ்சரி, இந்த அப்புப் பய மாட்டிக்கிட்டதுதே வதக்கு வதக்குன்னு கெடக்கு. ஊர்லருந்து வந்தபெய என்ட்ட ஒரு வாத்த பேசிருந்தான்னா விட்ருப்பனா. காலக் கொடும."

"அப்புக்கு பொண்ணுப் பாத்துட்டு வந்தாகளாம்ல" உலை லேசாக சத்தம் கொடுக்கக் கேட்ட விஜயா உலைமூடியை திறந்து விட்டாள்.

"பேச்சுவார்த்தையெல்லா ஆயிருச்சு. பூ வெக்கணும். சரி ஸ்டைக்கு முடியட்டும்னு பேசிட்டுருந்தா. அவெ நேரம் கச்சேரிக்குள்ள போகவேண்டிதாச்சு. விடு, எல்லாம் நல்லதுக்குன்னே நெனப்போம். ஒல கொதி வந்துருச்சுபோல" குருணையை எடுத்துக் கொடுத்தார்.

குருணையைப் போட்டு மேலும் ஒருகொதி கொதிக்கவிட்டாள். இரண்டாவது கொதியில் மாவை கொஞ்சங் கொஞ்சமாய்ப் போட்டு அகப்பையால் கிண்டி வேகவிட்டாள். களி, தளபுள தளபுள வென கிழவியின் உளறலைப்போல குழற ஆரம்பித்ததும் அடுப்புத் தீயைப் பிரித்து அணைத்தாள் விஜயா.

அதற்குள் கண்ணம்மா அம்மிக் கல்லை சுத்தமாய்க் கழுவி வைத்திருந்தார். சுடு களியை கரண்டியில் மொண்டு அம்மியில் கொட்டி ஆறவிட்டாள்.

"போலாமா" களி கிண்டிய சட்டியில் தண்ணீர் ஊற்றி ஊறவிட்டு, கைகளைத் துடைத்தபடி வந்தாள்...

"கடிச்சுக்கிட வெஞ்சனம்?"

விஜயாவுக்கும் அந்தக்கேள்வி எழுந்தது. வெஞ்சனம் வைக்க ரெம்ப நேரமாகும். பெரிய மனுசியை காக்க வைக்கவும் மனசு கேக்கவில்லை. "ப்ச், அச்சு வெல்லம் இருக்கும்மா,. இல்லாட்டி கடைல ஊறுகாயோ, பொட்டுக்கடலையோ வாங்கிக் கடிச்சுகிடட்டும். நாம போவோம்."

ஜாமீன் எடுக்க நபருக்கொருவர் வீட்டுவரி ரசீதோடு வரவேண்டுமென வக்கீல் சொல்லியிருந்தார். பாதிக்கப்பட்டவர் வீட்டில் எந்தத் தொந்தரவும் செய்யக்கூடாது. தேவைப்படுகிற ஆவணங்களை நாமே திரட்டவேண்டும் என சங்கச் செயலாளர் கண்டிசனாய்ச் சொல்லியிருந்தார்.

கதவைச் சாத்திய விஜயா, நாய் வந்து முட்டித் திறந்துவிடாதிருக்க தாழ்பாளில் பருத்திமாறு குச்சியைச் சொருகி வைத்தாள்.

சின்னக்குளத்து வீதியில் விஜயாவின் அக்காள் வீடு. பலசரக்குக் கடையும் வீடும் சேர்ந்தாற்போல் இருந்தது மேற்கே பார்த்த தலைவாசல்... கடையில் அக்காவும் அக்கா புருசனும் இருந்தனர். வீட்டுக்கு எதிர்த்தாற்போல சின்னக்குளம் சின்னச் சின்னதாய் அலையெழுப்பி உடல்பெருத்த சீவாத்தி மூச்சுவிடுவதுபோல தண்ணீரில் அலைகள் நெளிந்து கொண்டிருந்தன. கண்ணம்மா கடல் பார்ப்பதுபோல குளத்தைப் பார்த்துக் கொண்டு நின்றார்.

கடைக்கு முன்னால் நின்ற விஜயா, அக்காளைப் பார்க்க, அக்காளோ தன் புருசனைப் பார்த்தாள்.

"இதுனால நம்மள்க்கு எதும் பிரச்சன வராதுல்ல."

"அதெல்லா வராது மாமா."

"ரசீது வேணாத் தாரேன். நா நேர்லயெல்லா வரத் தோதுப்படாது. ஒனக்காகத்தே இது."

ரசீது இருந்தால் போதும். யாரையாவது வைத்து சமாளித்து விடலாம் என வக்கீல் சொன்னாராம். "சரிங் மாமா."

"நல்லவேளை நீ நேத்தே கேட்டுட்ட, இன்னிக்கி நம்ம சரசு புருசன சீட்டு வெளாடுனான்னு புடிச்சுட்டுப் போய்ட்டாகளாம்ல. அவ வந்து நா ஆயிரத்த தாரேன், இந்த வருசத்துக்கு வரியப் பூராமு

நானே கட்டிக்கிறேன் ரசீதக் குடுங்கன்னு ஒன்னு அழுதா. நாந்தே இப்பிடி விசயாவுக்கு குடுத்தாச்சுன்னு சொல்லிட்டே."

"நல்ல காரியத்துக்கு பொய் சொல்றதுல தப்பு வராதும்மா. ஏதோ நம்மனால ஒரு குடும்பம் எந்திரிச்சு வந்தா அது நம்ம புள்ளகுட்டிகளக் காக்கும்" கண்ணம்மா உணர்ச்சி பொங்க பேசினார்.

6

அபுவுக்கு அதிகாலையிலேயே விழிப்பு வந்துவிட்டது.

அறையைச் சுற்றிலும் இருந்த மரங்களில் அடைந்திருந்த பறவைகளின் கீச்சொலியும், கரைதலும், புலர்காலையை ஒழுங்குபடுத்துவதும் வரவேற்பதுமான இரைச்சல் ஆளை எழும்பி விட்டது. கதிரொளி கண்ணுக்குத் தென்படவில்லை. குழல் விளக்கின் வெளிச்சக் கசிவுமட்டும் படர்ந்திருந்தது. கழுத்தில், முதுகில் வியர்வையின் கசகசப்பு. துண்டை எடுத்து அரக்கித் துடைத்தான்.

பக்கத்தில் தோழர் ராமராஜ், அவரது தம்பி, பட்டாளத்தார், சங்கத்தோழர்கள் இரண்டுபேர். வரிசையாய்ப் படுத்திருந்தனர். காலடியில் இரண்டு விசாரணைக் கைதிகள் உடம்பை சுருட்டிப் படுத்துக் குறட்டை விட்டுக் கொண்டிருந்தனர்.

ஜெயிலில் இது மூணாவது நாள். இன்னும் பதட்டம் குறையவில்லை அபுவுக்கு.

நமக்கு எந்த மகராசன் கடுதாசு போடப்போறான் எனும் மிதப்பில் தபால் முகவரியை இதுவரை தேனிக்கு மாற்றாத காரணத்தால் மில்லிலிருந்து அனுப்பிய சஸ்பெண்ட் நோட்டீஸ் சொந்த ஊருக்குப் போயிருந்தது. அதனை வாங்குவதற்காக ஊருக்கு வந்தவன் திரும்பி வருவதற்குள் பஜாரில் அடிதடி, களேபரம் எல்லாம் நடந்தேறி விட்டிருந்தது. இது எதுவும் அபுவுக்குத் தெரியாது.

தேனியில் இறங்கி டவுன்பஸ் பிடித்து ஊருக்குள் இறங்கினான். பஸ்ஸின் சன்னல் வழியாய் சங்க ஆபீசைப் பார்த்தான். பூட்டியிருந்தது. வீட்டுக்குப்போய் கைச்சுமையை வைத்துவிட்டு ராசுவைப் பார்த்து நோட்டீசைக் கொடுக்கலாம் என எண்ணினான்.

வீட்டுக்கு வந்ததும் கண்ணம்மா அத்தனையும் ஒப்பித்தார். உடனேயே அபுவுக்கு எல்லோரையும் பார்க்கவேணும் போலிருந்தது. ராசு, ஆனந்தனின் தோட்டத்துக்குப் போயிருந்த தகவலை அறிந்த அபு தானும் அங்கு போகவிரும்பினான். வட்டிலில் சோற்றைப் போட்டுவைத்து சாப்பிட்டுப் போகச் சொன்னார் கண்ணம்மா.

சாப்பிட்ட அபு, தனது வீட்டைத் திறக்கும் நேரத்தில் பின்னாலிருந்து "தோழர்" என ரெம்பவும் பாந்தமாய் ஓர் அழைப்பினைக் கேட்டான். ஒருகையில் பூட்டைத் திறந்த அபு திரும்பினான். இரண்டுபேர் நின்றிருந்தார்கள். "இன்ஸ்பெக்டரய்யா கூப்பிடுவதாக' சொன்னார்கள், சார், ரோட்டு முக்கில் இருப்பதாகவும் என்னவென்று கேட்டதும் போய்விடுமாறும் தயவாய்ப் பேசினார்கள். கண்ணம்மாவிடம் கூடச் சொல்லாமல் கைச்சுமையை வீட்டுக்குள் வைத்துவிட்டு கதவைச் சாத்திவிட்டுக் கிளம்பினான்.

பிரதான சாலையில் போலீஸ் ஜீப் நின்று கொண்டிருந்தது.

உள்ளே ராமராஜ் தோழரும் அவரது தம்பியுமிருந்தனர். "ஏறுங்க" அழைத்து வந்தவர்கள் கொஞ்சம் அதிகாரமாய்ச் சொல்ல, அப்போதுதான் ஏதோ தப்பாகப்பட்டது அபுவுக்கு. ஓடிவிடலாமா என உடல் திருகியது "வீட்டுக் கதவப் பூட்டல சார்" சொன்னவனை புஜம்பிடித்து ஏற்றிவிட்டவர். "பூட்டிக்கலாம் தோழர்" என்று சொல்ல ஜீப் நேரே போலீஸ்ஸ்டேசனுக்கு வந்தது.

அதன்பிறகுதான் அன்று நடந்த மோதலில் மரவட்டையனும் காப்பிக் கடைக்காரரும் கொடுத்த புகாரின்பேரில் கைது வேட்டை நடக்கிறது எனத் தெரிந்து கொண்டான். வேறு சில தோழர்களது வீட்டைக் காண்பிக்கச் சொல்லிக் கேட்டனர். ராமராஜ் கண்களால் பேசியதைப் புரிந்து கொண்ட அபு. "நான் வெளியூரு சார், எனக்கு யார் வீடும் தெரியாது" என்று ராமராஜ் பக்கம் ஒட்டிக்கொண்டான். ராமராஜ் ஸ்டேசன் வரும்வரை பேசவே இல்லை. அதைவிட அவரது தம்பி உறக்கச் சடவாகவே இருந்தார். ஜீப்பில் ஏறும்போது மட்டும் இருவரும் புன்னகைத்தனர்.

தேனி ஸ்டேசன் வாசலில் ஜீப் நின்றது. "ஏறங்குங்க தோழர்" அபுவை ஏற்றிவிட்ட போலீஸ் பின் கதவைத் திறந்துவிட்டார்.

"வாங்க வாங்க. டே அபூ... ஹஹ்ஹஹ்ஹா" பெருத்த சிரிப்புடன் மூவரையும் வரவேற்றார் பட்டாளத்தார். தொடைவரை இறங்கியிருந்த கள்ளிஜிப்பா சட்டையும் தொளதொளத்த கையுமாய்

மீசையை உருவியபடி நின்றார். தோள்த்துண்டு தலையில் உருமாலாய் ஏறி இருந்தது.

"வாடக்காத்து அடிக்கிதுல்ல" என்றவர், "அபு, ஊருக்குப் போனியாமே, அங்கருந்தே கூப்புட்டுட்டு வந்துட்டாகளா?"

நடந்ததைச் சொன்னான்.

"அட, தங்கச்சிக்கே தெரியாதா? பாவம் தேடிக்கிருக்கப் போவுது. ஆம்பளப் பய அங்கன ஒருவாத்தயச் சொல்லியிருந்தா, அதுவே ஒன்னிய புடிக்க விட்ருக்காதே" அபுவுக்கும் அப்படித்தான் தோனியது. கண்ணம்மாவுக்குத் தெரிந்திருந்தால் சண்டை போட்டு தன்னை காப்பாற்றியிருப்பார்.

"அது சரி, இப்பிடியெல்லா யோசிக்கக்கூடாது. சிக்கணும்ன விதியிருக்கு. சிக்கியாச்சு. இனி, நடக்கப் போறதத்தே பேசணும்" என்ற ராமராஜின் தம்பி, "மறஞ்சிருந்த எங்கண்ணனவே நாந்தே பிடிச்சுக் குடுத்தே. அதுக்காக அவரு எங்கிட்ட மல்லா கட்ட முடியும். கழுதப்பய நேரம். அப்பிடி அமையணும்னு இருந்துருக்கு அமஞ்சு போச்சு" என்றார் சாதாரணமாக.

ராமராஜும் ஆமோதிப்பதுபோல் எதுவும் பேசாமல் புன்முறுவல் செய்தார்.

அது என்ன?

இன்றைக்கு நடந்த அடிதடியால் ஏதேனும் போலீஸ் பிரச்சனை வரலாம் என சங்க அலுவலகத்தின் மேல்மட்டத்துத் தோழர்கள் யூகித்திருந்தனர். முக்கியத் தோழர்களை வீட்டில் தங்கவேண்டாம் என அறிவுறுத்தியிருந்தனர். அதன்படிதான் ராமராஜும் சாப்பாடு முடித்துவிட்டு வழக்கமான இடத்தில் படுக்காமல் அடுத்த தெருவிலிருந்த கொட்டாரத்துக்குப் போனார். மெச்சுமேல் ஒற்றை அறை இருக்கிறது. யார் வந்தாலும் மாடிப்படி ஏறும்போதே தெரிந்துவிடும். பின்வாசல் ஏணிப்படியில் இறங்கினால் மூன்றாம்தெரு, மறைந்து விடலாம்.

ராமராஜைத் தேடிவந்த போலீசைப், போலீசென அறியாமல் வெள்ளந்தியான அவரது தம்பி சுப்பிரமணி "என்ன விசியம்" என வினவ, "தாலுகா செயலாளர் பாத்துவரச் சொன்னாரு. எதோ கையெழுத்து போடவேண்டியிருக்காம் ஆபீசுக்குக் வந்துட்டுப் போகச் சொல்லுங்க" என்றார்.

“சங்க ஆபீஸ்க்குத்தான? அண்ணே வீட்ல இல்லியா?” அவர்களையே திருப்பிக் கேட்டார் சுப்பிரமணி.

“இப்பத்தே வெளீல போனாராம்” ஏமாந்த குரலில் அவர் சொல்ல, உண்மையிலேயே சங்கத்துக்காரர் என நினைத்த சுப்பிரமணி, “ஆமாமா வீட்லருந்து இப்பத்தே கொட்டாராத்துப் பக்கம் போனாரு” எனறவர் அவர்களை கையோடு அழைத்துப் போய்க் காட்டியிருக்கிறார். அண்ணன்தம்பி இருவரையுமே விசாரணைக்காக ஸ்டேசனுக்கு அழைத்து வந்துவிட்டனர்.

பட்டாளத்துக்குச் சிரிப்பை அடக்க முடியவில்லை. ஹோஹோஹோ வென ஸ்டேசனே அலறும்படி சிரித்தார்.

“நாங்கூட எங்க கெழவிய சடச்சுக்கிருந்தே. ஆராச்சும் வந்து விசாரிச்சா, ‘என்னா தகவலு, நீங்க யாரு, என்னா விசியமா கூப்புடுறீக,’ இப்பிடி எதியும் கேக்காம, பட்டாளத்துக்கார்ரு இருக்காரான்னு கேட்ட நுமுசத்துல கொல்லைல குளிச்சுக்கிருந்த வாக்ல வந்து காம்ச்சுக் குடுத்தா என்னா கூறுவாடு? அந்த வகைல அவளயுங் குத்தஞ் சொல்ல வழியில்லாம ஆகிப்போச்சு. சரி, இப்பிடியெல்லா கோக்குமாக்கா வந்து நிப்பாங்கன்னு முத்துப் போட்டா பாக்க முடியும்” என்ற பட்டாளம், “சார் புடிச்சது புடிச்சீக, எதோ எங்கமேல மதிப்பான கேசாப் போடுங்க. அல்ற சில்றயப் போட்டு அசிங்கப்படுத்தீறாதீக. என்னாங்க தலவரே. ஹஹ்ஹஹ்ஹா.”

போலீசார் இருவரும் சிரிப்பில் சேர்ந்து கொண்டார்கள்.

போலீஸ் ஸ்டேசன் ஆட்கள் எவருமின்றி வெறிச்சோடிக் கிடந்தது. வெறும் நாற்காலி, மேசைகள் மட்டும் அங்கங்கே பேப்பர்க் கட்டுகளைச் சுமந்து கிடந்தன. உள்ளேவந்த போலீசார் இருவரும் “தோழர்கள் இங்க இருக்க வசதிகள வச்சு அட்ஜஸ் பண்ணிக்கங்க காலம்பற பேசிக்கலாம். எங்களுக்கு இப்ப நீங்கதான் காவல்.”

“போலீசா இருந்துக்கிட்டு இம்பிட்டு வெள்ளந்தியா இருக்கீகளே. நாங்கவாட்டுக்கு வெளில ஓடிட்டா” சொல்லிவிட்டு மறுபடியும் சிரித்தார் பட்டாளம்.

அபுவுக்கு ஒன்றுமே புரியவில்லை. எல்லாமே தினுசுதினுசாய் இருந்தது. என்ன நடக்கிறது, நடக்கப் போகிறது, எதுவும் விளங்கவில்லை. மில்வேலைக்காக ஊர்விட்டு ஊர்வந்து, வேர்போட்டு விடலாம் என நினைக்கும் வேளையில் ஸ்ட்ரைக்

வந்து அது ஒருபாடு நடந்து முடிந்து மில்லுக்குள் போகும் நேரத்தில் சஸ்பெண்ட். அதைப்பேசிக் கொண்டிருக்கும்போது சடாரென ஜெயிலுக்கு இழுத்து வரப்பட்டான். உண்மையிலே நடப்பதெல்லாம் நிஜந்தானா? கனவா?

“தோழர்கள் மேல எப்பவுமே எங்களுக்கு நம்பிக்கை உண்டுங்க” போலீசார் இருவரும் படுப்பதற்கான இடத்தை தயார் செய்து கொடுத்தனர்.

அபு, ஸ்டேசனை கண்களால் அளந்தான். இதுவரைக்கும் போலீஸ் ஸ்டேசன் வாசலில் நின்றது கிடையாது. சங்க அலுவலகத்தோடு சரி. இதையெல்லாம் மற்ற நண்பர்கள் கவனித்துக் கொள்வார்கள்.

அவர்கள் நின்ற நடுப்பகுதி விசாலமாய் இருந்தது. சப்-இன்ஸ்பெக்டருக்கான பெரிய மேசை மட்டும் இருந்தது. முன் அறை எழுத்தர் எனவும் எதிர்புறம் இருந்த அறை இன்ஸ்பெக்டர் என்பதாகவும் எழுதியிருந்தது. வெளியில் சுற்றுச்சுவரை ஒட்டி நீள் வடிவத்தில் இரண்டு கட்டிடங்கள் இருளில் மூழ்கிக் கிடந்தன. வளாகமெங்கும் மரங்கள் செழிப்பாய் வளர்ந்திருந்தன.

தான் ஜெயிலுக்கு வந்திருக்கும் தகவலை வீட்டுக்குத் தோழர்கள் தெரியப்படுத்தி விடுவார்கள். அவர்களுக்கு முன்னதாக கண்ணம்மா சொல்லிவிடுவார். இதை அப்பா அம்மா எப்படி எடுத்துக் கொள்ளுவார்கள். சொந்தபந்தங்களுக்கு என்ன பதில் சொல்வார்கள்.? இந்த நினைப்பில் தூக்கம் வர நேரமானது. ராமராஜும் பட்டாளமும் சீக்கிரத்தில் உறங்கிப்போனார்கள். சுப்பிரமணி அண்ணன் பொழுதூக்கும் ஒண்ணுக்கு எழுந்து கொண்டிருந்தார். சங்க அலுவலகத்தில் பிடிபட்ட இரண்டு தோழர்களும் ஏதேதோ பேசிக்கொண்டே இருந்தனர்.

காலையில் தினசரித்தாள் கொண்டு வந்த ராசு ரெம்பவே சங்கடப்பட்டான். அபு பிடிபட்ட சேதி யாருக்குமே தெரியாது என்றான். பட்டாளத்தாரிடம் தனியே நின்று கேலி கிண்டல் இல்லாமல் பேசிவிட்டு அபுவைப் பார்த்துக் கொள்ளச் சொன்னான். அவனுக்கு சளிப்பிரச்சினை இருப்பதால் மாத்திரைகள் வாங்கிவருவதாகச் சொல்லிவிட்டுக் கிளம்பினான். அப்போது, ராசுவிடம் தங்களைப் பார்க்க யாரும் ஸ்டேசனுக்கு வரவேண்டாம் எனவும், வருபவர்கள் நேரே கோர்ட்டுக்கு வந்து விடுமாறும் சொன்னார் ராமராஜ்.

“யே, அவகளையும் பிடிச்சு வச்சுக்குவாகளா?” பட்டாளத்தாரது கேள்விக்கு பதில் சொல்லாமல் சிரித்தார் ராமராஜ். ஆனாலும் தாலுகா செயலாளர் சின்னச்சாமி இரண்டு தோழர்களோடு ஆறரை மணிக்கு வந்து அனைவருக்கும் காப்பி வாங்கிக் கொடுத்தார். ராமராஜும் அவரும் மட்டும் தனியே நின்று பேசினார்கள்.

“எதிர்த்தரப்பில அரெஸ்ட் யாருமில்லேல்ல தோழர்? அமைதியா இருந்த நம்மை வம்புக்கு இழுத்து கலவரத்தத் துவக்கியது அவங்க, நம்ம பக்கம் மட்டும் அரெஸ்ட்?”

“அதுவும், சம்பந்தமே இல்லாத தோழர்கள்... வீட்டாள்கள்!” உடனடியாக ஆர்ப்பாட்டம் ஒன்றுக்கு ஏற்பாடு செய்யவேண்டும் எனவும் பேசினார்கள்.

காலை பத்துமணிவாக்கில் பஸ்சில் அழைத்துச் சென்று உசிலம்பட்டி கோர்ட்டில் ஒப்படைத்தனர். இவர்களை பார்ப்பதற்காக தோழர்கள், வீட்டாள்கள், எல்லோரும் பெரியகுளம் கோர்ட்டில் காத்திருந்தனர். உசிலம்பட்டிக்கு கொண்டு போனதாக அறிந்து அங்கிருந்து வைகைஅணை வழியாக உசிலம்பட்டி வந்து சேர்ந்தனர். அதற்குள் உசிலம்பட்டி சேர்மன் தோழர் பால்ச்சாமி தடாலடியாய் வந்து காலை டிபன் துவங்கி தேவையான அத்தனையும் சவரட்டணையாய்க் கவனித்துக் கொண்டார்.

மில்தோழர்கள் அத்தனைபேருமே வந்திருந்தார்கள். ராசு வந்து தோளில் கைபோட்டு அபுவை இறுக்கிக்கொண்டான். முகம் கொஞ்சம் வாடியிருந்தது. அனஞ்சு அண்ணன் கைகொடுத்தார். “பெரியமனுசனாயிட்ட அப்பு. ஒரேநாள்ல பெரியாளாயிட்டியேடா.” கைகளை எடுத்து தனது உள்ளங்கைகளுக்குள் பொதித்துக்கொண்டார். ஏனைய தோழர்களது முகத்தில் கலவரக்குறிகள் இருந்தாலும் உற்சாகப்படுத்திப் பேசினர்.

வீட்டிலிருந்து அப்பாவும், மாமாவும் துணிமணிகள் கொண்டுவந்திருந்தனர். “நீ மட்டும் எப்பிடி மாப்ள சிக்குன? இன்னம் வெவரமில்லாமயே இருக்கியேடா, ஒன்னொத்த அத்தனவேரும் எப்பிடித் திரியிறாங்கெ... பாவம் நொம்மாதே துடிச்சுக் கெடக்கா.”

அப்பா செலவுக்குப் பணம் தந்தபோது ராமராஜ் தடுத்தார். “இங்கென்னா செலவு? நாங்க பாத்துக்கறோம். ஒண்ணும் கவலப்படவேணாம். ரெண்டுநாள்ல வெளீல வந்துடலாம். வீட்டாள்கள சங்கடப்பட வேணாம்னு சொல்லுங்க” என்றார்.

ஆனாலும் இரண்டு ஐந்துரூபாய்த் தாள்களை யாருக்கும் தெரியாமல் அபுவின் சட்டைப் பையில் திணித்துவிட்டார் அப்பா.

மதியத்துக்குமேல் நீதிபதியின் முன் நிறுத்தி, மரவட்டையனைக் கொலைசெய்ய முயற்சித்ததாகவும், பொது அமைதிக்கு பங்கம் விளைவிக்கும் முகமாய் கலவரத்தில் ஈடுபட்டதாகவும் ஆறுபேர்மீதும் குற்றப்பத்திரிக்கை வைக்கப்பட்டது.

அனைவரையும் உசிலம்பட்டி சப்-ஜெயிலில், பதினைந்துநாள் ரிமாண்டில் வைத்து விசாரிக்க உத்தரவிட்டார் நீதிபதி.

7

காலைப் பனி அபுவின் முகத்தில் பட்டதும், மூக்கில் ஏறி புருபுருத்து தொடர்ச்சியான தும்மலை வரவழைத்தது. இரண்டு கைகளையும் குவித்து மூக்கையும் வாயையும் மறைத்துக் கொண்டு தும்மலை அனுமதித்தான். ஒன்றல்ல இரண்டல்ல ஐந்தல்ல பத்தல்ல கணக்கில்லாமல் தொடர்ச்சியாய் இயந்திரத் துப்பாக்கியிலிருந்து குண்டுகள் வருவதுபோல டம்மு டம்முவென தலை அதிர, கண்கள் வெளித் தள்ள, காதுகளது ஒலியறைகள் விரிந்து கொள்ள, மூக்கும் வாயும் ஒரே நேரத்தில் திறந்து சளியினை நீராய் வெளித் தள்ளின... கைகளும் மூக்கும் வாயும் நீராய் ஒழுக, துண்டை எடுத்துத் துடைத்தவன், முகத்தினை மூடிக்கொண்டு தும்மலைத் தொடர்ந்தான். இப்போது கண்களிலிருந்து நீர் ஒழுக ஆரம்பித்தது. தும்மலோசை தோழர்களை எழுப்பி விட்டது.

“என்னாச்சு?”

ராமராஜ் தோழரின் கேள்வியில் எல்லோருமே எழுந்து அமர்ந்து விட்டனர். பட்டாளம் மட்டும் அவசரமாய் எழுந்து, தும்மலால் துவண்ட அபுவை பின்பக்கமாய்த் தாங்கிக் கொண்டார்.

தலைசாய தோள் கிடைத்ததும், தலையையும் மார்பையும் பின்னோக்கி வளைத்து வாய்வழி மூச்சு விடலானான். மார்பு வேகவேகமாய் ஏறி இறங்கியது. தும்மலை நிறுத்தும் ஒரு உத்தியாய் மேலுதட்டின் மத்தியில் ஆள்க்காட்டி விரல் நுனியினை வைத்து அழுத்தினான்.

“ஹா அச் அச் ஹா அச்” இரண்டொரு தும்மல் வந்து அடங்கியது. துண்டால் அனைத்து நீர்க் கசிவுகளையும் துடைத்துக் கொண்டான். துண்டின் ஒரு பகுதியே சொதசொதப்பாகிப் இருந்தது.

ஓரிரு செருமலில் இயல்பு திரும்ப, நாக்கு வறண்டிருந்தது. சூடாய் ஏதும் குடித்தால் தேவலை. விழியோரத்தில் நமைச்சல் உருவாகி நெற்றிப் பொட்டுக்களில் பரவியது. தைலம் தேய்த்தால் அதன் காந்தலில் நமைச்சல் மட்டுப்படும்.

"என்னாச்சு அபூ" ராமராஜும் தோழர்களும் சூழ்ந்து கொண்டனர். அபுவால் உடனடியாய் பேசமுடியவில்லை. மூச்சுவாங்கிக் கொண்டிருந்தது. எச்சிலைக் கூட்டிக் கூட்டி தொண்டையை நனைத்து இதமாக்க முயன்றான்.

"அப்புவுக்கு பனி சேராது" அவனது மார்பினை நீவிவிட்டபடி பட்டாளத்தார் சொன்னார்.

"தண்ணி குடி" சுப்பிரமணி பாட்டிலில் இருந்த நீரை எடுத்து நீட்டினார்.

"அபுவுக்கு பச்சத்தண்ணி சேராது. சுடுதண்ணிதேங் குடிப்பாப்ல."

பட்டாளத்தாரது பரிவினை மீறி பாட்டிலை வாங்கி ஒருமடக்கு மடக்காய் வாயில் ஊற்றி கொப்பளித்து அதிலிருந்த சில்லிப்பினை வாய்ச்சூட்டில் மாற்றி விழுங்கினான்.

"ஈசினோபீலியோ தோழர்" சுவாசம் சரியான கணத்தில் ராமராஜிடம் சொன்னான்.

"ஓ" தன், நெற்றிப்பொட்டினைத் தேய்த்த ராமராஜ், "இப்ப, மாத்திரை எதும் கைல இல்ல?" எனக்கேட்டார்.

"தொயந்தாப்ல வச்சிக்கறதில்ல தோழர். செரமமிருந்தா டாக்டர் கிட்டப் போவேன்."

"பப் எதும் உறிஞ்சுவீங்களா?"

இல்லை என்பதாய் தலையசைத்தான் அபு. நண்பர் ஒருவர் சொன்னாரென பப் வாங்கி உறிஞ்ச நெஞ்சில் தீப்பிடித்தது போலிருந்தது. அதிகவிலை கொடுத்து வாங்கியிருந்த போதும் அதனைத் தூக்கிப் போட்டுவிட்டான்.

தோழரோடு பேச சிரமமாயிருந்தது, மார்பு மேலும் கீழும் ஏறி இறங்கி மூச்சுவாங்கிக் கொண்டிருந்தது. நாக்கில் வறட்சி கூடி எச்சில் உலர்ந்து உதடுகள் காய்ந்து தடித்தன, நாக்கை வெளியில் நீட்டி உதடுகளை ஈரப்படுத்தினான்.

வீட்டில் அம்மா, இந்நேரம் படுக்கையில் நாலைந்து தலையணைகளைக் குவித்து முதுகை உயர்த்திப் படுக்க வைத்திருப்பார்கள். நெற்றியிலிருந்து கழுத்து மார்புவரை விக்ஸ் அல்லது ஜண்டுபாம் வாங்கி சளசளவென அரக்கித் தேய்த்து விடுவார். துளியூண்டு விரலில் எடுத்து மூக்கருகே வைத்து சர்சர் ரென உறிஞ்சக் கொடுப்பார். தொண்டைவழியே கதகதவென நெஞ்சுக்குள் வெப்பம் இதமாய்ப் பரவ, இளைப்பு மெள்ளத் தணியும். உடனே சூடாய்க் கருப்பட்டிக் காப்பியோ காரமாய் சுக்குமல்லிக் காப்பியோ போட்டுவந்து தலையை கீழே தாழ்த்திவிடாமல் தாங்கிப்பிடித்து குடிக்கச் செய்வார். காப்பியைக் குடித்ததும் சளசளவென வியர்க்கும். விசிறியெடுத்து வீசுகிற அந்தக்கணத்தில் உடம்பில்படும் காற்று அத்தனை ஆனந்தம் தரும். சிலசமயம் சொக்கடிக்கும். அரைமணி நேரத்தில் மூச்சிறைப்பு குறைந்து சுவாசம் இயல்புக்குத் திரும்பும்.

"சூடா எதும் வாங்கிவரச் சொல்லவா அப்பு?" தனது நீண்ட கரங்களில் அவனை சாய்த்துக் கொண்டிருந்த பட்டாளம் கேட்டார்.

"காப்பி வாங்கியாரச் சொல்லலாம்" படக்கென எழுந்த ராமராஜ், கேட்டுக்கு வந்து ஆள் தேடினார். கூடவே சங்கத் தோழர்கள் இருவரும் வந்து கேட் கம்பிகளை பலமாய்த் தட்டி ஒலி எழுப்பினார்கள்.

"சார்... சார். கேட்ல யாருங்க."

சப்தம் கேட்டு காவலுக்கு நின்றிருந்த அதிகாரி ஒருவர் மப்ளரைத் தலையில் சுற்றியபடி கைக்கோலுடன் ஓடிவந்தார்.

"ஒரு தோழருக்கு முடியல. சூடா காப்பி வேணும்" ராமராஜ் அபுவைக் கைகாட்டிச் சொன்னார். கம்பிவழியே உற்றுப்பார்த்த அவர், "என்ன சார், முடியலியா?" எனக் கேட்டார்.

"இல்ல, எரப்பு" சங்கத் தோழரில் ஒருத்தர் சொன்னார்.

"எளப்பா?" கேட்டவர், கொட்டாவி விட்டார், ராமராஜிடம் காசை வாங்கியதும், "வேறெதும் வேணுமா சார். ஒரே வேலையாச் சொல்லீருங்க" என்றார்.

"நெஞ்சுல தேய்க்க பாம் எதும் கெடைக்குமா? அமிர்தாஞ்சன், விக்ஸ்?"

"வாங்கிட்டு வரேன்."

வாங்கி வந்தார்.

காப்பியைக் குடித்ததும் நெஞ்சில் பாரம் நீங்கியது. மற்றவர்களிடமிருந்து தன்னை விலக்கி நிமிர்ந்து உட்கார்ந்தான். காப்பி குடித்ததில் உள்ளே உருண்டு கொண்டிருந்த காற்று திடவடிவம் பெற்று அசைந்தது. ஒரு இருமலில் அது சளியாய் வெளியேற எழுந்து கழிப்பறை போய்த் துப்பினான் அபு. சற்று நேரத்தில் சுவாசம் சீரானது. தலை சில்லென்றிருந்தது. துண்டை எடுத்து காதை அடைத்துச் சுற்றிக் கொண்டான்.

ஜண்டுபாமை வழித்து அபுவின் சட்டையை விலக்கி மார்பிலும் முதுகிலும் கொரகொர வெனத் தேய்த்துவிட்டார் சங்கத்து தோழர். நானே தேச்சுக்கறேன் தோழர், என அபு, மன்றாடியும் அவர் தரவில்லை. கழுத்திலும் நெற்றியிலும் கொஞ்சமாகத் தேய்த்தவர் பாம்புவிரலில் துளி எடுத்து மூக்கருகே கொண்டுசென்று "நல்லா மூச்ச இழுங்க" என்றார். அபுவுக்கு கூச்சமாய் இருந்தது. யாரும் அவன் சொல் கேட்பதாய் இல்லை. ஆழமாய் இழுத்து வாங்கிக் கொண்டான்.

"பரவால்லயா அப்பு" தாங்கியிருந்த கைகளை உதறி சொடக்கு விட்டபடி கேட்டார் பட்டாளம். கொட்டாவியும் வந்தது.

இன்னும் இருள் பிரியவில்லை. சுவர்க்கோழிகளின் சத்தமும் வெளியில் மரங்களில் குடிகொண்ட பட்சிகளது கும்மர்ச்சமும் வாத்தியக் கச்சேரியைப்போல விட்டுவிட்டு ஒலித்தன.

அனத்தலோடு ம் கொடுத்தான். எல்லோரும் மறுபடி படுக்கையில் உட்கார்ந்தனர்.

"படுத்துக்க!"

உடனே படுக்கமுடியாது. மார்பை நிமிர்த்தி இருந்தால்தான் நன்றாக இருக்கும். படுத்தால் இன்னொருமுறை இருமல் புறப்பட்டு புகைச்சலாகிவிடும். "இருக்கட்டும்" அவனும் பாயில் உட்கார்ந்து கொண்டான்.

"இன்னொரு காப்பி சாப்பிடுறீங்களா?"

"வேணாந் தோழர்" அவசரமாய் மறுத்தான்.

தொடர்ந்த தும்மலிலும், இருமலிலும் உடம்பு பலகீனமடைந்திருந்தது. காப்பி சாப்பிட்டதும் தெளிச்சி வந்திருந்தாலும் கூடவே பசிக்கவும் செய்தது. சூடாக ஏதாவது சாப்பிட்டால் நன்றாய் இருக்கும்.

இந்தமாதரி சமயங்களில் அம்மா, பச்சரிசியை ஊறவைத்து அம்மியில் அரைத்து கூலாக்கி தேங்காய்ப்பாலும் உளுந்தம்பருப்பும் சேர்த்து வேகவிட்டு கருப்பட்டியும் நல்லெண்ணையும் கலந்து சுடச்சுடத்தருவார். நல்லெண்ணையும் உளுந்தும் நெஞ்சுக்கு வலு எனச்சொல்லி கருப்பட்டியின் மண்டியான மணல் நாக்கை நெருடுகிறவரை சொட்டுவிடாமல் குடிக்கவைப்பார்.

"லைட்ட அமத்தலாமா?" சங்கத்தோழர் கேட்டார்.

ஒரு குண்டுபல்ப் விட்டத்திலிருந்து வவ்வாலாய்த் தொங்கியது. அதன் மங்கலான வெளிச்சம் பனியில் நடுங்குவதுபோல ஒளிர்ந்தது.

"வேணா வேணா இருக்கட்டும்." என்ற ராமராஜ், "நீயும் படு அபு, இல்லாட்டி சொவர்ல சாஞ்சு கால்நீட்டி கண்ணமூடிக்க எதமா இருக்கும்."

அது சரிதான். "லைட்ட அமத்திடலாம் தோழர். கொசு வேற சுத்துதுல்ல." எல்லோரும் சொல்லத் தயங்கியதை அபுவே சொன்னதும் லைட் உடனடியாய் அணைந்தது.

"ரெம்பநாளாவே இந்தப் பொகச்சல் இருக்கா தோழர்?" சுப்பிரமணி இருட்டிலும் விசாரணையைத் துவக்கினார்.

"எள வயசிலருந்தே இருக்கும் போல, இப்ப மில்லுக்குள்ள வந்ததும் கூடுதலாயிருச்சு" அபுவுக்காக பட்டாளம் பதில் சொன்னார்.

"பெரியாஸ்பத்திரில இதுக்கு நல்ல மருந்திருக்காமே! என்னாண்ணே?" பேச்சில் ராமராஜையும் இழுத்தார்.

"அதேன் இப்ப நெறைய வசதியெல்லா வந்திருச்சு. இவங்களுக்கு ஈஎஸ்ஐ போனாலே நல்ல மருத்துவம் கெடைக்குமே."

"போறாகள்ல. அப்பப்ப போய்க்கிட்டுதே இருக்காப்ல. ஊசிமருந்தச் சாப்புட்டா நோய் அத்துப் போகணும்ல. இங்கிலீஸ் மருந்துல அப்பதைக்குச் சரியாகுதா? அப்பறம் அடுத்து வரும்போதுதான் நெனப்பு வருது."

"அதுதான் தப்பு, தொடச்சியா ஒரு தரம் பாத்துடணும் அபு."

"ஆமா, மொதல்ல ஊட்டமாச் சாப்புடணும். இந்த வயசுலயே, நோவு நொடியெல்லாங் கழிச்சுக் கட்டீரணும்" பட்டாளம் ரெம்பவே விசனப்பட்டார்.

"சளிப் பிடிச்சா நல்லா சாப்பிடத்தான சொல்வாங்க. சளிக்குச் சாப்பிடு, காய்ச்சலுக்கு காயப் போடுன்னு சொலவடம் வேற சொல்லியிருக்காக" சுப்பிரமணி மல்லாந்த நிலையிலிருந்து ஒருச்சாய்த்துப் படுத்தபடி சொன்னார்.

"சாப்பாடு பிரச்சினையில்ல. பச்சத் தண்ணிய தலைல ஊத்தமுடியாது. குடிக்க முடியாதுங்கறதுதான சிக்கலு. எங்கபோனாலும் சுடுதண்ணியவே தேடிக்கிருக்க முடியுமா?" பட்டாளத்தார் உள்ளங் கையில் தலையை அண்டக்குடுத்தபடி சொன்னார்.

அபுவுக்காக, அபுவின் வார்த்தைகள் இல்லாமலே ஒரு உரையாடல் ஓடியது.

8

“ஏண்ணே! காலங்காத்தால வந்து ஒரு பெரியமனுசெ இப்பிடி கடெஞ் சொல்லலாமா? அப்பறம் எப்பிடி நம்ம ஊரு மின்னுக்கு வரும்” பாண்டியனின் சருவச்செம்பை நிறைத்து காப்பியை ஊற்றிய கடைக்காரன், மூடிக்கொள்ள நறுக்கிய செய்தித்தாள் ஒன்றைக் கொடுத்தான்.

“கணக்கு வச்சுக்க மாலிங்கம்” என பாண்டியனின் வார்த்தையில் குமைந்து போனான். கடன் சொல்வார் எனத் தெரிந்திருந்தால் காப்பி போட்டிருக்கவே மாட்டான். காலை நேரம் யாரும் கடன் சொல்லமாட்டார்கள் என நம்பியது தவறு.

“கடனெங்கப்பா சொன்னே, கணக்குத்தான சொல்றேன். மலைக்கிப் போறேன், வெறகக் கொணாந்து போட்டு காஸ் தரேன்னுதான சொன்னே. வேணும்னா நிய்யேகூட வெறக வாங்கிட்டு மிச்சத்தக் குடு... புரியாத பெயலா இருக்க. யப்பே ஏ... சொந்தக்காரனுகளே இப்பிடிப் பேசுனா அடுத்தவனுகள என்னா சொல்ல.”

ஊருக்குள்ள ஒருமடக்கு காப்பிக்கு நம்பிக்கையத்துப் போனோமே என்ற கேவலம் பாண்டியனை எரித்தது. தலையைத் தொங்கப் போட்டுக் கொண்டே வீட்டை நோக்கி நடந்தார்.

வீதி நெடுக வீட்டு வாசலில் சாணித்தண்ணீர் தெளித்துக்கொண்டும், சாணி கரைத்துக் கொண்டும் பெண்கள் தூக்கச் சடவை விலக்கிக் கொண்டிருந்தனர். சில வாசல்களில் புள்ளிவச்ச கோலம் இழுக்கப்பட்டிருந்தது. ரெண்டுமூணு சேவல்கள் இப்பத்தான் விடிஞ்ச மாதரி சிறகினை படபடவென அடித்து ‘ஓ கொக்கரக்கோ’ வென வெக்கமே இல்லாமல் கூவி புளிச் புளிச்சென மலங்

கழித்து, வாசல் தெளிக்கவிருந்த பெண்களிடம் விரட்டுப் பெற்று அலறிக் குதித்து ஓடின.

“யே இந்தாளா. காப்பி வாங்கியாந்திருக்கே. சூடு ஆறங்குள்ள ஊத்திக் குடு” வெளித் திண்ணையில் செம்பை வைத்துவிட்டு கூரை முகட்டில் சொருகியிருந்த அறுவாளை எடுத்து வீட்டுக்கு பின்பக்கமாய்ப் போனார் பாண்டியன்.

புறம்போக்கில் சேர்த்த வீடு. ஓடைப் புறம்போக்கு. கூரை வீடுதான். செம்மண்ணும் ஆத்து மணலும் சேர்த்து புழுங்க ஊறவிட்டு தனியாளாய் மிதித்துச் சுவரெழுப்பிக் கட்டியவீடு. ஊருக்கு ஒதுக்குபுறம் என்ற குறையும் இப்போது மாறிவிட்டது. ஓடப்பாலம் ஸ்டாப் என டவுன் பஸ் நிறுத்துகின்றனர்.

பாண்டியனின் வீட்டுக்குப் பின்னால் உள்ள ஓடை ரெண்டாள் மட்டம் ஆழம். கரை அரித்துவிடாமல் இலவம் பஞ்சுமரங்கள் நடப்பட்டிருந்தன. வாவரங்காச்சியும் ஆவாரையும் தானாக முளைத்து, முரட்டு மஞ்சளில் பூப்பூத்துக் கொட்டிக் கிடந்தன. சீமைக்கருவலும், முருங்கையும் செழிப்பமாய் வளர்ந்து திரிந்தன. அகத்தி போட்டது ஓய்ந்து விட்டது. குச்சிகுச்சியாய் தலைக்குமேல் ஆளொசரம் நட்டமாய் நின்றிருந்தது. விலை திகையவில்லை.

தூர் பருத்த இலவ மரத்தடியில் கிடந்த பட்டியக்கல்லில் சீனிக்கல் பொடித்துப் போட்டு கால்மடித்து உட்கார்ந்து வறட் வறட்டென அறுவாளைக் கூர்தீட்டலானார் பாண்டியன்.

“இந்தாய்யா ஒனக்கு காப்பி” அந்த நேரத்துக்கே தலைசீவி பதுமையாய் வந்தாள் மூத்தமகள் சரோஜா. அல்லிநகரத்தில் கொத்தனாருக்கு வாக்கப்பட்டுப் போன பிள்ளை ஆறுமாசத்தில் புருசனோடு சண்டைபோட்டு வந்திருந்தது. மருமகன் தன்னுடன் வேலைபார்க்கும் சித்தாள் பொம்பளையை தொடுப்பு வச்சிருக்கானாம். ‘பிடிக்கல’ ஒருவார்த்தையில் வந்து சேர்ந்துவிட்டாள்.

“வெளீல போற ஆம்பளைய வேவு பாக்கக்கூடாது. ஒனக்கு என்னா தேவ. இல்ல என்னா கொற இத்தத்தாம் பேசணும். இஷ்டம்னா வா” என மருமகனும் சுளீரென நட்டுக்குத்தலாய் பேசிவிட்டான்.

“விட்டுப்பிடி வசத்துக்கு வந்துரும்” ஊருக்குள் தீர்ப்பு சொன்னார்கள். ரெண்டுபேரும் படிந்து வருவதாக இல்லை. பொண்டாட்டி இல்லேங்கவும் கூத்தியாளை வீட்டுக்கே கொண்டுவந்து வச்சிருக்கானாம். மகள் அவனுக்குமேல் வீம்பாய் இருக்கிறாள்.

"நானா அவளா? ரெண்டுல ஒண்ணு தெகையாமப் போகமாட்டேன்." ஆத்தாளொடு சேந்து வீட்டுக்குள்ளேயே அடைந்து கிடக்கிறாள்.

அந்தப்பிள்ளைக்கு அடுத்துப் பிறந்த ரெண்டும் பொட்டைகள்தான். நடுவிலதுக்கு படிப்பு ஏறவில்லை. மாடுமேய்க்கும் பயல்களோடு சாணிபொறுக்கப் போகிறாள். மாசத்துக்கு ஒருவண்டி சேர்த்துவிடும். சம்சாரிகள் வந்து அடியுரத்துக்கு வாங்கிப் போவார்கள். கடேசிப்பிள்ளை மூளைவளர்ச்சி இல்லாமல் வீட்டாளாய் அடைந்து கிடக்கிறது. கொடுத்தால் உண்ணும். முகம் பார்த்தால் சிரிக்கும். வீட்டைத் தாண்டி வெளியில் வந்ததில்லை.

காப்பியைக் குடித்துவிட்டு மேலும் ரெண்டு இழுவை இழுத்து கூர்பார்த்து எழும்போது யாரோ வாசலுக்கு வந்து கூப்பிடுவது கேட்டது. மறுபடியும் மகள் வந்தாள். "ஆரு?"

"வீரவாண்டி தொந்தி நாக்யரு."

குடித்த காப்பி பூராமும் ஆவியாகிப் போனது.

கையில் பிடித்த அறுவாளுடன் வேகமாய் நடந்தார்.

அறுவாளையும் பாண்டியனது வேகத்தையும் பார்த்த தொந்தி நாயக்கர், தலையை ஆட்டினார். "நல்லாருக்கு. ரெம்ப நல்லாருக்குப்பா" என்றார்.

அவரது பார்வையையும் பேச்சின் அர்த்தத்தையும் புரிந்து கொண்ட பாண்டியன், அறுவாளை திண்ணைமேல் வைத்தார். "சொல்லீட்டுத்தான வந்தேன். நாலஞ்சு நாள் ஒரு வாரத்துல தந்துப் புடுறேன்னு."

"எத்தன ஒருவாரம் ஆச்சு? நெஞ்சுல கை வச்சுச் சொல்லு?"

என்ன பதில் சொல்ல? எது சொன்னாலும் செல்லுபடியாக மாட்டேனென்கிறது. மில்லில் சேருவதற்காக லஞ்சம் கொடுக்க வாங்கிய பணம். நாலுவருசம் ஆகிப்போனது. ஒருத்தரைப் போல பத்துவட்டியெல்லாம் இல்லை. அஞ்சு வட்டிதான். ஆரம்பத்தில் சம்பளமில்லாத வேலை, சம்பளம் போட்டதும் அசலோடு சேர்த்து அடைத்து விடலாமென்ற கனவிருந்தது. தள்ளித் தள்ளிப்போய் அசல் கணக்கே இன்றைக்கு அஞ்சாயிரம் ஆகிப்போனதாக நாக்யர் சங்கடப்படுகிறார்...

"ஒருமாச மாச்சும் முழுஸ்சா வட்டி குடுத்துருப்பியா?"

“தந்திருகேல்ல நாக்யரே மானாங்கன்னியாப் பேசறீய” வரும்பொழுதெல்லாம் தரும் பணத்தை வரவில் வைக்கவில்லையோ எனும் சந்தேகம் வந்தது பாண்டியனுக்கு.

“எம்புட்டுத் தந்த ஏப்பா, நாணயஸ்தா? என்னிக்கோ ஒருநாள் அம்பது குடுப்ப மீறுனா நூறு. முழுஸ்சா ஒருமாசத்துக்காச்சும் வட்டி பாக்கியக் குடுத்து அண்டல் பண்ணீர்க்கியா. கணக்குப் பாத்தா ஒன்னியத் தேடிக் காரேரி வந்த டிக்கெட்டுக்குக் காணாதப்பா. என்னமோ ரெம்பச் சடவாத்தேம் பேசற.”

“ஒங்களச் சடச்சு நா என்னத்த அள்ளிக்கட்டப் போறெ. கொளத்தச் சடச்சா குண்டிக்குத்தே சேதாரம். காசு தரவே இல்லீண்டு ஒருமிக்காச் சொல்றீகள்ல. அதுல வந்த ஒரு அயிப்ராயந்தே” என்றவர், “காப்பி வாங்கியாரே. ஒக்காருங்க நாக்யரே நின்ன கால்லயே பழியா நிக்கறீக.”

“நீ காசக்குடு சாமி. நாங் காப்பியும் குடிக்கிறே கழுத மூத்தரத்தியும் குடிச்சுக்கறேன். ஒவ்வீட்ல ஒக்காந்து நா என்னா சம்பந்தமா பேசப்போறே. ஒக்கார்ரதுக்கு” முகத்தைத் திருப்பிக் கொண்டார்.

வேலைக்குக் கிளம்புகிற நேரத்தில் வினையாய் வந்து நிக்கிம் நாக்யரைக் கடந்து போக வழி தேடித் தவித்தார் பாண்டியன். இந்த பொட்டச்சியவுங் காணாம் அவ வந்து என்னத்தியாச்சும் பேசி அனுச்சுவிட்டா ரெண்டு வெறகு ஒடிச்சிட்டு வரலாம்.

“மில்லுல நோட்டீசு வந்துருக்கு நாக்யரே. அரச் சம்பளம் தருவாங்களாம். மொத்தமாக் கெடைக்கும். நேத்துத்தே மனு எழுதி அனுப்பிச்சு விட்ருக்கம். அன்னு மறுநாள் வந்ததும் மொத்தக் கடனையும் பைசல் பண்ணீடலாம் நாக்யரே. வேலைக்குக் கெளம்பிக்கிருக்கே கோச்சுக்காம போய்ட்டு வாங்க.”

“ஆமாப்பா, எனக்கு வேற வேலவெட்டி கெடையாது ஒவ்வேலய வந்து மறிக்க..? துட்டக் குடுத்தா நா என்னத்துக்கு நின்னு, தொண்ட வலிக்க கத்தப் போறே?” ரோசம் பொத்துக்கொண்டு வந்தது நாயக்கருக்கு. கடனையும் வாங்கிக்கொண்டு வேலையக் கெடுப்பவன் என்ற பழிச்சொல்லுக்குமா ஆளாகணும்.

“கழுத்துல தாம்புக் கயறப் போட்டு இழுத்துப் போங்கண்ணே. வீட்டுத் தொழுவத்துல மாட்டோட மாடா கட்டிப்போட்டு வேலயவாங்கி காசக் கழிங்க. வேற அக்குசெல்லாங் கெடையாது” பாண்டியனது சம்சாரம் வீட்டுக்குள்ளிருந்து வந்து மெனக்கிட்டுச்

சொல்லிவிட்டு திண்ணையில் கவுத்திக் கிடந்த பஞ்சாரத்தைத் திறந்து குஞ்சுத்தாக் கோழிகளைத் திறந்துவிட்டாள்.

தாய்க்கோழியின் கொக்கரிப்பும் குஞ்சுகளின் சிணுங்கலுமாய் திண்ணையிலிருந்து ஒவ்வொன்றாய்க் குதித்துக் கீழிறங்கி வீட்டுக்குப் பின்புறம் மேய்ச்சலுக்குக் கிளம்பின.

"நல்லாருக்குமா புருசனும் பொண்டாட்டியும் பேசற பேச்சு. இந்தாள வீட்டுக்கு இழுத்துட்டுப் போயி என்னா செய்ய? ஊறுகா போடவா? வாங்குன காசக் குடும்மா ன்னா வல்லடியா ஆகாததப் பேசிட்ருக்க."

"பின்ன என்னாண்ணே, வாரப்ப போறப்பவெல்லா அஞ்சும் பத்துமா காசு வாங்கிட்டுப் போய்ட்டு ஒண்ணுமே தராதது மாதரி தெனசரிக்கி வந்து தொயங்கட்டுனா என்னாதேம் பண்றது?"

"அதத்தாம்மா நானுஞ் சொல்றேன். அஞ்சும் பத்துந்தான குடுக்கறீக. அம்பது நூறா குடுத்து அண்டல் பண்றீக."

"ஏன் அம்பது நூறெல்லா வாங்குனது கெடையாதா? என்னாண்ணே இது, அக்குருமமா இருக்கு?"

"ஏம்மா என்னிக்கி எவ்வளவு குடுத்திருக்கேன்னு கணக்குச் சொல்லவா?"

"நீங்க எழுதிவச்சதத்தான சொல்லுவீக. இந்த மனுசெ எதும் எழுதிவச்சிருக்கானான்னு கேளுங்க. ஒரு துப்புங் கெடையாது. நீங்க சொல்றதேங் கணக்கு நா யாரச்சொல்ல?"

"இந்தாம்மா, இந்த அன்னியொன்னிப் பேச்செல்லாம் பேசக்குடாது. வாங்குனப்ப எம்புட்டு வக்கனையா நின்னு வாங்குனீக. இப்ப குடுக்கறப்ப வலிக்கிதாக்கும்."

"வலிக்குதா?" அம்மாவுக்குப் பின்னாலிருந்த மகள் முன்னுக்கு வந்தாள். "பொம்பள கிட்டக்க என்னா பேச்சு பேசறீகய்யா? காசுகுடுத்தா என்னா வேண்டுமானாலும் பேசி வருவீகளா?" என்று ஆவேசம் கொண்ட மகள், படக்கென தனது அப்பா பக்கம் திரும்பினாள். "ஏய்யா, நியெல்லா சோத்துல உப்புப் போட்டுத்தான திங்கிற. ஒம் பொண்டாட்டிய வலிக்கிதா இனிக்கிதான்னு ஒராள் கேக்க விட்டுப்புட்டு சும்மா நிக்கற."

பாண்டியனுக்குமே அது கூடுதலாகத்தான் தெரிந்தது.

“ஓங்க வீட்டுப் பிள்ளைகள நா இப்பிடியொரு வார்த்த கேட்டா எப்பிடி இருக்கும் நாக்யரே. காஸ் வாங்கியிருக்கம் இல்லேண்டு சொன்னமா. மாசாமாசம் வந்து வாங்கிப் போய்ட்டுத்தான இருக்கீக. இப்ப எதுக்கு வலிக்கிதான்னு கேட்டீக? அது என்னா அர்த்தம்?” பாண்டியனின் கேள்விக்கு விளக்கம் சொல்ல வாயெடுத்த சமயம், சரோஜா தொற்றிக் கொண்டாள். “ஏ ஆத்தாள நீ எப்பிடிய்யா அந்தக் கேள்வியக் கேக்கலாம்? அவ என்னா ஓம் பொண்டாட்டியா, இல்ல வப்பாட்டியா? ஓம் பொண்டு புள்ளேட்டப் போய்க் கேளு. அவக சொல்வாக எங்குன வலிக்கிது எங்க இனிக்கிதுன்ன ஓங்குண்டி வகுசிய.”

“பாண்டி ஓம் மகளச் சொல்லி வையி ரெம்பப் பேசுது. இது, நல்லதுக்கில்ல. சொல்லாத வார்த்தையச் சொன்னேன்னு சொன்னா அந்தக் கடவுளுக்கே செல்லாதுப்பா” சரோஜா போட்ட சத்தத்தில் அக்கம்பக்கத்து குடித்தனக்காரர்கள் குவியத் தொடங்கியதைப் பார்த்த நாயக்கர் மெள்ள மெள்ள தனது ஆகிருதியை இழந்து கொண்டிருந்தார்.

“என்னா சொல்லாத வார்த்த? வலிக்கிதான்னு கேக்கலியா? பெரியமனுசெ இப்பிடி காலங்காத்தால பொய் சொன்னா ஓங் கையுங்காலும் வெளங்காமத்தேம் போகும்” என்ற சரோஜா, பக்கத்தில் நின்ற பெண்ணிடம், “நீ சொல்லு சித்தி, நீ கடெந்தரணும் சரி. ஓங்கிட்டக்க காசக் கேகணுமா நா வந்தா வலிக்கிதான்னு கேட்டா நீ என்னா செய்வ?”

“அப்பிடியெல்லா கேக்கக் குடாதுல்ல.”

“ஏம்மா நா அப்பிடியா கேட்டேன். காசுவாங்கும்போது நல்லாயிருந்துச்சு, குடுக்கறப்ப வலிக்கிதான்னு கேட்டேன். இதுல என்னா தப்பு.”

“ஓங்ககிட்ட காசு வாங்குனது ஆரு?”

“பாண்டி. ந்நொப்பெ!”

“ம்? அதுகிட்டக் கேக்காம. ஏ ஆத்தாட்டா எதுக்குக் கேக்கற. அதும் வலிக்கிதான்னு! இதேது எம் புருசனா இருந்தா இந்நேரம் கேட்ட நாக்க அறுத்து கைல குடுத்திருப்பான் காசிருக்க பகுமானம்?” - நாய்க்கரைச் சுற்றிச் சுற்றிவந்து பேசினாள் சரோஜா.

தெருச்சனங்கள் கூடி நின்றனர். சிலர் ரெண்டுபக்கமும் புத்தி சொல்லலாயினர்.

“போங்க நைனா, நாளப்பின்ன வந்து பேசிக்கலாம்.”

“பாண்டியா, பொம்பளப் பிள்ளய விட்டு ஆடிப் பாக்கறியா? காசச் செமிச்சறலாம்னு மட்டும் கெனாக் காங்காத, நீ எழுதிக் குடுத்த புரோநோட்டு பூராம் கைல இருக்கு. வைக்கிற எடத்துல வச்சுக்கறே” எம்பிஎம்பிப் பேசிவிட்டு விறுவிறுவென நடந்தார்.

“எல்லாம் இந்த வெறுவாக்யலங் கெட்ட மூதேவியால வந்தது. எந்த எந்த முண்டப் பயலோ வந்து பேசாத பேச்சயெல்லாம் பேசிக் கேக்கணும்னு எந் தலயில எழுதியிருக்கு. நீயெல்லா மில்லு வேலைக்கிப் போகலேன்னு ஆரு அழுதா? தேவையில்லாமக் கண்ட பயகிட்டக் கடன வாங்கிப்புட்டு, நாலுவேரு மத்தியில நாக்கப் புடுங்கறாப்ல கேட்டுட்டுப் போய்ட்டான்ல. இன்னம் உசுர வச்சுகிட்டு இருக்கணுமா? ஆறு கொளம்னு எத்தன இருக்கு! போய்ச் சாவ வேண்டிதான.? நிய்யெங்க சாகப்போற ஒன்னால நாங்கதா கூண்டோட நாண்டுக்கிட்டுச் சாவணும்.”

திண்ணையில் தலையைக் கவிழ்ந்து உட்கார்ந்திருந்த பாண்டியனின் தலைமுடியைப் பிடித்து ஆட்டிய மனைவி, அவனது முதுகில் மடார் மடாரென அறைந்தாள்.

9

இன்று ஏழாம் நாள்.

கண்களைத் திறந்ததும் அபுவின் இமையோரமாய் ஒரு கொசுவந்து சுளீரெனக் கடித்தது. ஏற்கனவே நெற்றிப்பொட்டில் கடிவாங்கி நெற்றியின் மேற்புறம் பூராமும் வீங்கிச் சிவந்திருந்தது. நமச்சலும் அரிப்பும் பாடாய்ப் படுத்தின. கழிப்பறை நாற்றம் ஒருபுறம் மூக்கையடைத்தது. படுக்கையைவிட்டு எழுந்து கம்பிக்கதவருகே வந்து நின்று கொண்டான். வெளிக்காற்றில் துர்நாற்றம் மட்டுப்பட்டது. நல்லவேளை பனி இல்லை. கம்பிகளது இடைவெளியில் முகத்தை அழுத்தி, மூச்சை இழுத்து வாங்கி விட்டான். வயிறு உட்குழிந்து சுருங்கியதில் ஒண்ணுக்கு வந்தது. கழிப்பறை போகவே அசூயையாய் இருந்தது. கோப்பையெல்லாம் மஞ்சள் ஏடுபடிந்து காறையாய் இருந்தது. சுவரெங்கும் சிறுநீர்த் தாரைகள் வரியோடிக் கிடந்தன. முகம்கொடுத்து நிற்கமுடியாத முடைநாற்றம்.

நேரமாகட்டும் எல்லோரும் எழுந்தபிறகு தண்ணீர் வாங்கிவைத்து ஒரேயடியாய் காலைக்கடனையும் கழித்துவிடலாம். சிறுநீரை அடக்கிக் கொண்டான்.

நேற்றுவரை அறையில் தண்ணீர்ப் பிரச்சினை இருந்தது. ஒருநாளைக்கு ஒருவாளித் தண்ணீர்தான் கோட்டா. சாப்பிடும் தட்டுகள் கழுவுவதிலிருந்து ஒண்ணுக்கு ரெண்டுக்கு போவது வரைக்கும் அந்தத் தண்ணீர்தான். இதனாலேயே கழிப்பறை தண்ணீர் ஊற்றாமல், ஈ மொய்த்துக் கிடந்தது. நாற்றத்திற்கோ அளவில்லை.

சிறைக்குள் நுழைந்ததும் ராமராஜ் கழிப்பறையைத்தான் பார்த்தார். முன்னதாக அந்த அறையில் நான்கு விசாரணைக் கைதிகள் இருந்தனர். இவர்கள் ஆறுபேர்

சேர்ந்ததும் நெரிசலானது. "அறை மாற்ற வேண்டுமென புகார் கொடுத்தார். அடுத்தபடியாய் தண்ணீர் வேண்டுமென்றார்.

தண்ணீருக்கு மட்டும் இரண்டுநாள் போராட வேண்டியிருந்தது. அன்று முழுக்க சாப்பாட்டைப் புறக்கணித்தனர். மேலதிகாரி வந்தார். ஜெயில் முழுக்கவே தண்ணீர்த் தட்டுப்பாடு இருப்பதாகவும் கொஞ்சம் சமாளித்துக் கொள்ளுங்கள் என மூன்று வாளி தண்ணீர் தந்தார்.

பார்வையாளர் நேரத்தில் தம்மைப் பார்க்க வந்த நகர்மன்றத் தலைவரிடம் தண்ணீர்ப் பிரச்சினையை ஒப்பித்தார் ராமராஜ். அதிகாரியோ சிறையில் நிலவும் நீர்ப் பற்றாக் குறையை மன்றத்தலைவரிடம் பேச, தற்சமயத்துக்கு சிறைக்கு உடனடியாய் ஒரு லாரி தண்ணீர் நகரத்தில் இருந்து அனுப்பி வைத்தார் தலைவர். அது ஜெயிலில் இவர்களுக்கான மரியாதையை அதிகப்படுத்தியது.

"ஜெயிலுக்கு வந்தும் ஒங்க போராட்டத்த நிறுத்தலியே தோழர்" பார்வையாளர் வரிசையில் வந்த நகர்மன்ற உறுப்பினர் ஒருவர், ராமராஜைப் புகழ்ந்தார். "வார்த்த படிச்சவன் வாயை யாரும் கட்டுப்படுத்த முடியாது தோழர். நீங்களே வந்தாலும் இதத்தான் செஞ்சிருப்பீங்க" என்று புகழ்ந்தவரை ஏற்றிப் பேசினார்.

"எது எப்பிடியோ, ஒங்களால எங்க டிப்பாட்மெண்டுக்கு தண்ணிப் பிரச்சினை தீந்தது" சிறை அதிகாரியும் சந்தோசம் கொண்டார். உடனே ஒரு ஆள், வந்து கழிப்பறையைக் கழுவி பினாயல் போட்டுவிட்டுப் போனார். இருந்தாலும் பழைய நாற்றம் முற்றாய் நீங்கவில்லை.

"என்னா அப்பூ தூக்கம் வரலியா. மறுக்கா சளித் தொந்தரவு எதும்மா?" பட்டாளம் கொட்டாவி விட்டபடி எழுந்து வந்தார்.

"அதெல்லா இல்லிங்கய்யா! நேரமாச்சுல்ல, பட்சிக கும்மர்ச்சம் கேக்கலியா?"

"அதுகளுக்கென்னா ரவ்வும் பகலும் கூப்பாடு போட்டுக்கிட்டுத்தான இருக்கு? நீ வாட்டுக்கு சடக்குனு எந்திரிச்சு வந்திட்ட? மொகத்துல பனி பட்டாத்தே ஒனக்கு ஆகாதே!" இரண்டு நாளைக்கு முன்பு அபு பட்ட சிரமத்தை பட்டாளம் மறக்கவில்லை.

"இன்னிக்கி பனி தெரியல நார்மலாத்தா இருக்கு. இல்லேன்டா என்னால இங்கன நிக்கவே முடியாது."

“இன்னம், மணி ஆறா கலியோ.”

இவர்கள் அறையை சரியாக ஆறுமணிக்குத் திறந்துவிடும் நபர் இன்னமும் வரவில்லை என்பதை வைத்து நேரத்தை கணக்கிட்டார் பட்டாளம்.

இருள் அகன்றிருந்தது. பறவைகளது கூச்சலும் வேறொரு சாயலில் ஒலித்தன. ஒட்டுமொத்த சிறை வளாகத்தைத் தூர்த்துப் பெருக்க, இரண்டு பெண்கள் முயன்று கொண்டிருந்தனர்.

தோழர் ராமராஜும் எழுந்து உட்கார்ந்தார். பரபரவெனக் கைகளைத் தேய்த்தார். உள்ளங்கைகளுக்குள் உருவான உஷ்ணத்தை அப்படியே எடுத்து முகத்தில் ஒற்றினார் அதுபோல மூன்றுமுறை செய்தவர், கழிப்பறை சென்று சிறுநீர் கழித்து வந்தார்.

சங்கத் தோழர்கள் இரண்டுபேரும் எழ மனமில்லாமல் படுக்கையில் இருந்தபடியே பேசிக்கொண்டிருந்தனர். சுப்பிரமணி, மல்லாந்தவாக்கில் உறக்கத்தைத் தொடர்ந்தார்.

“பட்டாளத்தய்யாவுக்குத்தே கட்டிப்போட்ட மாதரி இருக்கும்.” கழிப்பறையிலிருந்து வெளியில் வந்த ராமராஜ் ஒரு செருமலோடு சொன்னார்.

“அதுக்குகென்னா செய்றது? பூமாதேவியக் கேட்டுக்கிட்டா வெய்யிலும், மழையும் கொட்டுது? ஒங்கள மாதரி பெரியாள்களோட பழக, இதப்போல எப்ப நேரம் வாய்க்கும்?” சொல்லிவிட்டு வழக்கம்போல ஹஹ்ஹஹாவெனச் சிரித்தார்.

“ஒங்களப்போல உள்ளவங்கனாலதான் எங்களப்போல போராடுறவங்களுக்கு வேகம் கிடைக்கிது.”

“ஒங்களப்பத்தி மருமகெஞ் சொல்லுவாப்ல, உள்ளூர்லயே இருந்தாலும் அவ்வளவா அறிஞ்சதில்லியா, அதுக்கெல்லாஞ் சேத்துவச்சு அசலும் வட்டியுமா நெருங்கிட்டோம்.”

கதவினைத் திறந்துவிட்ட நபர், ராமராஜ் தோழருக்கு சலாம் வைத்தார்.

துண்டையெடுத்து தோளில் போட்டுக்கொண்ட ராமராஜ் காலையில் சிறை வளாக அரங்கினை நடைபயிற்சிக்குப் பயன்படுத்தினார். மற்ற கைதிகளது அறைகள் திறந்து விடப்படுவதில்லை. அரசியல் கைதிகள் என்பதால் இவர்களுக்கு இச்சலுகை. தவிர, உள்ளூர்ப்

பிரமுகர்களது ஆதரவும் இருப்பதால் அறைக்குள் அடைந்து கிடக்கும் நிலையிலிருந்து இவர்களால் மீளமுடிந்தது.

ராமராஜ் வெளியேறிய சிறிது நேரத்தில் பட்டாளமும் வெளியில் வந்தார். பெரிய பள்ளிக்கூடம் போல இருந்தது அந்த சப்-ஜெயில். கட்டிடங்களும் வனாந்தரமாய் வளர்ந்து கிடந்த மரங்களும் பரபரப்பான ஊருக்குள் தனி உலகமாய்க் காண்பித்தது. பகலிலும் மரங்களிடம் ‘கொஞ்சம் வழி விடேன்’ என, கெஞ்சிக் கேட்டுத்தான் இலைகளுக்கூடாக வெய்யில் நுழைந்துவரும்.

ஆனால் இந்த ரம்மியத்தை அங்கே வேலை செய்யும் போலீஸ்காரர்களோ, சிறையில் இருக்கும் கைதிகளோ உணர்ந்ததாகத் தெரியவில்லை. போலீசாருக்கு ஒருவிதமான வேலைநெருக்கடி என்றால், கைதிகளுக்கு மனநெருக்கடி. ஆத்தரத்துக்கு கலியாணத்த முடிச்சு, சாத்தரத்துக்கு பிள்ளையப் பெத்த கதைதான். மருதமல வந்திருந்தா, இந்நேரம் வீரய்யெ மலயப்பத்திப் பேசியிருப்பாப்ல. கானல் மாதரி விரிஞ்சி கெடக்க அழகப் பத்தி விலாவரியாச் சொல்லியிருப்பாப்ல. ஒருசமயம் மருதமலையோடு பச்சிலை தேடி மலையேறிய சம்பவம் நினைவுக்கு வந்தது பட்டாளத்துக்கு.

தலைக்கு மேலிருந்த வேப்பமரத்தின் கிளையை எம்பிக் குதித்து சிறு கிளையை ஒடித்தார். அதன் சிம்புகளைக் களைந்து தண்டின் நுனியை கடவாய் பல்லில் கொடுத்து நைநையெனக் கடித்து நசித்தார். தண்டில் கசிந்த வேப்பஞ்சாறு உள்நாக்கில் பட்டதும் ஓங்கரித்தவர், கசடுகளைத் துப்பிவிட்டு நைத்த வேப்பங்குச்சியால் பல்லைத் துலக்கலானார்.

நேற்று ராசுவும் தோழர் சின்னச்சாமியும் பார்க்க வந்திருந்தனர். எப்போதும் கலகல வென இருக்கும் ராசுவின் முகம் அலர் வாங்கியிருந்தது. ஒத்தையிலிருக்கும் தனது வீட்டுக்காரியை ராசுவின் அம்மா பார்த்து தங்களோடு வந்து இருக்கச் சொன்னதுக்கு கிழவி வரவில்லையாம். ரெம்ப வருத்தப்பட்டார். “வரமாட்டா. அவ தனி ஆள் கெடையாது மருமகனே. நாயி, கோழி, பூனைன்னு பல சீவாத்திக அவளச் சுத்திட்டுத் திரியும். நானெல்லா அவளுக்கு ஒரு விசியமே இல்ல” என்று ராசுவின் வருத்தம் போக்கினார். ஆனாலும் “தேவையில்லாமல் எங்களோடு பழகின பாவத்துக்கு நீங்க ஜெயிலுக்கு வரணுமா மாமா?” என ரெம்பவே கலங்கினான்.

சின்னச்சாமி, அடுத்து நடந்த ஆர்ப்பாட்டத்தையும் முதலாளி தரப்பில் ஆறு பேர் கைது செய்யப்பட்ட விபரத்தையும் சொல்லி ராசுவின் மனசைத் திருப்பினார்.

“மரவட்டையனோட வீடு பூந்த காரணத்தை வெச்சு எங்க ஆறுபேரையும் கச்சேரிக்கு கொண்டு வந்தாங்க. அவங்களுக்கு என்ன காரணம்? அத எந்தக் கணக்குல பிடிச்சாங்க?” பட்டாளம் விலாவரியாகக் கேட்டார்.

“நீங்கதான்” என்றார் சின்னச்சாமி.

பட்டாளத்தாருக்கு விளங்கவில்லை.

“உங்கள நடு ரோட்ல வச்சு நாலஞ்சுபேர் சேந்து அடிக்க வந்தாகள்ல. அதும் கொலை முயற்சிதான. மில் முதலாளி மேலயே புகார் குடுத்தோம். அவருக்குப் பதிலா ஆறுபேரப் பிடிச்சிருக்காங்க. இப்பதக்கி அதத்தான் செய்ய முடிஞ்சது. அடுத்து அவங்க எப்பிடி காய் நகத்துறாங்களோ அத வச்சு நாமளும் நகத்தலாம்.”

“அவங்கள எங்க வச்சு இருக்காங்க?” ராமராஜின் கேள்விக்கு, பெரியகுளத்தில் வைத்திருப்பதாய் பதில் சொன்னார் சின்னச்சாமி. தொடர்ந்து அவங்க மேலயும் இதே வழக்குகள் பதிவு செய்யப்பட்டிருப்பதாகவும், அடுத்து போடும் மனுவில் ஜாமீன் கிடைக்க வாய்ப்பிருப்பதாகவும் சொன்னார்.

“அனேகமாய் இன்னிக்கி ஜாமீன் பெட்டிசன் போடுவாங்க.”

நேற்று இரவு ராமராஜ் சொன்னது ஞாபகம் வந்தது.

காலை உணவு நேரத்தில்தான் ராமராஜ் அறைக்குள் நுழைந்தார். வழக்கம்போல கையில் சங்கத்தின் செய்திப் பத்திரிக்கை.

“சாப்ட்டாச்சா?” உள்ளே நுழையும் போதே கேட்டார்.

“வழக்கம்போல பால்ச்சாமி தோழர் வீட்ல இருந்து இட்லி வந்திருக்குது தோழர்” சங்கத்தோழர் வந்திருந்த பொட்டலங்களைக் காண்பித்துச் சொன்னார்.

தலையை ஆட்டிப் புன்னகைத்தபடி, பல் துலக்க ஆயத்தமானார் ராமராஜ்.

“அவருக்கென்னா கிருத்திரியம் பிடிச்சிருக்கா? ஒருதேரம் தந்துவிடலாம். ரெண்டு தேரம் குடுத்துவிடலாம். இப்பிடியா

பொழுதீன்னிக்கும் பேறுகாலங் கண்ட புள்ளத்தாச்சியக் கவனிக்கற மாதரி ரவ்வும் பகலும் தந்து விடுவாக. வேணாம்னு சொல்லீருங்க. தோழர், ரெம்பச் சங்கட்டமா இருக்கு” பட்டாளம், ராமச்சந்திரனிடம் ஒப்பித்தார்.

இந்த சப்-ஜெயிலில் வந்து சேர்ந்த நாளில் இருந்து ஒவ்வொரு நேரமும் சாப்பாட்டுப் பொறுப்பை பால்ச்சாமி தோழர்தான் பார்த்துக் கொண்டுள்ளார். கடையில் வாங்கிக் கொடுப்பார். அல்லது வீட்டிலிருந்து டாண் என நேரத்துக்கு பொட்டலம் வந்துவிடும். சிறை அதிகாரிகளுக்கு செலவு மிச்சம்.

“வீட்ல ஒண்ணுஞ் சொல்ல மாட்டாங்களா தோழர்?” அபுவும் கேட்டான். எப்படி தங்களைப்போல அறிமுகமே இல்லாதவர்களுக்கெல்லாம் சமைத்துத் தரமுடிகிறது?

“அவங்க வீட்டம்மா, தோழரவிட சென்சிட்டிவானவங்க. சும்மாவே வீட்டுக்குப் போனம்னா, யார் போனாலும் காப்பிக்கு கொறைச்சலில்லை. தோழர்கள்னா கவனிப்பு தனீதான்.” ராமராஜ்.

“அந்தக்கா. சும்மாவே கை நீளம், இவரும் இப்பிடியா கேக்கவே வேணாம். எப்பப் பாத்தாலும் அடுப்பு எரிஞ்சுகிட்டுத்தா இருக்கும்னு சொல்வாங்க” சுப்பிரமணி சாப்பிடத் தயாராகி தரையைத் துண்டெடுத்து மடித்து படார் படாரென அடித்து தூசியை வாசல் பக்கமாய்த் தள்ளினார்.

உசிலம்பட்டியில் பால்ச்சாமித் தோழர் இந்த நகர்மன்றத் தேர்தலில் ஆளுங்கட்சி வேட்பாளரை எதிர்த்து வெற்றி கண்டிருந்தார்... ராமராஜ் குடும்பம் மாதிரி ஊருக்குள் வாழ்ந்துவரும் கூட்டுக்குடுமபம். விவசாயமும் வியாபாரமும் பார்த்து வருகின்றனர். பால்ச்சாமி மட்டும் சிறுவயசில் உருவான அரசியல் ஈடுபாட்டால் தனித்து நின்றார். தனது அரசியலையும் அவரது குடும்பம் ஆதரித்து வரவேற்றது குறித்து பெருமை அவருக்கு.

பட்டாளத்தாருக்கு அது எல்லாமே அதிசயமாய் இருந்தது. ஊருக்குள்ள எத்தனையோ கட்சிக்காரங்களப் பாத்து இருக்கம். வாய்தெறந்து பேச கூலி கேப்பாங்க. எதாச்சும் வேலைன்னு போய்ட்டா, தாலிகட்டுன பொண்டாட்டியிலுங்கேடா அவகளுக்குப் பணிவிடை செஞ்சு அவெம் மனங் கோணாம நடக்கணும். அவனுக்கெதிரெ ஒக்காரக் கூடாது, இருமக்குடாது, தும்மக்குடாது. கைகட்டி வாய்பொத்தி, காசுக்கு வாங்கின அடிமை மாதரி நிக்கணும். ஆனா இங்க, வீட்டாள்க மாதரி ஒடம் பொறந்த

பொறப்புபோல ஒண்ணொண்ணையும் எடுத்துச் செய்யிற பாங்கு சுத்தித்தா போடணும். இதனாலதான் ஒரொருத்தரும் வெறித்தனமா வேலபாக்குறாங்க போல.

காலை பதினோறு மணிக்குமேல் உள்ளூர் தோழர்கள் சிலர் பார்க்க வந்திருந்தார்கள். பால்ச்சாமி கோர்ட்டுக்குப் போயிருப்பதாகச் சொன்னார்கள்.

மதியம் ஒருமணிக்கு வந்த பால்ச்சாமி ஜாமீன் மனு தள்ளுபடி செய்யப்பட்டு விட்டதாகச் சொன்னார். இருந்தாலும் நாளை மறுநாள் போடும் மனு நிச்சயம் ஏற்கப்படும் என உறுதியளித்தார். “உள்ள எதும் சவுரியக் கொறச்சல் இருக்கா?” என வழக்கம்போல எல்லோரிடமும் விசாரித்துக் கொண்டார்.

“என்னா சவுரியம். தோட்டத்துக்குப் போனா கொஞ்சம் வேல பாக்கணும். கள மூடிடும் அதே ஜாமீன எதிர்பாத்தது.” சுப்பிரமணிதான் முதலில் பேசினார்.

“ஒங்களுக்காகத்தே முக்கியமாப் பேசினே. நிச்சியமா நாள மறுநா கெடச்சிடும்.”

“அய்யாவுக்கு எதும் பிரச்சினய்யாங்கய்யா?”

“ஹயோ, அதெல்லாமில்ல. இங்கியே கெடந்தா நேரத்துக்கு தின்னு சதப் போட்டுருமோனு பயமா இருக்கு. ஒங்க வீட்டாளுகள பாவம் பாருங்க. எங்களுக்கு ஜெயில்க் கஞ்சி போதும். பாவம் அவங்கள பாடுபடுத்தாதீங்க. என்னா நாஞ்சொல்றது? ஹஹ்ஹஹ்ஹா” எங்கோ பார்த்துக்கொண்டு பேசினார்.

“அதெல்லா ஒண்ணுமில்லிங்கய்யா. சப்-ஜெயில்ங்கப் போயி இதச் செய்ய முடியிது. இதேது மதுரைல போட்ருந்தா பாத்துப் பேசக்கூட முடியாதுல்ல” என்றவர், மறந்து போனவராய் கொண்டுவந்திருந்த கட்டைப்பையில் இருந்து எவர்சில்வர் தூக்கு ஒன்றை எடுத்தார். “அபுவுக்கு சுடுதண்ணி காலைல குடுக்க மறந்துட்டாங்களாம். எப்பிடி இருக்கு அபு. வெளீல வந்ததும் மொதல்ல இதுக்கு வைத்தியம் பாத்துட்டுத்தான் வீட்டுக்கே போகணும்” அபுவின் கையில் வெந்நீர்த் தூக்கினைக் கொடுத்தார் பால்ச்சாமி.

10

நாகுவோடு ராசுவுக்கு தேவையில்லாத மனஸ்தாபம் ஆகிப்போனது.

ராசு ரெம்பவே விசனப்பட்டான். காதலித்தபோதும் ஏன்? கலியாணத்துக்குப் பிறகும் கூட அவளோடு பெரிய அளவில் பிரச்சனைகளை வைத்துக் கொள்வதில்லை. சகஜமாகவே போய்க்கொண்டிருந்தது. தன்னுடைய அண்ணன் மணி போல புருசன் பொண்டாட்டிக்கிடையே எந்தச் சூழலிலும் இடைவெளி வந்துவிடக்கூடாது என்பதில் கவனமாகவே இருந்து வந்தான். நாகுவைப் பொறுத்து எதையும் மனசில் இருப்பு வைப்பவளில்லை. அம்மாவுமே, காதலித்த காலத்தில் நாகுவைக் கல்யாணம் செய்ய எதிர்ப்புத் தெரிவித்தாலும் கலியாணத்துக்குப் பின்னால் அம்மாவும் நாகுவும் ரெம்பவே அன்னியோன்யமாய் பழகியது ராசுவுக்கு நிம்மதியாய் இருந்தது. தான்தான் பிரச்சினையை இழுத்து வந்துவிட்டோமோ என்ற குற்ற உணர்ச்சி உறக்கத்தைக் கெடுத்திருந்தது.

ஏதோ ஒரு பஞ்சு மில்லில் மணியடித்தார்கள். பதினொன்னா பன்னிரண்டா எண்ணிக்கை விடுபட்டு விட்டது. பன்னிரண்டாகத் தான் இருக்கும். சாப்பிட்டுப் படுக்கும்போதே மணி பத்தை தாண்டிவிட்டிருந்தது. வழக்கம்போல அம்மா, பஞ்சவர்ண அத்தை வீட்டிற்குப் படுக்கச் சென்றுவிட்டது.

எல்லாம் சம்பாத்தியப் பிரச்சினைதான்.

மில்லில் இருக்கிறவரைக்கும் சம்பளம் பத்துதா பத்தலியா என்பதெல்லாம் கடந்து உத்தரவாதமாய் ஒருதொகை மாசம் பிறந்ததும் வீட்டுக்குச் சேர்ந்துவிடும். அந்தந்த நேரத்தின் சூழ்நிலை பொருத்து கூடவோ குறச்சலோ

இருந்தாலும் அம்மாவும் ஏதாச்சும் ஒருவகையில் உருட்டிப் புரட்டி சரிக்கட்டி வந்தார்கள்.

ஸ்ட்ரைக்கிலிருந்து ரெண்டுமாசமாய் கொஞ்சம் தள்ளாட்டம் போடுவதை சரிக்கட்ட முடியவில்லை. அம்மாதான் எப்படியோ சமாளிக்கிறது. அண்ணன் பிள்ளைகுட்டியாகி விட்டான். அவனது பிள்ளைகளே இங்கேதான் வரும். ஓராள்ச் சம்பாத்தியம். சமாளிப்பது சிரமம்தான். முன்போல் மலையேற முடியாது. மலைப்பாக இருக்கிறது. மில்வேலையில் தரைக்காட்டிலேயே உடம்பு பழகிவிட்டது. மருது அண்ணன் அவ்வப்போது கூப்பிடத்தான் செய்கிறார். இங்கிருந்து மலையைப் பார்க்கும்போதே கெண்டடங்கால்ச் சதை இழுத்துக் கொள்கிறது.

ஸ்ட்ரைக் ஆரம்பித்த நாளிலிருந்து வீட்டுக்கு. சாப்பிட வரவும் நேரமிருப்பதில்லை. வயிறு காய்ந்துபோய் கண்கள் இருட்டுக்கட்டும் சமயம் ஒருடீயோ அல்லது ஒருகவளச் சோறோ வயிற்றுக்குள் விழும். அதுவரை எந்த நேரமும் வேலை வேலை வேலைதான்.

ஸ்ட்ரைக் அறிவித்ததுமே மில்லை அடைத்து விட்டார்கள். யாருமே வேலைக்குப் போகவில்லை. ஆனாலும் திடீரென யாராவது ஓடிவந்து மில் ஓடுது என புரளியைக் கிளப்பி விடுவார்கள். மீனாட்சிபுரத்திலிருந்து முதலாளி காரில் வேலைக்கு ஆள்க் கூப்பிட்டுப் போகிறார். கண்ணாரப் பார்த்தாக சாட்சியோடு மூச்சிரைக்க வந்து கூப்பிடுவார்கள். ஒவ்வொரு அழைப்புக்கும் ஓடிஓடிச்சென்று பார்க்க வேண்டும். மில் வாட்ச்மேனிடம் நைச்சியமாகப் பேச்சுக் கொடுத்து நிலவரத்தை விசாரிக்கவும், பேசிக்கொண்டிருக்கும் போதே ஓராள் கேட் கதவில் காதுவைத்து மெசினின் ஓட்டத்தை துழாவுவதும், இன்னுமிருவரை அனுப்பி மில்லின் சுற்றுசுவர்களை நோட்டம் பார்க்கவுமே ஒவ்வொரு நாளும் பொழுதும் சரியாய்ப் போகிறது.

மில்லில் சங்கம் வைத்திருந்த நாலுசங்கமுமே ஒண்ணு சேந்துதான் ஸ்ட்ரைக் செய்தனர். சங்கத்துக்கு ஆபீஸ் இருப்பது நமக்கு மட்டும்தான். அதனால் ஏதொரு விசயம் என்றாலும் இங்கே வச்சுத்தான் பேசப்படும். ஆபீசில் அலுவலகச் செயலாளர் இருந்தாலும் மில் பிரச்சினை ஒருங்கிணைப்புக்கு ராசுதான் இருக்கவேணும் என சின்னச்சாமி கறாராகச் சொல்லிவிட்டார். தட்ட முடியவில்லை. அனஞ்சு அண்ணன் போன்றவர்களுக்கு ஆர்வமிருந்தாலும் எழுத்து வேலைகளுக்கு தங்களால் ஏதும் செய்யயியலாது என்பதை உணர்ந்து “ராசுதான் சரி” என அவரும்

தலையாட்டினார். அந்த அளவில் அவ்வப்போது செலவுகளுக்கு முன்பணம் கொடுத்து வருவதும் அவர்தான். வேறு யாருக்கும் வாய்ப்பிருந்தாலும் மனசில்லை. ஊரில் மானாவாரி விவசாயமும், விறகுக்கடையும் வைத்திருந்தார். அந்தப் பசப்புதான் இந்த போராட்டத்தை வாடவிடாமல் காக்கிறது. ஏதொரு செலவுக்கும் முன்கை எடுத்துக் கொடுப்பார். பணம்வந்ததும் வாங்கிக்கொள்வார். அதில் ஒன்றிரண்டு அடைபடாமல் போவதும் உண்டு. அதுபற்றி ஒருசில புலம்பல்கள் இருந்தாலும் விட்டுக்கொடுக்காமல் உதவிக்கொண்டிருந்தார்.

தன்னோடு நிற்கும் எல்லோருமே வேறுவேறு வேலைகளுக்கு மாறிவிட்டனர். அல்லது பழைய தொழிலைத் தொட ஆரம்பித்தனர். ஆனந்தனுமே சம்சாரியாகி விட்டான். கூட்டங்களுக்கு வரவுமே சுணங்கினான். ஈவுத்தொகை போட்டால் தந்துவிடுவான். அவனைத்தான் நாகு உதாரணமாகச் சொல்கிறாள்.

“சங்கத்து வேலையச் செய்யவாண்டான்னு சொல்லல. என்னாதே சங்கத்துல வேல பாத்தாலும் ஈவுன்னு வாரப்ப நாமளும் போடவேணுந்தான. அந்தக் காசுக்காச்சும் ஒரு சின்ன சம்பாத்தியம் வேணுமில்ல. எத்தன நாளைக்கித்தே அடுத்தவக கையப் பாத்து நிக்கெறது. அது அம்மாவாருந்தாலுஞ் சரி, அண்ணனா இருந்தாலுஞ் சரி. இந்த விசயத்துல அடுத்தவகதான்” ரெம்பவும் கறாராகப் பேசினாள்.

போராட்டத்தில் இருக்கும் போது அடுத்தொரு வேலையில் தன்னை மாற்றிக் கொள்வது நடத்திக் கொண்டிருக்கும் போராட்டத்தை மங்கச் செய்துவிடும் அல்லது இழிவுபடுத்தியது போலாகிவிடும். ஆனந்தன், அனஞ்சு போன்றோர் தொடர்ந்தடியாகச் செய்துவரும் வேலையில் கொஞ்சம் கூடுதலாக நேரம் செலவழிக்கிறார்கள். அது தெரியாது. தான் போய் இன்னொரு இடத்தில் நின்று வேலைபார்த்தால்...! அதனை நினைத்துப் பார்க்கவே மனம் கூசியது.

அதைத்தான் சின்னச்சாமி தோழர் சொன்னார். “நீங்க வேலைல இல்லேன்னு யார் சொன்னா? இன்னிக்கும் மில் தொழிலாளிதான். இந்த சஸ்பெண்ட் காலத்துக்கும் அவங்க சம்பளம் கொடுத்துத்தான் ஆகணும். நீங்க வேற எடத்தில வேல பாக்கறதா நிரூபிச்சுட்டாங்கன்னா நிவாரணத் தொகை வாங்க முடியாது.”

இதே வார்த்தைகளைத்தான் தன்னிடம் 'மில் பிரச்சனை தீரமட்டும் வேற எதாச்சும் வேலயப் பாக்கலாம்ல' என்பவர்களுக்கு பதிலாகவும் சொன்னான். அதே நேரம் தன்னோடு இருக்கும் தோழர்களிடம் இதுபற்றி பிரஸ்தாபிப்பதில்லை. அவரவர் சூழல் மனநிலைக்குத் தகுந்து நடந்து கொள்வதில் தான் தலையிடுவது நல்லதல்ல எனத் தோன்றியது. இந்த விசயத்தை நாகுவுக்கு விளக்க ராசுவால் முடியவில்லை.

"அவங்க பிள்ளகுட்டி வச்சிருக்காங்க.?"

"நீங்க வெத்தாளாக்கும்."

"சங்கச் செலவுகளுக்கு காசு குடுக்க கடன் வாங்க முடியுமா நாகு?"

"நீங்க மட்டும் கடன் வாங்கலாமாக்கும்."

"உங்களுக்கும் அவங்களுக்கும் வித்தியாசம் இருக்கு தோழர். அவங்க பூராம் இந்தப் பிரச்சனைக்காக மட்டுமே சங்கத்துக்கு வந்தவங்க. நீங்க சங்க நிர்வாகி" எனச் சொன்ன சின்னச்சாமியின் வார்த்தைகளை அப்படியே ஒப்பித்தபோது அந்த சமயத்தில் தன்னைப்போல நாகுவும் கர்வங்கொண்டு நிற்பாள் என நினைத்த நிமிசத்தில்,

"ஓ! நீங்க பரம்பரையா கட்சிக்காரரா? இத எனக்கு இப்பத்தான சொல்றீக" அந்த எகடாசியான வார்த்தைகள் ராசுவை ரெம்பவே இம்சித்தன.

"விடு ராசு, பொம்பளப் பிள்ளைகளுக்கு என்னா தெரியும். அவங்களுக்கு அவங்க பிரச்சன ஓடியடையணும். நீ என்னா வேணலுஞ் செய்யி, எங்க வேணாலும் இரு. வீட்டுக்கு அளக்க வேண்டிய படியமட்டும் மறந்துறாதம்பாக" என்று ஆனந்தன் தேற்றினான்.

"அது தப்பில்லயே தோழர்," என பதிலளித்த ராமராஜ் தோழர்தான், சங்கத்து தினசரித்தாள் ஏஜென்சியை தன் பொறுப்பில் வாங்கிக் கொடுத்தார். ஐமபது செய்தித்தாளுக்கு முன்பணம் கட்டி ராசுவின் பெயரில் வரவழைத்தார். அதிகாலை நாலுமணிக்கு கட்டு வரும். பேருந்து நிலையத்தில் வந்து விழும் கட்டினை எடுத்து நகரம் முழுமையுமுள்ள தோழர்களது வீடுகளுக்கு விநியோகித்துவிட்டு ஆறுமணிக்கெல்லாம் வீடு வந்துவிடலாம். மாதம் ஏதோ ஒரு தொகை செலவுக்குக் கிடைக்கும். சிறப்பு மலர் எதுவும் போட்டால், விளம்பரம் எதுவும் வாங்கிக் கொடுத்தால் கூடுதல் வருமானம்தான்.

காலப்போக்கில் இதிலேயே காலூன்ற முடிந்தால் செய்தி சேகரிப்பாளராக வரவும் வாய்ப்புண்டு என்றார்.

இந்த வேலை தனிவேலையாகத் தெரியவில்லை. சங்க வேலையாய் தான் தெரிந்தது. அதிகாலை எழுவதும் அந்த நேரத்திய நகர்வலமும் புதிய அனுபவமாகவே இருந்தது.

ஆனாலும் நாகுவின் மனசை திருப்திபடுத்த முடியவில்லை.

"சீக்கிரம் வேலைக்கிப் போயிரலாம் நாகு. நம்பு."

"வேலைக்கிப் போவீங்க. ஆனா எந்த வேலைக்கி? மில்லு வேலைக்கா, இல்ல கொடி தூக்கற வேலைக்கா ண்டுதே எனக்கு வெளங்கல."

புரண்டு புரண்டு படுத்தாலும் உறக்கம் வருவேணா என்றது. நாகு மல்லாக்கப் படுத்து கைகளை வயிற்றில் குறுக்காகப்போட்டு ஓவியம் போல உறங்கிக்கொண்டிருந்தாள். அவளைக் காதலித்த காலம் மனசில் வந்து நின்று எட்டிப்பார்த்துப் போனது.

நாகுவின் கைவிரல்களை எடுத்து உள்ளங்கையில் வைத்துப் பொத்திக் கொண்டான். அப்படியே அதை எடுத்து முகத்தில், நெற்றியில் கன்னத்தில் இறக்கி உதட்டால் மென்மையால் முத்தம் கொடுத்து கழுத்தில் இறக்கிப் போட்டான். கொஞ்சநேரத்தில் உறக்கம் ஆட்கொண்டது.

நாலுமணிக்கு அலாரம் ஒலித்தபோது நாகு விழித்துக்கொண்டாள். ராசு ஆழ்ந்த உறக்கத்தில் இருந்தான். அலாரத்தின் ஒலி அளவைக் குறைத்தவள் அவனை எழுப்பிவிட முயன்றாள். அவனது உறக்கத்தின் தன்மைகண்டு பத்திநிமிசம் கழித்து எழுப்ப எண்ணினாள். தினசரிக் கட்டு நாலே முக்காலுக்கு வரும் எனச் சொல்லியிருந்தான். அரைமணிநேரம் போதாதா முகம் கழுவி வெளியேற?

அடுத்த பத்தாவது நிமிசத்தில் தானாகவே அலாரம் மறுபடியும் அலறியது நாகுவும் திடுக்கிட்டுப் போனாள். அந்த சத்தத்தில் விழித்துக் கொண்ட ராசு, கடிகாரத்தின் பொத்தானை அழுத்தி அலறலை நிறுத்தினான். விழித்துக் கொண்டிருந்த நாகுவைப் பார்த்து புன்னகைத்தான்.

"நீயும் எந்திரிச்சுட்டியா?"

"நாலுமணிக்கே முழிச்சிட்டேன்."

"ஓ, நாலு பத்தா?" பதறியபடி எழுந்தான்.

“நாலே முக்காலுக்குத்தான வண்டி வரும்னீங்க.”

“இருந்தாலும்...”

அதனால்தான் எழுப்பவில்லையோ? கொல்லைப்புறம் சென்றான். அவனது அவசரம் கண்டு எழுந்த நாகு, ஹேங்கரில் தொங்கிய சட்டையையும் ஒரு துண்டையும் எடுத்து உதறிக் கொடுத்தாள். சட்டையை அணிந்து துண்டை மப்ளராய்ச் சுற்றிக் கொண்டவன், சீப்பெடுத்து தலை சீவிக்கொண்டான்.

“வரட்டா?”

“டீ சாப்பிட சில்லரை இருக்கா?”

சட்டைப்பை காலியாகத்தான் இருந்தது. அதை கவனித்தவள் இரண்டு ரூபாயை பையில் போட்டாள்.

அரைகுறைத் தூக்கத்தில் கண்கள் எரிச்சல் எடுத்த நிலையிலும். நாகுவின் இடுப்பை வளைத்து இழுத்தவன் கன்னத்தில் முத்தமிட்டுவிட்டு சைக்கிளை எடுத்துக் கொண்டு கிளம்பினான்.

11

ரவி தனது டப்பாவைத் திறந்து காண்பித்தான்.

பச்சை, சிவப்பு, அரக்கு, மஞ்சள் என வண்ணக் கலவையாய் ஏழெட்டுப் பொன்வண்டுகள் ஒன்றின்மேல் ஒன்று ஏறிச் சவாரி செய்தபடி டப்பாவுக்குள் ஊர்ந்து கொண்டிருந்தன. அவைகளின் உணவுக்காக கருவேலமர இலைகளும் அரப்புத்தூளும் போட்டிருந்தான். கருப்புநிற வண்டு மட்டும் கருவேல இலையைக் கடித்துக் கொண்டிருந்தது.

விரலை விட்டுக் கிண்டியதில் முட்டைகள் நாலைந்து கிடந்தன. கிண்டிய விரலை அரக்கு நிறத்து வண்டு தொற்றிக் கொள்ள அதை எடுத்துக் காண்பித்தான் ரவி.

மூங்கில் பத்தையைப் பிடித்ததுபோல வழுவழுப்பாக இருந்தது பொன்வண்டு. அதை வாங்கி தனது இடது உள்ளங்கையில் வைத்ததும் பரபரவென நடுவிரல் வழியே ஏறத் துவங்கியது.

“ஜ்ஜேய், வெரல்ல ஏற வெக்காத. விரல் உச்சிக்குப் போச்சின்னா அப்பறம் ஜிவ்வுன்னு பறந்துரும். அதுக்கு, இன்னம் கால ஒடிக்கல” விலைக்கு வாங்க வந்தவனிடம் விளக்கமளித்தான் ரவி.

அவர்கள் மூவரும் வீட்டுக்குப் பின்புறமிருந்த கருவமரத்தடியில் நின்று பேசினார்கள். அந்தத் தெருவிலேயே ரவியிடம் மட்டும்தான் பொன்வண்டுகள் இருந்தன.

ரவிக்கு அவனது அப்பா, மருதமலை விறகுக்குப் போகும் போதெல்லாம் எப்படியும் நாலைந்து பொன்வண்டுகளைப் பிடித்து தூக்குச்சட்டிக்குள் போட்டுக்கொண்டு வருவார். அம்மா அரப்புத்துள் கொடுக்கும்.

"எம்ப்புட்டு?"

"பன்னண்டு காசு."

"நேத்து பத்துக் காசுதான சொன்ன."

விலை சொன்ன ஞாபகம் இல்லை ரவிக்கு. "எப்ப சொன்னே?"

"ரீசஸ் பிரியட்ல. அப்பக்கூட ஒன் டப்பாவ, தொர்ரிப் பய தட்டிவிட்டான்ல."

ரவிக்கு ஞாபகம் வரவே இல்லை.

"இவெங்கூட இருந்தான்" அருகிலிருந்த குட்டையனை சாட்சிக்கு இழுத்தான்.

"எங்கம்மாத் தான!"

"சத்தியமா ரவி. எம் படிப்புத் தான" தன் தலைமேல் கைவைத்து சத்தியம் செய்தான்.

"ச்சேரி" ரவி இறங்கிவந்து டப்பாவைத் திறந்ததும், "நான் நான் எடுக்கறேன் டா" முந்திக் கொண்டு டப்பாவுக்குள் கைவிட்ட குட்டையன், "அய்யய்யோ" என அலறினான் பெரிய பொன்வண்டு அவனது விரல் சதையைப் பற்றியிருந்தது.

"கடிக்கிதுடா" என கையை உதறினான். மூன்றாவது உதறலில் டொப்பென்ற சத்தம் கேட்டது. கருவமரத்தில் அடிபட்ட பொன்வண்டு தரையில் விழ, ரவி பதறிப் போனான். அடிபட்ட வேகத்தில் றெக்கை உடைந்து போகும். செத்தும் போகும். ஒவ்வொரு வண்டுகள் இதுதான் சாக்கென்று விரீரென பறந்தும் போய்விடும்.

நல்லவேளை தரையில் விழுந்த பொன்வண்டு மல்லாக்கக் கிடந்தது. கால்களை உதைத்துக்கொண்டு எழ முயற்சித்தது.

ஓடிப்போய் கையில் அள்ளிக்கொண்டான். "இந்த வெண்ணெய என்னத்துக்குடா கூட்டி வந்த?" பொன்வண்டின் றெக்கையிலிருந்த மண்ணைத் துடைத்து விட்டான். றெக்கை உடையவில்லை. அது பரபரப்பாய் அவனது விரல்பற்றி நடக்க ஆரம்பித்தது.

"கடிச்சிடுச்சிடா."

குட்டையனது விரல் சதையில் தழும்பு இருந்தது. அது கன்னிப்போய் சிவந்திருந்தது.

“நல்ல பொம்மண்டாக் குடுடா.”

பத்துக்காசுக்கு ஒரு பொம்மண்டும் ரெண்டுகாசுக்கு இரண்டு முட்டைகளும் கொடுத்த ரவி, கொஞ்சம் கருவேல்மர இலைகளையும் அள்ளிக் கொடுத்தான். தீப்பெட்டிக்குள் அதனை அடைக்கும் முன்பாக பொன்வண்டின் பின்னங்கால்கள் இரண்டையும் முழங்கால்வரை ஒடித்து விட்டான். பிசின் போல அதன் ஒடிந்த கால்களிலிருந்து பொன்வண்டின் ரத்தம் சொட்டியது.

அவர்களை அனுப்பிவிட்டு வீட்டுக்குள் நுழைந்தபோது வீட்டில் அபு மாமா உட்கார்ந்திருந்தார்.

“எங்கடா போயிருந்த, அம்மா தேடிக்கிருந்தா” மருதமலையின் கேள்விக்குப் பதில் சொல்லாமல் பானையிலிருந்து தண்ணீர் மொண்டு குடித்தான்.

“ஏண்டா, வீட்டுக்கு வந்தவகள வாங்க மாமான்னு கேக்க வேணாமா. இன்னம் நீ சின்னப் பிள்ளையா?”

“வாங் மாமா” அழைத்து விட்டு டப்பாக்குள்ளிருந்து கீழே விழுந்த பெரிய பொன்வண்டை எடுத்து அதற்கு உணவூட்டினான்.

“பொம்மண்டா” அபு சுவாரஸ்யமற்றுக் கேட்டான்.

“ம், நெறைய...” டப்பாவைத் திறந்து காண்பித்தான்.

அந்த நேரம் வெளியிலிருந்து வந்த விஜயா, “எங்குட்றா போன? கண்ண மூடித் தெறக்கங்குள்ள மாயமா மறஞ்சிடுறவெ! போ போய் செம்பெடுத்துட்டு காப்பி ஒண்ணு வாங்கிட்டு வா” என்றார்.

“அய்ய, அதெல்லா வேணாங்க்கா.”

“அட அது ஒனக்கில்லப்பா, எல்லாருக்குந்தா. சூடாப் போட்டு ஆத்தாமக் குடுக்கச் சொல்லு” மருதமலையும் கூடுதலாய் சொன்னார்.

பெரிய வண்டை கையில் எடுத்துக்கொண்டு செம்பை ஒருகையில் பிடித்தபடி வாசலை விட்டுக் கீழிறங்கினான் ரவி.

“அம்மா இங்கதே இருக்கா, ஊருக்குப் போய்ருச்சா?” விஜயா அபுவைக் கேட்டார்.

“வந்திருச்சில்ல. ஜெயிலுக்குப் போனதில இருந்து இங்கனதே இருக்கு.”

“அப்பிடி ஊர்கோலமா வந்துருக்கக்குடாது. ஊர்க்கண்ணு படும்ணு சொல்வாக. அப்பு விசயத்தில அது நடந்திருச்சில்ல.”

“அதுக்கும் இதுக்கும் என்னாருக்கு. அன்னிக்கு ஊர்வலத்தில அபு மட்டுமா வந்தான்?. செயிலுக்குப் போன எல்லாருந்தான வந்தாங்க.”

“இருந்தாலும் வயசுப் பய இல்லியா?” விஜயாக்காவிடம் தாய்மை கொப்பளித்தது.

அபுவுக்கு அப்போதெல்லாம் ஒன்றும் தெரியவில்லை. ஊர்வலத்தில் முன்வரிசையில் வந்ததுதான் கூச்சமாய் இருந்ததே ஒழிய, விஜயாக்கா சொல்வதுபோல ஊர்க்கண்ணு படும் என்பதெல்லாம் மனசில் இல்லை. யாருக்குத்தான் அந்தநேரம் இருக்கும்?

செய்யாத குற்றத்தைச் சுமத்தி கொலைக்கேசில் போட்டு ஜெயிலுக்கு அனுப்பி வைத்த மில் முதலாளியின் கட்டுகளைப் பூராவும் அறுத்து எறிஞ்சு ஒருவாரத்தில் ரிமாண்ட் முடியங்குள்ள வெளீல வாரதுன்னா சும்மாவா? பதிலுக்கு அதே பிரிவுகளில் முதலாளி மேலையும் கேஸ்போட வச்சதும் சாதாரண விசயமா? அந்த கெம்பிரிக்கம், அந்த கெத்துதான். ஆறுபேரும் ஜாமீனில் விடுதலையானதும் கோர்ட் வாசலிலேயே தோழர்கள் மாலையோட வந்திட்டாங்க. ராமராஜ் தனக்குப் போட்ட மாலையையும் கழட்டி அபுவுக்குப் போட்டார்.

“வருங்காலம் இளந் தோழர்கள் கையில்.”

பட்டாளம் அதுக்கு இன்னொரு பேர் வச்சார். “அபுவுக்கு கலியாண ஊர்கோலம் தொவங்கீருச்சு” அதற்கப்புறம்தான் அங்கிருந்த தோழர்களுக்கு அபுவிற்குக் கல்யாணம் பேசியிருந்த தகவல் தெரியவந்தது.

சுப்பிரமணி அண்ணனும், ராமராஜ் தோழரும் அபுவைக் கட்டிப்பிடித்து வாழ்த்துச் சொன்னார்கள். “நிச்சியமா இங்க துவங்குகிற உங்க வாழ்க்கை அமோகமா இருக்கும் பாருங்க.”

“பொண்ணு எந்த ஊர் தோழர்?” சங்கத்து தோழர்களும் உற்சாகத்தில் பங்கேற்றனர்.

“வீரபாண்டி தோழர்” சொல்வதற்குள் அபுவுக்கு வெட்கம் வந்து விட்டது.

“சொந்தப் பொண்ணு. மாமெ மக!” பட்டாளத்தார் விடுபட்ட தகவலைச் சொன்னார்.

கோர்ட்டிலிருந்து வெளியேறி பஸ்பிடித்து ஊருக்குள் வந்து இறங்கியதும், சின்னச்சாமித் தோழரும், அலுவலகச் செயலாளரும் ஒரு கூட்டத்தைக் கூட்டி இருந்தனர்.

மில்தொழிலாளர்கள் உட்பட ஊர்ப்பொதுமக்களும் சேர்ந்து கொண்டபோதுதான் அது பெரிய ஊர்வலமாக மாறிப்போனது. சம்பந்தப்பட்ட காப்பிக்கடைக்கு உடனடியாய் போலீஸ் பந்தோபஸ்து வந்துவிட்டது. அந்தக் கடையைக் கடக்கும் போது வீம்புக்காகவே, அன்னக்கொடியும் பூலோகமும் “இந்தப்படை போதுமா இன்னங் கொஞ்சம் வேணுமா” என்றும் “தொழிலாளிகளை காட்டிக்கொடுத்த துரோகி ஒழிக” எனவும் முழக்கங்கள் எழுப்பினர்.

ஊர்வலம், ராமராஜ் வீட்டில் போய் முடிந்தது சங்க அலுவலகம் போகத்தான் ராமராஜ் விரும்பினார். அனஞ்சு, ஆனந்தன், அன்னக்கொடி போன்ற தோழர்கள், “எங்களுக்காக ஜெயிலுக்குப் போயிருக்கீங்க. ஒங்கள வீட்ல ஒப்படைக்கறதுதான் சரி” எனப் பேச, கூட்டமும் உணர்ச்சி வேகத்தில் ஊர்வலத்தினை ஊருக்குள் நடத்திச் சென்றது. ஊர்வலத்தில் வந்திருந்த அத்தனை பேருக்கும் ராமராஜ் தோழர் வீட்டில் மிச்சர் காப்பி கொடுக்கப்பட்டது.

அனஞ்சு திடீரென ஜெயிலுக்குப் போனவர்கள் அனைவருக்கும் துண்டு போர்த்தினார். அதில் பட்டாளத்தாரது மகிழ்ச்சிக்கு அளவே இல்லை. துண்டை மடித்து மனைவியிடம் கொடுத்து பத்திரப்படுத்தினார்.

கூட்டம் கலைந்ததும் சின்னச்சாமி தோழர், ராமராஜிடம், “நாமளும் ரெம்ப உணர்ச்சி வசத்துக்கு ஆளாயிட்டோம்” என்றார். ராமராஜ் மௌனமாய் தலையசைத்து அதனை ஏற்றுக்கொண்டார். அனஞ்சுவுக்கு விளங்கவில்லை.

“நாம வந்திருக்கறது, கண்டிசன் பெயில், நம்மள பதினஞ்சுநாள் மதுரையில் இருந்து அங்க இருக்க போலீஸ் ஸ்டேசன்ல தினமும் ஆஜராகச் சொல்லி இருக்காங்க. எதிராளிகளுக்கு திருமங்கலம். இந்த நேரத்தில நாம இங்க வந்ததே சட்டப்படி தவறு. இதுல ஊர்வலம் வேற! நிச்சயம் சிஐடி ரிப்போர்ட் போயிருக்கும். எந்த நேரமும் போலீஸ் வரலாம். இந்த சமயம் கைது பண்ணுனா பெரிய சிக்கல். அதனால யாரும் வீட்டுக்குப் போகவேணாம். உடனடியா மதுரைக்குப் போறது நல்லது” என்றார் ராமராஜ்.

பெயிலில் எடுக்கும்போதே கேட்ட தகவல்தான். இன்னிக்கி மட்டும் வீட்டுக்குப்போய் இருந்து நாளை காலையில் மதுரையில் அடைக்கலமாகி விடவேண்டும் என்பதே திட்டம். இப்படி கோலாகலமாகும் என நினைக்கவில்லை.

“என்னக் கேட்டா, வீட்டுக்குப்போய் சட்டுபுட்டுன்னு குளிச்சு செஞ்சு, கைல ரெண்டு துணிமணிய எடுத்துட்டுக் கெளம்பீற வேண்டியதுதே. இது எதுக்கு ரவைல இங்கன ஒக்காந்து வெருக்கு வெருக்குன்னு முழிச்சுக்கிட்டு. ஆனது ஆச்சு. இன்னங் கொஞ்சநாள் ஆனானப்பட்ட ராமனே பதினாலு வர்சம் வீட்டவிட்டுக் காட்ல கெடந்தப்ப நாமல்லா எந்த மட்டு?” பட்டாளத்தார் எந்த ஆசாபாசத்துக்கும் இடமளிக்காமல் பேசினார்.

அதுப்படியே அவரவர் வீட்டில் இரவுச்சாப்பாடு முடித்து மதுரைக்குக் கிளம்பினார்கள். வடக்குக் கோபுரவீதியில் இருந்த மாவட்ட தலைமைச் சங்க அலுவலக மாடியில் தங்கினார்கள். பழைய காலத்திய கட்டிடம் பெருத்த தூண்களும் கனமான சுவர்களும் அகலமான சன்னல்களுமாய் குளிர்ச்சியாய் இருந்தது. வீதியில் மரங்கள் அதிகமிருந்தபடியால் பறவைகளின் வரத்தும், கூச்சலும் கும்மாளமும் தனிமையை விரட்டின. காலையிலும் மாலையிலும் மொட்டைமாடியில் நின்றால் பறவைகளோடு ஐக்கியம் கொள்ளமுடிந்தது அபுவுக்கு. மாடிக்குளிர்ச்சி அபுவை தொந்தரவுக்கு உள்ளாக்கத்தான் செய்தது. அதை தோழர்களுக்குக் காட்டாமல் சுருண்டு படுத்தும் வாய்வழி மூச்சுவிட்டும் சமாளித்தான். காலையில் எழுந்ததும் மொட்டைமாடிக்குப் போய் ஏறுவெய்யிலில் நின்று ஐம்பது தும்மல்களுக்கு குறையாமல் தும்மி கண்களும் மூக்கும் சொரியும் நீர்த் திவலைகளை துப்பிவிட்டு நெஞ்செரிய மூச்சுவாங்கி ஆசுவாசப்படுத்திக் கீழிறங்கினால் அன்றைய பொழுது ஓரளவு சுமுகமாய் இருக்கும். அதிகமாய் கார உணவுகளை உண்டு சமாளித்தான்.

மாவட்ட அலுவலகமானதால் அடிக்கடி கூட்டங்கள் நடைபெற்ற வண்ணம் இருந்தன. டீயும் காப்பியும் குடித்து மாளவில்லை. மாநிலத் தலைவர்கள் வந்துபோனார்கள். நகரத்தில் தினசரி ஏதாவது ஒரு ஆர்ப்பாட்டம், தர்ணா என நடைபெற்ற வண்ணம் இருந்தன. ராமராஜூம் சங்கத் தோழர்களும் ஒவ்வொரு கூட்டத்துக்கும் போய்வந்தனர். ஒரு உண்டியல் வசூலுக்கு மட்டும் அபு போனான். பட்டாளத்தாரும் சுப்பிரமணி அண்ணனும், தினசரி மதிய உணவுக்குப் பின் மீனாட்சியம்மன் கோயிலுக்குப் போனார்கள்.

பஸ்ஸ்டாண்ட் பக்கமிருந்த திடீர் நகர் தொழிற்சங்க அலுவலகத்தில் அரசியல்வகுப்பு நடந்தபோது ராமராஜ் அபுவை அழைத்துப்போனார். ஒருநாள் வகுப்பு. அன்று சுவாரஸ்யம் இல்லாமல்தான் போனான். அங்கே பேசப்பட்ட மனிதகுல வரலாறு அபுவை தனக்குள் ஈர்த்துக் கொண்டது. என்னமோ செய்தது. சங்கத்தோழர்களிடம் அதுசம்பந்தமான கேள்விகள் கேட்கச் சொன்னது.

ஊருக்குக் கிளம்புவதற்கு இரண்டு நாளைக்கு முன்னால் மூக்கடைத்துக் கொண்டது. பேச்சே மூக்கிலிருந்து வருவது போலவும் சிலசமயத்தில் மூச்சுவிடவுமே சிரமமாய் இருந்தது. மதுரை தோழர்கள் அபுவை பெரியாஸ்பத்திரிக்கு கூட்டிக்கொண்டு போனார்கள். முதல்நாள் எக்ஸ்ரே எடுத்து விட்டு, மறுநாள் மூக்கில் சதை வளர்ந்திருப்பதாகச் சொன்னார்கள். அதை நீக்க ஆபரேசன் செய்யவேணுமெனச் சொல்லி மூக்கினுள் சிறு கத்திபோல நுழைத்து வைத்தியம் செய்தார்கள். பொலபொலவென ரத்தம் வடியவடிய அது நடந்தது. அன்று முழுக்க மூக்கில் பஞ்சடைத்துக் கொண்டே இருந்தான்.

“ஒடனுக் கொடனே ஆப்ரேசனச் செஞ்சிட்டாங்களே! ஒத்தாசைக்கு எங்கள ஒரு சொல்லு கூப்ட்ருக்கலாம்ல” பட்டாளமும் சுப்பிரமணியனும் ஆதங்கப்பட்டார்கள்.

“நாங்களே எதிர்பாக்கல. இத்தன சீக்கிரமா வேலமுடியுமுனு” மதுரைத் தோழர்களும் ஆச்சர்யப்பட்டார்கள். “எங்கிட்டோ தோழருக்கு பிரச்சனை தீந்துச்சில்ல விடுங்க.”

இவையெல்லாம் தவிர தினசரி சரியாக பத்தரை மணிக்கு போலீஸ் ஸ்டேசனுக்குப் போய் கையெழுத்து போட்டுவருவதும் தவறாது நடந்தது.

இதற்கிடையில் ஒருநாள் தோழர் சின்னச்சாமியும் அனஞ்சு அண்ணனும் பார்க்க வந்திருந்தனர். கோரிப்பாளையத்தில் உண்ணாவிரதத்தை முடித்துவைத்துப் பேச வந்தாராம். அந்த நேரம் அபு, கீழே அலுவலகத்தில் ஏதோஒரு கூட்டத்துக்கான அழைப்பிதழுக்கு முகவரிகள் எழுதித்தந்து கொண்டிருந்தான். அது தோழர் சின்னச்சாமிக்கு மகிழ்ச்சியை உண்டாக்கியது. “சங்கவேலைகளுக்கு ஒத்தாசையா இருக்கீங்கபோல. வாய்ப்பிருந்தா பார்ட் டைம்மரா சேத்துக்க முடியுமான்னு கேக்கட்டா” ராமராஜ் அவரது ஆர்வத்திற்கு அமைதியாய் இருக்குமாறு தடைபோட்டார்.

"எதுவும் மேலிருந்து கட்டும் அமைப்பு தோழர். நீங்கபாட்டுக்கு வார்த்தைகள விட்றாதீக."

"நாம சிபாரிசு பண்ணலாம்ல தோழர். அதுக்கு உரிமை இருக்கில்ல."

"இருக்கு. ஆனா சம்பந்தப்பட்ட ரெண்டுதரப்புக் கருத்தையும் அறியாம பேசறப்ப ஆவலாதிய உண்டுபண்ணி சங்கடப்பட விடக்கூடாதுல்ல."

அபுவுக்குமே ஒருகணம் சின்னச்சாமி தோழர் சொல்வதுபோல சங்க அலுவலகத்தில் பகுதிநேர ஊழியராக வேலைபார்த்தால்கூட தேவலாம் எனத் தோன்றியது. சுதந்தரமாக வேலைபார்க்கலாம். முழுநேர ஊழியராக மாறிவிட்டால் ஓரளவு வாழ்க்கைக்கான உத்தரவாதம் அமைந்துவிடும். ஆனால் வீட்டில் ஏற்பார்களா? மாமா வீட்டில் எப்படி எடுத்துக் கொள்வார்கள்? சங்க ஆபீசில் வேலைபார்க்கிறான் எனச் சொல்வதை பெருமையாகக் கொள்வார்களா எனத் தெரியவில்லை.

அன்று சின்னச்சாமித் தோழரோடு உண்ணாவிரதத்திற்குப் போய்வந்தான். அனஞ்சு அண்ணனிடம் ஏனைய தோழர்களைப் பற்றியும் வீட்டாள்களையும் விசாரித்தான். அனஞ்சு எல்லாம் நல்லாவே இருக்கு என்றுமட்டும் சொன்னார். வீட்டுச்செலவுக்கு என்ன செய்கிறார்களெனத் தெரியவில்லை. மாமாவீட்டில் எதும் வந்துபோனார்களா? ஜெயிலுக்கு வந்ததெல்லாம் விசாரித்திருப்பார்கள். நல்லவிதமாக எடுத்துக் கொள்வார்களா? பயந்து போவார்களா!

12

“இந்தா இருக்கான்ல.”

மருதமலையின் வீட்டிற்குள் அதிரடியாய் நுழைந்தார் கண்ணம்மா. பின்னாலேயே அபுவின் தாயார் சிவகாமி. இருவரது முகத்திலும் வியர்வை முத்துக்கள் விரவி இருந்தன. படியேறிய தகிப்பு சிவகாமிக்கு. அபுவைக் கண்டதும் கதவோரமாய் நின்று கொண்டார். கண்ணம்மா அபுவின் அருகில்வந்து அவனது தலையை வருடிக் கொடுத்தார். “எங்க போகப் போறயான். நாந்தேஞ் சொன்னேல்ல.”

திடுமென மோதிய காற்றால் அலைக்கழியும் சன்னல்கதவுபோல அவர்கள் இருவரது வருகையில் மூவரும் அதிர்ந்து போயினர். அதிலும் அபுவின் வார்த்தையில் மூழ்கியிருந்த விஜயா, ஆடிமாசக் காற்றாய் வீட்டுக்குள் நுழைந்தவர்களைக் கண்டு விதிர்விதித்துதான் போனாள்.

“வாங்க வாங்க” சட்டென எழுந்ததில் கொஞ்சம் நிலைதடுமாறினாள். காப்பி குடித்த எச்சில் தம்ளர்களை எடுத்து ஓரமாய் வைத்தவள், கதவை அண்டி நின்ற சிவகாமியை உள்ளே வரும்படி அழைத்தாள்.

முந்தானையை அவிழ்த்து வியர்வையினைத் துடைத்திட்ட சிவகாமி, “இருக்கட்டும்” எனச் சொல்லியபடி அசைந்தசைந்து விஜயாவிடம் வந்தார். பின்கொசுவம் வைத்துக் கட்டியிருந்த சேலை, கணுக்கால் வரை நீண்டிருந்தது. கண்ணம்மாவைக் காட்டிலும் கனத்த சரீரம்.

“வாங்கக்கா, விசயா பாய விரிச்சிவிடு. ஒக்காருங்கக்கா” மருமதமலை எழுந்துநின்று வரவேற்றார். அபுவுக்கு என்ன பேசுவதெனத் தெரியாமல் தன்னருகே நின்று தலை

கோதிய கண்ணம்மாவைப் பார்த்துவிட்டு தலையைக் கவிழ்ந்து கொண்டான்.

விஜயா கொடுத்த அட்டை விசிறியை வாங்கிக்கொண்டு தரையில் சம்மணமிட்டு அமர்ந்த சிவகாமி, மெள்ள மெள்ள சுவரில் சரிந்து கொண்டார்.

"என்னமோ முட்டுவீட்டுப் பிள்ளையத் தொலச்சுப்போட்ட மாதரி ங்கோயா, கதங் கதங்னு துடிச்சுக்கிருந்தா. அவ பதற்ன பதப்பப் பாத்து எனக்கே வதக்கு வதக்குன்னு ஒருமாதரி ஆய்ப்போச்சு. சரி வா த்தா ஒரெட்டு போய்ப் பாத்துட்டு வந்திர்லாம்னு இழுத்துட்டு வந்தே."

கண்ணம்மா பாதி பரிகசிப்பும் பாதி பரிதவிப்புமாகச் சொன்னபடி அபுவுக்கு அருகில் அமர்ந்தார். அவருக்கு ஒரு அட்டை விசிறக் கொடுத்தபோது, "எனக்கெல்லா வேணாம்" என்று மறுத்தவர், கைகளால் முகத்தை உருவிக் கொடுத்தார், "கொஞ்சம் தண்ணி மட்டுங் குடு. என்னாத்தத் திண்டேன்னே தெரியல, செத்த நாய்க்கு இழுத்த மாதரி இப்பிடி தண்ணித் தாவமெடுக்குது."

"தரையே கொதிச்சுப் போய்த் தானக்கா கெடக்கு. வெய்யில் எறங்கிப் போனாலும் வெக்க தீரலேல்ல. தாவமெடுக்கும்ல" மருதமலை அவருக்குச் சார்பாகப் பேசினார்.

"அதச்சொல்லு" விஜயா கொண்டுவந்த தண்ணீரை வாங்கி அண்ணாக்கக் குடித்துவிட்டு மீதியைத் தரையில் வைத்தார். விஜயா செம்பை எடுத்துக்கொண்டு காப்பி வாங்கிவர, மகனைத் தேடி வெளியில் வந்தாள்.

"எப்படா வந்தெ?" அபுவிடம் கேள்வியைத் துவக்கினார் சிவகாமி.

"ம்? இப்பத்தே!"

"எங்க சாப்ட்ட?"

"ம்? சாப்ப்ட்டே!"

"அதே எங்க சாப்ட்டேன்னு கேட்டே."

"ம்? கடைல."

"கடைலயா? காசு?"

“ம்? காசு? கணக்காப்பிள்ள வீட்ல களவாண்ட்டு வந்தியா? ஆத்தாளும் மகனும் எப்பிடித்தேம் பேசுறாகன்னு பாரும்மா” என்ற கண்ணம்மா, “ஏண்டா, ஒனக்கு வீட்ல சாப்புடுறதக் காட்லயும் அப்பிடி என்னாடா ஒசத்தியான வேல வந்திருச்சு?” அபுவை அடிக்கப்போவது போலக் கண்டித்தார்.

“இன்னஞ் சாப்டலியா” மருதமலை கேட்டுக்கொண்டிருக்கும்போது வாசலில் இருந்து விஜயா உள்ளே வந்தாள்.

“என்னாவாம் சோத்துமேல கோவம்?” விஜயா கேட்டபடி சிவகாமி பக்கம் அமர்ந்தாள்.

“என்னமோ! காலம்பறவும் கஞ்சி குடிக்கலியாம். பொண்டாட்டியச் சாகக் குடுத்தவெம் மாதரி மொகட்டப் பாத்துகிட்டே கெடந்தா யாருக்கும் சங்கட்டமாத்தான இருக்கும். இதுல நாள்ப்பூராம் அன்னந் தண்ணியில்லாமத் திரிஞ்சா பெத்தவ பரிதவிக்க மாட்டாளா?” கண்ணம்மா உரத்தகுரலில் பேசினார்.

“அப்பிடில்லா இல்லம்மா எனக்குப் பசிக்கல. பசிச்சா எங்க வேணும்னாலும் கேட்டுச் சாப்டுவேன்ல.”

“பிள்ளைக வவுறு பெத்தவளுக்குத் தெரியாதாடாக் கேணப்பயலே. வேற என்னத்தியாச்சும் பொய்யச் சொல்லு” கண்ணம்மா சூடாகப் பேசினார். அந்தக் கோபம் அபுவுக்கு அடுத்துப் பேசவிடாமல் வாயடைத்தது.

அந்தநேரம் வாழைஇலைத் துணுக்கு மூடியபடி காப்பிச் செம்பைப் பிடித்து வந்தான் ரவி. “புடிம்மா பொசுக்குது.”

வேகமாய் எழுந்துவந்து காப்பிச் செம்பை அவனிடமிருந்து வாங்கினாள். “எங்கன பொசுக்குது. நடிப்புக்காரப் பய” என்றவர், வாயில் ஏதோ குதப்பிக் கொண்டிருக்கக் கண்டாள்.

“வாய்ல என்னாடா?”

ஆ வென வாயைத் திறந்து காண்பித்தவன். இடது கையையும் விரித்துக் காண்பித்தான். கைநிறைய கொட்டலாம் பழங்கள்.

“என்னாது கோவக்காயா. பசேர்ன்னு இருக்கு” சிவகாமி கேட்டார்

“கொத்தலாம் பழம்” நாக் குழறப் பதில் சொன்னான்.

“மீதிக் காசுக்கு வாக்கட்ட போட்டுட்டியாக்கும்? தங்கச்சிக்கு ரெண்டு வச்சிரு.”

“ம்? போச் சொல்லு அந்தப் பிள்ளல்லா எனக்குத் தருதா?” பழத்தை வாய்க்குள் வைத்துக் கொண்டே அதிகநேரம் பேசமுடியவில்லை ரவியால். தொண்டைக்குள் சிக்கிக் கொள்வது போலிருக்க தலையைக் குனிந்து செருமினான்.

“சனியனே கொட்டய முழுங்கிப் போடாத எரும மாடே!” அடிக்க கை ஓங்கியதும், “என்னா அடிக்கிற?” என்றபடி கொட்டையை வாயிலிருந்து எடுத்து எச்சில் துடைத்து டவுசர் சேப்பில் போட்டுக்கொண்டான். கொட்டையை உடைத்தால் பருப்பு கிடைக்கும்.

“வீட்ல இருந்தான்னா பொழுதூக்கும் காசுதே. ஒரு நுமுசம் வாய் அரைக்காம ஒட்டுக் கெடக்காது. டம்ளர எடுடா?”

“அவகளுக்கு?”

“செத்த மிந்திதேங் குடிச்சோம்” மருது பதில் சொன்னார்.

“நீ குடிடா. பசியாத வவுத்துக்காரா” கண்ணம்மா தனது காப்பியை அபுவுக்கு நீட்டினார்.

“ம்? நீங்க குடிங்கக்கா. அப்புவுக்கு வேற இருக்கு” என்றபடி விஜயாவைப் பார்த்து ஏதோ சைகை காட்டினான்.

“சாம அரிசிச் சோறுதான இருக்கு அப்பு திங்கிமா?” எழுந்தபடியே கேட்டாள்.

“யே நீ போட்டு வைய்யி. போடும்போதே திம்பியா மாட்டியான்ன கேப்பாக.”

“வேணாம்க்கா, நா வீட்ல போய்ச் சாப்புட்டுக்கறேன்” அபு அவசரமாய் மறுத்தான்.

“யே, இதென்னா காடா! இதும் வீடுதான். காணத் தொவையல் அரச்சு, ரசம் வச்சிருக்கா... போய் கையக் கழுவிட்டு வா” சொல்லும்போதே நாக்கில் எச்சில் ஊறியது. “நீங்க ரெண்டுவேரும் ஆளுக்குக் கொஞ்சம் சாப்பிடுங்க.”

அபு கைகழுவி உட்கார்ந்ததும், ஈய வட்டியில் சோறு போட்டு முங்க முங்க காண ரசத்தை ஊற்றி, துவையலை உருட்டி தனித் தட்டில் வைத்தாள் விஜயா.

"எந்தப் பிரச்சனைன்னாலும் வகுத்த மட்டும் காய விடக்குடாது அப்பு. வகுத்த நெப்புனாத்தே தெம்பாப் பேசமுடியும் சண்ட போடமுடியும். என்னாக்கா?"

"நீதேஞ் சொல்லு!. அவக பொண்ணு இல்லேன்னுட்டா ஊருக்குள்ள பொண்ணுக்கா அருவுகம். போடா, ஒம் மாமெ மகளுக்கு இந்த வீட்ல வந்து வாழக் குடுத்து வெக்கெல. அதுமில்லாம, ஒன்னப்போல மருமகெங் கெடைக்க தவமிருக்கணுமே! ஹூம்! ஒம் மாமனுக்கு லபிக்கல!" கண்ணம்மா ஒவ்வொரு வார்த்தையாய் நிறுத்தி நிறுத்தி அழுத்தம் கொடுத்துச் சொன்னார்.

அவரது பேச்சும் தொனியும் அபுவுக்குள் ஏதேதோ நினைவுகளைக் கிளறிவிட்டது. சாப்பாட்டுத் தட்டில் கைவைத்திருந்தபடியே வீரபாண்டிக்குப் பறந்தான். தேரிமேட்டின் மிளகாய்க்களம் பந்தயத் திடலாய் ஆற்றுமணல் பரத்திக் கிடந்தது. மிளகாய்ப்பழம் காயப்போட்டதனாலோ கரட்டின் வெக்கை பீடித்த வெம்பலினாலோ வெண்மணல் வெய்யில் காய்ச்சலில் சிவப்பேறி இருந்தது.

பகல் முழுசும், மிளகாய்ப்பழம், பருத்தி, எள்ளுச்செடி, துவரை, கல்லுப் பயத்தாங் கொடி, பாசிப்பயறு இப்படி ஏதாவது ஒன்று காய்ந்து கொண்டிருக்கும். வெய்யில் சரியும் வேளையில் காய்ந்தவற்றை அள்ளிக்குமித்து ஒதுக்கிவிடுவார்கள். சாயங்காலம் வீசும் மேகாத்துக்கு மணல் குளிர்ந்து தளதளவென பசலைக்கொடியாய் துவண்டிருக்கும்.

விடலைகளின் கபடி விளையாட்டில் உரலில் போட்டுக் குத்திய அரிசிமாவாய் மணல் பொடித்துப் போகும். அத்தனை குதி குதித்து ஆடுவார்கள். கால்தாண்டி ஆடும்போது பச்சைக் குதிரையாய் உயர்ந்து ஒருகட்டத்தில் கைகட்டி நிமிர்ந்து நிற்பவனையும் பின்னரித்து வந்து, திபுதிபுவென ஓடிவந்து நிற்கிறவனது கழுத்தை வெட்டி, வெட்டிய வேகத்தில் கைகளின் அழுத்தத்தில் எம்பிக் குதித்து அவனைத் தாண்டுகிற லாவகம் அபுவுக்கு மாத்திரமே இருந்தது. எத்தனை பெரியவன் நின்றாலும் அவனது உயரத்தைக் கணக்கிட்டு பின்வாங்கி கைகளும் கால்களுக்கும் விரைப்புக் கொடுத்து, நரம்புகள் புடைக்க ஓடிவந்தான் என்றால் சுற்றி நிற்கும்

கூட்டம் அந்த ஓட்டம் கண்டு கைதட்டி ஆரவாரிக்கும். இதையே காவியம் மணிக்காவியம் என ஆடுவதும் உண்டு.

அதுபோல பொம்பளைப் பிள்ளகள் விளையாட்டுக்கும் தனி இடமிருக்கும். தட்டாங்கல், கிச்சுகிச்சுத் தாம்பாளம் கிய்யாக் கிய்யாத் தாம்பாளம், பூசணிக்கா விளையாட்டுகளை உட்கார்ந்தபடியும், தானாப்பேனா, எறிபந்துகளை ஓடிப்பிடித்தும் விளையாடுவார்கள். ரயில்வண்டி விளையாட்டு அழகாய் இருக்கும். பெண்பிள்ளைகள் மட்டுமே ஆடுவார்கள். இரண்டுபேர் எதிரெதிராய் நின்றுகொண்டு தங்கள் இரண்டு கைகளையும் தலைக்குமேல் உயரத்தில் கோபுரமாய் இணைத்துக் கொள்ள, ரயில்ப்பெட்டியாய் மற்ற பிள்ளைகள் சட்டையின் பின்பக்க நுனியைப் பிடித்துக்கொண்டு இருவரைச் சுற்றியும், இடையில் நுழைந்தும் வருவார்கள். சடக்கென உயர்த்தியிருந்த கைகளைக் கீழிறக்கும்போது அதில் சிறைப்படும் சிறுமியை பேர், ஊர், கேட்டுவிட்டு ஓம் புருசெ யாரு எனக் கேட்பதுதான் விளையாட்டின் சுவாரஸ்யம். பலபிள்ளைகள் ரெம்ப வெட்கப்படுவார்கள். சிலர் காதுகளில் கிசுகிசுப்பார்கள். ஆனால் அபுவின் மாமன்மகள் செல்வி எத்தனை தரம் கேட்டாலும் சத்தமாக "அப்பு மாமா" எனச் சொல்லுவாள். அந்த வயசில் விருட்சமாய்ப் பதிந்த எண்ணத்தை இன்னைக்கு எடுத்துவிடச் சொன்னால்?

"அந்தப் பிள்ள சரிக் குடுத்துருச்சா?" செல்வியின் நிலமையினை விஜயா கேட்டாள். அதனை அறிந்து கொள்ளும் முகமாக அபுவும் நினைவுகளை ஒதுக்கி தயராகினான்.

"பொட்டப்பிள்ள என்னா செய்ய முடியும்? ரெண்டுநாள் அழுதிருப்பா. அவ்வளவுதே. அப்பெ ஆத்தா சொல்ல மீற முடியுமா?"

செல்விக்கும் அபுவின்மீது மாறாத பாசம் இருந்தது. சிறுவயசிலிருந்தே அவனது அருகாமையினை அதிகம் நாடுவாள். அவனருகில் நின்றால் அதிரப் பேசமாட்டாள். அபுவும் மாமா வீட்டுக்குப் போகும்போதெல்லாம் செல்விக்காக நிறையச் செலவழிப்பதும் உண்டு. அது அம்மாவுக்கும் தெரியும். சிலநேரங்களில் அம்மாவே இன்னின்னது வாங்கிப் போகச் சொல்லும் "எம்மருமகளுக்கு இஷ்டமானது" என்பார்.

"எங்க வகையிலெல்லாம் மல்லுக் கட்டீருவாள்க" என்ற கண்ணம்மா, "யேன் எம்மகெ ராசு கலியாணத்துல நடக்கலியா? நாகு ஒத்தக்

கால்ல நின்னு செயிச்சாள்ல.! ஆணுன்னாலும் பொண்ணுன்னாலும் பிள்ளைகளுக்கு தகிரியம் வேணும்."

"கலியாணம் வேணாங்கறதுக்கு என்னாதேங் காரணம் சொல்றாங்க!"

"என்னத்தச் சொல்வாக? சாதகஞ் சரியில்லியாம். மாலப் பொருத்தம் கம்மியா இருக்காம். நாங்க பாத்த எடத்துல பத்துக்கு ஒம்பது பொருத்தம் இருக்குன்னாங்க. இவக யாரோ அய்யர்ட்டப் பாத்தாகளாம். அவரு வேணாம்னுட்டாராம்."

"சரியாச் சொன்னா, ரத்த சொந்தங்களுக்கு சாதகமெல்லா பாக்கக் குடாது."

"வேணாங்குறதுக்கு சாக்கு வேணுமே. அதனால, சாதகத்த சாதகமா வச்சுட்டாக!"

"இத்தனைக்கும் அவகளாத்தே போன மூணாம் மாசம் கலியாணப் பேச்சவே எடுத்தாக. நாங்கூட, இவெ எனக்கு தலசு. அந்தப்பிள்ள அவகவீட்ல கடசீ. தலைக்கும் வாலுக்கும் ஆகாதேன்னு முழுங்கிக்கிருந்தேன். இந்தப்பிள்ளைக்கு அப்பறமா ஒரு காய் கழிஞ்சிருச்சு. அதனால இந்தப்பிள்ள கடேசின்னு சொல்ல முடியாதுன்னு சமாதானம் சொல்லித்தேம் பேசி பூ வச்சதே."

"பூ வச்சிப்புட்டு சொந்தபந்தமே மாத்திப் பேசுனா ஒலகத்துல யாரத்தே நம்பறது?"

"யாரயும் நம்ப வேணாம். படச்சவன நம்புவோம். இந்தா இப்ப ஒரு நல்லது நடந்துருக்கு" என்றபடி பட்டாளம் வீட்டுக்குள் "ஹெஹ்ஹெஹெ" என சிரித்தபடி நுழைந்தார். பின்னாலேயே ராசுவும் ஆனந்தனும் வந்தனர்.

"என்னா மருது சொகமா. அம்மிணி எப்பிடி இருக்க" விஜயாவையும் விசாரித்தபடி அவர்களருகே வந்தார்.

எல்லோரும் அந்தக் கணத்தை மகிழ்வாய் உணர்ந்தனர். ராசு, சொன்ன சேதி இன்னும் இனிப்பாக்கியது. மில்லில் இருந்து சஸ்பெண்ட் செய்யப்பட்டவர்கள் அனைவருக்கும் நீதிமன்ற உத்தரவுப்படி அரைமாத சம்பளம் தர உத்தரவாகி இருந்தது. அதன் நகலை ஆனந்தன் காண்பித்தான்.

"ம்! இனி, வேல பாக்கமலே மாசாமாசம் சம்பளம் வீடுதேடி வந்துரும். இந்த வசதி ஆருக்குக் கெடைக்கும். அப்புவுக்கு என்ன கொறச்சல்? விடுங்க இந்த மாசத்திலேயே அந்தப்பிள்ளைக்கி

கலியாணம் ஆகிற தேதிக்கு ஒருவாரம் முன்னுக்க அப்புக்கு கலியாணம். நா முடிச்சு வக்கிறேன். அப்புவோட அம்மாவும் அப்பாவும் இதுக்குச் சம்மதிக்கணும். என்னா தங்கச்சி ஹஹ்ஹஹஹ்ஹா” அவரது பெருத்த சத்தத்தில் அதிர்ந்து, வெளியில் பொன்வண்டோடு விளையாடிக்கொண்டிருந்த ரவி, தங்கையின் தோளில் கைபோட்டபடி வாசலில் நின்று வீட்டுக்குள் எட்டிப் பார்த்தான்.

13

அன்னக்கொடியின் வீடு, ஊருக்கு கிழக்கே மெயின் ரோட்டைத் தாண்டி கரட்டுப்பக்கம் இருந்தது. வீட்டுக்கு எதிர்புறம் இடுகாடு. இன்னும் கொஞ்சம் மேலே நடக்க நாலு கம்பங்கள் ஊன்றி தகரக் கொட்டகை வேயப்பட்டிருந்தது. அதில் பிணமெரிப்பு நடக்கும். அப்பகுதியில் வீடுகள் அமையாததால் ரோட்டிலிருந்து பார்த்தாலே பிணம் எரிவது தெரியும். பகலில் தகரக் கொட்டகைக்குள் அலையும் நெருப்புச் சுடர், கானல் நீராய் நடுங்கித் தெரிவதும், இரவில் இருளின் அடர்த்தியையும் மீறித் தெரியும் புகையின் வடிவமும் நெடியும் ஏதோவொரு வகையில் அப்பகுதியைக் கடக்கும் ஒவ்வொரு நபரையும் திரும்பிப் பார்க்க வைக்கும்.

அன்னக்கொடியின் வீடு அவனது சம்சாரம் தமிழரசிக்குச் சீதனமாக வந்தது. காலியிடமாகத் தந்த இடத்தை அன்னக்கொடியின் தாய்தந்தையர் கேரளா பூம்பாறை எஸ்டேட்டில் வேலைபார்த்த பணத்தைக்கொண்டு வீடெழுப்பி தகரம் போட்டனர். அன்னக்கொடியுமே பூம்பாறையில் அம்மா அப்பாவோடு இருந்தவன்தான். வேலைக்கு போவதில் சுணக்கம் காட்டுவதும், வேலையைக் காட்டிலும் சங்கத்து விவகாரங்களில் தீவிரங் காட்டுவதோடு, அடிதடியில் இறங்கி தலைமறைவாகி ஒளிந்து கொள்வதுமாய் அடங்காத காளையாய்த் திரிந்தான். கண்ணுக்குக் கண்ணான ஒரேமகனை கண்டிக்க வழிதெரியாமல் பெற்றவர்கள் கலங்கி நின்றனர்.

கால்கட்டு போட நினைத்த நேரத்தில் தரைக்காட்டில் தமிழரசி கிடைத்தாள். ஏதோ ஒருவழியில் சொந்தமாகி வீரபாண்டி ஈஸ்வரன் கோயிலில் கலியாணம் முடித்து வைத்தனர். கலியாணத்துக்குப் பிறகு தமிழரசி அவனை மலையேற விடவில்லை. இங்கேயே பொழப்பு

பாத்துக்கலாம் என்றாள். அன்னக்கொடியின் தாய் தகப்பனும் எஸ்டேட்டில் கணக்கு முடித்து மகனோடு தங்கிவிட்டனர். மாமியார் மாமனாரை, தமிழரசி பெத்தாரைப் போலவே தாங்கினாள். அவர்களும். அன்னக்கொடியைவிட மருமகள் பேச்சுக்கே மரியாதை கொடுத்தனர்.

“எம் மருமக மட்டும் இல்லாட்டி, நீயும் நாறிப்போயிருப்ப, நாங்களும் நாதியத்துத்தேங் கெடந்திருப்போம்” தமிழரசியை தங்கமாய்ப் பூசித்தார் மாமியார்.

தமிழரசி சத்துணவுக்கூடத்தில் வேலை பார்ப்பதால் மாமியார் வீட்டுவேலைகளைப் பூராவும் இழுத்துப்போட்டுப் பார்க்க, மாமனார் சந்தையில்போய் தினசரி எதையாவது வாங்கிவந்து மறுவிலைக்குக் கொடுத்து சாயங்காலம் வீட்டுச்செலவுக்கு தன் கைவசமிருப்பதை மருமகளிடம் ஒப்படைப்பார்.

அன்னக்கொடிக்கு வேலைகளைக் காட்டிலும் பேச்சு நன்றாக வந்தது. மலைக்காட்டில் ஜீப் ஓட்டிய பழக்கமும் இருந்ததால் நான்கு சக்கரவாகனங்கள் பற்றிய பட்டறிவைக் கொண்டு தரகு வேலையில் இறங்கினான். எப்போதுமே உடுப்புகளில் தனிக்கவனம் செலுத்துவது அவனது இந்த வேலைக்கு ஒத்துப்போனது. திடீரென மலைக்குப் போய் அங்கிருந்து வண்டி வாங்கி மாத்திவிடவும் செய்தான்... ஆனாலும் நிரந்தரமான வேலைக்கு தமிழரசி தடம் பார்த்துக் கொண்டிருந்த வேளையில்தான் ஊருக்குள் மில் வந்து இறங்கியது. சரியான சிபாரிசு ஒன்றினை வைத்து மில்லில் சேர்த்து விட்டாள். பழைய வேலைகள் அவனை முழுதுமாக விட்டுவிடவில்லை. அன்னக்கொடிதான் வேணும் என்பவர்கள் இன்றுவரை தொடர்பில் உள்ளனர்.

திருமலாபுரத்தில் இருந்து அனஞ்சுவும், ராசேந்திரனும் ஆளுக்கொரு சைக்கிளில் அன்னக்கொடியின் வீட்டுக்கு வந்திருந்தனர். சைக்கிள்கள் ஆமணக்கு வேலியில் சாய்ந்து நின்றன. மூணுசென்ட் இடத்தில் கன்னிமூலையில் பதினாறுக்குப் பத்து கணக்கில் உள்ப்புறம் நீளவாக்கில் ஒரு அறையும், அதையன்டி சமையல் கட்டும் அதற்குச் சமானமான அகலத்தில் பட்டாசலயும் அமைத்து தகரம் வேயப்பட்டிருந்தது. எலக்ட்ரிக் வேலை பூராவும் அன்னக்கொடியே பார்த்திருந்தான். அதனால் இஷ்டத்துக்கு லைட்டுகளை இழுத்திருந்தான். சுற்றுச்சுவராக ஆமணக்குச் செடிகளை ஊன்றி விட்டிருந்தார் அன்னக்கொடியின் தகப்பனார். மூலைமூலைக்கு முருங்கையும் அகத்தியும், வாவரங்காச்சியும்

வளர்ந்திருந்தது. இடைவெளியில் பூசணியையும், பாகற்கொடியையும் படரவிட்டிருந்தார் அன்னக்கொடியின் தாயார். தவிர, கோழிகள் எண்ணிக்கை இல்லாமல் குஞ்சும் குளுவானுமாய் மொலுமொலு வென அலைந்தன. பூனையும் நாயும் விகல்பமில்லாமல் ஒன்றோடொன்று ஏறிப்புரண்டு விளையாடிக் கொண்டிருந்தன... அவை திடீரெனப் பாய்ந்து குஞ்சுகளை விரட்டுவதும் தாய்க்கோழிகள் அடித்தொண்டையில் கர்ணகடூரமாய்ச் சத்தம் எழுப்பி பறந்து பறந்து குஞ்சுகளது கூச்சலைத் தணிப்பதும் நாடகமாய் நடக்கும். ஒரு குஞ்சைக்கூட நாயோ, பூனையோ சேதாரம் செய்ததில்லை. வீட்டாள்கள் சண்டையை போலவே நாய், பூனை, கோழிகளின் சண்டையும் ஒருசில நாழிகைகள் நீடிக்கும். வீட்டுக்குள்ளிருந்து கிழவனோ கிழவியோ வந்து பிரித்துவிட்டு, ஆளுக்கொரு இடத்தில் சோறோ தண்ணியோ ஊற்றி வைக்க சமாதானமாகும். தமிழரசி கொண்டுவரும் சத்துணவு அரிசி வீட்டின் அத்தனை ஜீவராசிகளின் பசியையும் போக்கியது.

இதில் மில் ஸ்ட்ரைக்கில் திருமலாபுரம், பூதிப்புரம், வாழையாத்துப்பட்டி ஆகிய் ஊர்களிலிருந்து வேலைக்குவரும் நபர்கள் இரவில் தங்குவதும் பகலில் கூடுவதும் பெரும்பாலும் இங்கேதான். சங்க அலுவலகம் கூட்டம் கூடவும் எழுத்து வேலைகள் செய்வதற்கும் மட்டுமே பயன்படுத்தப்பட்டது. மேலும் அங்கு பலதரப்பட்ட சங்கத்து ஆட்கள் வந்து போவதனால் அன்னக்கொடி வீடு மில்தொழிலாளர்களது புகலிடமாக ஆகிப்போனது. மில்லுக்கு வெகுஅருகாமையில் இருப்பதுவும், இவர்களது வருகையை தமிழரசியோ கிழவியோ கிழவனோ ஆட்சேபிப்பதில்லை. மாறாக ஊக்கப்படுத்தினர். கேரளத்து வாடை என சிலாகித்த தமிழரசி, தன்பங்கிற்கு வீட்டுக்கு வந்தவர்களுக்கும் சேர்த்து உலையில் அரிசியிட்டு விடுவாள். குழம்பு, ரசம் வைக்கிறாளோ இல்லையோ தமிழரசி வீட்டுக்கு வருபவர்களுக்கு கஞ்சித்தண்ணி நிச்சயம். ஒருமாசத்துக்கும் மேலாய் நடந்த ஸ்ட்ரைக்கில் கையிருப்பெல்லாம் கரைந்து தட்டுப்பாடு ஏற்பட்ட போதும் வீட்டுக்கு வந்தவர்களது வயிறு வாடாமல் பார்த்துக் கொண்டாள். அவள் இருந்துதான் பரிமாற வேண்டுமென்பதில்லை. அடுப்பிலிருக்கும் சட்டியை தேவைப்படுவோர் ஆக்ரமித்துக் கொள்வார்கள். சமயத்தில் வேலைவிட்டுவரும் தமிழரசி, அல்லது மாமனாருக்கோகூட சோறு இருக்காது.

தமிழரசியின் அந்த தாய்மைக் குணம் அனஞ்சுவை ரெம்பவே ஆகர்சித்தது. வாரம் ஒருதரம் ஊரிலிருந்து தோட்டத்தில் விளைந்தது

என்று ஏதாவது காய்கனிகளைக் கொண்டுவந்து போடுவார். தேங்காய்களை நெத்தோடு எடுத்து வருவார். இன்றைக்கு தட்டாங்காயும், ராசேந்திரன் மொச்சையும் சாக்குப்பையில் போட்டுக் கொண்டு வந்திருந்தனர்.

வீட்டுக்குள் நுழையும்போதே கோழிக்கும் நாய்க்கும் வாக்குவாதம் வெளியிலும் வீட்டுக்குள்ளே கிழவிக்கும் கிழவனுக்கும் வாய்ச்சண்டையும் ஓடிக்கொண்டிருந்தது.

“தமிழரசி இல்லியா?” சாக்குப்பையை அடுப்பங்கரை ஓரமாய்ப் போட்ட அனஞ்சு கிழவியை விசாரித்தார்.

வெள்ளத்தில் சிக்கியவனுக்கு கிடைத்த துரும்புபோல அனஞ்சுவின் வருகையை அங்குசமாய்ப் பிடித்துகொண்ட கிழவி, “வாடா பெரியவனே! நீயே ஒரு நாயத்தச் சொல்லுப்பா “ என அனஞ்சுவின் கையை பேய்ப் பிடியாய்ப் பிடித்துக் கொண்டார். அந்தப்பிடியில் கிழவியின் தேகம் பொலபொலவென நடுங்கும் அதிர்வு வெளிப்பட்டது. அனஞ்சுவின் பெயரைச் சொல்லமாட்டார் அவரது மாமனார் பெயரும் அதுவேதானாம். அதனால் பெரியவனே என்றுதான் அழைப்பார்.

“என்னாத்தா என்னா, கெழவெ தெக்கெ மேக்கெ வேற வீடுவச்சுப் போறானா? சொல்லு. நல்லப்பெ மகனக் காலஒடிச்சு வீட்ல போட்ருவம்” குறுஞ்சிரிப்புடன் கிழவியின் தலையை நெஞ்சோடணைத்துக் கேட்டார்.

“அடப்போடா, இவெ தெக்கெ வீடு வச்சா என்னா? வடக்க வீடுபிடுச்சா எனக்கென்னா. ஆனா எல்லாப் பயலும் நாணயக் குருக்களுதே” சொல்லும்போதே வெட்கம் வந்து தொலைத்தது. வெட்கத்தில் கேள்வி மறந்து போய்விட்டது.

“வாரவழியில இந்தப் பயல அங்கிட்டுப் பாத்தீகளா?” கிழவியோடு பேசிக் கொண்டிருக்கும் போதே கிழவர் புகுந்தார். அன்னக்கொடியைத்தான் கிழவர் கேட்கிறார் என்பது ராசேந்திரனுக்கும் புரிந்தது.

“கண்ணுக்கு ஆப்படலியே பெரிய்யா.”

“என்னா கெழவி கொதிச்சுப் போயி நிக்கிறா?” அனஞ்சு கிழவியின் கைகளை விட்டுவிடாமல் கேட்டார்.

“எல்லா அந்த நோழி மகெந்தே. (அன்னக்கொடி) மலங்காட்லதே இசுமப்படுத்தி தண்ணி குடிக்க வச்சான்னா தரக்காட்டுக்கும் வந்து ஓயமாட்டேங்கிறனே ப்பா” ரெம்பவும் மனசொடிந்து பேசினார் கிழவர்.

“ஒத்தப் பயன்னு இந்தச் சிறுக்கி குடுத்த செல்லம், அவன கொள்ளைக்கிச் சீரழிச்சிப் போடுச்சு. மலையில குஞ்சு குளுவானெல்லா மம்பட்டியும் ஆக்கரும் எடுத்து வேலத் தளத்துக்குப் போய்க்கிருக்கும். இந்த மைனரு பொச்சுல வெய்யிலுப் படந் தன்டியும் காலாட்டிக்கிட்டு தூங்கிக்கிருப்பான். எழுப்பி விட்டம்னா எவனாச்சும் உருப்படாதவெங் கூடச் சேந்து ஜீப்ப எடுத்து மேலெக்கிம் கீழக்கிமா சண்டிங் அடிச்சுக்கிருப்பான். இதுல தெனத்துக்கொரு கொண்டிவம்பு. ஒண்ணு பக்கத்து கூப்புக்காரெங்கூட அடிச்சு மல்லுக் கட்டுவான். இல்லேன்னா டேரட்டா போலீஸ்காரன வம்பிழுத்து கச்சேரிக்குள்ள ஒக்காந்துருப்பான். இவ, குய்யா முய்யான்னு நல்லபிள்ளையப் பெத்தவளாட்டம் நெஞ்சில அடிச்சு ஒப்பாரி வச்சுக்கிருப்பா. அப்பறம் என்னா செய்ய, யார் யாரையோ கையப்பிடிச்சு காலப்பிடிச்சு மீட்டுவரணும். கலியாணத்துக்கு பெறவாச்சும் மட்டுப்படுவான்னு கீழ எறக்கிக் கொணாந்தம். மகராசியா ஒருத்தி அமஞ்சா. அப்பவாச்சும் திருந்தறானா? தமிழரசி, பூமாதேவியா எல்லாத்தையும் பொறுத்துப் போகங்காட்டி அவெ மணத்துப் போனயான். இல்லாட்டி இந்நேரம் தெருவிலதா அலையணும்.”

“ஒருகாலத்துல அப்பிடி இருந்தான் இல்லீங்கள. இங்க வந்த பெறகு அதும் மில்லுக்கு போனதிலிருந்து ஒழுக்கமாத்தான இருக்கான். பெரியவனே ஒனக்கே தெரியும்ல” கிழவி மகனை விட்டுக் கொடுக்காமல் இருக்க பிரயத்தனப்பட்டாள்.

“இதுதே, இந்த எழவுதே அவன குட்டிச் சொவரா ஆக்கிப்புடுது. இங்க வந்தப்பறம் நல்ல சாமியா ஆய்ட்டானாக்கும். நிய்யே சொல்லப்பா” இரண்டுபேரும் அனஞ்சுவுக்கு பந்தை தள்ளிவிட்டனர்.

அன்னக்கொடியின் மலைக்காட்டு வரலாறு தெரியாது. இங்கே வந்தபிறகு, அவன் மற்ற எல்லோரிலும் கொஞ்சம் வித்தியாசப்பட்டவன்தான். செயல்களிலும் கொஞ்சமும் முன்யோசனை இல்லாமல் படீரென யாரிடமும் எந்த யோசனையும் கேட்காமல் தனக்குத் தோன்றியதை உடனடியாகச் செய்து ஒரு ஹீரோவாகக் காட்டிக்கொள்ளுவான். இதனாலேயே அவன் இருக்குமிடத்தில் கண்காணித்தபடி இருக்கவேண்டும்.

வேலையில் சுணங்குவான். செய்தால் அத்தனை சுத்தமிருக்கும் ஆனால் மற்ற தொழிலாளிகளைப்போல சத்தம் போட முடியாதபடிக்கு அன்னக்கொடியின் வாயும் இருப்பதால் மேஸ்திரிகளே அவனுக்கு பயந்தும், வேண்டா வெறுப்பாகவும் அவனை நடத்தி வந்தார்கள். ஆக, கிழவர் சொன்னதில் தவறு ஏதுமில்லை.

அன்னக்கொடியின் பேச்செல்லாம் அனல்பறக்கும்தான். எந்தவிசயத்தையும் அசால்ட்டாகவே எடுத்துப் பேசும் போக்கு அவனுக்கான தனி அடையாளம். ஸ்ட்ரைக் என முடிவுக்கு வந்ததும் முதல் ஆளாய் கைதூக்கியவன் அவன்தான். முதல்நாள் வேலை நிறுத்தத்தில் மில்லின் முன்னால் கேட் கூட்டம் நடத்தி வேலையை நிறுத்தியதும் சாலைமறியல் செய்து நின்ற பஸ்களின் உடலெங்கும் வேலைநிறுத்தப் போஸ்டர்களை ஒட்டி அனுப்பியதும் நிறுத்தாத வாகனங்களை தாறுமாறகப் பேசுவதும், கல்லெடுத்து எறிய முனைந்ததும் சாட்சாத் அன்னக்கொடியே.

அனஞ்சுவுக்குக் கூட பயம் வந்தது. எதையாச்சும் ஏடாகூடமா செஞ்சு எல்லாரையும் மொத்தமா ஜெயிலுக்குத் தள்ளப் போறான் என்றே எண்ணினார். நல்லவேளையாக சங்கத்தோழர்கள் அங்குசம் போட்டு அடக்கி வைத்தனர்.

“நாம போராடுறது மில் முதலாளிய எதிர்த்துத்தான். அதுவும் வெறும் சம்பள உயர்வும், வேலை நிரந்தரப்படுத்தல் கோரிகை மட்டுமே. இதுக்கு நமக்கு பொதுமக்கள் ஆதரவு கண்டிப்பா வேணும். அதுக்குத் தகுந்தாப்ல நாம நடந்துக்கணும். முக்கியமா பொதுச்சொத்துக்களை சேதப்படுத்துவது, பொதுமக்களுக்கு இடையூறு இதெல்லா நமக்கு எதிரா அமஞ்சிடும்” சங்கத்தோழர்களும் சிறுபிள்ளைக்கு பாடம் நடத்துவதுபோல பலமுறை சொல்லிப் பார்த்தார்கள்.

அவர்களுக்கும் பதில் சொன்னான். கேரளாவிலேயெல்லாம் இப்படி இல்லை என சக தொழிலாளர்களிடம் வீரப் பிரதாபம் பேசினான். வேலைநிறுத்தம் நடந்து பதினைந்து நாளாகியும் பேச்சுவார்த்தைக்கான அழைப்பு வராத வேளையில், “பொடி டப்பாக்குள்ள மருந்தக் கிட்டிச்சு ரெண்டு அவுட்டு செஞ்சு, திரியக் கொளுத்தி மில்லுக்குள்ள எறிஞ்சு விட்ருவோமா? கதறிக்கிட்டு மொதலாளி பேச்சுவார்த்தைக்கி வருவார்” என்றபோது ராமராஜ் தோழர் அவனைக் கையெடுத்துக் கும்பிட்டார். “பிரச்சனை முடியற வரைக்கும் தோழர கவனிச்சுக்கங்க” என அன்னக்கொடியின் நடவடிக்கைகளை தனிக்கவனத்துக்கு உட்படுத்தினார்...

“அன்னிய ஒன்னியப்பேசி நீங்க ரெண்டுபேர் என்னத்துக்கு இப்ப உசுர்த் தண்ணியக் கொட்டிக்கிருக்கீக? என்னாதேம் பெரச்சன? எதும் காசக்கீச எடுத்துட்டுப் போய்ட்டானா?” அனஞ்சு ரெண்டுபேருக்கும் நடுவில் நின்று கொண்டு பேசினார். ராசேந்திரன் வீட்டுக்குள் நுழைந்து தண்ணீர் மொண்டு குடித்துவிட்டு, தலயணை எடுத்துப்போட்டு வெறுந்தரையில் படுத்தான். சைக்கிளில் வந்த அலுப்பு.

“அது என்னைக்கும் நடக்குற கூத்துதான?”

“இன்னைக்கி என்னா கூத்து புதுசா! வாயத்தெறந்து சொல்ல மாட்டேங்கிறீகளே” அனஞ்சுவுக்கே கடுப்பு வந்தது. இங்கே வந்தால் கிழவன்கிழவி, தமிழரசி, அன்னக்கொடி அல்லது வீட்டார்க்கும் யாராவது மூணாவது ஆளுக்கும் என எதாவது அமளிதுமளி பஞ்சாயத்து ஓடிக்கொண்டுதானிருக்கும்.

“ஒரு பொம்பளகிட்ட வழக்கமான யேவாரத்த வச்சுக்கிட்டாம்போல. அது இவனக் காட்டியும் பெரிய ராக்காச்சி... ரவ்வும் பகலும் ஒறங்கவிடாம பேயா அலையிது.”

“என்னா யேவாரம்? வண்டிகிண்டி மாத்துனானா?”

“அப்பிடின்னாத்தே எதாச்சும் ஒரு ஓட்டலாட்டு வண்டியப் பிடுச்சு தள்ளி விட்றலாமே! எடத்துப் பெரச்சனைல மூக்க நொழச்சுக்கிட்டான். எடுக்கவும் முடியல குடுக்கவும் முடியல.”

வால்கரட்டை ஒட்டி இருக்கும் நிலப்பகுதியில் வில்லங்கமான பெரிய ஏரியா ஒன்று பத்திரம் முடிக்கும்போது அதையொட்டி இருக்கும் பாரஸ்ட் நிலத்தை கிரயமில்லாமல் இழுத்துப் போட்டுக் கொள்ளலாம் என ஒரு தரகர் ஆசைகாட்டி ஆள் பிடிக்கச் சொன்னார். அதைநம்பி அட்வான்ஸ் வாங்கிய வகையில் சிக்கல் விழுந்தது. அந்த இடம் ஏற்கனவே ஏழெட்டுப் பேருக்கு கிரயம் ஆகியிருப்பதாகத் தெரியவந்தது. ஆளாளுக்கு பத்திரமும் அடியாளுமாக வந்து நின்றபோது தரகர் தப்பிவிட்டார்.

நல்ல கமிசன் கிடைக்கும், காலியிடத்திலும் ஒருபங்கு கிடைக்கும் என்ற கணக்கில் சறுக்கல் விழுந்தது. அத்துடன் தரகர் சுருட்டிக்கொண்டுபோன பணத்தைக் கேட்டு தினசரியும் வீட்டுக்கு வந்து கலாட்டா செய்து அசிங்கப்படுத்துவதைச் சமாளிக்க முடியவில்லை. ஆணாக இருந்தாலும் பேசிடலாம். இது பெண். அதும் ஊருக்குள் லேவாதேவி செய்கிறவள். கனத்த தொண்டை.

‘வீட்டு ஆம்பளைகளைக் கூட்டிவந்து வீட்டை எழுதி வாங்குவேன், போலீசில் புகார் கொடுப்பேன்’ என நேரகாலமில்லாமல் வந்து சிலம்பம் ஆடுகிறாளாம்.

“எதுல தரகு பாக்கணும்னு அறிவு வேணாமா? தெரியாத தொழில்ல மொதல்ல எறங்கலாமா? அதும் நெலத்துப் பிரச்சனைல எம்புட்டு வெனாவா இருக்கவனும் குப்புறக்கா விழுந்துடுறான். இவனுக்கு இந்த ஊர் நெலவரம் என்னா தெரியும்? ஏதோ வண்டி வாங்குனமா மாத்துனமான்னு கிருமமாத் திரியமாட்டாம, இப்பிடியா கோட்டித்தனம் செய்வாங்கெ?” அனஞ்சுவும் தனது ஆற்றாமையைக் கொட்டினார்.

“வாயத்தெறந்தா மூட மாட்றாய்யா அந்தப் பொம்பள. அசிங்கமா இருக்கு. ஏழூருக்குக் கேக்கறாப்பல சவுண்டு விடுறா. கரெக்கட்டா அவ வாரப்ப இந்த முண்டப்பய இருக்கறதில்ல. வீட்ல இருக்க அல்லார் கூடவும் சண்டையப் போட்டுட்டுப் போறா. தமிழுப்பிள்ள பாவம், வேலயவிட்டு வந்து இவ கூடவும் கத்தித் தொலைக்க வேண்டியிருக்கு. என்னா ஏதுன்னு கேட்டு ஒண்ணுக்குப் பாதியாவாச்சும் பேசி முடிச்சு விடுங்யா. என்னத்தியோ பெத்தகடனுக்கு பீயும் தின்னுதான ஆகணும்” சொல்லிவிட்டு கிழவி அடுப்படிக்குள் நுழைந்தாள்.

“மொதல்ல நம்மபெய கிட்டக்கப் பேசணும். என்னா மாமூ” என்ற ராசேந்திரன், “உம்ம நெலவரம் தெரிஞ்சிக்கணும். நெசத்துக்கே தரகெந்தே ஆட்டயப் போட்டானா, இல்ல நம்மாளு சீட்டிங் பண்ணிட்டானான்னு பாக்கணும். அதுக்கப்பறமாத்தே இத எப்பிடி முடிக்கலாம்னு ஓசிக்கணும்” படுத்தவாக்கிலேயே பேசினான்.

கிழவருக்கும் அப்படியும் இருக்கலாமோ என யோசிக்க வைத்தது. அதனால்தான் அவ வந்து சத்தம் போடுற நேரத்தில பய நிக்கமாட்டேங்கிறானா?

“ஆமா ராசேந்திராஞ் சொல்றாப்ல இவன்ட்டப் பேசாம நாமளா முடிக்க முடியாது. உம்மயாவே தரகெ காசக் கொண்டுட்டுப் போயிருந்தான்னா விசயத்த ஈசியா முடிச்சிறலாம். ஏன்னா, இது சூதாட்டம் போலத்தான. கெடாச்சா ஓசியா பொறம்போக்கு எடம் அமையும்ல. அன்னிக்கு லாவத்தக் கொண்டுக்குப் போவீல்ல. இப்ப நட்டமாயிருச்சுன்னா? அதையும் தாங்கித்தா ஆகணும்.”

அனஞ்சுவின் பேச்சுக்கப்பறம் கிழவனின் முகத்தில் ஒளி பிறந்தது.

கிழவி அடுப்படியிலிருந்து சருவச்செம்பில் காப்பியைச் சுட வைத்துக் கொண்டு வந்தாள்.

"சோறு சாப்புடுறீகளாப்பா, தட்டாம்பயத்துக் கொழம்பு வச்சுட்டுப் போயிருக்கா தமிழு. அரிசிச் சோறுதே. ஆளுக்குக் கொஞ்சம் போடட்டா" கேட்டுக்கொண்டே டம்ளர்களில் காப்பியை நிரவினாள்.

14

யாருக்கும் அடங்காமல் பெய்துகொண்டிருந்தது மழை. வானம் கிழிந்துவிட்டதென சம்சாரிகள் பேசிக்கொண்டார்கள். ஒரு இடியில்லை. மின்னல் கிடையாது. அயல் தேசத்துப் படைகளைப்போல கொஞ்சங்கொஞ்சமாக கருமேகங்கள் கூடி, தேன்ராட்டுப் போல கனத்ததும் பொலேரெனக் கொட்ட ஆரம்பித்தது. வங்கக்கடலில் உருவான புயலின் தாக்கம் என வானொலிச் செய்தி அறிவித்தது.

“நல்லவேளைக்கி, இன்னேரம் மில்லுக்குள்ள இருந்தம்னா மிசினோட மல்லுக்கட்டிச் செத்திருப்பம்” மருது ஊசியாய் நிலம் நோக்கி இறங்கிக் கொண்டிருந்த மழைநீரைக் கையால் அளைந்தபடி சொன்னார்.

“அப்பிடி என்னாதே மழைக்கும் ஸ்பின்னிங்குக்கும் பகைண்டு தெரியல. பொலுக்குனு ரெண்டு தூத்தல் விழுந்ததும் நூல் எழை பூராம் தவக்கா நாக்கச் சுருட்டுன மாதரி கட்ரோல்ல சுத்திக்கிடுது. தேச்சு எடுத்து எழையோட சேக்கங்குள்ள கட்டவெரெலும் நெகமும் புண்ணாகிடுது.” ஆனந்தனும் மில்நடப்பைக் கண்களில் தேக்கிவைத்துச் சொன்னான்.

“ஸ்பின்னிங் மட்டுமா, சிம்ப்ள்க்ஸ்ல அப்புடியே ஒவ்வொரு எழையும் அந்துபோன கெழவி காதா தொங்கும் பாரு. அதுலயும் ஃபாட்டீசெல்லா ஓட்டுனோம்னா திருவிழாதே. ஒரு அரியா எறக்க முடியாது. அழுக அழுகையா வரும்யா. இன்னம் நைட் சிப்ட்டா இருந்தா சொல்லவே வேணாம். நாண்டுகிட்டுச் செத்துறலாம்னு வரும். ராசேந்திரன் தலையில் கட்டியிருந்த உருமாலை இறுக்கிக் கொண்டான்.

“ஏண்டா அம்புட்டுக் குளூரா அடிக்கிது. எதோ முட்டுவீட்டுப் பிள்ளைக்கி அணக்குடுத்த மாதரி இறுக்கி இறுக்கிக் கட்றவெ” அனஞ்சு கேலி செய்தார்.

சங்க அலுவலகத்தில் சங்க செயலாளர், தோழர் சின்னச்சாமி, ராசு, பாண்டியன் உட்பட சகலரும் கூடியிருந்தனர். மாவட்ட தொழிலாளர் நீதி மன்றத்திலிருந்து ஒவ்வொரு நபருக்கும் தனித்தனியே நோட்டீஸ் வந்திருந்தது. “மில் வேலைக்கு வந்த தொழிலளர்களை வழிமறித்ததாகவும், மில்லில் கல்லைவிட்டு எறிந்ததாகவும், முதலாளியின் காரை மறித்து தாக்க முயற்சித்ததாகவும் ஆளுக்கொரு குற்றம்சாட்டி, பதினைந்து நாட்களுக்குள் பதில் அளிக்கவேண்டும் எனவும், விசாரணை முடியும்வரை, நிர்வாகம் அளித்துவந்த சஸ்பெண்டுக்கால சம்பளம் நிறுத்தி வைக்கப்படுவதாகவும்” குறிப்பிட்டிருந்தது.

“காசுக்காரெ தம் புத்தியக் காம்ச்சுட்டான் பாத்தேல்ல? இனி என்னத்த செய்யக் காத்திருக்கானோ என்னப் படச்சவனே! யப்பா, கிறுக்குப் பிடுச்சுத்தே வருது.” தலையை இறுகப் பிடித்து சுவரில் சாய்ந்து கொண்டார் பாண்டியன். நோட்டீஸில் கண்ட சேதியை வாசித்துக் கேட்டதிலிருந்து வேரற்ற மரமாய் தளர்ந்து போனார். “சொல்பத் தொகைன்னாலும் எதோ உசுர்த்தண்ணி ஊத்துன மாதிரி குடுத்தப்ப, சரீ எப்பிடியோ ரெண்டுபேத்துக்கும் ஒரு தொடுப்பு இருக்குன்ன நம்பிக்க இருந்துச்சு. இப்ப அதையும் அத்துவிட்டுட்டானே மருதூ.”

மருதுவுக்கு பதில்சொல்ல வாயெழும்பவில்லை. அவருக்குமே இப்படியான சம்பவம் நடக்கும் என எதிர்பார்க்கவில்லை. அத்தனை சீக்கிரத்தில் தங்களை மில்லுக்குள் சேர்த்துக் கொள்ளமாட்டார்கள் எனத் தெரியும். அரைச்சம்பளம், முக்கால் சம்பளமாய் மாறி முழுச்சம்பளம் குடுக்கும் சமயத்தில் ஏதாவது நிபந்தனைகளோடு வேலை கொடுப்பார்கள். முன்போல மேஸ்திரியாகவோ அரியா கங்காணியாகவோ ஆய்லராகவோ பதவி கிடைக்காது. டாப்பர், சைடராகத்தான் சுற்றவிடுவார்கள் என்றே ராசு, ஆனந்தன் போன்றவர்களோடு பேசும்போது கருத்து வந்தது. இப்படி ஒருமாசம் வேலையிழப்புச் சம்பளம் கொடுத்ததும் சடாரென அடுத்தொரு அம்பை விட்டுச் சோதிப்பார்கள் என எதிர்பார்க்கவில்லை.

“ஏலே, மொதல்ல இந்த ஒளுவாடிய கழுத்துல மிதிச்சுக் கொல்லணும்டா. என்னக்கிப் பாத்தாலும் எழவு வீட்ல குத்தவச்ச மாதரி ஒக்காந்துகிட்டு ஒளுஒளுன்னு ஒப்பாரி வச்சா எதுனாச்சும்

வெளங்குமாடா? ச்செய்...” பூலோகம் வெறிபிடித்தவனாய் பாண்டியனை மிதிக்க காலைத் தூக்கினான்.

“ஏலே ஏலேய்.” பூலோகத்தின் கையைப்பிடித்து இழுத்த அனஞ்சு, “சொட்டீர்னு அறஞ்சு பொடுவேன் படுவா. என்னாருந்தாலும் ஒரு பெரியமனுசன கைநீட்டலாமா. கிறுக்குநாயி. நிய்யின்னாப்ல என்னா ஒக்கியம்.? ஊன்னா நிய்யும் அன்னக்கொடியும் தடியத் தூக்குவீக. இந்தாளு அழுது சாகுறான். ரெண்டு ஒண்ணுதேன் செத்த சும்மாதே இர்ரா அய்யா.”

“பொழப்பு இல்லியே அனஞ்சு. இந்த வயசுக்கப்பறம் இன்னியொரு சோலி தொந்தரவ நா எங்கிட்டுக் காங்கறது. கண்ணுத் தெரியலியேப்பா” கைகளிரண்டையும் விரித்து பரிதாபமாய் பேசினார் பாண்டியன். அதுகண்டு செயலாளர் எழுந்து வந்தார்.

“ஒன்னப்போல ரெண்டுபேரக் கண்டுக்கிட்டான்னா, மில்லு மொதலாளி கைதட்டிக் கொண்டாடிடுவான். சீக்கிரமா முடிக்கலாம்னு நெனைக்கிறவெங்கூட, இன்னுங் கொஞ்சநாள் இவகள இழுத்தம்னா அவனுகளுக்குள்ள அழுதே செத்துடுவானுகன்னு கணக்குப்போட்டுக் கேச இழுப்பான்ல.” அன்னக்கொடி நிதானமாகச் சொன்னான்.

“இம்புட்டுச் சிக்கல்ல இருக்கவெ, எங்க கூட எதுக்குய்யா சேந்த, நீ வாட்டுக்கு எல்லாரையும்போல மொதலாளி பக்கம் சாஞ்சிருக்கலாம்ல. ஒனக்கும் இம்ச, எங்களுக்கும் ஒன்னால பாடு” ராசேந்திரன் குரலை உயர்த்திப் பேசினபோது, சின்னச்சாமி என்றைக்கும் இல்லாதபடி அதட்டிப்பேசினார்.

“தோழர், என்னா பேசறீங்க? அதும் ஒரு சங்க ஆபீசுல உக்காந்துக்கிட்டு? பாண்டியன் இன்னைக்கி நம்மளோட நிக்கிறார்னா அவர் நிலமையை புரிஞ்சுகிட்டு அவரோட துணிச்சலப் பாராட்டி, அவரப் பாதுகாக்கணும். அதுதான் தொழிற்சங்கத்துல நின்னு செயல்படுற ஒவ்வொரு தோழரோட கடமை. ஏன்னா, மத்தவங்களுக்கு எதோ ஒருவகையில் ஒறமோர், அது காசு பணமோ, அல்லது கொஞ்சம் அரசியலோ, சிந்தனாப் பூர்வமா இருக்கு. ஆனா, இது எதுவுமே இல்லாம, நாம நல்லதுக்குத்தே நிப்போம்: பாடுபடுவோம்ன ஒரே நம்பிக்கையை வச்சு, தன்னோட ஏழ்மையை மறந்து நம்மோட கலந்து நிக்கிறார்னா அவருக்கு மொதல்ல நாம தலைவணங்கணும். சல்யூட் அடிக்கணும் அதவிட்டு அவரக் கேலி பேசறது, திட்டறதெல்லாம் அனுமதிக்க முடியாது தோழர்”

சின்னச்சாமியின் திடமான பேச்சு அந்தக் குளிரான போதில் வெப்பமாய் நின்றது.

"ஊருக்குள்ள நாணயமா நடந்துக்க முடில தோழரே. குத்திக்கிட்டுச் சாகலாம்னு இருக்கு. பெத்ததுகளுக்கு அப்பனா, கட்டுனவளுக்கு புருசனா நிக்கவே கூசுது. ஏன்னா, வகுத்துல நீரோட்டம் பத்தல. அதனால உம்மையிலேயே ஒங்களுக்கு நா, வெட்டிச் சொமதே பூலோகம் பேசுனான்னா அதுல குத்தம் இல்லண்டுதாஞ் சொல்லுவே! கும்பி காஞ்சு போச்சுடா அய்யா" ஏதோ தீர்மானித்தவராய் சடாரென எழுந்து தண்ணீரை மொண்டு கடக் கடக் எனச் சத்தம் எழும்பக் குடித்துவிட்டு சேரில் உட்கார்ந்தார்.

மழை கொஞ்சம் ஓய்ந்திருந்தது. சாலையில் மழைநீரை வாரியடித்துக்கொண்டு வாகனங்கள் பறந்தன. இரண்டு கழுதைகள் கால்களைக் கட்டிய நிலையில் அகலித்து அகலித்து நடந்தபடி தம் உடம்பில் மழை ஈரத்தைச் சுமந்து சென்றன. சிறுவர்படை ஒன்று மழைவெள்ளத்தால் சுத்தமாகிக் கிடந்த சாக்கடைகளை கண்காணித்துக் கொண்டே அதனுள் கிடக்கும் பளிங்கான் குண்டு, பம்பரம், காந்தம் முதலான விளையாட்டுப் பொருள்களும், சில்லரைக் காசுகளையும் புதையலாகக் கண்டெடுத்து ஆரவாரித்துக் கொண்டு சென்றனர்.

"டீ சாப்டுவோமா தோழர்?" அலுவலகச் செயலாளர் பேச்சை திசைதிருப்ப முயற்சி செய்தார்.

"மழ விட்ருச்சா?" சின்னச்சாமி வாசலுக்கு வெளியில் தெரிந்த வெளிச்சம் பார்த்துக் கேட்டார். மழையால் குளிர்ந்த காற்று அலுவலகத்தினுள் திடுமெனப் புகுந்து அனைவரையும் கிளுகிளுக்க வைத்துப் புல்லரிக்கச் செய்தது. ஒருகணம் எல்லோரது உடம்புமே அந்தக்காற்றில் உலுக்கி விழுந்தது.

"நா வாங்கியாறே" சேரில் உட்கார்ந்திருந்த பாண்டியன் எழுந்தார்.

"நீ வொக்கார் ணே" ராசு அலுவலகத்தின் உள்ளறையில் கவிழ்த்தியிருந்த தூக்கினை எடுக்கப் போனான். அவனோடு கடைக்குச் செல்ல ஆனந்தனும் தயாராய் நின்றான்.

"ஏம், பாண்டியன், ஒங்களத்தே! இத்தன நேரம் கிட்டத்தட்ட ஒருமணிநேரம். மழைக்கு முன்னாடி பேச ஆரம்பிச்சோமா? அத்தன நேரம் பேசினதையும் ஒருவரில லாத்திப்புட்டீக இல்ல?" செயலாளர்.

மென்மையாய் குறுஞ்சிரிப்போடு தனது வார்த்தைகளைக் கோர்த்தார்.

"இல்ல இல்ல. அப்பிடியெல்லா வேணுமிண்டு அவெம் பேசல தோழர். நீங்க தப்பா எடுத்துக்க வேணாம். புரியாமப் பேசிட்டான்." அனஞ்சு பாண்டியின் சார்பில் அணை கட்டினார்.

"நா தப்பா எடுத்துக்கல. இதுதா எதார்த்தம். ரைட்டு நாம என்ன மனநிலையில இருக்கம்ங்கறது முக்கியம். இத வச்சுத்தான் அடுத்த கட்டத்த நோக்கிப் போகணும்."

ஒருமணி நேரத்துக்கு முன்பாக கூடிய கூட்டம் இந்த நோட்டீசை வைத்துத்தான் பேசியது. கிட்டத்தட்ட மூன்றுமாத வேலை இழப்புக்குப் பிறகு கிடைத்த இந்த இடைக்கால நிவாரணம், முழுசாகக் குடும்பத்தை காப்பாற்றாது. ஆனாலும் வேலைநிறுத்தத்தின் மீதான நம்பிக்கையையும், அதனைத் தொடர்ந்து வழக்கினைக் கொண்டுபோகும் தெம்பினையும் அளிப்பதாக இந்த நஷ்ட ஈடு உதவுகிறது. இந்த உண்மையை மில்நிர்வாகமும் அறியும். இப்போது திடுமென அதனை நிறுத்தி இருப்பதும் விசாரணைக்காக நடந்து கொண்டிருக்கும் வழக்கினை இழுத்தடிப்பதும் தொழிலாளர்களை சோர்வடையச் செய்யும் வழிமுறைகளாகும். முதலாளிகள் இதுதான் செய்வார்கள். இதனை எதிர்பார்த்துத்தான் நாம் காய்நகர்த்த வேண்டும். இறுதி வெற்றி நிச்சயம் நமக்கே. எத்தனை துன்பப்படுத்தினார்களோ அத்தனைக்குமான நஷ்ட ஈட்டினை அவர்கள் ஒவ்வொருவருக்கும் தந்தாக வேண்டும். இது சட்டம் நமக்குத் தந்திருக்கிற பாதுகாப்பு. அதுவரை பொறுமை காப்பதுதான் நம்முடைய ஒரேவேலை.

இதற்காக தோழர் வாழவந்தானை அவர் வேலை செய்த மெஜிராகோட்ஸ் மில் நிர்வாகம் அவரை கொலைசெய்யும் முயற்சிவரை நடந்து கொண்டதையும் இன்னும் பல நிகழ்வுகளையும் எடுத்துச் சொன்னார்கள்.

"லேபர் கோர்ட்டத் தாண்டி ஹைகோர்ட்ல எட்டுவருசம் கேஸ் நடந்தது. கடசீல தீர்ப்பு தோழருக்கு சாதகமாக் கெடச்சது. உடனே எட்டுவருசத்து சம்பளம், கேஸ் நடத்துன செலவு உள்பட கணக்குப் பாத்து மொத்தமா பணத்த வாங்கிகிட்டு வேலைக்கு வந்த உத்தரவை எடுத்துகிட்டு மில்லுலபோய் கையெழுத்துபோட்ட மறுநிமிசம் 'எனக்கு வேலைதரும் தகுதி உனக்கில்லைன்னு சொல்லி' வேலையை ராஜினாமா செய்திட்டு சங்க வேலைக்காக

வந்திட்டார்” சங்கச் செயலாளர் பெருமிதம் பொங்கச் சொன்னார். அந்தச் செய்தி அனைவரையும் ஒருநிமிடம் ஸ்தம்பிக்க வைத்தது.

“இப்ப, மில்லுங்கப் போயி சங்கத்துல சேந்து கேக்கறோம். இதேது எங்கய்யாவ கமிசங்கடைல எட்டுவர்சமா வேல பாத்து திடீர்னு ஆள் தேவயில்லேன்னு கடைய விட்டு நிறுத்திட்டாக. என்ன செய்ய, தலவிதின்னு அடுத்த கடயத் தேடுனார்ல! அப்பவெல்லா இம்புட்டு யோசிக்கலியே?” ஆனந்தனின் கேள்வி எல்லோருக்கும் பொதுவாய் இருந்தது. கொஞ்சநேரம் யாரையும் பேசவிடாதபடிக்கு நிஜம் தொண்டையை அடைத்தது.

“அது அந்த எடத்தில நாம சங்கமா இருந்திருந்தம்னா, நிச்சயமா கேள்வி கேட்டுருக்கலாம் தோழர். அவங்களுக்கும் தொழில் தாவாவில இடம் இருக்கு” சங்கச் செயலாளர்தான் பேசினார்.

“ச்சேரி இப்ப மில்லுலயும் தெளிஞ்சிட்டாங்க. இனி உத்திக்கு உத்தி நின்னு பாக்க வந்துட்டாக. என்னாங்க தோழர். இனி நாமளும் அதுக்குத் தக்கபடி நடக்குறதுதே நமக்கு மருவாத?” அனஞ்சு தெளிவடைந்தவராய் பேச்சைத் தொடங்கினார்.

“ஆமா, இனி நாம மில்லுக்காரங்களோட நேரடியாப் பேசவேண்டியதில்ல. மாவட்ட தொழிலாளர் நீதிமன்றம் கிட்டத்தான் பேசப்போறம்.” சின்னச்சாமி பிரசங்கம் தோரணையில் பேசினார்.

“அப்ப, ஒரொருத்தருக்கும் தனித்தனியா மனு எழுதணும், டைப்படிக்கணும் தபால் போடணும். செலவுக்கு ஆளுக்குக்குக் கொஞ்சம் ஈவு போடணும். என்னாங் தோழர்?” அனஞ்சு சங்கச் செயலாளரைப் பார்த்தபடி சொன்னார்.

“ஆமா, இது அடிப்படையான செலவு, ரிஜிஸ்தர் தபால்லதான் போடணும். இது போக, முதல்வாய்தாவுக்கு நாம எல்லாரும் மதுரைக்குப் போய்வரணும். அதிகாரி முன்னாடி நம்ம தலையக் காமிக்கறது முக்கியம்னு தோழர் வாழவந்தான் சொன்னார். அடுத்தடுத்த வாய்தாக்களுக்கு யாராச்சும் ஒருத்தர் ரெண்டுபேர் போனாக்கூடப் போதும். அதும் முடியாட்டி மாவட்ட சங்கத்தில இருந்தேகூட ஆஜர் ஆகிருவாங்க” சங்கசெயலாளர் நோட்டீஸ்களை மேலோட்டமாய்ப் புரட்டியபடி பேசினார்.

“போராட்டம், தர்ணா, உண்ணாவிரதம்ங்கறப்ப வெளிய வசூலுக்குப் போகலாம். மனுப் போடணும், கேசப் பாக்கணு ங்கறதுக் கெல்லா

உண்டியல் தூக்க முடியாதுல்ல” அன்னக்கொடி அடுத்த கட்ட யோசனையை வைத்தான்.

“என்னா செலவு வந்துடப்போவுது? ஆளுக்குப் பத்துப் பதினஞ்சு போட்டா போதும் இதுக்காக உண்டியல் தூக்கி...! பெரிய செலவு வாரப்ப பாத்துக்குவோம்” அனஞ்சு தலையை ஆட்டி மறுத்தார். உண்டியல் ஏந்துவதில் அவருக்கு சங்கடம் இருந்தது.

“உண்டியல் தூக்க கையில நோட்டீஸ் வேணுமே” ராசு டீயை எல்லோருக்கும் விளம்பியபடி சொன்னான்.

“ஏன், உள்ளதச் சொல்லி ஒரு நோட்டீஸ் போட்டா என்னா? மக்களுக்கு மில்லோட அட்டுழியத்த விளம்பரப்படுத்துவோம்” அபு அமர்ந்த இடத்தில் இருந்தபடியே சொன்னான். அவனுக்கு மதுரை சங்க ஆபீசில் பார்த்த பலதரப்பட்ட நோட்டீசுகள் ஞாபகம் வந்தன.

“அபு சொல்றதுலயும் ஒரு விசயம் இருக்கு. வேலை தர மறுக்கிற நிர்வாகம் இப்ப இழப்பீட்டையும் தர யோசிக்கிறான். அதோட பொய்யான பழியச் சுமத்தி கோர்ட்டுக்கு இழுக்கறான். இத நாம யார்கிட்டச் சொல்லமுடியும்? பொதுமக்களுக்கு தெரியப்படுத்தி வேலைபாக்கறது தப்பில்லை. விசயம் வெளீல போகும்போது மில்லுடைய மார்க்கெட் பிரச்சனையாகும். இதும் நாம அவங்களுக்குத் தர்ர மறைமுகமான நெருக்கடிதான். இதனால அவங்களுக்கு என்னவாகுதோ அது வேற விசயம். நமக்கு பொதுமக்கள் ஆதரவும் செலவுக்கு பணமும் கெடைக்கும். வரும் காலங்களில் ஏற்படக்கூடிய செலவுகளுக்கும் ஆதரமா இருக்கும்னு எனக்குத் தோணுது.” சின்னச்சாமி அபுவின் யோசனையை மேலேற்றிப் பேசியது அபுவுக்கு உற்சாகமாய் இருந்தது.

“ரைட்டு போவோம். நாயத்துக் கெழமச் சந்தைல கூட உண்டியல் குலுக்குவோம். எட்டுப்பட்டி ஊரும் குழுமி இருக்கும்ல.” பூலோகம் வெகு சந்தோசமாய்க் கூவினான்.

“இருக்க அசிங்கம் பத்தாதுன்னு உண்டியலத் தூக்கி அசிங்கப் படணும்னு பாக்கற?” அனஞ்சு ரெம்பத் தயங்கினார்.

“உண்டியல நீ தூக்க வேணாம்ப்பா. ஊருக்குள்ள நீ கவ்ரதியான மனுசெ. அதுனால நாங்களே தூக்கிக்கறம். நீ வல்லவெட்டுப் போட்டு எங்களுக்கு முன்னால நடந்து வந்தாப் போதும். என்னாங்க தோழர்?” பூலோகம் தொடர்ந்து சொன்னான்.

“உண்டியல் தூக்கறதுல அசிங்கம் என்ன தோழர். தயக்கம் தான் அது மாறிடும். இதுதான் முக்கியமான வேலை. நீங்க முடிவு பண்ணுங்க. அங்கபோய் யார் உண்டியல வச்சுக்கறதுன்னு பாக்கலாம்.” சின்னச்சாமி அனஞ்சுவின் முதுகை ஆதுரமாய்த் தடவினார்.

வரும் ஞாயிறன்று உண்டியல் ஏந்திப் போவதாக முடிவு செய்தனர். அதில் வரும் பணத்தைக் கொண்டு வழக்கு செலவுகளைக் கவனிப்பது என முடிவானது.

“மதுரைக்குப் போறதெல்லா அவகவக சொந்தக்காசுலதான் போகணும். ஆமா சொல்லிட்டேன் அன்னிக்கும் உண்டியல் தூக்கிடக்குடாது” அனஞ்சுவின் வேண்டுகோள் கேட்டு இன்னுமொருதரம் வானில் இடியும் மின்னலும் புறப்பட்டன.

15

கதவைத் திறக்க முடியவில்லை.

மழையின் ஈரத்திற்கு விடைத்துப் போயிருந்தது. சுவரில் காலை வைத்து அழுத்திக் கொண்டு முழுபலத்தையும் செலுத்தி இரண்டு கைகளாலும் பிடித்து இழுத்தான் ராசு. இரண்டுமூன்று இழுவைக்குப் பின்பே அசைந்து கொடுத்து ‘பொம்’ எனும் சத்தத்துடன் கதவு திறந்தது.

“இன்னம் மழ பேயிதா?” எனக் கேட்ட கண்ணம்மா, “கதவச் சாத்து குளுருது” என தன்னை முடக்கிக் கொண்டார்.

வெளியில் இருட்டுத் தேங்கி நின்றது. தெருவிளக்கின் வெளிச்சத்தில் மழைத்தூறலும் காற்றின் சிலுசிலுப்பும் நடுங்கித் தெரிந்தன. கைநீட்டி மழையின் அடர்த்தியினைச் சோதித்தான். பரசலாகத்தான் இருதது. இரவு பூராவும் பெய்திருக்கிறது. வீதியெங்கும் சகதியும் நீரோட்டமும் தெரிந்தது.

கடிகாரத்தில் மணியைப் பார்த்தான. நாலரையைத் தாண்டியிருந்தது. கிளம்பினால் சரியாய் இருக்கும்.

மறுபடி வீட்டுக்குள் வந்து பனியனுக்கு மேலாக மில்லுக்குள் உடுத்தும் காக்கிச் சட்டையும் அதன்மேல் ஒரு சாதா சட்டையும் அணிந்து கொண்டான். தலைக்கு துண்டு கட்டி காதுகளுக்குள் ஈரக்காத்து புகுந்து விடாத வண்ணம் இறுக்கமாக உருமால் சுற்றினான். பேப்பர்கள் நனையாதிருக்க பாலிதீன் பையும் உரச்சாக்கில் காதுவைத்துத் தைத்த பை ஒன்றையும் எடுத்துக் கொண்டான்.

“இந்நேரத்துக்கே போகணுமா ராசு.? ஊத்து மழ ஊத்திக் கெடக்கு.” கண்ணம்மா தலையைச் சுற்றி போர்வையை

அணை வைத்தபடி கேட்டார். அம்மாவுக்கு இந்த பேப்பர் போடுகிறவேலை பிடித்தமேயில்லை. நாகுவுமே சாடைமாடையாய் சொல்லிப் பார்த்தவள் தானே.

"டயத்துக்கு வண்டி வந்துரும்மா. மழ அவ்வளவா இல்ல. தூத்தல்தான்."

"என்னாதே சம்பாத்தியம்னாலும் இப்பிடியா மழயுந் தண்ணியுமா ஊத்துப் பாயிறப்ப வீட்ல கெடக்கறத விட்டுப்பிட்டு, முனி கணக்காக் சாமத்துல எந்திரிச்சுக் கெளம்பறது...! சொன்னாக் கேக்கவா போற" அலுத்துக் கொண்டார்.

"ம்மா, இதென்னாமா நேரம் அங்கிட்டு வந்து பாரு. இந்நேரம் சின்னச் சின்னப்பயலுக பூராம் நூத்துக்குக் கணக்குல பேப்பர்கள வாங்கி கட்டுக்கட்டா அடுக்கி கூறுகட்டி எடுத்து சிட்டாப் பறந்துக்கிட்டு இருக்கானுக. நான் சும்மா ஒரு நூறுபேப்பர்தான். எந்திரிக்கறதுதான் நேரம், எறங்கிட்டா பழகீடுச்சு ம்மா" அம்மாவை சமாதானம் செய்துவிட்டுக் கிளம்பினான். நாகு வீட்டில் இல்லை. அவளது அம்மா வீட்டிற்குப் போய்விட்டாள்.

சைக்கிள் குளிர்ந்து போயிருந்தது. ஹேண்ட்பாரில் பையைத் தொங்கவிட்டு வலதுகையில் குடையுடன் சைக்கிளை மிதித்தான். டீக் கடைகளும் அதனை அண்டியிருந்த பெட்டிக்கடைகள் மட்டும் திறந்திருந்தன. அந்தமழையிலும் பலர் டீ குடிக்க நின்றிருந்தனர். மழை ஈரத்தில் சைக்கிள் இறுக்கிப் பிடித்து ஓடியது. லாரி, பஸ் வரும்போது தார்ரோட்டிலிருந்து கீழே இறங்கிக் கொண்டான். தண்ணீரை வாரி இறைத்து உடைகளை நனைத்து விடுகின்றன.

சின்னச்சாமி தோழர்தான் ஒவ்வொருநாளும் ராசுவை உற்சாகப்படுத்திப் பேசுவார். "இது வெறும் வேலைனு மட்டும் பாத்துடாதீங்க ராசு. வேலைக்கு வேலை. ஒரு சின்ன சம்பளம் கிடைக்கும்தா. அதைவிட கருத்துப் பிரச்சாரம் செய்யும் ஒரு பத்திரிகையை எடுத்துப்போகும் முக்கியமான சங்கத்து வேலையைச் செய்யிறீங்க."

அவர் சொல்வதுபோலவே தினசரியைக் கையில் வாங்கும் ஒவ்வொருவருமே ராசுவைப் பெருமிதத்தோடு போற்றினர்.

"ஆயிரம் வேலைகள் பாத்தாலும், செங்கோல் குடுத்த மாதரி தெனசரி காலைல கையில பத்திரிக்கைய வாங்கும்போதுதான் தோழர் ஒரு திறப்பே கிடைக்கிது. பின்ன? ஒவ்வொருநாளும்

நாம என்ன பேசணும் செய்யணும்ன நிலைப்பாட அறிஞ்சுக்க இதவிட்டா வேற முகாந்தரம் ஏது? அந்த வகைல ஒரு இளம் தோழர், இந்த வேலைய எடுத்துச் செய்றார்னா அவருக்கு ஒரு சல்யுட் அடிச்சு வரவேற்கணும்" என ரெம்பவே குதூகலமாய் வரவேற்கும் ஒத்தவீடு ராமையா தோழரில் இருந்து பூதிப்புரம் மிலிட்டரி ஆபீசர் வீராச்சாமி வரை தினசரியைப் போடுபவர் எனப் பார்க்காமல், தன்னைக் கொண்டாடுவதில் ராசுவுக்கு ஒரு பெருமை உண்டு.

வேலைதான் அதிகம். மொத்தம் நூறு பிரதிகள் வரும். கிட்டத்தட்ட பதினெட்டுக் கிலோமீட்டர் சுற்றவேண்டும். தேனி பஸ்ஸ்டாண்டில் கட்டு எடுத்து, பின்புறமாய் திரும்பி அரண்மணைப்புதூர் போய், அதேவழியில் திரும்பி தேனிநகர், தெற்கே பழனிசெட்டிபட்டி மேற்கில் ஏறி, கரட்டில் பெனட்டிக்ட் ஸ்கூலில் போட்டு அங்கிருந்து மேலேறி பூதிப்புரம், வாழையாத்துப்பட்டி தொட்டு, திரும்பவும் தேனி, அல்லிநகரம் ஊருக்குள் விநியோகித்து பொம்மயகவுண்டன்பட்டி, சுக்குவாடன்பட்டி இந்தியன் வங்கி பரமசிவன் வீட்டில் போட்டு அய்யர் டீக்கடையில் முடிக்க வேண்டும்.

ஏனைய தினசரியைப் போடுபவர்கள் இத்தனை தூரத்தை எட்டு நபர்களிலிருந்து பன்னிரண்டுபேர்வரை திசைக்கொருவராய்ப் பகிர்ந்து கொடுப்பார்கள். கிட்டத்தட்ட ஆயிரத்துக்கு மேல் பிரதிகள் ஒரு நகரத்தில் விநியோகம் ஆகும். ராசு மட்டும் எண் திசையும் ஒருவனே சுற்ற வேண்டும். சோர்வு வரும்போதெல்லாம் சின்னச்சாமியின் முக்கியவேலை எனும் ஊக்க வாசகமும், ராமையா தோழரது செங்கோலை எங்கள் கையில் தருகிறீர்கள் என்ற வார்த்தையும் வேகத்தைக் கிளப்பி விடுகிறது.

ஆசைக்குக்கூட மருது அண்ணனோடு ஒருநாள் மலைக்குப் போக வாய்ப்பே அமையமாட்டேன் என்கிறது. எது எப்படியாயினும் அதிகாலை நாலரைமணிக்கு தினசரிக் கட்டு எடுக்க தேனி பஸ்ஸ்டாண்டில் நிற்கவேணும். மொத்த தினசரியையும் போட்டு முடித்து அதன்பிறகு மலைக்கு ஏற அலுப்பாகவும் மலைப்பாகவும் இருக்கிறது. வெய்யிலும் ஏறிவிடுவதால் யாரும் ராசுவுக்காகக் காத்திருக்கவும் மாட்டார்கள். சுதந்திரதினம் மேதினம், போல வருசத்தில் ஒன்றிரண்டு தினங்களுக்கு மட்டும் தினசரி வராது. அன்றைக்கு உறக்கத்தின் மீது அத்தனை ஆசை ஆசையாய் வரும். அதுவரையிலும் காய்ச்சலா, மண்டவலியா எதுக்குமே ராசுவுக்கும் சைக்கிளுக்கும் விடுப்போ, விலக்கோ இல்லை.

தினசரியை மட்டும் போடுவதில் வருமானம் போதாது என்பதால், சில மாதாந்தர இதழ்களையும் அவ்வப்போது வெளியிடும் சங்கத்தின் ஆண்டுமலர்கள், சிறப்புப் பதிப்பு போன்ற புத்தகங்களையும் முன்பணம் கொடுத்து விநியோகம் செய்ய வழிகாட்டினார் சின்னச்சாமி. அதன்வழியில், வாசகர்கள், எழுத்தாளர்கள், கவிஞர்கள், அறிவுஜீவிகள் என பலதரப்பட்ட மனிதர்களுடன் தொடர்பு உருவானது. அவர்கள் அனைவரும் ராசுவின்மீதும், அவனது வேலைகுறித்த போராட்டத்தின்மீதும் ரெம்பவும் அக்கறை கொண்டவர்களாகவும் இருந்ததுதான் ஆச்சர்யம். அதைவிட போராட்டக் காலத்தின் செலவுகளுக்கும் உதவ தன்னார்வமாக முன்வந்தனர். “கூசாமக் கேளுங்க தோழர், வாய்ப்பிருந்தா உதவுறோம்” என பலரும் வாய்விட்டுச் சொன்னது ராசுவை சங்கத்தின் மீதான பிடிமானத்தை மேலும் நெருக்கப்படுத்தியது.

சைக்கிள் தேனி போலீஸ் ஸ்டேசனையும் ரயில்வே கிராசிங்கினையும் கடந்ததும் பஜார் துவங்கியது. சாலையின் இருபுறமும் திருவிழாத் திடலுக்குள் நுழைந்த மாதரி ஒரு ஆரவாரம் மிதந்தது. அத்தனை கடைகளும் உள் - வெளிவிளக்குகள் எரிய ஏவாரம் ஓடிக்கொண்டிருந்தது. நேருசிலைவரை கமிசன் கடைகள். மாவட்டத்தின் அத்தனை கிராமத்திலிருந்தும் சீசனுக்குத் தகுந்து விவசாயப் பொருள்கள் மாட்டுவண்டிகளில் வந்து கடைகளுக்கு இறங்கும்.

காலை ஒன்பதுமணிக்கெல்லாம் வெளியூரிலிருந்து வியாபாரிகள் ‘தாரணை’ பார்க்க வந்துவிடுவார்கள். தரம் பார்த்து விலைபேசி சிட்டை எழுதிவிட்டால் சாயங்காலம் லாரியோ வண்டியோ வந்து எடைபோட்டு ஏற்றிக்கொண்டு செல்லும். பகல்முழுக்க விருதுநகர், அருப்புக்கோட்டை, திருப்பூர், கோயம்புத்தூர், ராஜபாளையம் என தமிழகத்தின் முக்கிய வியாபார மையங்களில் இருந்து முதலாளிமார்கள் தத்தம் குழுவினரோடு வந்து தேனிபஜாரின் நானூற்றுச்சொச்சம் கமிசன் கடைகளையும் மிதித்துக் கொண்டிருப்பார்கள்.

இதில் ஞாயிறன்று வாரச்சந்தையும் கூடும். கிழக்குச்சந்தையில் மாட்டுத்தாவணி ஒருபுறம் நடக்க, மேற்குச்சந்தையில் கூடலூர் மொச்சைக்காய், அவரையிலிருந்து கொடைக்கானல் உருளைக்கிழங்கு, பீன்ஸ்வரை அத்தனைவிதமான காய்கறிகளும் லாட்டு லாட்டாய் வந்திறங்கும். அதுமட்டுமல்லாது தற்காலிக மளிகைக்கடைகள் கூடாரம் அடித்து அரசெலவுச் சாமான்களை அட்டியல் போட்டு

ஏவாரம் பார்ப்பார்கள். ஜெயமங்கலத்து வெத்திலை, சீலையம்பட்டி சக்கரைவள்ளிக் கிழங்கு சின்னமனூர் கரும்பு, ஆடு, கோழி, சேவல் என எல்லாம் கிடைக்கும். அஞ்சுரூவாய்க்கு, கிழியாத பாலியஸ்டர் வேட்டியும், பத்துரூவாய்க்கு சின்னாளபட்டி சில்க் சேலையும் சின்னப்பிள்ளைகளுக்கு சூட்டு சட்டையும், பொம்பளைப் பிள்ளைகளுக்கு சீட்டித் துணியில் பாவாடை சட்டையும் சல்லிசான விலைக்கும் எடுக்கலாம். பழசுதான். துவைத்து கஞ்சிபோட்டு மெருகேற்றித் தருவார்கள். புதுத் துணிகளும் கிடைக்கும். மொத்தத்தில் ஞாயத்துக்கிழமை தேனிச் சந்தைக்கு வந்தால் குண்டூசியில் ஆரம்பித்து குமரிப் பொண்ணுவரைக்கும் வேணுங்கறதை வாங்கலாம்.

ஒன்றிரண்டு மாட்டுவண்டிகள் சாலையோர சகதியில் சிக்குண்டு தத்தளித்தன. மாடுகளை அவிழ்த்துவிட்டு லோடுமேன்களின் உதவியோடு சக்கரத்தை நகர்த்தி பாரம் சகதியில் விழுந்துவிடாமல் உருட்டிக்கொண்டு கடையில் இறக்கினர். இறக்கிய வண்டிகளுக்கு அடியில் - கடைகளில் குவிந்த குப்பைகளை அள்ளிவந்து மாடுகள் கழித்துப் போட்ட தட்டைதாள்களைச் சேர்த்துக் குமித்து தீ வளர்த்துக் குளிர்காய்ந்து கொண்டிருந்தனர் இன்னும் சிலர். மேற்குச்சந்தையின் இரண்டாவது நுழைவாசலின் முகப்பில் இருந்த வெங்கடேசன் காப்பிக் கடையில் ஒருரூபாய் டீ அமோக விற்பனையில் இருந்தது. கூடவே சுடச்சுட சேமியாக் கேசரியும், மொச்சைப்பயறு மசாலும் கலந்துகட்டி ஆவிபறக்கப் பறக்க அள்ளிச் செலுத்திக் கொண்டிருந்தனர்.

இன்றைக்கு இங்கேதான் பகலில் உண்டியல் வசூல் செய்ய திட்டமிட்டிருந்தார்கள். பொதுவாக வசூல், கடைகளில், பிரமுகர்களை நேரில் சந்தித்து என்றுதான் நடக்கும். ஆனால், இன்றைய வசூல், மில்நிர்வாகத்தின் நரித்தனத்தை வெளியில் சொல்லவும், பாதிக்கப்பட்ட தொழிலாளர்களது நியாயத்தினை எடுத்துச் சொல்லவுமான ஒரு பிரச்சார உத்தியாக மாவட்டத்து மக்கள் முழுமையும் வந்து கூடும் நாள். வியாபார ரீதியில் மாநிலத்தின் அதிமுக்கிய பஞ்சு வியாபாரிகள் சங்கமிக்கும் இடம், அவர்களுக்கும் இந்தச் செய்தி பரவுகிறபோது, மில்லின் மீதான மதிப்பீட்டில் பாதிப்பை உண்டுபண்ணி, வியாபாரச் சந்தையில் ஒரு விளைவினையும், அதன்வழியாக குணமாற்றம் ஏற்பட வாய்ப்பு அமையும் என கணக்கிட்டனர். அதற்கான துண்டறிக்கையினை அச்சடிக்க ராசுவும் அபுவும்தான் நேற்று சாயங்காலம் அச்சகத்திற்கு வந்து பிழைதிருத்தம் செய்து கொடுத்துவிட்டுப் போனார்கள்.

இன்று பகல் பதினோறுமணிக்கு வாக்கில் வந்து அறிக்கையினை வாங்கவேண்டும்.

நேருசிலைத் திருப்பத்தில் மாட்டுவண்டிகள், லாரிகள், கைவண்டிகள் பலவும் திரும்பி வரவும் முடியாமல், உள்ளேபோகவும் முடியாமல் திணறின. போக்குவரத்தினை ஒழுங்குபடுத்த காலை ஒன்பதுமணிக்குத்தான் போலீசார் வருவார்கள்...

"மாட்டுவண்டி எப்பிடிய்யா பின்னுக்குப் போவும்? அதும் பாரவண்டி? லாரிய ரிவர்ஸ்ல கொண்டுக்குப் போயி வழிய ஒதுக்குய்யா!"

"முன்னும் பின்னுமா வண்டிக வழிமறிச்சு நிண்டுகிட்டு பின்னாடி போன்னா எங்கப்பா போறது? கடய இடிச்சுட்டு போவட்டுமா? ரோட்டவிட்டு கீழ எறக்குய்யா?" லோடுமேன்கள், வண்டிக்காரர்கள், லாரி கிளீனர்களது கலவையான சத்தம் அதிகாலைப் பனியினை விரட்டியடித்தது.

பலவண்டிகள் நடைமேடையில் ஏறி நகர்ந்தன.

ராசுவும் சைக்கிளை நடைமேடையில் ஏற்றி உருட்டிச் சென்றான். கற்பகம் ரெஸ்டாரண்டை அடுத்த தொகுப்புக் கட்டிடத்தின் வெளிச்சத்தில் தினசரிக் கட்டுகள் சேகரிக்கப்பட்டு, உள்தாள் இணைக்கும் வேலை வேகவேகமாய் நடந்து கொண்டிருந்தது. ஒருகால் மடித்து இன்னொருகாலை நீட்டிக்கொண்டு நடைமேடை முழுக்கப் பரப்பிக் கிடந்த தினசரிகளின் தாள்களை பக்கம்பார்த்து மடித்து அடுக்குவதும், அவரவர் பகுதிக்கான எண்ணிக்கையினை ஒதுக்கி பைகளிலும் சைக்கிளின் கேரியரிலும் கட்டி விநியோகம் செய்வதற்கு மழையின் தயவை எதிர்பார்த்து நின்றனர் பேப்பர் போடும் பையன்கள்.

ராசு, சைக்கிளை நிறுத்திவிட்டு, டீக் கடைக்கு வந்தான். அவனுக்கான கட்டு கடைக்காரர் வசம் இருக்கும். மொத்தக் கட்டுகளை எடுக்கும் நபர் ராசுவின் சின்னஞ்சிறிய கட்டின்மேல் பச்சாதாபம் கொண்டு டீக்கடைக்காரர் வசம் ஒப்படைத்துவிடுவார்.

நின்றவுடன் டீ வந்தது. கையெலெடுத்தவன், ஊதிக்குடித்தான். "ரவ்வெல்லா நல்ல ஊத்து மழபோல?" டீ மாஸ்டரிடம் பேச்சுக்கொடுத்தான். ராசுவிடம் நன்றாகப் பேசுவார். கட்டு தாமதமாக வரும் நாளில் விற்பனைக்காக வைத்திருக்கும் வாராந்தரி,

மாதாந்தரப் புத்தகங்களை எடுத்துப் பார்த்தாலும் எதுவும் சொல்லமாட்டார். கசங்கக் கூடாது. அவ்வளவுதான்.

"ஊத்தா? கொட்டீருச்சு. எதோ ஒங்களுக்காக - பேப்பர் போடட்டுங்கறதுக்காக தாக்காட்டி இருக்குன்னு நெனைக்கிறேன். குன்னூர் ஆத்துல பாலத்துக்கு மேல தண்ணிபோகுதாம்ல."

ஆச்சர்யமாய்ச் சொன்னார். குன்னூரில் முல்லையாறு, கொட்டக்குடியாறு, பெரியாறு மூணும் ஒன்றுசேர்ந்து வைகை அணைக்குப் போகும்.

"அம்புட்டுத் தண்ணியா?" அந்த வெள்ளத்தைப் பார்க்கவேணும் போலிருந்தது.

"ம்? அதனாலதே மதுரைல இருந்து வார வண்டியெல்லா ஆண்டிபட்டில இருந்து கீமங்கலம் - மேமங்கலம் சுத்தி பெரியகுளம் வழியா வருது."

"லேட்டாகுமே!"

"ஆமா, ஒங்க வண்டியெல்லா இன்னம் வரல."

"இன்னம் வரலியா?" வாடிக்கையாய் வரும் வண்டியில்தான் கட்டு வருமா? வேறு எந்த வண்டியில் போட்டுவிடுகிறார்களோ? குழப்பமாய் இருந்தது.

"எங்களுக்கே பாதிக் கட்டுதா வந்திருக்கு. மீதி என்னைக்கி வந்து பிரிச்சி லைனுக்குக் குடுக்க?" உள்த்தாள் சொருகிக் கொண்டிருந்த ஒரு அண்ணன் ராசுவுக்காக பரிந்து பேசினார். "விட்ட மழ, மறுக்கா வராம இருக்கணும்."

அந்த சமயம் நேருசிலையைச் சுற்றிவந்த ஒரு பேருந்து "பாம் பாமென" ஆரன் ஒலித்தது.

"வேல்முருகன் வேல்முருகன்."

தினசரி போடுபவர்கள் ஆளுக்காள் எதிரொலிப்பதுபோல கத்தினார்கள். அந்தப் பேருந்தில்தான் தினசரிக் கட்டுகள் வரும்.

தாமதமானதால் வேல்முருகன் பேருந்து நிலையத்தினுள் நுழையாமல் வாசலில் நின்று பயணிகளை இறக்கிக் கொண்டிருந்தது. நடத்துனர் பின் இருக்கையிலிருந்த தினசரி கட்டுகளைப் பூராவும் எடுத்து வாசல்படிக்குத் தள்ளினார். அதற்குள் பாய்ந்து வந்து ஏறிய

தினசரிபோடும் பையன்கள் கட்டுகளை கைமாற்றி வெளியே ஈரமில்லாத பகுதிக்குக் கடத்தினர்,

ராசுவும் டீக் கிளாசைக் கொடுத்துவிட்டு வேல்முருகனுக்கு ஓடிவந்தான். அவனது கட்டும் இந்த வண்டியில்தான் வருகிறது. மடமடவென கீழிறங்கும் கட்டுகளில் தன்னுடைய கட்டினை அடையாளம் காண சிரமமாய் இருந்தது. இருப்பதிலேயே சிறியகட்டு என்பதனால் ஒரு அனுமானத்தில் கவனித்தவாறு நின்றான். சந்தேகப்பட்ட ஒன்றிரண்டு கட்டுகளைப் புரட்டியும் பார்த்தான்.

"ரைட், போலாம்" என நடத்துனர் விசில் அடிக்கும் வரை, தன்னுடைய கட்டு இறங்கவே இல்லை. கட்டெடுக்க பேருந்துக்குள் ஏறியவர்கள் கீழே இறங்கி தத்தம் கட்டுகளை மழை ஈரம் தாக்கா வண்ணம் உடனடியாய் எடுத்துக்கொண்டு நடைமேடை சென்றனர்.

ரயில்பெட்டியைத் தவறவிட்ட பயணிபோல பிரமை பிடித்து நின்ற ராசு, சுதாரித்து கிளம்பிய வேல்முருகனைப் பின்தொடர்ந்து ஓடினான். "கண்டக்டர்ணே... . எங்கட்டு வரல. தீக்கதிர்!" கத்தியபடி பேருந்தின் பின்வாசலைத் தொத்தி ஏறினான்.

அதே நேரம், பேருந்தின் எஞ்சின்மேல் இருந்த ஒரு கட்டை எடுத்து முன்பக்கத்து வாசல்வழியே வீசி எறிந்தார் நடத்துனர். அது சாலையோரத்தில் தேங்கியிருந்த மழைநீர்க் குட்டையில் சள்ளென விழுந்து மிதந்தது.

16

“பல் அரணை, பல்கூச்சம், ஈருல ரத்தம் வடிதல், எலுருல வீக்கம், பல் ஆட்டம், கடவாப் பல்லுல பச்சத் தண்ணி விடமுடியல, வாய்த் துர்நாற்றம் அத்தனைக்கும் ஒரே தீர்வு யானைக்கால் பல்பொடி.

தினசரி காலைமாலை ரெண்டுநேரம் நம்ம பல்பொடியப் பல்லுல வச்சு கரகரன்னு தேச்சுக் கொப்பளிச்சா, வாய் துர்நாற்றம் ஒழியும். வீங்குனபல், ஆடுறபல், எலுருல வீக்கத்துக்கு பல்பொடிய வச்சு அமுக்கிவிட்டா நீரா வடிஞ்சு சொஸ்தமாகும். ஆடுறபல்ல இதே எடத்துல கொஞ்சமும் வலியில்லாம அர நுமுசத்துல அஞ்சுகாசு செலவில்லாம பிடிங்கிக்கலாம்.”

தேனி வாரச்சந்தை துவங்கும் பெரியகுளம் சாலையில் மதுரை - போடி தொடர்வண்டி சாலை குறுக்கிடும் இடத்துக்கு வடக்கே அமைந்துள்ள பெத்தனாட்சி விநாயகர் கோயிலின் வாசல்படி ஓரமாய் செருப்புகள் போடுமிடத்தில் சதுரமாய் இடம்போட்டு தனது பல்பொடி கடையினைப் பரப்பி இருந்தார். பல் வைத்தியதிலகம் டாக்டர் ஸ்ரீஸ்ரீ பரஞ்சோதிராசன். முற்றிய கோதுமை நிறம் முகத்துக்கு ஸ்நோ தடவி பவுடர் அப்பி இருந்தார். தலைக்கு குளிரக்குளிர எண்ணெய் தேய்த்து முடி கருகருவென வைத்திருந்தார். உச்சி வகிடெடுக்காமல் மேலேற்றிச் சீவி அடுக்கடுக்காய் நெளிவு எடுத்து நடு நெற்றியில் மட்டும் ஒரேஒரு சுருள்முடி ஓலைப்பாம்பாய்த் தொங்கிக் கொண்டிருக்கும். கண்களுக்கு கருப்புக் கண்ணாடி போட்டு, கழுத்துக்கு டை கட்டி, காலுக்கு கருப்பு பூட்ஸூம் போட்டு, மீசைக்கு மட்டும் மை இழுத்திருப்பார். முழுக்கை சட்டையும் பேண்ட்டும் வெளேரென்றிருக்கும்.

கோயில்ச் சுவரை ஒட்டி சிறுமுக்காலி ஒன்றினைப் போட்டு அதன்மீது உட்கார்ந்து ஒரு மெகா போனில் பேசியபடி, தன்முன்னே விரிக்கப்பட்டிருக்கும் சாக்குப் படுதாவில் பாக்கட்டுகள், டப்பாக்கள், தைல பாட்டல்கள் என தனித்தனியாய், கூறுகட்டி வைத்திருக்கும் பொருட்களை ஒவ்வொன்றாய் எடுத்து எடுத்துக் காண்பிப்பார். படுதாவிற்கு மேற்புறத்தில் தான் வாங்கிய பட்டங்கள், பிரபல நடிகர், நடிகைகள், மற்றும் நடப்பு அரசியல்வாதிகளோடு எடுத்துக்கொண்ட புகைப்படங்கள் கண்ணாடித் தாள் சொருகி சுவரில் சாய்த்து வைக்கப்பட்டிருந்தது.

விளம்பரம் செய்து கொண்டிருக்கும்போது யாராவது சந்தேகமோ சரக்குகளோ கேட்டால் அவர்களையும் மைக்கில் பேசவிடுவார். பல் பிடுங்க வரும்போது மட்டும் மைக் கீழே இறங்கும். பல்பிடுங்க வரும் நபர்களை கோயில் சுவரில் தலைசாய வைத்து முதலில் பஞ்சில் எதோ ஒரு தைலத்தை முக்கி பல்லின் வேரில் வைப்பார். எச்சிலை விழுங்கக்கூடாதென்பார். பலரால் அதுமுடியாது. சுறுச்சுறுவென அந்தத் தைலம் தொண்டைக்குள் இறங்கிவிடும். சிலருக்கு உமட்டல் வரும். தைலம் வைத்த ஒருசில வினாடிகளில் கட்டைவிரலையும் ஆள்காட்டி விரலையும் மட்டும் உபயோகித்து வெடுக்கெனப் பிடுங்கி தயாராய் இருக்கும் தண்ணீரில் கழுவி ஒரு பித்தளைத் தாம்பாளத்தில் போட்டுவிடுவார். அது ஆயிரக்கணக்கில் தாம்பாளத்தை அடைத்திருந்தது. பல் பிடுங்கியவுடன் எச்சிலைத் துப்பவேண்டும். மறுபடியும் பஞ்சில் தைலத்தை முக்கி, பல்பிடுங்கிய இடத்தில் அழுத்தி வைத்து விடுவார். "ரெண்டு நாளைக்கி அந்தப்பக்கம் எந்த பழக்கமும் வச்சுக்கக் குடாது" எனச் சொல்லி, பல்பொடியைப் பொட்டலங்கட்டிக் கொடுத்தனுப்புவார்.

"இங்கன இருந்து ஆரம்பிப்பமா?" பூலோகம் தன்னிடமிருந்த உண்டியலைக் குலுக்கத் தயாரானான்.

ஏற்கனவே பேசியபடி அனைவரும் மதியச்சாப்பாட்டுக்குமேல் பெத்தனாட்சி விநாயகர் கோயிலருகே கூடினர். அங்கிருந்து பஜார் தெருவிலும் சந்தைக்குள்ளும் உண்டியல் வசூல் நடத்துவது என்ற திட்டம். வசூலைத் துவங்குவதற்கு முன்னால் சங்கச் செயலாளர் பொதுமக்கள் மத்தியில் "இந்த உண்டியல் வசூல் எதற்காக எனும் விவரத்தை உரத்த குரலில் பேசினார். தொடர்ந்து அன்னக்கொடியும், வேலப்பனும் அதே வாசகத்தினை முஷ்டி உயர்த்தி கோசஷமாய் முழங்கினர். "பொதுமக்களே பொதுமக்களே, உங்கள் பிள்ளைகள், நாங்கள், உங்களை நாடி வந்துள்ளோம். நீதிகேட்டு வந்துள்ளோம்.

நீதி தாரீர் நிதி தாரீர், முதலாளிமார்களின் கொட்டம் ஒடுக்க, பொதுமக்களே ஆதரவு தாரீர்!"

ஏனைய விபரங்கள் அனைத்தும் துண்டறிக்கை சொல்லும் என்பதாக சாலையின் இருமருங்கும் துண்டறிக்கை விநியோகமும் தொடர்ந்து உண்டியலும் ஏந்தி வந்தனர்.

பல்வைத்திய திலகத்திடம், ஒருதுண்டறிக்கையினைக் கொடுத்தனர். என்ன என்பதுபோல மெகபோனை விளக்கி இவர்களைப் பார்த்தார். "மில் தொழிலாளிக நாங்க. வேலையவிட்டு நிறுத்திட்டாக. கோர்ட்ல கேஸ்நடக்குது. போராட்டத்துக்கு ஆதரவு குடுங்க."

அபு துண்டறிக்கையினை நீட்டிப் பேசினான். பூலோகம் அவர் முன்னால் குனிந்து உண்டியலை இரண்டுகைகளாலும் ஏந்தி நின்றான். ஒரு பிளாஸ்டிக் வாளியை சிவப்புத் தாள் ஒட்டி மேல்மூடியில் துவாரமிட்டு உண்டியலாக்கி இருந்தனர்.

இரண்டு நாலணா நாணயங்களை எடுத்து சாமிகும்பிட்டு உள்ளே செலுத்தினார் வைத்தியர். "போதுமா?" எனக்கேட்டார்.

"எத்தனபேர் வந்திருக்கம். நோட்டாப் போடுவீங்களா? சில்றயப் போடுறீகளே சார்" ஹாஹாவெனச் சத்தமாய்ச் சிரித்தபடி சொன்னான் பூலோகம்.

"சிறு துளி பெருவெள்ளம்" அமைதியாய்ச் சொல்லிவிட்டு மெகாபோனில் வாடிக்கையாளர்களை அழைக்கத் துவங்கினார்.

"பல் அரணை, பல்கூச்சம், வாய்த் துர்நாற்றம்..."

பாண்டியனும் சங்கத்தின் தோழர்கள் இரண்டுபேரும் கொடியினை ஏந்தி வந்தனர். ராசேந்திரன் கையில் துண்டறிக்கையினை வாங்கிக்கொண்டான். இன்னொரு உண்டியலை ஆனந்தன் ஏந்தி வந்தான்.

"கூட்டமா ஒரேபக்கமாப் போறதவிட ரெண்டுபிரிவா பிரிஞ்சுகிட்டா வேகமா முடியுமே!" சங்கச் செயலாளரது ஆலோசனையினை சின்னச்சாமியும் ஏற்றுக்கொண்டார். "மொத்தமாப் போனா நகரத்துல ஒரு பார்வை கிடைக்கும்னு நெனச்சேன். பரவால்ல நபர்கள் கூடுதலாத்தான இருக்கோம். ரெண்டு அணியா பிரிஞ்சுக்கலாம். இதுவுமே அடசலா, பெருஸ்சாத்தான் தெரியும். நீங்க சொன்னாப்ல வேலையும் சீக்கிரமா ஆகும்."

ஒரு அணிக்கு சின்னச்சாமி தோழரும், இன்னொன்றில் செயலாளரும் முன்நின்று சென்றனர். பஜார் தெருவினை அடைத்து கூட்டம் நகர்ந்தது. இரண்டுபக்கமும் கொடிகளோடு உண்டியல் ஏந்தி தோழர்கள் வசூலை நடத்தலானார்கள்.

அனஞ்சுவுக்கு, உண்டியல் வசூலில் ஆர்வமில்லை. மாறாக, கூச்சம் மிகுதியாய் இருந்தது. “நம்ம சொந்தப் பிரச்சினைக்கு அடுத்தவக கிட்டக்க எதுக்கு காசு கேக்கணும்? நாம ஸ்ட்ரைக் செஞ்சு சம்பளம் கூடுனா அதுல பிறத்தியார்க்கு என்னா லாவம்? அனுபவிக்கப் போறது நாம! நாமதான் கடன ஒடன வாங்கிச் செலவு செய்யணும்.” அப்படித்தான் இதுவரை நடத்திய போராட்டச் செலவுகளுக்கு தன்னால் இயன்ற அளவு பணம் புரட்டித் தந்தார். மருது, பாண்டி போன்றோரால் செலவழிக்க முடியாத சூழலை உள்வாங்கி அவர்களது மனம் நோகாமல் அதேசமயம் அவர்களுக்கு இருக்கும் கடமையினை விளக்கியும், ஒருபகுதியை கடனாக ஏற்கவும் செய்திருந்தார். ஆனால் ஸ்ட்ரைக் முடிந்ததும் கடனெல்லாம் அடைபட்டுவிடும் எனும் அனஞ்சுவின் எண்ணத்தில் மண்ணள்ளிப் போட்டன ஏனைய தொழிற்சங்கங்கள்.

நான்கு தொழிற்சங்கங்கள் மொத்தமாய் நின்று வேலைநிறுத்தப் போராட்டத்தை துவக்கின. பத்துநாட்கள் மாவட்டத்தின் அத்தனை கண்களும் அறியும் வண்ணம் நடைபெற்ற போராட்டம் மில்நிர்வாகத்தை பேச்சுவார்த்தைக்கு நிர்பந்தித்தது, முதல் இரண்டாம் கட்ட பேச்சுவார்த்தையில் தொழிற்சங்கங்களின் ஒற்றுமையில் திணறிப்போன மில் நிர்வாகம் மாவட்ட தொழிலாளர்நல அலுவலர் முன்னிலையில் நடந்த மூன்றாம் கட்ட பேச்சுவார்த்தையில் நரித்தனத்தைக் கையாண்டு மாடுகளைப் பிரித்து ஒப்பந்தத்தில் சிலபேரின் ஒப்புதலை வாங்கி வேலைநிறுத்தத்தை உடைத்தது. ஒருமாத காலம் வேலையில்லாமல் தவித்த தொழிலாளர்களுக்கு வேலைநிறுத்தம் சம்பந்தமான எந்த முன்னனுபவம் இல்லாத காரணத்தினாலும் நிர்வாகத்தின் அச்சுறுத்தலாலும், கருப்பு ஆடுகளாய் விளங்கிய அந்த தொழிற்சங்கங்களது சாத்வீகமான பேச்சுக்களாலும் கோரிக்கை முழுசும் நிறைவேறும்வரை போராட்டத்தினை நீடிக்க வைக்க முடியவில்லை.

தனித்துவிடப்பட்ட அனஞ்சு தலைமையிலான சங்கத்தார் வாயில்கூட்டம் போட்டு மாவட்ட தொழிலாளர்நல அலுவலர் முன்நடைபெற்ற பேச்சுவார்த்தையினையும் அதில் இடம்பெற்ற தொழிலாளர் விரோத ஒப்பந்தத்தினையும் எடுத்துக் கூறி அவ்

ஒப்பந்த கையெழுத்திற்கு கடும் ஆட்சேபம் தெரிவித்து, எதிர்வரும் காலத்தில் இதனை கூடுதல் நீதிமன்றத்திற்கு எடுத்துச் செல்வோம் என சூளுரைத்து, தொழிலாளர்களோடு தாங்களும் வேலைக்கு சென்றபோதுதான் அவர்களை மில்லுக்குள் அனுமதிக்க மறுத்தது மில் நிர்வாகம்.

ஆக, இரண்டாம் கட்ட போராட்டம் துவங்கியபோது, முதல் கட்டத்து பொருளாதாரச் சிக்கல் தீர்க்கப்படாதிருந்தது. நேற்றுவரை ஒன்றாய் இருந்தவர்கள் இன்று மாறி விட்டனர். அவர்களிடம் கடன் பிரச்சினையினை ஒப்பிப்பதும் போராட்டச் செலவுகளுக்கு ஈவு கேட்பதும் சாத்தியமில்லாத ஒன்றாகிப்போனது.

“பரந்துபட்ட மக்கள் சமுத்திரம் இருக்கிறது தோழர் எதையும் சமாளிக்கலாம்” என தைரியப்படுத்தினார் தோழர் சின்னச்சாமி.

எந்தவிதமான பொருளாதார பின்புலம் ஏதுமில்லாத அடுத்தவேளை உணவுக்கான உத்தரவாதமில்லாத வெறும் கூலிக்காரங்க பதினாறு பேர் ஒருபக்கம்! சகலவிதமான ஆள், படை அம்பு, போலீஸ், அரசு செல்வாக்கு அத்தனையும் குறையில்லாத மில் நிர்வாகம் எதிர்புறம். யோசிச்சுப் பாருங்க. எத்தனை தைரியம் நமக்கு! எப்படி இந்த வீரம் நமக்கு வாய்க்கிது? ஏன்னா நம்மகிட்ட இழக்க எதுவுமில்ல. எது கிடச்சாலும் அது வெற்றிதான். ஆனா எதிராளிக்கு? எதைஎதை இழக்கப் போகிறோமோ என்கிற பதட்டத்தினால ஆயிரமாயிரம் பாதுகாப்புகளை ஏற்படுத்திக்கறாங்க. அவங்க செய்ற ஒண்ணொண்ணும் தங்களைத் தற்காத்துக் கொள்ளத்தான். நம்மை எதிர்க்க இல்லை அதப் புரிஞ்சுக்கணும். நம்மைக்கண்டு பயக்கறாங்க. நமக்கு எந்த பயமும் இல்லை. பயம் ஏன் வருது? எதுவாச்சும் நம்மகிட்ட இருந்து எதிராளிக்குப் போயிருமோ ன்ன எண்ணம் இருந்தால்தான் பயம் வரும். நம்மகிட்டதா எதும் இல்லியே? இழக்கறதுக்கு என்ன இருக்கு? அதனால பொறுமையும் தெளிவும் மட்டுமே நமக்கான கொள்முதல். மற்ற, பணம் - வேலை எல்லாமே வெளீல நெறைய நெறஞ்சு கிடக்கு. எது வேணும்ங்கறது நம்ம தேர்வுதான்.”

தோழர் சின்னச்சாமியின் அவ்வப்போதான வார்த்தைகள் அனஞ்சுவை பலவிதங்களில் மெருகேற்றி இருந்தது. ஆனாலும், தோளில் துண்டும், கரட்டுக்காட்டை கொத்திப் பசியில்லாக் கஞ்சி குடித்து வந்ததன் காரணமாக உண்டியல் ஏந்த, ரெம்பவே சங்கட்டமாக இருந்தது. சந்தைக்கு வரும், சொந்த ஊர்க்காரன் யாராவது ஒராள் பார்த்தால் “அனஞ்சு, என்னாப்பா நீ

கையேந்திக்கிருக்க! ஒனக்கென்னாப்பா?" எனக் கேட்டுவிட்டால்? குடி முழுகிப்போய் விடாதுதான். மில்லில் வேலைபார்ப்பதும் அது ஸ்ட்ரைக்கில் இருப்பதும், எல்லாருக்கும் தெரியும்.

"நாப்பது வயசுக்கு மேல ஒனக்கெதுக்குப்பா இந்தத் தொரட்டு. எளவட்டம்ன நெனப்பு? ஒரு மொழம் கரட்டுக் காடுன்னாலும் சொந்தமா வாச்சிருக்கில்ல! அதச் சொரண்டிக் குடிச்சாப் பத்தலியா? என்னாதே மாசச் சம்பளம்னாலும் அடிமத் தொழில்தான" ஊரில் கேட்காத ஆள் பாவம் செஞ்சவன். ஆனால் அப்படி கேட்டவன் தான் இந்த பூலோகம்,

கரட்டில் களையெடுக்கும்போதும், தண்ணிகட்டும்போதும் ஏன், அய்யாடான்னு ஒரு காப்பித்தண்ணி குடிக்கலாம்னு கௌப்புக்கடைல வந்து ஒக்காந்தாலும் அங்கனயும் எகடாசி பேசுனவன், "ஏம்மாமு, மில்லுல சேந்துட்ட, சம்சாரிப் பொழப்ப இனி ஒடப்புல தூக்கிப் போட்டுட்டு, சூட்டுஞ் சட்டையும் மாட்டிக்கிட்டு ஒரு பைக்கப் புடிச்சு தடதடன்னு போக வேண்டிதான. இன்னம் என்னத்துக்கு இந்த நொந்துபோன சைக்கிள தொய்யாந் தொய்யாண்டு ஓட்டிக் கெடக்க" என உசிரை வாங்கியவன், ராசேந்திரன்.

"ஏண்டா, இந்த மனுசனப் பாக்க ஒங்களுக்கெல்லா எப்பிடித் தெரியிது? யேன், கரட்டுக்காட்டு சம்சாரி, டவுனுப்பக்கம் போயி பொழப்பு தேடக்குடாதா? காலமெல்லா தண்ணியுமில்லாத வெண்ணியுமில்லாத சரளக் காட்ல உமுருக்குடிச்சு உமுருக்குடுச்சு காத்துக் கெடந்து வெள்ளாம பாத்தே தான் சாகணும்னு எதும் எழுதிக்குடுத்து பொறந்திருக்காகளா?" அனஞ்சுவின் சம்சாரம் ராசாத்தி ஆக்கருவாளாய்ப் பேசினாலும் அனஞ்சுவுக்கு எந்த நோக்கமும் இல்லாமல்தான் மில் வேலைக்கு சேர்ந்தார்.

வைகை ஆற்றில் வெள்ளம் வரும்போதும் அணைக்கட்டுக்கு தண்ணிவரத்து கூடிவரும்போதும்தான் ஊர்ப்பக்கம் வாய்க்காலில் நீர்ச்சோங்கு தலைகாட்டும். அந்த சமயம் வாய்க்காலில் பம்புசெட்டை இறக்கி தண்ணீரைக் கிணற்றுக்குள் சேகரித்து வெள்ளாமையை ஓட்ட வேண்டும். வயலைப் போல தோட்டத்தைப் போல இங்கே வேலைகள் அதிகம் இல்லை. தண்ணிகட்டு சமயம் ஆண்பிள்ளை இருக்க வேண்டும். மற்ற வேலைகளை வீட்டாள்கள் சமாளித்துக் கொள்ளுவார்கள். நாளில் பாதிநேரம் சும்மா கிடக்க நேரும். வேறு ஏதாவது ஏவாரம் பார்த்தால்தான் பிள்ளைகுட்டிகளை கரைசேர்க்க முடியும்.

அனஞ்சுவுமே மில்லில் சேருவதற்கு முன்பு ஊரில் சின்னதாக, பெட்டிக்கடையும் ஒரு விறகுக்கடையும் போட்டிருந்தார். வீட்டுக்காரி பார்த்துக் கொள்கிறார்கள். கொள்முதல் மட்டும், தேனிபஜாரில் செய்து கொள்வார். வேலைக்குப் போகும்போது சிட்டையைக் கடையில் கொடுத்தால் வீட்டுக்குத் திரும்புகிற சமயம் சரக்கெடுத்துத் திரும்பலாம். அதுபோல விறகுக்கடையும் ரீப்பர், பக்கவெட்டுச் சிரகாய்களை மரக்கடைகளில் சொல்லிவிட்டால் எடைபோட்டு வண்டியில் ஏற்றிவிடுவார்கள். காசைக் கட்டினால் விறகு, கடைக்குப் போய்ச் சேர்ந்து விடும். தலைச்சுமையாய் வரும் மலைத் தடிகளை வீட்டுக்காரி விலைபேசி வாங்கிவைப்பாள்.

ஆக, நாளின் ஒருபகுதி திருமலாபுரம் ஆம்பளைகளுக்கு தேனிபஜாரில் செலவழியும். அதனால் மில்வேலை தனியாய் தெரியவில்லை. இப்போது பத்து இருபது பேருக்கு மேல் தேனியிலிருக்கும் பல ஸ்பின்னிங் மில்களில் வேலைக்குப் போகின்றனர். அனஞ்சுவோடு மட்டும் பூலோகம், ராசேந்திரன், தர்மர், முருகன், சத்தி என ஆறுபேர் வேலைக்கு வருகின்றனர். அந்த ஆறுபேருமே தற்போது சஸ்பென்சனில் உள்ளனர்.

உண்டியல் வசூல் கோலகலமாய் நடந்து கொண்டிருந்தது. பஜாரின் இருபுறத்துக் கடைகளையும் தோழர்கள் கொடியும், துண்டறிக்கையும் உண்டியலுமாய் கைகளில் ஏந்திக்கொண்டு அணிவகுத்து முன்செல்ல, ஏனையோர் வளையமிட்டு குழுவாய்ப் பின் தொடர்ந்தனர். சிவப்புக்கொடியை தலையில் கைக்குட்டைபோல கட்டிக்கொள்ள, அது வெயிலுக்கு மறைப்பாகவும் அமைந்தது. அன்னக்கொடியும், ராசேந்திரனும் தனித் தனியாய் பிரிந்து கொண்டனர். கடைகளில் பேசுவதும் அவர்களை உண்டியல் செலுத்த வைப்பதுமான பணியில் மூழ்கினர். ராசேந்திரனது வெள்ளந்தியான பேச்சும் அன்னக்கொடியின் அமெரிக்கையான குரலும் உண்டியலை நிரப்ப உதவின. தோழர் சின்னச்சாமிக்கும் சங்கச்செயலாளருக்கும் அதிக வேலை இல்லை. சில பிரமுகர்களிடம் அறிமுகமும், ஒருசில கோரிக்கைகளையும் வைக்கவுமே இருவரும் பேசவேண்டி இருந்தது.

ரயில்த் தண்டவாளத்தைத் தாண்டியதும் மேற்குச்சந்தையின் முதல் வாசலில் துவங்கி இரண்டாம், மூன்றாம் வாசல் மாரியம்மன் கோயில்வரை சந்தை நீள்கிறது. மூன்றாந்தால்வரை கடைவசூலும் மாரியம்மன் கோயில்வாசலில் நுழைந்து சந்தை வசூலையும் செய்திட திட்டம். எதிர்பார்த்தபடி பஜாரில் நல்ல வரவேற்பு இருந்தது. ஒவ்வொருகடையும் பருத்தித்தாட்டுகள் நீட்சியால்

தார்ச்சாலைவரை நீண்டு கிடந்தன. மாட்டுவண்டிகள், பஸ், லாரி, சைக்கிள் என போக்குவரத்து நெரிசலூடே சிவப்பாய்த் தெரிந்த இக்குழுவின் அடையாளம் பொதுமக்களை விசாரிக்க வைத்தது. முக்கியமாக, கோயம்புத்தூரிலிருந்து பருத்திக் கொள்முதலுக்கு வந்த சைமா கூட்டமைப்பின் உறுப்பினர் சின்னச்சாமியிடம் விபரங்களைக் கேட்டறிந்து கொண்டது நல்ல பதிவானது.

சந்தைக்குள் ஜனநெரிசல் தள்ளிச்சாய்ந்தது. ஒருத்தர்மீது ஒருத்தர் இடிக்காமல் நகரமுடியவில்லை. நடைபாதை நாலு அல்லது ஐந்தடிதான். எங்கேபார்த்தாலும் தார்ப்பாய்க் கூடாரம் அமைத்த கடைகள். காய்கறிகள், பூண்டுவகைகள், வெங்காயம், தேங்காய், வாழைஇலை, வாழைத்தார் - பழங்கள், கருவாட்டுக் கடைகள், வெல்ல மண்டி, பலசரக்கு அய்ட்டம், ஆடு கோழிகள், மிட்டாய்க் கடைகள், ஜவுளி என பகுதிபகுதியாய் பிரித்து மொத்த ஊரும் அங்கே நடமாடிக் கொண்டிருந்தது. இதில் கொடிபிடித்து கூட்டமாய்ப் போவது சிக்கலாய் இருந்தது. வரிசை அவ்வப்போது குலைந்தது.

அப்படியான வரிசை குலைந்த ஒருநேரத்தில் எதிர்பார்த்தது போலவே ஆடு பிடிக்க வந்த திருமலாபுரம் ஊர்க்காரர்கள் அனஞ்சுவைக் கண்டு கொண்டார்கள்.

“இங்க வார்ரா, அம்ம வெறகுக்கட அனஞ்சி மாப்ளய செவப்புச் சட்டக்காரவகளோட திரியறாப்ல” கையில் தாம்புக்கயிறும், தோளில் வேட்டி நீளத்து துண்டுமாக இரண்டு நபர்கள் அனஞ்சுவின் முன்னால் வந்து வாய்பிளந்து நின்றார்கள்.

“அட வக்காள்ளி, இப்ப நா மில்லு வேலக்காரனில்லியா. அந்தச்சோலியும் பாக்கணும்ல” தன்முன்னால் உண்டியல் குலுக்கிக் கொண்டிருந்த பூலோகத்தையும் ராசேந்திரனையும் காண்பித்தார்.

திருமலாபுரம் சரளைக்கரட்டில் மண்வெட்டியும், கடப்பாரையுமாகத் கோவணத்தோடு திரியும் சம்சாரிகள் வெள்ளையுஞ் சொள்ளையுமாய் நகர்ப்புறத்து மனிதர்களோடு கொடியும் கோஷமுமாய் முன்னெடுத்துப் போகும் காட்சியில் தம்மை மறந்துதான் போயினர்.

“இன்னமும் ஒங்க மோலாளி, ஒங்களப்பூராவும் வேலைக்கு கூப்டலியா?”

“அதுக்குத்தான இப்பிடி கொடி பிடிச்சு அலையிறாக.”

“இங்கிட்டு என்னத்துக்கு மாமு அலயிறீக? வெட்டிவேலையா! அங்கன மில்லுக்கு எதுக்க நிண்டு ரோட்ட மறிச்சுப் போடணும். இல்லியா அவெம் பங்களாப்பக்கம் போயி மொகரயச் சேத்து நாலு அப்பு அப்பி என்னாடா வெளக்கெண்ணன்னு கேக்கமாட்டாம தலையச் சுத்தி மூக்கத் தொடுறீக!”

ஒருவார்த்தை பேசுவதற்குள் சந்தைக் கூட்டத்தில் இங்கிட்டும் அங்கிட்டுமாய் நாலு இடி, ரெண்டு தள்ளு வாங்க வேண்டியிருந்தது. வெள்ளைப் பூண்டுகடைப் பக்கமிருந்து நகண்டு வடக்கே வெட்டறிவாளும், கத்தியும் அருவாமனையும், வடசட்டி விற்கும் அடிசரக்கு அய்ட்டங்கள் பக்கம் வந்துவிட்டனர். “கொஞ்சம் ஓரமா ஒதுங்கி நில்லுங்க அப்பச்சி” பருப்புக் கட்டையை பாலீஷ் செய்துகொண்டிருந்த கடைக்காரர் இவர்களை கையசைத்து ஒதுங்கினார்.

“என்னா அனஞ்சண்ணே, கூட்டத்தோட சேராம ஒதுங்கிட்டீக. ஒரு சுத்து அடிச்சுத் திரும்பிட்டம்” ஆனந்தன் முகத்தில் கசகசத்த வியர்வையினை புறங்கையால் துடைத்துக் கொண்டே துண்டறிக்கையை குறுக்கிடும் நபர்களுக்கு விநியோகம் செய்தான். எதிர்ப்பக்கமிருந்து தோழர்கள் கடைகள்தோறும் உண்டியல் குலுக்கியபடி வந்துகொண்டிருந்தனர்.

“உங்கவீட்டு மனுசங்க. ஏழைத்தொழிலாளிக, நியாயத்துக்காகப் போராடுறோம். ஆதரவு குடுங்க. ஒங்களால முடிஞ்ச சில்லரைய உண்டியல்ல போடுங்க” ஆளுக்கு ஆள் மாறிமாறிப்பேசி உண்டியலை சேகரித்து வந்தனர்.

“ஏலே அண்ணெம் மவனே...” பூலோகம், அனஞ்சுவின் அருகில் நின்றிருந்த திருமலாபுரத்து நபரை அடையாளங்கண்டு பூரித்துப் பேசினான்.

“நீ என்னாடா இங்கிட்டு? சந்தையில எவளையும் தள்ளிட்டு வந்திட்டியா?” கையில் உண்டியலோடு தோள்பட்டையில் இடித்தான்.

“ச்சே, வாயக் கழுவுடா வெங்கணத்தி. ஓம் புத்தி இன்னதுன்னு காமிச்சிட்டீல்ல” கோபம் வந்துவிட்டது அந்நபருக்கு.

“வாராவாரம் ஆட்டுச் சந்தைக்கி வருவான்லடா. ஒன்னுந் தெரியாத மாதிரி கேக்கறவெ” அனஞ்சு அந்நபருக்கு ஆதரவாய்ப் பேசினார்.

"சரி ச்சரி, ஆடு வாங்கிட்டியா. மிச்சமிருக்க துட்ட உண்டியலுக்குப் போடுறா அய்யா" இரண்டு கைகளாலும் உண்டியலை ஏந்தி அந்நபருக்கு முன்னால் குலுக்கினான். ஆனந்தன் அவர்கள் இருவருக்கும் ஆளுக்கொரு துண்டறிக்கை கொடுத்தான். அபு, சங்கச்செயலர், மற்றுமுள்ள தோழர்கள் அனைவரும் அவர்களைச் சூழ்ந்து கொண்டனர்.

அனஞ்சு சங்கச் செயலருக்கு அவர்கள் இருவரையும் அறிமுகம் செய்வித்தார். "அம்ம ஊர்க்காரங்கெ" சங்கச் செயலர் வணக்கம் சொன்னார்.

"நல்ல பசையுள்ளவங்கெ தோழர். ஆடு மாத்துறவெங்கெ செழும்பா காசு வச்சிருப்பாங்கெ. அவெங்க கெட்ட நேரம் நம்மகிட்டக்க மாட்டிக்கிட்டாங்கெ" ராசேந்திரனும் அருகில்வந்து பேசினான்.

"பொய் சொல்றான் தோழர். ஆடு வாங்க வந்தம் இன்னம் அமையல. ஆடு வாங்கிட்டா மிச்சத்த போட்றலாம். தப்பா நெனச்சுக்காதீக" என்றபடி உள் பாக்கெட்டுக்குள் கைவிட்டார்.

"ஜேய், மழுப்பற வேலையெல்லா வச்சுக்கக்குடாது. சில்லரையப் போட்டு தப்புச்சிரலாம்னு நெனைக்காத. அஞ்சுரூவாக்கிக் கொறஞ்சி போட்ட, மவனே வேட்டிய உருவிப் போடுவே அப்பறம் கோமணத்தோடதே ஊருக்குப் போகணும்."

பூலோகம் சொல்லிக் கொண்டிருக்கும்போதே, அந்நபர் புதிய பத்துரூபாய்த்தாள் ஒன்றை உண்டியலில் செலுத்திக் கும்பிட்டார்.

17

“சொல்றேன்னு தப்பா எடுத்துக்கக் குடாது. எனக்குமே அந்த அக்கா, பேரு என்னாது, மூக்கம்மாவா? கனகாக்காவா? நல்லபேரு.டகார்னு வாயில வரமாட்டேங்கிது” மேஸ்திரி பாலனின் சம்சாராம் தனம்மா, வாய்க்குள் வராத பெயருக்காக கண்களை மூடி நெற்றிப்பொட்டில் பாம்பு விரல்கொண்டு குத்தியபடி புத்துக் கோயில் மரத்தடியில் நின்றார்.

பாம்புப் புற்றுக்கு பூப்போட்டு, முட்டையும் பாலும் வைத்து தீபம் ஏற்றிக் கும்பிட்டு விட்டு அன்றைய வேண்டுதலை முடித்த சிவகாமி, புத்து மண்ணைக் கொஞ்சம் கிள்ளி ஒருகாகிதத்தில் மடித்துக் கொண்டார். மஞ்சளையும் குங்குமத்தையும் நெற்றியில் இட்டு, பால்ச்செம்பை மடியில் வைத்துக் கொண்டு குளக்கரையோரம் கிடையாய்க் கிடந்த ஒரு குத்துக்கல்லில், “ஆண்டவா” என்றபடி உட்கார்ந்தார்.

சாமி கும்பிட்ட வந்தால், நின்றகாலில் போகக்கூடாது. நிமிச நேரமாவது உட்கார்ந்து தவிப்பாறிப் போகவேண்டும். அலையும் மனசோடு செய்யும் வேண்டுதல் பலிக்காது. தனம்மாவும் அருகில் அமர்ந்தார்.

“கண்ணம்மா க்கா.”

“ஆமாமா, கண்ணாம்மா” என திருத்திக்கொண்ட தனம்மா, “போகும்போது வரும்போது நல்லாப் பேசுவாங்க. எங்க தெருவுக்கு வந்தாலும் பிள்ளைகளப் பத்தி அக்கறையா வெசாரிப்பாங்க. அதப்போல அந்தம்மா மகனும், ராசுதான? அந்தப் பையனும் நல்ல வேலக்காரப் பயலாம்ல! எங்க சுமதி(மகள்)யோட நைனா சொல்வாரு.” தனது கையிலிருந்த வாழைப்பழத்தில் ஒன்றைக் கொடுத்தார்.

அதனை வாங்கி பால்ச் செம்பில் போட்டுக் கொண்டார்.

“வாழப்பழந் திங்க மாட்டீங்களா?”

“பச்சப் பழஞ் சேராது. ந்திம்பிட்டப் பிச்சு வாய்ல போட்டதும். சுர்ருன்னு மண்டைக்கி ஏறி மண்டையிடி வந்திருது. அப்பு திம்பான்” கோயில் பிரசாதத்தை தள்ளக்குடாது. அதும் அபுவுக்கான வேண்டுதல்...

வருசம் பொறந்ததில இருந்தே அவனுக்கு நேரஞ் சரியில்ல. வேலதே பிரச்சனன்னா அமையிற நல்ல காரியத்திலியுமா தடுதல் வந்து நிக்கணும்? இத்தனைக்கிம் உரிமப் பொண்ணு! பொறந்தன்னைக்கே முடிவான சம்மந்தம். சிங்காரிச்சு மூக்கறுத்த மாதரி, பூ வச்சுப் பேசி முடிச்சது இப்பிடி கனாக் கண்ட மாதிரி பொசுக்குன்னு மாயமா இல்லேன்னு ஆயிருச்சே. இப்பயும் நம்பவே முடியல. அந்நியம் அயலாருன்னாலும் நம்பலாம். ஒண்ணுக்குள்ள ஒண்ணு. ரத்தசொந்தம்! ஒருநாப் பொழுதுல ஒதறிட்டுப் போகும்னு ஒறக்கத்துலகூட நெனச்சுப் பாக்கலியே.

எதோ சர்ப்ப தோசம் இருந்தா இப்பிடித்தே முடிஞ்ச சமாச்சாரமெல்லா தப்பிப் போகுமாம். ஏழு வெள்ளி செவ்வாய்க்கி முட்டையும் பாலும் பாம்புப் புத்துக்கு செலுத்தி தீபம் போட்டு ஏழாங்கெழம பொங்கவச்சுக் கும்புட்டா சரியாய்டுமுனு சொல்லக்கேட்டு சிவகாமி வாராவாரம் தவறாமல் வந்து கொண்டிருந்தார். அடுத்த கிழமையில் பொங்க வைக்கணும்.

“பழகறதுக்கெல்லா ரெம்ப நல்லவங்க இல்லக்கா” இன்னொரு பழத்தைப் பிய்த்து தனது வாயில் போட்டுக் கொண்டார் தனம்.

“உசுரக் குடுப்பாக! யார்னே அடையாளந் தெரியாமத்தான அப்பு, மில்லு வேலைக்கு வந்தான். வீடு குடுத்து பெத்தபுள்ள கணக்கா வகுறு காயாம கஞ்சியும் ஊத்த மனசு வேணும்ல க்கா” க்ண்ணம்மாவை புகழக் கிடைத்த சந்தர்ப்பத்தை பயன்படுத்தினார்.

“நெசந்தா, பிறத்தியார்க்கு உபகாரஞ் செய்றதுல அந்தக்காவக் கொறையே சொல்ல முடியாது. அந்தப்பய ராசுவும் எல்லார் மேலயும் அம்பா இருப்பானே!” என்ற தனத்திற்கு பேசவந்த காரியத்தை எப்படி ஆரம்பிக்க வெனத் தெரியவில்லை.

“அய்யோ! அவெ, தங்கம். அம்மா அம்மான்னு அம்புட்டுப் பிரியமா இருப்பான்.”

“ஆமாமா, என்னிக்கோ ஒருக்காதான பாக்குறம். என்னியவே எங்குன கண்டாலும் நல்லாருக்கீகளாக்கா? புள்ளீக நல்லாருக்கான்னு கேக்கத்

தவற மாட்டான். நல்ல பயதே” என்றவர், “என்னா அம்மள மாதிரி ஒரு குடியானவ வவுத்ல பொறந்திருந்தான்னா நல்லாருக்கும்” பொடி வைத்துப் பேச்சை நிறுத்தினார்.

“ஏன் பய கருப்பா இருக்கறதுனாலயா. அதுலயுமே லட்சணமா களையாத்தான இருக்யான். மருமகதே பார்வைக்குப் பத்தல. அதும் ஆசப்பட்டுத்தான கட்டுனான்” ராசுவைக் குறை சொல்லுவதை சிவகாமியால் ஒருவார்த்தை கூட ஏற்கமுடியாது.

“ஆச்சி, வத்திப்பெட்டி குடுங்க. ஆயா கேட்டுச்சு” கெண்டங்கால்வரை கவுன் அணிந்த சிறுமி, சிவகாமியிடம் கைநீட்டி நின்றாள். அருகில் அவளது தம்பியைப் போன்ற ஒரு சிறுவன்.

“அம்மாப் பொண்ணு, அந்தப் பிள்ளகிட்ட ஒரு வத்திக் குச்சியிருந்தா குடுத்து உடேன் பொங்கவைக்க பத்தவச்சுட்டுத் தாரேன், இவ, மறந்திட்டு வந்திட்டா” பருத்திமாரை இணுக்கு இணுக்காய் பிய்த்துக் கொண்டிருந்த நடுத்தர வயதுப் பெண்மணி, சிவகாமியை அழைத்துச் சொன்னார்.

புற்றை ஒட்டி கல்லடுப்பு போட்டு, அதன்மேல் பித்தளைப் பொங்கல்பானை ஏறி இருந்தது. நெருப்பு பற்றவைக்க விறகுகளும், மண்ணெண்ணய் பாட்டிலும் இருந்தன. பக்கத்தில் இரண்டு பெண்கள் அரிசியைக் கழுவிக்கொண்டும், வெல்லத்தைப் பொடித்துக் கொண்டும் இருந்தார்கள். மஞ்சள் பையிலிருந்து தீப்பெட்டியை எடுத்துக் கொடுத்தார் சிவகாமி.

“அடுத்த கெழம, நாம் பொங்க வைக்கணும்” கிளம்ப தயாரானார் சிவகாமி.

“நேத்திக்கடனா?”

என்ன சொல்வதெனத் தெரியவில்லை. நேத்திக்கடனா இது? எந்த வேண்டுதலும் காத்திருப்பும் இல்லையே.! “அப்பிடில்லாம் இல்ல, மனசுல ஒரு அல்லாட்டம்... இப்பிடி ஒரு நாலு கெழம செஞ்சு பாருங்கன்னு சொன்னாக. அதேன்” வீட்டு விசயத்தை வேத்தாளிடம் பகிர எதுவோ தடுத்தது...

“புத்துக்கு பாலூத்தறது ரெம்ப நல்லது. அதும் இந்தப் புத்து விசேசமானது. போன ஆடி வெள்ளிக்கி (நாகம்) ஆத்தா நேர்லயே வந்து கலயத்துல இருக்க பாலக் குடிச்சிட்டுப் போனாளாம். அதெபோல நாகதோசம் உள்ளவங்களும் இங்கவந்து வெளக்குப் போட்டா தோசம் வெலகும்பாங்க. நா சும்மாவே கெழம

கெழமைக்கி வந்து கும்புட்டுப் போய்ருவே” பரவசம் பொங்கக் கூறினார் தனம்.

“ம், இன்னியோட ஆறு கெழம வந்தாச்சு. அடுத்த கெழம, என்னத்தியோ கையிலேண்டதக் கொண்டு ஒரு பொங்கல வச்சுடலாம்னு இருக்கே. காசு பணத்தக் குடுக்காட்டியும் கைகால் சொகத்தக் குடுத்தாப் போதும்.”

“அதெல்லா குடுக்கும்க்கா. சத்தியுள்ள தெய்வந்தே, நம்பிக் கும்பிடுங்க” அப்போது தீப்பெட்டி திரும்ப வந்தது.

“கௌம்பலாமா?”

எழுந்த சிவகாமியின் கையைப் பிடித்து உட்காரவைத்த தனம், “அக்கா ஒரு நுமுசம்” என்றவர், “ராசப் பத்திக் கேட்டத அவக அம்மாட்டச் சொல்லீறாதக்கா. ரெம்பச் சங்கட்டப்படும்.”

“சேச்ச. அத எதுக்கு சொல்லப்போறே. அதெல்லா சொல்ல மாட்டென் க்கா.”

“நீங்க சொல்லமாட்டீங்க, அதனாலதே இந்த விசயத்த ஒங்ககிட்ட பேசறேன்.”

தனம்மாவின் பேச்சு சிவகாமிக்கு விளங்கவில்லை. எதியோ சொல்ல வருகிறார். ஆனால் முழுசாய் முடிக்காமல் முழுங்குகிறார். இவரது வீட்டுக்காரரோடுதான் அப்பு வேலை பார்த்தான். எல்லோரும் கூடுதல் சம்பளத்தோடு வேலைக்குப் போக, இவனுக்கு இப்பிடியொரு விருத்தம். நாகம்மாத் தாயே ஒன்னெடத்துல நின்னு கெஞ்சறேன். அவனுக்கு ஒரு வேலைக்கு வழிவிட்டுக் குடு தாயே! நல்லபடியா மறுவடி மில்லுல சேத்துட்டகன்னா சேவலறுத்து பொங்கவச்சு சிறப்புக் குடுக்கறேன்.

“எனக்கே அந்தப் பய இன்ன ஆளுகன்னு தெரியாதுக்கா, எவ் வீட்டுக்காரு சொல்லித்தே அதும் நேத்துத்தேந் தெரியும். அதும் ஒங்க பேச்சு வரப்போயி...”

“எம் பேச்சா?”

“நம்ம தம்பிக்கி நிச்சியமான பொண்ணு, தெகையாமப் போச்சுன்னு மெத்தச் சங்கட்டப் பட்டாரு” தனம்மாவின் குரல் கொஞ்சம் கம்மியது. சிவகாமிக்கு நெஞ்சுக்குள் யாரோ தீயள்ளிப் போட்டதுபோல தகதகவென உடம்பெல்லாம் கொதிப்பேறியது.

“ஆர் சொன்னா?” சிலேட்டில் அழிந்த எழுத்துப்போல வார்த்தைகள் தெளிவில்லாமல் ஒலித்தன.

“ஆரு, ஆருன்னா... எவ் வீட்டுக்கார்ருதே.”

அவருக்கு யார் சொன்னது என கேட்கத் தெம்பில்லை சிவகாமிக்கு. உடம்பு கதகத வென வியர்த்தது.

வெயிலெல்லாம் வடிந்து இருட்டுக்கான குளிர்ச்சி கூடிவரும் பொழுது... சின்னக் குளத்தின் நெடிதுயர்ந்த கரையின் மேற்குப்புறமாய், கலிங்க ஓடை வாய்க்காலின் முகத்தருகே அமைந்த புற்று. புற்றுக்கு குடைபிடிக்கவே வளர்ந்ததுபோல வேப்பமரம். இத்தனை குளிர்ச்சியினையும் மீறி வியர்ப்பது சிவகாமிக்கே கூடுதலெனப்பட்டது.

“க்கா, அதவிடுக்கா வீடுன்னா ஒண்ணுக்கு ரெண்டு வாசல் இருக்கத்தேஞ் செய்யும். அதுபோல கலியாணம் தெகையிற வேளையில ரெண்டு வரும் ரெண்டு போகும். இன்னக்கி சிலுப்பீட்டுப் போனது, நாளைக்கி அதுவா வந்து நாலு பவுனு சேத்துப் போடுறேன் கட்டிக்கன்னு வந்து நிக்கிம். சர்தான?”

சிவகாமியின் கண்ணுக்குள் ஊடுருவுவதுபோல நேருக்குநேர் திரும்பி உட்கார்ந்து கேட்டார் தனம்.

பட்டாளத்தய்யா சொன்னதுபோல செல்விக்கு கல்யாணம் முடியங்குள்ள அப்புவுக்கு எப்பிடியாச்சும் முடிச்சு வச்சிடணும். அப்போதான் ஊருக்குள்ள தலநிமிந்து நடக்க முடியும். வேலையுமில்லாம கலியாணமும் நின்னு போச்சுன்னா, ஆம்பளப் பயலுக்கு உசுரப் புடுங்குன மாதரி இருக்காதா? யாராச்சும் ஒராளு எங்கனயாச்சும் கேள்வியக் கேட்டான்னா என்னத்தச் சொல்லிச் சமாளிப்பான்?

“பொண்ணு குடுக்கறவகளயும் கொற சொல்ல முடியாதுக்கா. நாமளா இருந்தம்னாலே இப்பிடியொரு கட்டத்தில இதத்தான செய்வம். ஆம்பளைக்கி வேலதான அழகு? அந்த லட்சணம் இல்லேங்கறப்ப மொதல்ல, தாலிகட்டிக்கிறவ சம்மதிப்பாளா?” மெள்ள மெள்ள சிவகாமியின் அந்தரங்கத்திற்குள் நுழைந்தார் தனம்.

“சொந்தப் பொண்ணுக்கா! இல்லேன்னு சொன்னாலும் இழுத்துட்டுப் போய் தாலிகட்ட உறுத்து இருக்கு... இப்பிடி மந்தைல வச்சு மானத்த வாங்கிட்டானே. பாவிப்பய!”

செல்வியின் அப்பாவை அன்றைக்கு ஊரில்போய் நேருக்கு நேர் நின்று களைஎடுத்து விட்டுத்தான் வந்திருந்தார். அவர்கள் வாழ்ந்த வாழ்க்கை, இரண்டு குடும்பத்துக்கும் இருந்த அந்நியோன்யம், ஆதிகாலத்தில் செய்து கொண்ட வாக்குமூலம், தன்வீட்டுப் பெண்ணாய் செல்வியை வாரித்திருந்த எண்ணம், செல்விமேல் அபுவுக்கிருக்கும் நேசம், செல்விக்கும் அபுவின் மீதிருக்கும் பாசம்.

"இந்த பிஞ்சுகளப் பிரிச்ச பாவத்துக்கு ஆளாகி கடேசிக் காலத்துல தூக்கிப்போடக்கூட நாதியில்லாம நாறி, நடுவீதில அனாதப் பொணமாத்தாண்டா கெடக்கப் போற" தம்பிக்கு சாபமிட்டும் வந்தார்.

"எல்லாம் ஒரு நேரந்தான்க்கா. வேலை போயிருச்சுங்கறதுக்காக பொண்ணு இல்லேன்னவக, நாளைக்கே வேலை வந்துருச்சுன்னா எம்பொண்ண வந்து கட்டிக்கங்கன்னு ஆள் விட்ருவாங்க."

அப்படியும் ஆகுமோ? "ஆனா எங்க வதுன (மதினி) சாதகக் கட்டம் சரியில்லேனு சொல்லுச்சே."

"மொதல்ல பூ வக்கிறப்ப நல்லாருந்துச்சில்ல. அதுபோல வேல கெடச்சிருச்சின்னா கட்டமும் சரியாப்போகும்."

மறுபடி தனம்மாவை ஏறிட்டுப் பார்த்தார் சிவகாமி.

'அது சரி வேலைக்கி எங்கே போக? சஸ்பெண்டு சம்பளமும் நிண்டு போச்சு. மதுரையில் கேஸ்போட்டு இந்த ரெண்டு மாசமா ஆள்மாத்தி ஆள் வாய்தாவுக்குப் போய்வந்ததுதான் மிச்சம். மில்லுக்காரங்க வாய்தாவுக்கு ஆசராகவே இல்லியாம். இந்தா பெறகு, இந்த வாய்தாவுக்கு வாரேன், அடுத்த வாய்தாவுக்கு வாரேன்னு நாளக் கடத்தீட்டு இருக்காக'

சிவகாமியின் எண்ண ஓட்டத்தை அறிந்தவராய், "ச்சேரீ ஒங்க மவன மறுபடியும் மில்லுக்கு கூப்புட்டா வேலைக்கு வருவாரா?" ரெம்பச் சாதாரணமாய் கேட்டார் தனம்.

சிவகாமிக்குப் புரியவில்லை. "மில்லு வேலைக்கா? எந்த மில்லுல?"

"ஏற்கனவே வேல பாத்துச்சுல்ல அதே மில்லுக்குத்தான். வேலைக்குக் கூப்புட்டா வந்து வேல செய்வாப்லயா?"

கொதித்த உடம்பில் குளிர்வந்து சேர்ந்ததைப்போல குதுகுதுத்தது சிவகாமிக்கு. "நீங்க சொல்றது சத்தியமா எனக்கு என்னான்னே புரியல. ஸ்டைக் பண்ணுன மில்லுல வேல, மறுபடி தாராங்கன்னு

சொல்றீகளா?" சொல்லும்போதே வார்த்தைகளுக்கு இடையில் நாக்கு வறண்டு குழறியது.

"நீங்க சரின்னு சொன்னா, தம்பிக்கு அதே மில்லுல பழைய வேலையே கெடைக்கும்" பளீரென தெருவிளக்குகள் எரிய ஆரம்பித்தன. அதேநேரம் நகராட்சி அலுவலக ஆறுமணிக்கான சங்கொலியும் ஒலிக்க ஆரம்பித்தது.

"பாத்தீகளா அசவாக்குபோல லைட்டு வந்துருச்சு" தனம் சந்தோசமாய் வேப்பமரத்தை ஒட்டியிருந்த மின்கம்பத்தைக் காட்டிப் பேசினார்.

"நெசம்மாவே அப்புவுக்கு வேலை கெடைக்குமா? எப்பிடி?"

"தெரில. ஆனா எவ்வீட்டுக்கார்ரு சொல்லச் சொன்னாரு."

சிவகாமியால் நம்பமுடியவில்லை. ஆனால் பாலு மேஸ்திரி சொல்கிறார் என்றால் ஆகாத சேதி எதுவும் வராது. சிவகாமிக்கு இன்னதென்று கணிக்க முடியாத உணர்வு உடம்பில் ஊடாடியது. உட்கார முடியவில்லை எதோ கனா காண்பதுபோல இருந்தது.

"என்ன சொன்னாரு?"

"அப்பு வாய் செத்த பிள்ள, பொழப்புக்காக ஊர்விட்டு ஊர்வந்து பெத்தவகள விட்டு, ஓடம் பொறந்ததுகளப் பிரிஞ்சு வந்த பய, ஆனா விதி அவன சேரக்குடாத எடத்துல சேத்ததனால, யாரோ தின்ன உப்புக்கு இவெ தண்ணியக் குடிச்சிக்கிருக்கான்னாரு."

சிவகாமிக்கு அப்புவின் கடந்தகாலம் அப்படியே கண்முன் வந்து நின்றது. பிறந்தது எழுமலையில், வளந்தது பூராவும் பாட்டியோட தாடிச்சேரியில். பொழப்பத் தேடிப் போனது ரெண்டுக்கும் சம்மந்தமில்லாம ஒரு எடம். நாலு அண்ணெந் தங்கச்சியோடப் பொறந்தும் ஒருநா ஒருபொழுதுகூட சேந்து சிரிச்சு வெளாண்டதில்ல, வருசம் பூரா தனிச்சே நின்டு தனிச்சே திரிஞ்சிட்டான். ஒரு கல்யாணம் மட்டும் நல்லபடியா நடந்திருச்சின்னாலும் ஒண்ணுசேத்து விட்றலாம்னு நெனச்சா அதுவொரு பக்கம் இப்பிடி இழுத்துட்டுப் போவுது.

"நா கருக்கொண்ட நேரம் சரியில்லக்கா, வீமெ, தருமனா நாலஞ்சு பிள்ளயளோட பொறந்தாலும் அன்னுலருந்து இன்னுவரைக்கும் தனியாளாவேதான் திரியிறான். மருமக வந்த நாளையிலவாச்சும்

அது மாறும்னு நெனச்சேன். அதுக்கும் ஒரு தடுதல் வந்தா நாம என்னா செய? நாம என்ன கடவுளா! நடக்கறது நடக்கட்டும்."

திடுமென லொலொலொலொலொ வென பெருத்த குலைவைச் சத்தம் கேட்டது. தனம்மாவும், சிவகாமியும் திடுக்கிட்டுத் திரும்பினர். பொங்கப்பானை பொங்கி வழிய, அடுப்பெரித்துக் கொண்டிருந்த நடுத்தர வயதுப்பெண், கைகளை உயர்த்தி பிணைத்துக் கொண்டு பாம்பாய் நெளிந்து உஸ் உஸ் உஸென சாமியாடத் தொடங்கினார். அவரை வேறு இரண்டுபெண்கள் அலாக்காக அங்கிருந்து தூக்கி, எரியும் அடுப்பைவிட்டுப் பிரித்தனர். வீதியில் தோட்டவேலைகள், தோப்பு வேலைகளுக்குப் போன ஆட்கள், காலியான சோத்துச் சட்டியோடும், ஆடுமாடுகளோடும், வீடு திரும்பிக் கொண்டிருந்தனர். மாட்டுவண்டிகளும், உழவுமாடுகளும், கடகடவென்ற சப்தத்துடன் வண்டியையும் கலப்பையையும் இழுத்துக்கொண்டு சென்றன. தலையில் கட்டிய உருமாலை அவிழ்த்து இடுப்பில் கட்டும் கோவணதாரிகளும், கிடை ஆடுகளை ஒழுங்குபடுத்தி இளங்குட்டியை தோளில் சுமந்து செல்லும் இடையருமாய் வீதி நிரம்பியது. பொங்கல் பொங்குவது கண்டு, காட்டுவேலை முடிந்து வந்த பெண்கள், கலிங்க ஓடையில் கைகால்களைக் கழுவினர். நாகம்மனைக் கும்பிட்டுவிட்டு, பிரசாதம் வாங்க காத்து நின்றனர்.

"ஒண்ணுமில்லக்கா, ஓம் மகெ சங்கத்தவிட்டு வரணும். வந்தா வேலயக் குடுத்துருவாக போல." சட்டென சொல்லிவிட்டு, சாமியாடிய பெண்ணைப் பார்த்தார் தனம்மா. ஆங்காரம் ஓய்ந்து சகஜ நிலைக்குத் திரும்பியிருந்தார் அந்தப்பெண். பொங்கல் பானையில் வெல்லத்தைக் கொட்டிக் கிண்டிக்கொண்டிருந்தாள் இன்னொரு பெண். புற்றின் முன்னால் பூஜைக்கான ஆயத்தம் நடந்து கொண்டிருந்தது.

"சங்கத்த விட்டு வரணுமா?"

"ஆமாங்க்கா. எல்லாரையும் சேக்க முடியுமா? தம்பிக்கு கலியாணம் தட்டிப் போச்சுன்னு சொல்லிக் கேட்டதனால மொதலாளியும் எரக்கப்பட்டு சரின்னு சொல்லீருக்காக. இத சங்கத்துல கேட்டா, விடுவாகளா மொத்தமாச் சேக்கச் சொல்லுவாக. அது ஆகற காரியமா?" தனத்தின் பேச்சு இதுவரை இருந்த தன்மையிலிருந்து முற்றிலும் மாறுபட்டு இருந்தது. சிவகாமியின் முகத்தைக்கூட பார்க்கவில்லை. புற்றினைப் பார்த்துப் பேசுவதுபோலத் தெரிந்தது.

“அதெப்பிடிக்கா, இவன மட்டும் தனியா விடுவாகளா? நாம கேக்கறதும் சரியா இருக்குமா?”

“ஏன்? முந்நூறுபேர் சேந்துதான ஸ்டைக் பண்ணாக, எல்லாரும் வேலைக்குப் போய்ட்டாகள்ல. இவக மட்டுந்தான வெளீல நிக்கிறாக. உள்ள போனவகல்லாம் நீங்க கேக்கற மாதரி கேட்டுக்கிருந்தா அவகளும் இவகளப்போல வெளீல கெடந்திருக்க வேண்டூதே! சமயம் கெடைக்கறப்ப கால நொழச்சிடணும்க்கா.”

“சங்கத்துல விடுவாகளா?”

“நல்ல மனுசங்கன்னா போய்ட்டு வான்னுதே சொல்வாக.”

“சங்கமெல்லா நல்ல சங்கந்தேக்கா.”

“சங்கம் நல்ல சங்கம்தான்க்கா. எவ்வீட்டுக்காரரு சொல்றார்ல. ஆனா அதுல சேந்துருக்க ஆளுக? மொதலாளியவே நடு ரோட்ல கார மறிச்சு அடிக்கிறாங்க. இன்னொருத்தே மில்லுக்கு குண்டு போடுவேன்னு ஊரெல்லாம் பேசிட்டுத் திரியறானாம். இப்பிடியாப்பட்டவகள ஆராச்சும் மில்லுக்குள்ள சேப்பாகளா? எதோ ஒங்க மகனுக்கு எரக்கப்பட்டு கூப்புடுறாக. அதும் எங்க வீட்டுக்காரரு சொன்னதுனால; ஆகறதும் ஆகாததும். ஒங்க மகெங் கையிலதான் இருக்கு. எதோ அம்மானால ஒரு பயலுக்கு நல்லது நடந்தா, பிங்காலத்துல எங்க பிள்ளகுட்டிக்கும் ஒங்கள மாதரி ஒரு மகராசி நல்லது செய்வாகள்ல.”

பூஜை முடிந்து மஞ்சள், குங்குமப் பிரசாதத்தோடு, வாழை இலைத் துணுக்கில் பொங்கல் பிரசாதமும் எல்லோருக்கும் விளம்பினார்கள். சிவகாமிக்கும் தனம்மாவுக்கும் கிடைத்தது.

சிவகாமி குழப்பத்துடன் வாங்கி அதனையும் மடியில் கட்டிக்கொண்டார்.

“வீட்ல போயி தம்பிட்டச் சொல்லி நல்லா ஒண்ணுக்கு நாலுதரம் யோசிச்சு வரச் சொல்லுங்க. மில்லுல இன்னிமேப்பட்டு ஆரையும் வேலைக்குச் சேக்க மாட்டாகளாம். சம்பளமும் அனுப்ப மாட்டாகளாம். கேசு போட்டாலும் வக்கீல வச்சே இழுத்துக் கடத்தி தேனிக்கும் மதுரைக்குமா அலையவச்சு போதுஞ்சாமின்னு புடுங்கீட்டு ஒரொர்த்தரா ஓட வப்பாங்களாம்.”

சின்னக்குளத்திலிருந்து ஊரடி வரும்வரை தனம்மா பேசிக்கொண்டே வந்தார்.

18

துண்டிக்கப்பட்ட ரயில் பெட்டிகளைப்போல ஸ்பின்னிங் இயந்திரங்கள் வரிசையாய் நிறுத்தப் பட்டிருந்தன. அந்தக் கூடத்தில் பதினெட்டு இயந்திரங்கள் இப்போதைக்கி ஓடிக்கொண்டிருந்தன. இருபத்து நாலாக உயர்த்த வேலை நடந்துகொண்டிருந்தது. ஒவ்வொரு எந்திரத்திலும் ஆயிரத்து இருநூறு ஸ்பிண்டல்கள் - கதிர்கள். நபர் ஒருவர் இரண்டாயிரத்து நானூறு கதிர்களைப் பார்க்க வேண்டும்.

கிட்டத்தட்ட நாற்பது ஸ்பின்னிங் பொருத்துமளவு விரிவாக அமைக்கப்பட்ட கூடம் அது. வடக்கேயும் தெற்கேயும் வாசல்கள். வடக்குப்பக்கம்தான் போக்குவரத்து. உள்ளே நுழைந்ததும் மேஸ்திரியின் இருக்கையில்லா மேசை. ஆயிலருக்கான தளவாடச் சாமான்களது வைப்பறை. அதன் உள்ளும் புறமுமாய் நூலின் தரத்தினை மாற்றும் பல்ச்சக்கரங்கள், குறிப்பு நோட்டு, அரியா இறக்கும் கைப்பிடி....! இவை எல்லாவற்றின் மீதும் சிலந்தி வலையாய் பஞ்சுத்தூசுகள் படிந்து கிடந்தன. கிழக்குச் சுவரையொட்டி காலிக் குழல்களை இட்டுவைக்க மரப்பலகையில் பாத்தி அமைத்து வைத்திருந்தனர். அதனருகே இரும்பு அலமாரி நிறுத்தப்பட்டு அதில் சிம்ளக்ஸில் இருந்துவரும் பாபின் கண்டுகள் அடுக்கி வைக்கப்பட்டிருந்தன. ஒவ்வொரு இயந்திரத்தின் முகப்பிலும் கழிவுப் பஞ்சுகள் போட தகர டின்கள் ஆளுயரத்தில் நிறுத்தி வைக்கப்பட்டிருந்தன.

மேஸ்திரி பாலன் டாப்பர்களை அழைத்துக்கொண்டு நூல்கண்டுகள் நிரம்பிய எந்திரங்களில் அரியா இறக்கிக் கொண்டிருந்தார். ஆய்லர் நடராசன் ஒவ்வொரு இயந்திரமாகச் சென்று சைடர்களைக் கூவியழைத்து நாடா எதுவும் போடணுமா எனக்கேட்டு வேலை செய்து கொண்டிருந்தான்.

காற்றில் அலையும் பஞ்சுத்துகள்கள், காதுகள் கொள்ளாத ஓசையோடும், நிழல்விழாத மின்விளக்குகளின் ஒளியோடும் இரவும் பகலுமாய் ஓய்வில்லாது உலாவந்தன.

பன்னிரண்டாவது எந்திரத்தில் சைடரை கைதட்டியும் கத்தியும், அழைத்தான். சைடர் திரும்பவில்லை... மேஸ்திரிக்குத்தான் விசில் கொடுத்திருக்கிறாகள். திடுமென உதித்த யோசனையில் காலிக் குழல் ஒன்றை எடுத்து அதன் அடிப்பகுதியை உள்ளங்கையில் அடைத்துக் கொண்டு மேல்பகுதியை வாயில்வைத்து ஊதினான் நடராசன். கூர்க்காவின் விசில் ஓசை எழும்பியது. கட்டக் கடேசியிலிருந்த சைடர் திரும்பிப் பார்த்தான், கைக்குட்டையால் மூக்கையும் வாயையும் மூடி மறைத்திருந்தான்.

“நாடா?” நடராசனின் கேள்விக்குப் பதில் சொல்லாமல் ஆவலாய் ஓடிவந்தான். சைடர் பக்கத்தில் வந்ததும் கைக்குட்டையை இறக்கி விட்டான் அபு.

நடராசனுக்கு கண்கொள்ளாத ஆச்சர்யம். “அப்பு, டேய்! நீயா, நெசமாவா? எப்ப வந்த எப்பிடி வந்தே?” இரண்டு புஜங்களையும் சேர்த்துப் பிடித்துக் கொண்டான்.

“ணே! மறந்துட்டீகள்ல” குரல் தடுமாறப் பேசினான் அபு. நடராசனுடன் இறுக்கமான நட்பு. உள்ளூர்தான் ஹைஸ்கூல் பக்கமாய் அவரது வீடு. அபுவுக்குப் பின்னால்தான் மில்லில் சேர்ந்தான். பழைய மில்லில் வேலைபார்த்த அனுபவம் இருந்ததால் மெசின்கள் எண்ணிக்கை அதிகரித்தபோது, சைடரிலிருந்து ஆய்லராக மாறிப்போனான். மில்லில் சங்கம் அமைத்த போதும் முதலில் இரண்டுபேரும் ஒரே சங்கத்தில் இருந்தனர். பின்னால் வந்த தற்போதைய சங்கத்தில் ராசு இணைந்தபோது அபுவும் பின் தொடர வேண்டிவந்தது. அப்போதும் நட்போ பேச்சுவார்த்தையோ மாறவில்லை. ஸ்ட்ரைக்கிலும் ஒன்றாகி, ஒப்பந்தம் போட்டதில்தான் இரண்டு சங்கத்துக்கும் வேறுபட்ட முடிவுகள் உருவாகின. நடராசன் தனது சங்கத்தின் முடிவுக்கொப்ப வேலை நிறுத்தத்தை முடிக்க வேண்டியதாயிற்று.

நடந்த விசயத்தைச் சொன்னான். “பாலண்ணேந்தே சொல்லிச் சேத்து விட்டாரு.”

“சந்தோசம் மக்கா” உணர்ச்சி வயப்படுகிற நேரம் ‘மக்கா’ என உருகிவிடுவார்.

கைக்குட்டையை இறக்கிவிட்டிருந்தபடியால் பஞ்சுத்தூசுகள் மூக்கிலும், வாய்க்குள்ளும் புகுந்தன. உடனே பேச்சைத் தொடர முடியாமல் இருமல் வந்தது.

“கர்ச்சிப்ப போட்டுக்க, கர்ச்சிப்ப போட்டுக்க” அபுவின் அவஸ்தைகள் அறிந்திருந்த காரணத்தால் நடராசன் தானே அப்புவின் கைக்குட்டையை ஏற்றி விட்டார்... ஆனாலும் இருமல் தொடர்ந்தது. ஓடிப்போய் சன்னல் வழியே காறித் துப்பிவிட்டு வந்தான். அதற்குள் நடராசன் மேஸ்திரியின் மேசையிலிருந்து கொஞ்சம் தண்ணீரை எடுத்து வந்தான்.

“பரவால்லண்ணே” வாங்கி ஒருவாய் குடித்தான். மேலும் கீழுமாய் இளைப்பு வந்தது. “இது, இன்னம் சரியாகலியா அப்பு?”

“விட்ருந்துச்சுண்ணே... என்னான்னு தெரியலணே இன்னிக்கித்தே...”

சொல்லிக் கொண்டிருக்கும் போதே டும்மெனெ தும்மல் வந்தது. அருகில் இருந்த தூசுகள் பறந்து ஸ்பின்னிங்கில் ஓடிக்கொண்டிருந்த இழைகளை அறுத்துவிட்டன. வழக்கம்போல தும்மல் தொடர் வண்டியாய் புறப்பட்டது. மேற்குப் புறமிருந்த சன்னலைத் திறந்து முழுசாய் வெளிப்புறம் குனிந்து தும்ம ஆரம்பித்தான். தும்மத் தும்ம தலையிலிருந்து நீர் கண்கள் மூக்கு வழியாக ஒழுகின.

“ஒனக்குத்தே மில்லுத்தூசி சேரமாட்டேங்கிதுல்ல. இதேஞ் சாக்குன்னு பேசாம வீட்ல இருக்க மாட்டாம, வலியவந்து வெனைய வெலைக்கு வாங்கறியே அப்பு” நடராசன் ரெம்பவும் வருத்தமாய்ச் சொன்னார்.

“ணே கொஞ்ச நேரம் சைடப் பாத்துக்கறீகளா, கக்கூஸ் போய்ட்டு வந்திர்ரேன்” மூக்கை மூடிக்கொண்டு பாலண்ணனிடம் ஒற்றை விரல் காட்டிவிட்டு ஓடினான்.

தொழிலாளிகள் கொஞ்சம், காலாறிக் கொள்வதற்கும், பீடி குடித்து வரவும் கக்கூசுக்கு வருவார்கள். கழிப்பறைக் கதவுகள் திறந்தேதான் கிடக்கும். ஒண்ணுக்கு மட்டும் இருந்துவிட்டு நடைபாதையில் உட்கார்ந்து பேசுவது வழக்கம்... மூத்திர நாற்றமும், ஆளாளுக்கு ஊதித் தள்ளிக் குவிந்து கிடக்கும் பீடிக் குவியலும், அதில் கட்டி கட்டியாய் காறித் துப்பிய சளிக் குவியலுமாய் வீச்சமெடுக்கத்தான் செய்யும். இருந்தாலும் எட்டுமணி நேரம் நிற்கிற உடம்பின் அசதி எத்தனை பெரிய ஜாம்பவானையும் சாய்த்து சகிப்புத்தன்மையைத் தருவித்து உட்கார வைத்துவிடும்.

அபு கழிப்பறைக்கு வந்தபோது டாபர்கள் அரியா இறக்கிவிட்டு குழுவாக வந்து குவிந்து கிடந்தார்கள். அதனால் தண்ணீர்த் தொட்டிக்கு வந்தான். அது ஸ்பின்னிங்கில் அரியா இறக்கிய கண்டுகளை நனைக்கும் தொட்டி, டாபர்கள் கொட்டிவிட்டுப் போகும் கண்டுகளை ரீலிங் பிரிவில் வேலைபார்க்கும் பெண்கள் கூடையில் அள்ளிக்கொண்டு செல்வார்கள். அதை ரீலிங்கில் கொடுத்து பாவாக்கித் தருவது அவர்கள் வேலை.

தொட்டி தளும்பத் தளும்ப நீர் நிறைந்திருந்தது. நீருக்குள் கண்டுகள் நனைந்து கொண்டிருந்தன. தொட்டியின் ஓரமாய் வந்து நின்ற அபு, இருகைகளாலும் நீரை அள்ளி அள்ளி முகத்தில் அறைந்தான். பனிபோல முகத்தில் குளிர்ச்சி படர்ந்து இதமாய் நின்ற நொடியில் மூக்கடைத்தது. கைக்குட்டையால் முகம் துடைத்து மூக்கு சிந்தினான். கட்டிச் சளி வெளியேறியது. கூடவே சிவப்பாய் ரத்தம் போலவும் வந்தது... சந்தேகப்பட்டு மேலும் சிந்த, மேலும் ரத்தம் கலந்த சளியே கட்டியாய் வெளிவந்தது.

“என்னா மாமா ரத்தம்?”

திடுமென செல்வியின் குரல். தொட்டியில் கண்டு அள்ளிய கூடையுடன் நின்று கொண்டிருந்தாள் செல்வி.

கைகளில் ஒட்டியிருந்த சளியை உதறி கைகழுவிய அபு, ஆச்சர்யத்தில் செல்வியைப் பார்த்தான்.

“ஏய், செல்வி! நீ எப்பிடீ?”

“உங்களுக்கு வேல இல்லன்னதும், நானே கேட்டு ரீலிங்ல வந்து சேந்தேன். ஆராச்சும் ஒராள் சம்பாதிக்கணுமில்ல” என்றவள், “நீங்க வேலைய விட்ருங்க. இந்த வேல உங்களுக்கு ஆவாது. நாஞ் சம்பாதிச்சு வாரே. மொதல்ல நீங்க ஆசுப்பத்திரிக்கி வாங்க?” காக்கிச் சட்டையுடன் அபுவை தரதரவென இழுத்துக் கொண்டு ஆஸ்பத்திரிக்குள் தள்ளினாள் செல்வி.

“அய்யோ இது தண்ணித் தொட்டி டீ. வேணாஞ் செல்வி” கத்தியபடி விழித்தெழுந்தான் அபு.

“என்னாடா, பட்டப் பகல்ல செலுவீ கெலவீன்னு அலறுற? கெனாவா?”

சிவகாமி, சாப்பிட்ட தட்டோடு தரையில் உட்கார்ந்திருக்க, கட்டிலில் அரக்கப் பரக்க எழுந்து முழித்துக் கொண்டிருந்திருந்த

அபுவைப் பார்த்துக் கேட்டார். முகமெல்லாம் வியர்த்திருந்தது, போர்வையால் முகத்தைத் துடைத்தவன், மூக்கை உறிஞ்சிச் சோதித்தான். இயல்பான சுவாசமே ஓடியது. மூக்கடைப்பெல்லாம் இல்லை.

"என்னாச்சு?"

"ம்? ஒண்ணுமில்ல மூக்கடைக்கிற மாதரி இருந்துச்சு." விரல் கொண்டு ஒருபக்கம் அடைத்து மறுபக்கம் உறிஞ்சினான். ஒரு தொந்தரவுமில்லை.

"என்னத்தியும் ஆகாதத எதுவுந் தின்னியா?" மறுபடி மகன் அந்த அவஸ்தைக்கு ஆளாகி விட்டானோ எனும் அச்சம் சிவகாமிக்கு உண்டானது.

"இல்லம்மா, நல்லாத்தே இருக்கு." மூக்கும் சீந்தினான். வெறும் காற்றுதான் வந்தது.

"வெளீல போய்ச் சீந்து, வீட்டுக்குள்ளயே அத்தன சோலியையும் பாப்ப."

மறுபடியும் படுக்கையில் சாய்ந்துவிட்டான்.

"சோறு திங்கலியா படுத்திட்ட, நேரம் பத்தாதா?" சிவகாமி கூப்பாடு போட்டார்.

"மணி எத்தன?" மூன்றைத் தாண்டி இருந்தது. சாப்பிட்டிருக்க வேண்டும். வயிறும் காலியாகத்தான் இருந்தது. படுக்கையிலிருந்து எழுந்தரிக்கச் சோம்பல். "சித்த போகட்டும்."

விட்டத்தைப் பார்த்தபடியே கிடந்தான்.

எதுக்கு திடீர்னு இப்பிடியொரு கனா? மில்லுல சேந்துட்ட மாதிரி! அப்பிடியே அச்சு அசலா வருதே. சேத்துக்கிருவாகளோ? நா மட்டுமா எல்லாருமா? ஆனா, கனவில் வேற யாரையும் காணாம். நடக்குமா! பகல் கனவு பலிக்காதுன்னு வேற சொல்வாங்க?

கனவில்கூட சளித்தொந்தரவு தீரமாட்டேனென்கிறது. நினைத்துப் பார்க்கையில் களைப்பாய் இருந்தது. அதுவும் ரத்தக் கட்டியுடன்?

போன வருசம் பூராவும் அந்தத் தொந்தரவுதான். இதேபோலத்தான் அதே கழிப்பறை வெளிப்பக்கம் மூக்கு சீந்தியபோது ரத்தம் வெளிப்பட்டு பயத்தைக் கிளப்பியது. நடுங்கிப் போனான்.

உடனடியாய் மேஸ்திரியைக் கூப்பிட்டுக் காண்பித்து ஆஸ்பத்திரிக்குப் போக அனுமதி கேட்டான்.

“உனக்காச்சும் மூக்குல மட்டுந்தே ரத்தம் வருது. எங்களுக்கெல்லாம் கண்ணுல காதுல மட்டுமில்ல முன்னாடி பின்னாடி அத்தன பக்கமும் பிச்சுக்கிட்டு ஊத்துது. நா யார்கிட்டக் காமிக்கறது? மூஞ்சியக் கழுவிட்டுப் போய் வேலையப் பாரப்பா. என்னத்தியோ நெலாவுல ராக்கெட்டு எறங்குனதக் காமிக்கிற மாதரி கூப்புட்டுக் காமிச்சுக்கிட்டிருப்ப! போ போ” என கேவலப்படுத்திவிட்டார்.

அன்றைக்குத்தான் ராசுவும் பட்டாளத்தய்யாவும் கருணைக்கடல் டாக்டரை அறிமுகம் செய்வித்தார்கள். இவன் சொல்வதை எல்லாம் அமைதியாகக் கேட்டுக்கொண்டே இருந்தவர், சொல்லிமுடித்த பிறகுதான் ஸ்டெத்தாஸ் கோப்பை இவனது நெஞ்சில் வைத்தார். முதுகுப்புறம் வைத்து மூச்சை இழுத்து விடச்சொன்னவர், “ஏன் இத்தன பயம்? உடம்புன்னு இருந்தா, பிரச்சினை இருக்கத்தான் செய்யும். பிரச்சினை இருந்தாத்தான் உசிர் இருக்குன்னே அர்த்தம். கல்லு மண்ணுக்குத்தான் எதும் இருக்காது - தெரியாது. அதனால, எந்த சூழல்லயும் உடம்பப் பாத்து பயப்படக்குடாது. பிரச்சினை என்னன்னுதான் பாக்கணும்” என ஆறுதல் சொன்னார்.

“பஞ்சத் திங்கிற வேலைய செய்ற அப்பு. அதயும் யோசிக்கணும்ல” பட்டாளத்தய்யா அவருக்கே உரித்தான குரலில் ஒத்துப் பேசினார்.

“யாராச்சும் ஒராள் அந்த வேலையச் செஞ்சுதான ஆகணும். கொஞ்சம் பாதுகாப்பா இருந்துக்க வேண்டியதுதான்” என்று ஒரு மருந்தினை சிபாரிசு செய்தார் டாக்டர். பவுடர் போலிருந்த அம்மருந்தில் தண்ணீர் கலந்து ஒரு கோர்ஸ் ஊசி போட்டுக் கொண்டால் சரியாகிவிடும் என்றார்.

அன்றிலிருந்து இவனாகவே அவரது மருத்துவமனை மெடிக்கலுக்குச் சென்று ஸ்டெப்ரோமைசின் என பந்தாவாய்க் கேட்டு வாங்கி நர்சிடம் கொடுத்து ஊசி போட்டுக் கொள்வான்.

இது ஒருபக்கம் வருத்தமாகவும் இருந்தது. எப்படியாச்சும் மறுபடி மில்லுக்குள் போய்விட வேண்டுமென்ற ஏக்கம் மிகுந்தது. போனால் பல பிரச்சனைகள் தீர்ந்துவிடும். குறிப்பாய் கலியாணம் முடிவாகிப் போகும். அதில் தன்னைவிட அம்மாவுக்கு மானப்பிரச்சனை கூடுதல். அப்பாகூட பொருட்படுத்தியதாகத் தெரியவில்லை. அம்மாதான், ஒருநேரம் தட்டிப் போனதே என உருகுவதும்,

சிலநேரம் இதுவும் நல்லதுக்குத்தான் என சமாதானமாவதுமாக சதா அந்த நினைப்பிலேயே இருக்கிறார்.

மாமாவுக்கு என்னதான் ஆயிற்று மருமகனே மருமகனே என காலமெல்லாம் கொண்டாடியவர், உரிமையாய் அத்தனை வேலைகளுக்கும் தன்னை பக்கம் வைத்துச் செய்தவர், இந்த வேலையைப் பாத்தா பின்னுக்கடித்தார். நம்பத்தான் முடியவில்லை. அத்தை எப்பிடி அமைதியாய் இருக்கிறது. நல்லது பொல்லது எல்லாத்துக்கும் முன்னாடி நிறுத்தி வச்சுப் பேசிய அக்குசெல்லாம் ஏன் திருகல் மருகலானது. எல்லாத்தியும் விட, செல்வி என்னதான் செய்கிறாள்? அப்போதுதான், ரீலிங் கூடை இடுப்பிலேந்தி கனவில் நின்ற செல்வி மனக்கண்ணில் வந்தாள்.

"உங்களுக்கு வேல இல்லன்னதும், நானே கேட்டு ரீலிங்ல வந்து சேந்தேன். ஆராச்சும் ஒராள் சம்பாதிக்கணு மில்ல."

உடனே செல்வியைப் பார்க்க வேண்டும் போலிருந்தது. துள்ளி எழுந்து படுக்கையை ஒதுக்கிப் போட்டான்.

ஒரு சட்டையை மட்டும் எடுத்துக் கொண்டு டோபி, நாராயணன் வீட்டுக்குப் போனான். யாரோ ஒருத்தர் வீட்டுக்கு துணிகொடுக்கப் போயிருப்பதாக அவனது சம்சாரம் சொன்னாள். "என்னாங்கய்யா? எதும் துணி போட்ருக்கீகளா?" அபுவின் வாடிய முகங்கண்டு அவளே கேட்டாள்.

"இல்ல ஒரு துணி அவசரமாத் தேய்க்கணும்" சட்டையைக் காண்பித்தான்.

"குடுங்க, காங்கை ஏத்தப் போறேன். அர நாழியல்ல அதும் வந்துரும். வீட்டுல எதும் சோலியிருந்தா முடிச்சிட்டு வாங்க. நானே தேய்ச்சி வச்சிருக்கேன்" என்றாள்.

"ச்செரி குளிச்சிட்டு வந்திர்ரேன். சட்டய, நல்லா, சுருங்கல் இல்லாம அமுக்கித் தேச்சு வச்சிரும்மா" காசை உடனடியாய்க் கொடுத்துவிட்டு வீட்டுக்கு வந்தான்.

வாசலில் பைக் ஒன்று நின்றிருந்தது.

உள்ளே தோழர் சின்னச்சாமியும், ராசுவும், பைக் ஓனர், இந்தியன் வங்கி பரமசிவமும் உட்கார்ந்திருந்தனர்.

19

சின்னச்சாமி தோழரும், பரமசிவம் தோழரும் டீ, காபி வேணாமென்றார்கள்.

சிவகாமி சருவச் செம்பை எடுத்துக்கொண்டு கிளம்பினார்.

“வேணாம்னு சொல்லுங்க அபு. பாவம் வெயில்ல அம்மாவ அலய வெக்கணுமா? இப்பத்தே வெளீல ஒரு டீயப் போட்டு தம்மக் கட்டிட்டு வர்ரோம்” பரமசிவம் தோழர் சொல்லிக் கொண்டே இருந்தார்.

தோழர் சின்னச்சாமி எத்தனை டீயும் சாப்பிடுவார். ‘டீயும், பீடியுமிருந்தாப் போதும் அபு, கஞ்சி தண்ணியெல்லா சாவகாசமா நேரமிருந்தா ஒக்காந்து சாப்டலாம்’ என பல சந்தர்ப்பங்களில் சொல்லியிருக்கிறார்.

“எப்பிடி தோழர், பசிக்காதா?”

“பழகீடுச்சு. நாள்க் கணக்கில் கூட்டம் நடக்கும். சாப்பிட ஒக்காந்தம்னா சரிப்படாது. டீய வச்சே கூட்டத்த முடிச்சிருவம். வாய்ப்பிருந்தா எதாச்சும் ஒரு நொறுக்குத்தீனி.”

“கூட்டம் முடிச்சுட்டு சாப்பிடுவீகளாக்கும்?”

“எடத்தப் பொறுத்து. சில எடங்கள்ல கறியுஞ் சோறும் அமையும். சில எடத்துல பேசி முடிச்சதும் வேலையத் தொடவேண்டியிருக்கும். உடனே கௌம்பி போறவழீல சிக்குனத அள்ளிப் போட்டுக்கற வேண்டிவரும். ஒரெடத்தில ஒண்ணுமே கெடைக்காமயும் போகும். அந்த மாதரி நேரத்தில ஒருபீடி இருந்தா பசியத் தள்ளிக் குடுக்கும். ஏன்னா, நமக்கு வேலதான் முக்கியம்.”

சங்கம் ஆரம்பித்த இந்த காலங்களில் நடந்த பல உரையாடல்களில் அபுவுக்கும் ஏனையோருக்கும் சேகரமாகியிருந்த விவரங்கள் இவை.

“இன்னைக்கி புதன் கிழமையோ?” சின்னச்சாமி சுவரில் காலண்டரைத் தேடினார்.

“அதனாலதான தோழர் வீட்ல இருக்கேன். இந்நேரம் மட்டும் தூங்கிக்கிருந்தேன். இப்பத்தே எந்திரிச்சேன்” செல்வியை பார்க்க வேண்டும் என நினைத்ததையோ சட்டையை இஸ்திரி போடக் கொடுத்துள்ளதையோ சொல்லத் தோன்றவில்லை.

“புதுவேலை எப்பிடி இருக்கு?” பரமசிவம் கேட்டார்.

அவரது சிபாரிசில்தான் தேனியில் அட்சயா சிட்பண்டில் வேலை கிடைத்தது. வசூல் வேலை. தினசரிக் கந்து, ஏலச்சீட்டு தவணைகளுக்கான பணத்தை தேனி அல்லிநகரத்தில் உள்ள புள்ளிகளிடம் வாங்கிவரவேண்டும். காலை நேரத்தில் தேனி பஜாரும், மாலையில் டீக்கடைகள் பலசரக்குக் கடைகள் போன்ற சில்லரை வியாபார கடைகளில் வசூலித்து வரவேண்டும்.

மில்வேலைக்கு நேரெதிரான வேலை. காக்கி உடுப்பு அணிந்து தூசும் தும்புகளுமாய்த் திரிந்ததற்கும் பளீரென்ற உடுப்புகளுடன் தோல் பையும், ரசீது புத்தகமும் ஏந்தி, புத்தம் புதிய அட்லஸ் சைக்கிளில் வந்திறங்கினால் லட்சலட்சமாய் முதல்போட்டு ஏவாரம் செய்யும் முதலாளிகூட “வாங்கசார், வாங்கதம்பி” என அழைப்பதும், “ஏவாரம் மத்துவமா இருக்கு. நாளைக்கு வாரீகளா? சார்ட்ட நம்மப் பத்திச் சொல்லுங்க” என கெஞ்சுவதும் வித்தியாசமாய் இருந்தது.

“சங்கட்டமோ கூச்சமோ படக்குடாது. ஏன்னா அவங்க நமக்கு கஸ்டமர் மட்டுமில்ல கடன்காரங்க. கொஞ்சம் டெம்பராக் காட்டணும்” மேனேஜர் அபுவுக்குச் சொன்ன பாலபாடம்.

“அம்மாவுக்கு ரெம்பச் சந்தோசம். அதும் பேண்ட் சட்ட போடுறமா பூரிச்சுப் போகுது.”

“வேலைக்குத் தக்கபடி நாமளும் இருக்கணுமில்ல. கொஞ்சநாள் போகட்டும். ஆபீஸ்க்குள்ள எழுத்து வேலைக்கு மாத்திடுவோம்.”

“சரிங் தோழர், கணக்கு வேலையும் பழகணும்ல.”

“அதெல்லாம் பழகீடலாம். சம்பளம் கூடும்.”

“அதுங்குள்ள கல்யாணம் வச்சிடலாம். இல்லியா அபு” சின்னச்சாமி தோழர் சீண்டிய சமயம் சிவகாமி டீயோடு வீடு நுழைந்தார்.

“வெறும் டீய வாங்கிட்டு வந்திருக்க? வடகிட போடலியா?” அபு அம்மாவைக் கடிந்தான்.

“ஒளிவெளக்குப் பய கட அடச்சுக் கெடக்கு அப்பு, அவெ இருந்தா எதியாச்சும் போட்டுக்கிருப்பான். நா அய்யம்பாளையத்து நாக்யர் கடைல வாங்கியாந்தேப்பா.”

“ம்மா, போதும்மா. சும்மா இருக்க மாட்டீயா அபு” பரமசிவம் கண்டித்துப் பேசினார்.

“அபு, பேண்ட் சட்டைல ஆபீசர் கணக்கால்ல தோழர் தெரியிறான். நாமதே அவன தேவையில்லாம மில்லுக்கு அனுப்பிச்சிட்டம்” ராசு அபுவின் புதிய தோற்றம் குறித்து பெருமையாய்ச் சொன்னான்.

“பார்ரா, ம்? அப்பிடியாங் மா?” பரமசிவம் டீயை டம்ளரில் விளம்பிக் கொண்டிருந்த சிவகாமியிடம் கேட்டார்.

“ராசுவுக்கும், அவகம்மாக்கும் எல்லாரையுமே ஒசத்தியாத் தூக்கிவச்சுப் பேசறது வழக்கம்யா” என்றவர், “ஆத்துல தண்ணி அலமோதிப் போனாலும் நாயி நக்கித்தானய்யா குடிக்கணும்?” எனச் சாதாரணமாக்கினார்.

சின்னச்சாமிக்கு அந்தப் பேச்சு சிரிப்பை கிளப்பிவிட்டது. டீ தம்ளரை நாசூக்காக வாங்கிய நேரத்தில் சிரிப்பைக் கடத்தினார்.

“அம்மா, வீட்லதே இருக்கா ராசு?” அவருக்கும் ஒரு டம்ளர் டீ மீதமிருந்தது.

“இல்லம்மா, அண்ணெ வீட்டுக்குப் போயிருக்கும் போல. இருந்திருந்தா சத்தங்கேட்டு வந்திருக்கும்ல.”

“ஏம்மா, அதே அபுவுக்கு வேல கெடச்சீடுச்சுல்ல, பொண்ணுவீட்ல எதும் பேசுனாங்களா? நீங்க எதும் மூவ் பண்ணீங்களா” பரமசிவத்தின் அந்தக் கேள்விக்கு, உட்கார்ந்த இடத்தைவிட்டு அகலாமல், டீ தம்ளரைப் பிடித்த பிடியினை சற்றும் தளர்த்தாமல் சிலைபோல இருந்து தலையை மட்டும் இல்லை என அசைத்து பதிலளித்தார் சிவகாமி.

“அவங்கதே வெவரமில்லாம நடந்துக்கிட்டாங்கன்னா நீங்கதே அனுசரிச்சுப் போகணும். புள்ளைங்க ரெண்டும் விரும்புதுகள்ல”

அவ்வப்போது அபுவிடம் எழும்பும் விம்மல் விகசிப்புகளைக் கணக்கிட்டு சின்னச்சாமி தோழர் சொன்னார். அது அபுவுக்கே ஆச்சர்யமாய் இருந்தது.

"ம்ஹூம், மூச்சுவிட்ட மஞ்சட்டிய ஒட்டவக்கெ முடியாதுய்யா, ஒட்டுப் போட்டாலும் பலங் கெடையாது. அது, அம்புட்டுத்தே! அப்புவுக்கு வேற பக்கம் பாத்துக்கிருக்கேன். சீக்கிரம் அமஞ்சிரும்" உணர்ச்சிவசப்படாமல் ரெம்பவே நிதானமாய்ப் பேசினார்.

அபுவுக்கும் அம்மாவின் பேச்சு அதிர்ச்சியளித்தது. செல்வியை மறந்து விட வேண்டியதுதானா? அது முடிகிற காரியமா? என்னாச்சு இந்த அம்மாவுக்கு, வெறும் ஐநூறு ரூபாய் சம்பளத்தில் சீட்டுக்கம்பெனி வேலை கிடைத்ததும், அல்லது சூட்டு சட்டை போட்டு பளபளவென சைக்கிளில் வந்து போவதைப் பார்த்ததும் எதோ அரசாங்க உத்தியோகஸ்தனாய் கணக்குப் போட்டுக்கொண்டதா? அடக் கண்றாவியே எதுக்கு இப்பிடி ஆளாளுக்கு கிறுக்குப் பிடிச்சு அலையிறாக!

"செல்லாதுன்னு சொன்னவக தானாவந்து கட்டிக்கச் சொல்லணும். அந்த நேரம் நான் நாலு கேள்வி கேக்கணும். அப்பறந்தா மத்த ஏற்பாடெல்லாம். எந்தம்பிக்கு நாம்பாத்து முடிச்சுவச்சேன். இன்னிக்கி, எங்கிட்டயே சடுகுடு ஆடுறான். அதையுந்தே பாப்பம்" ஏதோவொரு பகை நீறுபூத்துக் கிடப்பதை உணர்ந்து கொண்ட சின்னச்சாமி தோழர் பரமசிவத்துக்கு ஜாடை காட்டினார்.

"ஓட்ட ஒடசல் பழைய ஈயம் பித்தாளைக்குப் பேரீச்சம் பழம்! வாம்மா, ரெண்டு எட தாரேன்."

அப்போது வெளியில் ஒரு சைக்கிள் வியாபாரி ராகம்போட்டுப் பாடியபடி வீட்டைக் கடந்து போனார்.

"அபு, மேஸ்திரி பாலன் அடுத்தாப்ல வந்து சந்திச்சாரா?" சின்னச்சாமி வந்த வேலையைக் கவனிக்கத் துவங்கினார். அடுத்து அஞ்சுமணிக்கு ஆர்ப்பாட்டம் ஒன்று தேனி நேருசிலை அருகில் நடைபெற உள்ளது போகவேண்டும்.

"இல்ல தோழர், அதுக்குப் பெறகு அவர் வரலை."

அம்மாவும், தனம்மாவும் பேசிய பேச்சுவார்த்தை பெரும் புயலைக் கிளப்பி விட்டது. வந்ததும் விசயத்தை அபுவிடம் சொல்லுவதற்கு முன்பாக எப்பவும்போல கண்ணம்மாவிடம் சொல்லிவிட்டார்.

கேட்டநிமிசத்தில் கண்ணம்மாவின் கண்களில் கண்ணீர் மாலைமாலையாய் வழிய ஆரம்பித்தது.

“சிவாமி, நீ கும்புட்ட சாமி ஒன்னிய கைதூக்கி விட்ருச்சு பாத்தியா! சந்தோசமா இருக்கு. எங்க அந்தப் பெய? பொண்ணு விட்டுப் போச்சுன்னு மூஞ்சத் தூக்கிட்டுத் திரிஞ்சானே! நாளைக்கே அவெ மாமெ வந்து நிக்கெப் போறான். பாரு” கட்டிப்பிடித்துக் கொண்டார்.

“இவெ ஓர்த்தன மட்டுந்தானக்கா வேலைக்கி கூப்புடுறாக” அபு தனியே போவது சிவகாமிக்கே இஷ்டமில்லை. ஏதாவது உள்நோக்கம் இருக்குமோ என சந்தேகமும் வந்தது. தனம்மா சொன்னதுபோல சாதியாக யோசிக்க முடியவில்லை. ஆனாலும் வந்த சந்தர்ப்பத்தை விட்டுவிடவும் மனசில்லை. ஸ்ட்ரைக்குக்குப் பிறகு சம்பளம் கூடிவிட்டது. சீட்டுக்கம்பெனியில் அதென்ன ஐஸ் விக்கிறவன் மாதிரி பையைத் தூக்கிட்டு கடைகடையாய் அலையிறது.

“அப்பிடி இல்ல சிவாமி, அவனுக்கு கலியாண நேரம் வந்திருச்சு. அதான் ஒண்ணோண்ணா கூடி வருது. ஓர்த்தன எடுத்தா என்னா? மொத்தமா எடுக்கச் சங்கடப்பட்டுக்கூட ஒரொரு ஆளா எடுக்க நெனைக்கலாம்ல. எப்பிடியோ ஓட்டப் பானையா இருந்தாலும் கொலக்கட்ட வெந்தாச் சரி” அபுவின் கல்யாண ஏற்பாடு நின்றுபோனதை கண்ணம்மாவால் ஜீரணிக்க முடியவில்லை. ரத்த சொந்தம் இதையெல்லாம் கணக்கிலெடுக்குமா என்பதே கேள்வியாய் இருந்தது. இதற்காகவே அபுவுக்கு ஏதாவது ஒரு அதிசயம் நடக்கவேண்டுமென உள்ளூர விரும்பியிருந்தார். பாலன் மேஸ்திரி வடிவில் விடிவு வந்ததில் அவருக்கு மனம் கொள்ளா மகிழ்ச்சி.

“சங்கத்துக்காரவக கிட்டக்கச் சொல்லணுமில்லக்கா?” அவர்கள் எதும் தடுதல் பண்ணுவார்களா? எனும் ஐயம் சிவகாமியின் மனசில் ஓடியது.

“பின்ன? அவககிட்டச் சொல்லாம இருக்க முடியுமா?” என்றவர் சிவகாமியின் மனநிலையினை யூகித்தவராய், “அவக எதுஞ் சொல்லுவாகன்னு பயக்குறியா? எல்லாரையும் மில்லுக்குள்ள சேக்கணுன்னுதான நாயாப்பேயா அலையிறாக, அவக ஒண்ணுஞ் சொல்லமாட்டாக” பாதியில் நிறுத்தினார்.

“வேற?” சிவகாமிக்கு சஸ்பென்ஸ் தாங்க முடியவில்லை.

“அம்ம பயகதே, பூலோகம், பாண்டி, மலையாளத்தா ஓர்த்தே திரியறான்ல. இப்பிடி யாள்கதே என்னத்தியாச்சும் வில்லங்கத்த இழுப்பானுக.”

கண்ணம்மா சொன்னது உண்மையாகிப் போனது. ராசு வழியாக விசயம் சங்க அலுவலகம் போனது. செயலாளர் அபுவிடம் “நீங்க என்னா நெனைக்கிறீக” எனக் கேட்டார். தன்னைச் சுற்றியிருக்கும் ஏனைய தோழர்களின் முகக்குறி உவப்பானதாகத் தெரியாததால் மனசில் உள்ளதைச் சொல்ல முடியவில்லை. “நீங்க சொல்லுங்க தோழர்” என வார்த்தையைச் சுருக்கிக்கொண்டான்.

“வேலை வேணும்னுதான நாமளும் கேக்குறம். அதனால கூப்பிட்டா போகலாம்” என்றார் செயலாளர்.

“அதெப்பிடி? இத்தனபேர் வீதில நிக்கிம்போது ஓர்த்தன மட்டும் பெசலாக் கூப்புட்டா என்னா அர்த்தம்?” பூலோகம் தன்னுடைய நீளமான துண்டை மாராப்புபோல குறுக்காகப் போட்டுக்கொண்டு சட்டமாய்க் கேட்டான்.

“நீங்கள்லாம் அதாவது நாமெல்லாம் கக்கிரிப் பார்ட்டி. உள்ளவந்தா சிக்கலாயிரும் அதனால இப்பிடி புள்ளப்பூச்சியா உள்ள இழுத்துப் போட்டுக்கலாம்னு நெனைக்கிறாக பூலோகம்” அன்னக்கொடி எடுத்துக் கொடுப்பதுபோலப் பேசினான்.

“அவகதேங் கூப்புட்டாலும் நீ எப்பிடிப்பா வரேன்டு சொல்லலாம். அல்லாரையும் மொத்தமா கூப்புடுங்கன்டு சொல்லவாண்டாமா. என்னாப்பா படிச்ச பிள்ள நிய்யி. தா வகுறு ரெம்புனாப் போதும்னு நெனச்சிட்டியாக்கும்” பாண்டியன் பரிதவிப்போடு பேசினார்.

“பாண்டி பொறுங்க, அபு, இன்னம் நான் வேலைக்கி வாரேன்னு சொல்லவே இல்ல. நடந்தத வந்து என்ன செய்யன்னுதான் கேக்கறார்” செயலாளர் கைகளை உயர்த்தி அனைவரையும் அமைதிப்படுத்தினார்.

“ஆனாலும் உள்ளுக்குள்ள ஆச வந்துருக்கு. அது தப்பில்ல. ஆனாலும் இத்தனபேரு ஒண்ணுசேந்து உசிரக்குடுத்து நின்னுக்கிருக்கயில ஒராளமட்டும் தனிச்சுக் கேக்கயில அங்கனயே தேங்காய ஒடைக்கறாப்ல முடியாதுனு சொல்லீருக்கணும். சரி விடுங்க சின்னப்பிள்ள இப்பயாச்சும் வந்து கேட்டுச்சே” அனஞ்சுவும் தனது பங்கிற்கு பேசினார். அதுதான் ராசுவுக்கும் ஆனந்தனுக்கும் ஏமாற்றமாய் இருந்தது. அனஞ்சுகூட அபுவின் சூழ்நிலை பற்றிப்

யோசிக்காமல் எல்லோரையும் போல சராசரியாய் நிற்கிறாரே. அபு ரெம்பவே கூசிப்போனான். குற்றவாளிக் கூண்டில் நிற்பதாக உணர்ந்தான்.

“வேற எதும் பேச்சு நடந்துச்சா?” அன்னக்கொடி துருவினான்.

“என்னா பேச்சு அன்னக்கொடி? நீ அபுவ கேக்கற விதமே சரியில்ல” ராசு கொதித்தான்.

“என்னா சரியில்லாமக் கேட்டேன். நீ எதுக்கு இம்புட்டு வக்காலத்து வாங்கிட்டு வாரவெ.”

“அடுத்து அவனக் கூப்புட்டுருப்பாங்கெடா பக்கத்து வீட்டுக்கரெ இல்லியா?” பூலோகம் ஏளனமாய் பேசியதைத் தொடர்ந்து செயலாளர் எழுந்து நின்று சத்தமாய்ப் பேசலானார்.

“இருங்க இருங்க. ஆளாளுக்கு உணர்ச்சி வசப்பட்டுப் பேசி நமக்குள்ள புதுசா ஒரு பிரச்சினைய உருவாக்கிக்கிடக் கூடாது. யாரும் பேசவேணாம். நாந்தேம் பேசுவேன்.” மின்விசிறியின் சப்தம் தவிர எதுவும் எழாத ஒரு சூழலைக் கொண்டுவந்தார். “அபு விசயத்தில பாலன் மேஸ்திரியோட சம்சாரந்தே அபுவோட அம்மாகிட்ட வந்து பேசி இருக்காங்க. அந்த தகவல வச்சுத்தான் நாம் பேசிகிட்டிருக்கம். ஆனா, நேரடியா அபு மேஸ்திரிகிட்டவோ, மில் நிர்வாகத்துகிட்டவோ பேசல. அப்படிப் பேசி வார விசயத்தத்தான் நாம் பரிசீலனை பண்ண முடியும். சரியா, அதனால, அபு, பாலன் மேஸ்திரியப் போய் பாக்கச் சொல்லலாம். அவர் என்னா கண்டிசன்ல அபுவ வேலைக்கு எடுக்கறார்னு கேட்டுக்குவோம். அப்பறம் நாம் அபு வேலைக்குப் போறதப் பத்திப் பேசலாம். இப்பிடித்தான் நாங்க கமிட்டில பேசி இருக்கம்.”

“அப்பன்ன அப்புவ மில்லுக்குள்ள அனுப்பலாம்னு சொல்றீங்களா?” மருது முதன் முதலாய் வாய்திறந்தார்.

“ஆமா, போனாத்தான என்னன்னு தெரியும்.”

“டக்குண்டு வேல செய்யச் சொல்லிட்டாகண்டா” பாண்டியன் அச்சத்தோடு கேட்டார்.

“பாக்கட்டும்.”

“பாக்கட்டுமா? அப்பறம் நாங்கெல்லா?”

“நிய்யி ஜிந்தாபாத் ஜிந்தாபாத்துன்னு கொடியப் பிடிச்சுக்கு எங்களோட திரி” பூலோகம் மறுபடி ஏளனம் செய்தான்.

“பொறுங்க பூலோகம் எல்லா நேரத்திலேயும் எகடாசி பண்ணக்குடாது. நீங்க நினைக்கிற மாதரி அப்படியெல்லா மில் நிர்வாகம் அத்தன ஈசியா பணிஞ்சிட மாட்டாங்க. நாம கேஸ் போட்டு இறுக்கி வச்சிருக்கம். அதுக்கு இன்னம் அவங்களால நேர்ல வந்து பதில் சொல்ல முடியல. அது தெரியும்ல. வக்கீல் மட்டும் வந்து வாய்தா வாய்தாவா வாங்கிட்டுப் போறார். கோர்ட்டும் ஒரு கட்டத்துக்குமேல எச்சரிக்கை பண்ணீரும். அதனால அதில ஏதாச்சும் ஒரு சிக்கல் உண்டு பண்ண வழி தேடுவாங்க. அதன் ஒரு பகுதியாக் கூட இந்த நாடகம் இருக்கலாம். அனேகமா இது நாடகமாகத்தான் இருக்கணும். பரவால்ல இந்த வாய்ப்பையும் ஏன் விடணும் போய்த்தான் பாக்கலாமேன்னுதான் அனுப்பறம். மொதல்ல அபுவ நாம நம்பணும்.”

“சரி கூட யாரயாச்சும் அனுப்பலாமா?” மருது கேட்டார்.

“அனுப்பலாம். ஆனா அதுக்கு அவங்க, ஒத்துக்கணுமே.”

“ஒத்தைல போறவன என்னத்தியாச்சும் வில்லங்கமா பண்ணிட்டாங்கன்னா?”

“பண்ண மாட்டாங்க, அபு செய்ய வேண்டிய வேல நிர்வாகம் வேற, நாம வேற அப்படிங்கற எடத்துல நம்ம மனச நிறுத்தி வச்சுக்கிடணும். எந்த ஒரு சூழல்லயும், பயக்கவோ, பணிஞ்சிடவோ கூடாது. நீங்க வேலை கேட்டுப் போகல, இந்த பதினாறு பேரோட பிரதிநிதியாப் போறீங்க. தைரியமா நின்னு பேசணும். கேள்விக்கு இழுத்துப் பூசியெல்லாம் பேசக்குடாது. ஒண்ணுரெண்டு வார்த்தைல டக்டக்குன்னு முடிக்கணும். அப்பறம் முக்கியமா என்ன பேச்சு வேணாலும் பேசுங்க. ஆனா, எந்தக் காரணம் கொண்டும் எந்தப் பேப்பரிலேயும் கையெழுத்து மட்டும் போட்டுடாதீங்க. ஜாக்ரதை! அவ்வளவுதான்.”

செயலாளரது இந்த அறிவுரையினைக் கேட்டதும் அத்தனைபேரது மனநிலையும் சற்றுநேரத்துக்கு முன்பிருந்த நிலைமைக்கு நேரெதிராய் ஒட்டுமொத்தமாய் மாறிப்போனது. எல்லோரும் வேள்விக்கு பலி கொடுக்கும் ஆகுதியாய் அபுவைப் பார்க்கலாயினர்.

மருதுவுக்கும் ராசுவுக்கும் கலக்கம் மிகுந்தது. சிவகாமியம்மா எதோ மகனுக்கு நல்ல நேரம் வந்துவிட்டதாக பித்தேறிய நிலையில்

இருக்கிறார். இங்கே செயலாளர் சொல்லுகிற விசயத்தைக் கேட்டால், எத்தனை பெரிய கொம்பனுக்கும் உதறல் எடுத்துவிடும். மில்லுக்குள் மேஸ்திரியைத் தவிர, கிளர்க், சூப்பர்வைசரிடம் பேசவே எல்லோருக்கும் நாக்கு வத்திப்போகும். அதைத்தாண்டி ஏஓ, ஸ்பின்னிங் மாஸ்டர் வகையறாவெல்லாம் இருப்பார்கள். முதலாளியே நேரில் வந்து நின்றாலும் ஆச்சிரியம் இல்லைதான். அபு, சமாளித்து வந்திடுவானா?

"அப்பு, எங்களையெல்லாங் காப்பாத்தணும்னு பெரிய நெனப்பெல்லா வேணாம். ஏறு கோட்டத் தொடணுமேன்னு ரெம்பச் சுத்தீராத. அவுட்டானாலும் பரவால்லடா சாமி. எவெங் கையிலயும் சிக்காம மட்டும் ஓடி வந்துடு." ஆனந்தன், அபுவின் அருகில் வந்து பேசினான்.

"ஆமாடா அய்யா, ஆளு அம்பு இருக்கானுகண்டு பயந்து, எதிலயாச்சும் சிக்கி, அல்லாரையும் கழுவுல ஏத்தி விட்றாதடா சாமி! ஒனக்கொரு கும்புடு ஒன்னப் பெத்தாளுக்கு ஒரு கும்பிடுகூட போடுறம்" பூலோகம் நெடுஞ்சான் கிடையாய் காலுக்கு விழுவதுபோல தலைக்கு மேல் கை உயர்த்திக் கும்பிட்டான்.

"இம்புட்டு சிக்கல் இருக்கறப்ப அப்புவ அனுப்பாட்டி என்னா?"

அன்னக்கொடியின் அந்தப் பேச்சை செயலாளர் ஏற்கவில்லை. இதேபோல போன புதன்கிழமை சிட்பண்டின் லீவுநாளில் மில்லுக்குள் போனான் அபு. மில்கேட்டுக்கு வராமல் எல்லோரும் அன்னக்கொடியின் வீட்டில் காத்திருந்தனர்.

ஒருமணி நேரம் உள்ளேயே இருந்தான். ஆபீஸ் ரூமிலேயே அரைமணிநேரம் தனித்து விடப்பட்டான். வெறுக் வெறுக்கென இருந்தது. சம்பந்தமே இல்லாத ஒரு வக்கீல் வந்தார். ரெம்பவும் நாணயஸ்தர் போல பேச்சுக்கொடுத்தார். 'வேலைக்குவர விருப்பமா' எனக்கேட்டார். 'ஆமா சார்' என்றான். சிட்பண்டில் வேலைக்குச் சேர்ந்த விவரமெல்லாம் தெரிந்திருக்கிறது. அத விட்றலாம் சார்! 'சங்கத்தையும் விட்றலாம் தான?' தயக்கத்தோடு 'ஊம்' என்றான்.

திடுமென எம்டி வந்தார். தன்னறியாமல் உதறல் உருவானது. எழுந்து நின்றான் உட்காரச் சொன்ன வக்கீல். "கேஸ் போட்டத வாபஸ் வாங்கலாம்ல?" சரியென தலையாட்டியவன், திடுமென 'சங்கத்துல' என முழுங்கினான். 'சங்கத்துக்காரங்கள நாங்க பாத்துக்கறோம். உங்க பேர்ல தனியா குடுத்துருக்கீங்கள்ல. அத வாபஸ் வாங்கணும். டிசிஎல்லதான நிக்கிது. அங்க போய் வாபஸ் வாங்கணும்."

“சரிங்”

“கலியாணமாம்ல?” சம்பந்தமில்லாமல் எம்டி கேட்டார். ஆமெனத் தலையாட்டினான். “கங்குராச்சுலேசன்” வக்கீல் அபுவின் கை பற்றி குலுக்கினார். கிளர்க், ஏதோ பேப்பரை கொண்டுவந்து கொடுத்தார், கூடவே டீயும் பிஸ்கட்டும் வந்தது.

பிஸ்கட்டைத் தொடாமல் டீ மட்டும் குடித்தான். “நாம பேசுன விசயம்தான். கேச வாபஸ் வாங்கிக்கிறேன். கையெழுத்துப் போடுங்க.”

“இல்ல சார் கோர்ட்ல போடலாம்னீங்க.”

“அதுன்னா எல்லாருக்கும் தெரியும். இங்க இப்பவே முடிச்சுக்கலாம்.”

“அங்கயே போட்றேன் சார்.”

“இட்ஸ் ஓக்கே. உடனே வேலைல சேர இஷ்டம் இல்ல போல.”

அதற்கு அபு பதில் சொல்லவில்லை. கைகளை இறுக மூடிக்கொண்டான். நெஞ்சு படக்படகென அடித்துக் கொண்டிருந்தது.

“ரைட், டிசிஎல் போகறப்ப கூப்புடுறோம்.”

விட்டால் போதுமென ஓடிவந்தான்.

“சரியாச் செஞ்ச அப்பு. சிங்கம் மாடு கதைதான் எல்லாருக்கும் பலபாடம். மாடுகளை எந்தெந்த வழீல பிரிக்கறதுன்னுதான் இன்னவரைக்கும் நடந்துகிட்டிருக்கு. கொஞ்சம் அசந்தம்னா சிக்கிடுவோம்.” பரமசிவம் பாராட்டினார்.

“இப்பதக்கி சீட்டுகம்பெனி வேலைக்குப் போகட்டுங்கய்யா. இன்னார்க்கு இன்னதுன்னு எழுதுனத நாம நெனச்சாப்ல மாத்தீர முடியுமா” சிவகாமி எல்லோரும் குடித்த எச்சில் தம்ளர்களை வாங்கிக்கொண்டு போனார்.

“எல்லாரும் அபுவ மில்லுக்குள்ள அனுப்ப பயந்தாங்க. எனக்குத் தெரியும் நீந்தி வந்துருவாப்லன்னு. நல்லவேளை எதிலும் சிக்கிக்காம வந்துட்டீக.”

“அன்னிக்கி தோழர் சொல்லாட்டி கையெழுத்துப் போட்டுருப்பேன் தோழர்.”

"அதில என்னென்ன எழுதீருப்பாங்கன்னு நமக்குத் தெரியுமா? கையெழுத்துப்போட்ட பிறகுகூட வேணுங்கறதச் சேத்துருப்பாங்க. செய்யாத குற்றத்தையெல்லாம் செஞ்சதா ஒப்புதல் வாக்குமூலம் தயாரிச்சு ஒட்டுமொத்தமா எல்லாரையும் காலி பண்ணக்கூடச் செய்யலாம்." பரமசிவம் சொல்லிக்கொண்டே எழுந்தார்.

அதுகண்டு சின்னச்சாமியும் எழுந்தார். "வங்கிகளை முழுக்கவும் கம்ப்யூட்டர் மயமாக்கி ஆட்குறைப்பு செய்யப் போறாங்க அதை எதிர்த்து ஆர்ப்பாட்டம் ஒண்ணு இருக்கு வாரியா அபு."

செல்வியைப் பார்க்கவிருக்கும் திட்டத்தைச் சொல்லாமல் சாப்பிட்டுவிட்டு வருவதாகச் சமாளித்தான்.

"மில்லுல இருந்து இன்னியொருக்கா வருவாகளாங்கய்யா?" சிவகாமி கேட்டார்.

"வந்தா அபுவே சமாளிச்சுருவாரு!" சின்னச்சாமி சிரித்தபடி கிளம்பினார்.

வாசலில் வந்து சிவகாமியும் அபுவும் வழியனுப்பினர்.

20

மில்லுக்கு பெரிய(முதலாளி)வர் வந்திருந்தார்.

அலுவலகத்துள் அவர் நுழைந்த மறுநிமிடம் மில்லுக்குள் பரபரப்பு ஏற்பட்டது. ஸ்பின்னிங்கிலிருந்து புளூரூம்வரை விசில் சத்தம் தெறித்தது. ஒவ்வொரு பிரிவும் பம்பரமாய்ச் சுழன்றது. யாருக்கும் கக்கூசுக்கு போகவும் அனுமதியில்லை. கக்கூசில் இருந்தவர்களை நேரடியாய் மேஸ்திரிகளே நுழைந்து அழைத்து வந்தனர்.

"பெரியவர் வந்திருக்கார்."

வழக்கத்துக்கு மாறாய் டிபாட்மெண்டை சுத்தம் செய்ய ஆளுக்கொரு பெருக்குமாறை டாபர்கள் கையில் திணித்து விட்டார். மேஸ்திரியே ஒரு தள்ளுகட்டையை எடுத்து நடைபாதையை சுத்தம் செய்யலானார். ஆய்லர், ஃபிட்டர்கள் ஒவ்வொரு மிசினாய் புகுந்து பார்த்து பழுதுபட்ட பகுதிகளை உடனடியாய் சரிசெய்து இயக்கி விட்டனர். டாபர்களில் சிலர், மேற்கூரை விட்டங்களில் படிந்திருக்கும் பஞ்சுத்துகள் பொதிகளை எடுத்துவிட குரங்குகளைப்போல விட்டங்களுக்குத் தாவி ஏறிச் சுத்தம் செய்தனர்.

பெரியவர்தான் இந்த ஊரில் மில்லை நிர்மாணித்தவர். கிராமத்தில் இடம்கேட்டு கட்டியவர். தற்போது அவரது மகன்கள் இருவரும் நிர்வாகத்துக்கு வரவும் அவர் சமுதாயப் பணிகளில் முழுக்கவும் தன்னை ஈடுபடுத்திக் கொண்டிருந்தார். சமுதாய பள்ளிக்குழுமத்தின் தலைவராக பாடுபட வேண்டியிருந்தது. நகரத்தில் கல்வித்தந்தை எனும் பெயரும் பெற்றிருந்தார். பஜாரில் ஒருகமிசன் கடையும், ஜின்னிங்பாக்டரியும் இருக்கின்றன. விருதுநகரிலிருந்து கமிசன்கடை வைப்பதற்காக வந்து ஓரளவு பிள்ளைகளைக் கொண்டு வியாபரத்தை நிலைநிறுத்தியிருந்தார்.

எப்போதாவது ஒருமுறை இப்படி அவர் நகர்வலம் வருவதுண்டு. அவர் வீட்டைவிட்டு வெளியேறும் போது தகவல் வந்துவிடும். மில்லுக்குள் வந்தால் அத்தனை பகுதியையும் சுற்றிப்பார்ப்பார். மில் வெளிவாசலில் ஆரம்பித்து புதர்மண்டிக் கிடக்கும் பின்புறத்துச் சுவர்வரைக்கும் போய்விடுவார். காலியிடம், மரங்கள், பவர்ரூம், தண்ணீர்த்தொட்டி என்ற பேதமில்லாமல், தொழிலாளர்களது கழிப்பறையையும் சிலசமயம் எட்டிப் பார்த்துள்ளார். எல்லாமே அவர் பார்த்துப் பார்த்துக் கட்டியது. அதனால் பெரியவர் வரும்போது மில்லை வெள்ளையடிக்காத குறையாய் சுத்தம் செய்துவிடுவார்கள்.

மில்லுக்குள் வந்ததும் சிலநேரம் அலுவலகத்திற்குப் போகாமலே நேரடியாய் டிபாட்மெண்டுகளுக்குள் நுழைந்தும் விடுவார்... ஒவ்வொரு மெசினாய் நிதானமாய் பார்த்து, சைடரிடம், மேஸ்திரியிடம் விசாரித்து நகருவார். அதன்பிறகே, எம்டி ஏஓ, ஸ்பின்னிங் மாஸ்டர், சூப்பர்வைசர், நுழைவார்கள். யானைபோகும் முன்னே மணியோசை வரும் பின்னே.

இன்றைக்கு எம்டி அறையில் கொஞ்சநேரம் உட்கார்ந்த பெரியவர் ஏசியை நிறுத்தச் சொன்னார். 'வண்டி' கிளம்ப ஆயத்தமாவதாக உள்ளே செய்தி பறந்தது. திடுமென எழுந்து தன்னுடைய பழைய அறைக்கு வந்தார். அது இப்போது கணக்காளர்கள் அலுவலகமாக ஆறு இருக்கைகளுடன் அமைக்கப்பட்டிருந்தது. நடுவே ஒரு நாற்காலி போடச்சொல்லி உட்கார்ந்தார். யாருக்கும் எதுவும் புரியவில்லை.

"ஒக்கார் கண்ணா!"

எம்டி-க்கும் ஏஓவுக்கும் அருகருகே இருக்கை போடப்பட்டது. மாஸ்டர் சூப்பவைசர், கிளர்க் அத்தனைபேரும் ஆங்காங்கே மேசை, நாற்காலிகளைப் பிடித்துக் கொண்டும் சாய்ந்து கொண்டும் நின்றனர்.

"மார்க்கெட் எப்பிடி இருக்குங் யா?" ஏஓ-விடம் கேள்வியை ஆரம்பித்தார் பெரியவர்.

இதை யாரும் எதிர்பார்க்காததால் ஆடிப்போயினர். அத்தனைபேரது முகத்திலும் கலவரம் படர்ந்தது. கிளர்க்குகளது தொடைகள் நடுங்கலாயின. கணக்குச் சொல்ல ஆரம்பித்தால் தப்பமுடியாது. பெரியவருக்கு சஸ்பென்ஸ் கணக்கே இருக்கக்குடாது. இப்போது நடப்பதெல்லாம் சஸ்பென்ஸ் கணக்குகள்தான். எந்தவகையான

கணக்குகளும் முடிக்கப்படவே இல்லை. எல்லாமே தொங்கல் தொடுக்கல்தான். எழுதி வைங்க பாத்துக்கலாம் என மேலுள்ளவர்கள் சொல்வதை மீறிச்செய்ய வழியில்லை.

“நூல் மார்க்கட்டா ங்கய்யா?” வலதுகையை வாயில் பொத்தி பவ்யமாய் கேட்டார் ஏ.ஓ.

தினசரி செய்தித்தாளில் ஒவ்வொரு மில்லின் நூல்களது தரம், வகை, விலை உள்பட கோயம்புத்தூர் சந்தையை அடித்தளமாய்க் கொண்டு வெளிவருகிறது எல்லோருக்கும் தெரியும். அய்யாவுக்குத் தெரியாமலிருக்குமா? பேச்சும் மூச்சும் பருத்தி, பஞ்சு என வாழ்ந்து கொண்டிருப்பவருக்கு இதைவிட வேறென்ன முக்கிய வேலை இருக்கப் போகிறது?

“அதுவேற தனியா இருக்கோ?”

“கோயம்பத்தூர் மில்களோட ஈக்வலாத்தான் இருக்கு. இல்லீங்க சார்?” எம்.டி. கண்ணன் ஏ.ஓ.வை துணைக்கழைத்தார்.

“நியூஸ் பேப்பர்ல டெய்லி ரிப்போர்ட் பாசிடிவாத்தான சார் வருது.”

பெரியவருக்கும் அதில் ஒரு திருப்தி உண்டு. நம்ம விலாசமும் செய்தித்தாளில் தினசரியும் இடம்பெறுவது சந்தோசம்.

“என்னிக்கும் பாசிட்டிவ்வ மெம்மறந்து நின்னுடக்குடாது.”

“இல்லங்யா? நான் கரண்ட் ரிபோர்ட் சொன்னேன். டிபாட்மெண்ட்டுக்குள்ள வந்து பாத்தா தெரியும். இன்னம் பல எக்ஸ்பரிமண்ட் பண்ணிட்டு இருக்கம்ங்யா.”

“நைஸ் கவ்ண்ட் ஓட்டப் போறதாச் சொன்னீங்க.”

“ஒரு மெசின் ஓடுதுல்ல” மாஸ்டர் மெல்ல வாய் திறந்தார்.

“டஸ்ட் ப்ராபளம் டிஸ்டர்ப்பா இருக்குங்யா அது சால்வாகணும். அதுக்கு ஏசி ஆட் பண்ணணும். அப்பத்தான் க்வாலிடி இம்ப்ரூவ் ஆகும். புது மெசின்கள்ல ட்ரை பண்ணலாம்னு ஐடியா. அந்த ஏரியாவ மட்டும் பிராக்கட் பண்ணி ஏசி ஃபிக்ஸ் பண்ணிப் பாக்கலாம்னு நெனைக்கிறோம்” புதிய ப்ராஜக்ட்டை பெரியவர் முன்னால் விவரித்ததில் ஏ.ஓ.க்கு ஒரு திருப்தி.

“இருபதாயிரம் கதிருக்கு மேல வச்சிருக்கவனும் இந்தக் கவ்ண்ட ஓட்றானாம்ல. அவகள நாம ஜெயிச்சிட முடியுமா?” முக்கியமான தகவலைக் கிளப்பினார் பெரியவர்.

சிரமம்தான். அதுதான் இதுபோல ஆரம்பநிலை பாக்டரிகள் எதிர்கொள்ளும் மாபெரும் சிக்கல். “உண்மதான் கவர்ன்மெண்ட், நியூ பாலிசில இப்படி ஒரு சான்ஸ அவங்களுக்கு கொடுத்திட்டாங்க. அதான் நாம ஃபாஸ்ட்டா போக முடியாம தடுக்கிது.”

“வேணும்னா, பவர்லூம்ல ஓடுற மோட்டாவ ஓட்டி சரிக்கட்டலாம்” மாஸ்டர் இன்னொரு வழியினைச் சொன்னார்.

“பவர்லூமா? அய்யோ, பாவம்யா, வீட்டுக்கு ஒண்ணுரெண்டு மெசின வச்சு ஓட்றவெங்கூட நாம, போட்டி போடணுமா வேணாம்யா” பெரியவருக்கு பாவமாய் இருந்தது.

“இல்லங்யா, நாம செய்யாட்டியும். வேற யாராச்சும் செய்வாங்கள்ல? லீகலா செய்ய அத்தாரிட்டி குடுத்துருக்காங்கள்ல.”

“நாம செய்ய வேணாம்னு எனக்குத் தோனுது.”

“சர்வைவல்ல யோசிக்கலாம்ங்யா.”

சரி என்பதுபோல தலையை ஆட்டியவர், மேசை மேலிருந்த தண்ணீர்க் குவளையை நோக்கி கை நீட்டினார். ஸ்பின்னிங் மாஸ்டர் விரைந்து வந்து கண்ணாடித் தம்ளரில் ஊற்றிக் கொடுத்தார். வாய்வைத்து நீர் அருந்தியவர் கைக்குட்டையில் வாயைத் துடைத்துக் கொண்டார்.

“ம், பதினாறு பேர்ப் பிரச்சினைய எப்ப முடிக்கப் போறீங்க?” அங்கே வருவார் என எம்டி கண்ணன் எதிர்பார்த்ததுதான். இதுவரை தாத்தா காலத்திலிருந்து செய்துவந்த தொழில்முறையில் கூலிப்பிரச்சினை வந்துபோயிருக்கும் ஆனால் எல்லோரும் கைகட்டி நின்று கொடுத்ததை சந்தோசமாய் வாங்கிக்கொண்டார்கள். மீறி ஒன்றிரண்டு சம்பவங்கள் நடந்தாலும் கட்டறுத்துப் போனதில்லை. ரெண்டுகுட்டு ரெண்டுதட்டு கொடுத்தாலும் காலைச் சுற்றி வந்து வாங்கிக்கொண்டார்கள். முதலாளி எனும் வார்த்தைக்கு பதில் வார்த்தையைக் கேட்டதில்லை. இந்த சிஸ்டம் அய்யாவுக்கு முழுக்க முழுக்கப் புதியது. ஏ.ஓ.வும் மாஸ்டரும்தான் விளக்கவேண்டும். கண்சாடை காட்டினார்.

“எப்பிடி முடிக்கப் போறம்னு கேளுங்கய்யா!” ஏ.ஓ. தயாரானார்.

“அய்யா, தொழில் செய்றது நாலுகாசு சம்பாதிக்கத்தான். இல்லீங்கள. ஆனா அதில ஒரு தர்மம் இருக்கணும்னு எங்க அப்பச்சி சொல்வாரு. அய்யோன்னு யாரும் நம்மளப் பாத்து கூப்பாடு போடக்குடாது. ஆனா இப்ப நடக்கிறது சரியான்னு என்னால புரிஞ்சுக்க முடியல.” பஜாரில் உண்டியல் ஏந்திக்கொண்டு தொழிலாளர்கள் கோஷம் போட்டபடி தங்களது கடையைத் தாண்டிச் சென்றது ஒரு வடுபோல பெரியவருக்குத் தெரிந்தது.

ஏற்கனவே இது குறித்து தந்தைக்கும் மகனுக்கும் வீட்டில் தர்க்கம் நிகழ்ந்திருந்தது. அதனை இன்று, நேரடியாய் மில்லின் நிர்வாகப் பிரச்சினையாகக் கொண்டுவருகிறார்.

“நாம இது சம்பந்தமா நெறையப் பேசிட்டம்ல ய்யா” கண்ணன் தந்தையை அய்யா என்றுதான் அழைப்பார். “அதுப்படிதான் நடந்து வருது. கூடுதலா லாயர் கன்சல்ட்டோடதான் போய்க்கிட்டிருக்குய்யா.”

“இனிமேல் அவங்கள்ல ஒருத்தரக் கூட வேலைக்கு எடுத்தம்னா சரிவராதுங்யா. ரெம்ப பின்னால போய்ருவம்,” ஏஓ.

“அதும் வேற எந்த யூனியன்னாலும் கன்சல்ட் பண்ணலாம். இந்தப் பார்ட்டியெல்லா ஆரம்பத்தில மில்லுக்குள்ள அலோ பண்ணதே மிஸ்டேக். ஏதோ ஒரு நல்லநேரம். நமக்கு சப்போட்டா இருக்கப்போய் இன்னிக்கி அவங்க வெளீல நிக்கறாங்க.”

“எத்தன நாளைக்குத்தான் கேச இழுக்க முடியும்?”

“சிவில் தானங்கய்யா வருசக்கணக்கா கொண்டு போகலாம். நாம தள்ளிப் போறதக் கண்டு தானா ஓடிடுவாங்க. கேஸ் ட்ராப் ஆகிடும்” வக்கீலது வார்த்தையை அப்படியே உமிழ்ந்தார் ஏ.ஓ.

“இப்ப ஒரு பையன சேக்கற மாதரி ட்ராமாப் போட்டம்ல. அதவச்சு ஆறுமாசம் தள்ளிப்போட டைம் கெடச்சது. இதுபோல நெறைய லூப் லைன் இருக்குங்யா. இப்படியான லூப்பே முதலீட்டாளர்கள் யூஸ் பண்ணிக்கத்தான். ஆக்சுவலி இதுவும் லீகல்தான். இப்பவும் நமக்கு ஆஃப்ட்டான நீதியோடவும் தர்மத்தோடவும் தான் வொர்க் பண்றோம். அய்யா காலத்தில இருந்த நம்மளோட லெவெல் இப்ப பல ஸ்டெப் இம்ப்ரூவ் ஆகி இருக்குள்ல. அந்த ஹைட்டுக்கு ஏத்த மாதரியான ரியாக்சன்ஸ் வரும்ங்யா. அதை நாம ஆப்போசிட் பார்ட்டியோட டாக்டீசாத்தான் பிஹேவ் பண்ணனும். எமோசனலாகி நின்னொம்னா சரண்டர் ஆகிடுவோம்.

எல்லா டிசிசனும் லாயரோட கன்சல்டிங்கோடதான் செய்றம்” ஏ.ஓ. பெரியவரின் அருகே தனது இருக்கையினை இழுத்துப் போட்டுக்கொண்டு பேசினார்.

கண்கள் மூடி மெலிதாகவும் நிறுத்தி நிதானமாகவும் நடப்பினை விவரித்த ஏ.ஓ.வின் பேச்சைச் செவிமடுத்த பெரியவர், எல்லாம் சரிதான் என்பதுபோல தலையாட்டினார். “இந்த இடத்தில செல விசயங்கள நாம புரிஞ்சுக்கணும். நம்ம நெலம பலபடி ஏறி இருக்குனு சொல்றீக! அதுதான் சிக்கல். நம்மள ஏத்திவிட்டுருக்காங்க. செல பேங்க் ஆளுகளும் வட்டிக்கடக்காரவகளும். ஓர்ரூபா போட்டா மூணுரூபா கெடைக்கிதுன்னு கணக்குச் சொல்றீக. அது சொந்தக்காச வச்சுகிட்டு ஏவாரம் பண்ணுனாத்தே பாக்கமுடியும். கெடைக்கிதுன்னே வச்சிகிட்டாலும், இப்பிடியெல்லாம் மாசக்கணக்கில மில்ல நிறுத்தி வக்கிறப்ப ஆகுற நஷ்டக்கணக்க எங்க ஈடுகட்டுவீக? எதையுமே சூட்டோட சூடா முடிச்சு தேக்கமில்லாம ஓடவிடணும். அதனாலதான் மில்ல நிறுத்துன சமயம் வேற ஆளுகள வச்சு ஓட்டப்பாருங்கன்னு ஐடியாக் குடுத்தேன். ஆளுகளையும் சொன்னேன்.”

“கூப்பிட்டு வந்தம்லங்கய்யா! எத்தனபேர் அதுக்காக நட்டநடு ராத்தரில வீடுவீடாப் போய் ஆள்ப்பிடிச்சம்? இதோ, நம்ம ஸ்டாப்ஸக் கேளுங்க. இங்க நிக்கிற அத்தனை பேருமே ஒவ்வொருத்தரா மூவ் பண்ணாங்க.”

கிளர்க்குகள் தங்களையும் தனித்தனியாய் விசாரிக்கப் போகிறார் என தயாராகினர். எதைச் சொல்வது, ஸ்ட்ரைக்கின்போது தொழிலாளர்களது எழுச்சியையா, ஸ்ட்ரைக்கை நீர்த்துப் போகச் செய்ய அருகிலுள்ள கிராமங்களில் இருக்கும் கூலியாட்களைப் போய்ச் சந்தித்ததையா? ‘எங்களுக்கு மில்லுவேல என்னா தெரியும்? ஏதோ பெரிய மொதலாளி கூப்புடுறார்னு வேணா வரலாம்’ என அவர்கள் உண்மை பேசியதையா, “வேணாம்ங்க. அவங்களும் எங்களப்போல கூலிக்காரங்க அவங்க வகுத்துல அடிக்க இஷ்டமில்லை” என அள்ளித்தந்த பணத்தை தொட்டுக்கூடப் பார்க்காமல் திருப்பியனுப்பிய சம்பவத்தையா? என விளங்காமல் நின்றனர்.

“ரிசல்ட் என்னாச்சுய்யா வெறும் மிசினக் கூட ஓட்ட முடியலேல்ல.”

உண்மைதான். வரமுடியாது என உறுதியாக நின்றவர்களில் ஒரு சிலரை அய்யாவின் பெயரைச் சொல்லி அவரது விசுவாசத்தின்

பெயரால் 'வேலையெல்லாம் செய்யவேண்டாம். சும்மாவந்து ஆள்க் கணக்குக்கு நின்றாலே போதும். மில்லை ஓட்டப் போகிறார்கள் என கிலேசமடைந்து ஒருபகுதியினர் வேலைக்கு வந்துவிடுவார்கள். அந்தத் தொழிலாளர்களைக் கொண்டு மெசினை இயக்கி ஸ்ட்ரைக்கை உடைத்து விடலாம்' என தொழிலாளர்களுக்குள் இருந்த சில கறுப்பு ஆடுகளுக்கும் விலை பேசியிருந்தனர்.

ஆனால் உள்ளே போனவர்கள் கறியும் சோறும் உண்டதும் உள்ளுக்குள் மில்லைச் சுற்றி வந்ததும்தான் மிச்சம். மில்லை ஓட்ட தைரியமில்லை. "வெளிய இருக்கவனுக பூராம் உள்ளூர்க்காரனுக. சும்மா விடமாட்டானுக. மிசின ஓட்டமுடியாதுங்க" என கைவிரித்து விட்டனர்.

"ச்செரீ... அந்தப் பையன உள்ள கொண்டுவந்து பிடிமானத்த விட்டுட்டீங்களே! விடச் சொல்லி வக்கீல்தே சொன்னாரா?"

பெரியவர் அந்தமாதரி கேட்டதும் ஸ்பின்னிங் மாஸ்டருக்கு அவமானமாய் போனது. அந்த வரைபடத்தைப் போட்டுத் தந்தது மாஸ்டர்தான். தான் வேலைபார்த்த பழைய இடத்தில் இதேபோல சில சித்து வேலைகள் செய்து தொழிலாளர்களது கூட்டினை உடைத்திருக்கிறார்கள். அபுவை மட்டும் தனியாய் வரவழைத்து தொழிலாளர்களது மத்தியில் பூசலையும் பொறாமையையும் உருவாக்குவது. அமையாவிட்டால் சில டாக்குமெண்டில் கையெழுத்து வாங்கிக்கொண்டு லேபர் கோர்ட்டில் கேசை வித்ரா பண்ணிவிடலாம் என்றுதான் பாலன் மேஸ்திரி வழியாய் காய் நகர்த்தினார்.

அவரும் சொன்னபடியே வீட்டுப் பெண்களைச் சந்தித்துப் பேசச் செய்திருக்கிறார். ஆனால் அபு தனியே வந்து பாலனைப் பார்க்காமல் யூனியனில் பேசி அவர்களது அசைன்மெண்டை இங்கே வந்து நடத்தி இருக்கிறான்.

"நம்ம ப்ராஜக்ட் சரியாத்தான் போய்க்கிட்டிருந்ததுங்யா. ஆனா, அவெந் தனியா வராம யூனியன் கோட்டோட வந்துட்டான். நல்ல ட்ரெயினப் பண்ணியிருக்காங்க. எங்கேயும் ஸ்லிப் ஆகாம ஸ்கிப்பாகிட்டான்."

"கட்டாயப்படுத்தி சைன் வாங்கியிருக்கலாம். ஆனா, இந்த நேரத்தில அது ஒரு இஷ்யூ ஆகி சிக்கல் ஆக்கிடுமோன்னு டவ்ட் இருந்தது. சரி போவட்டும் பாக்கலாம்னு விட்டாச்சு."

“ச்செரி அடுத்து எதுன்னாலும் எங்கிட்ட ஒரு வார்த்த கலந்துட்டு செய்யுங்க. இத இப்பிடியே விட்டா, பஜார்ல இத்தன காலமா சேத்துவச்சிருந்த பேர் கெட்டுப்போகும். கொஞ்சம் போல்ட்டா எறங்கனாத்தே, இவனத் தொடக்குடாது தொட்டா பொல்லாத மனுசனப்பான்னு பேச வெக்க முடியும்.”

இவ்வாறு அய்யா பேசியது எம்டி கண்ணனுக்கு ஆச்சர்யமாய் இருந்தது. சாஃப்ட்டாக பிரச்சினையை அணுகச் சொல்லுவார் என எதிர்பார்த்தார். ஆனால் தன்னைவிடத் தீவிரமாக இந்தப்பிரச்சினையைக் கையாள அய்யா வந்த விதம் குதூகலமாய் இருந்தது. அவரது கால உத்தியையும் கொண்டுவருவார் என மகிழ்ந்தார்.

“சந்தோசம்யா! நீங்க சப்போட்டா இருந்தாலே போதும்யா. செக்கண்டுல வேலைய முடிச்சிடலாம்.” அய்யாவின் பழைய அடிதடி விவகாரங்கள் எல்லாம் கண்ணனுக்கும் ஓரளவு தெரியும். சட்டப்படி நடக்க, லாயரையும், லோக்கல் ஆட்களை வைத்து சாம தான பேத தண்ட வழியில் அய்யாவும் இறங்கினால் இனி சுவாரஸ்யமான நிகழ்வுகளை இந்தப் பிரச்சினையில் நிறையவே காணமுடியும்.

21

அல்லிநகரத்தின் முக்கியவீதியான பேருந்து நிறுத்தத்தின் இருமருங்கும் உள்ள கடைகள் அத்தனையும் தீப்பற்றி எரிந்து கொண்டிருந்தன. காப்பிக்கடை, பூக்கடைகள், பலசரக்கு, மாட்டுத்தீவனக்கடை, இட்லி, தோசை மாவு அரைத்துக் கொடுக்கும் கடை, சிகை அலங்கார நிலையம், பெட்டிக்கடைகள் என எந்த வர்ணபேதமில்லாமல் தார்ச்சாலையில் பஸ்ஸ்டாண்டு கடை என பந்தா பண்ணிக்கொண்டிருந்த எல்லாவித கடைகளும் தீக்குளித்துக் கொண்டிருந்தன.

கடைகளுக்குப் பின்னால் இருந்த சந்துகளுக்குள்ளிருந்து சரளைக்கற்கள் - பாயும் அம்புகளைப்போல - சீறிக்கொண்டு வந்தன. ஏற்கனவே சேகரம் பண்ணி வைத்திருந்த கற்குவியல்கள் தீரத்தீர குவிந்து கொண்டே இருந்தன. இடையிடையே மண்ணெண்ணெய் குண்டுகள் எரியாத கடைகளுக்கு காணிக்கையாகின. போலீஸ் வண்டியும் தீயணைப்பு வண்டியும் ஒருசேர வந்தபோதுதான் கல்வீச்சுகள் ஓய்ந்தன.

இங்கே, முதலில் யார் ஆரம்பித்து வைத்தது எனத் தெரியவில்லை. சாதியைக் காத்து ரட்சிக்க வந்த ஒரு தலைவரது பேச்சால் நாலைந்து நாளாகவே மாவட்டம் முழுசும் மையமிட்ட புயல், விம்மலும் பொருமலுமாகவே இருந்து. போடி மீனாட்சிபுரத்தில் வலுவிழந்து கரையைக் கடந்து, மார்க்கையன்கோட்டை, கோடாங்கிபட்டி, கோட்டூர், சீலையம்பட்டி என வியாபித்து அல்லிநகரத்தையும் எட்டியது.

ஊரின் கிழக்கும் மேற்கும் சந்திக்கும் மத்தியப்புள்ளி பஸ்ஸ்டாண்டு பகுதிதான். இருபுறமும் சேர்த்து சுமார் நூறுகடைகள் இருக்கும். அனைத்துத் தரப்பினருமே கடை போட்டிருந்தனர். குடியிருப்பு மட்டும் தனித்தே இருந்தது.

பகல் பொழுதில் மேற்கே தோட்டக்காடுகளில் வாய்த்தகராறு என்றார்கள். யாரோ யாரையோ அடித்துக் கொண்டதாகவும் பேசிக்கொண்டார்கள். கூடவே புயல் சின்னம் பற்றிய கருத்தும் கிசுகிசுப்புகளும் ஊடாடிய ஒருதருணத்தில்தான் முதல்கல் தார்ரோட்டில் விழுந்து தெறித்தது. உடனே அந்த சமிக்ஞைக்கு காத்திருந்ததுபோல இருபுறமிருந்தும் கற்கள் சரமாரியாய் வந்து தாக்கின.

கடைக்காரர்களைவிட வாடிக்கையாளர்களே அதிக தாக்குதலுக்கு ஆளாகினர். அதிர்ச்சியில் கையில் கொண்டு வந்திருந்த எல்லாவற்றையும் நின்ற இடத்திலேயே விட்டுவிட்டு உயிரைத் தக்கவைக்க பயந்து ஓடினர். கடைக்காரர்களுக்கும் ஏதும் புரியவில்லை. எங்கிருந்து கல்வருகிறது, எறிபவர் யார் எதற்காக தனது கடைக்கு தாக்குதல் செய்கிறார்கள் ஒன்றும் விளங்கவில்லை. வெளியில் அடுக்கியிருந்த பொருட்களில் பாதி எடுத்தும் எடுக்காமலும் வாங்கிய கல்லடியில் அவசர அவசரமாய் கடைகளின் கதவுகளை சடார் சடாரென இழுத்து விட்டனர். சிலருக்கு பூட்டுப் போடக்கூட அவகாசமில்லை. உயிரையும் உடம்பையும் காத்துக்கொள்வது முக்கியமாகப்பட்டது. கிடைத்து சந்து பொந்துகளுக்குள் நுழைந்து மூச்சுவிட்டனர்.

கற்களைத் தொடர்ந்து மண்ணெண்ணெய், பெட்ரோல் நிரப்பிய பாட்டில்கள் கொளுத்திய திரியோடு வந்து குண்டுகளாய் வெடித்தபோது வேடிக்கை பார்க்கக்கூட ஆட்கள் நிற்கவில்லை.

சொல்லிவைத்தாற்போல போலீஸ் ஜீப்பும், தீயணைப்பு வண்டியும் சேர்ந்த மாதரி வந்தன. போலீஸ் ஜீப்போடு வேன் ஒன்றும் வந்தது. இரும்புத்தொப்பி வைத்த சிஆர்பி படை வீரர்கள் தொபுதொபுவென கீழிறங்கி கையில் தடியும் பிரம்புக் கேடயமுமாய்த் தெருக்களில் குதிக்க, கலவரம் செய்தவர்கள் கஞ்சி கஞ்சியாய் பிரிந்து காணாமல் போனார்கள். ஆனாலும் தொப்பி போலீஸ் ஊருக்குள் தெருத் தெருவாய் ஓடி பீதியைக் கிளப்பியது. கண்ணில் கண்ட மரம் மட்டை கதவு, கண்ணி, என அத்தனையையும் விளாசித்தள்ளி குஞ்சுகுளுவானும் கதவைத்திறந்து எட்டிப்பார்க்க முடியாதபடிக்கு சூழலை இறுக்கமாக்கினர். ஊரெல்லாம் உயிர் பயத்தின் சாயல் படர்ந்தது. வீட்டை விட்டு புருசனோ பிள்ளைகளோ வெளியேறா வண்ணம் பெண்கள் குடும்பத்தையே அடைகாத்தனர்.

அன்றைய இரவு முழுசும் உறக்கம் இல்லாமலேயே கழிந்தது. திடும்திடுமென கல்வீச்சுக்களின் ஓசையும் மனிதர்களது ஆரவாரமும்

டம்மு டம்மு என பாட்டில் குண்டுகள் வெடிக்கும் சத்தமும் போர்க்களத்தில் இருப்பதான ஒரு உணர்வினை அளித்தது. சாமத்தில் திடீரென துப்பாக்கிச் சத்தம் கேட்டதில் ஊர் அரண்டு போனது. போலீசைத் தாக்கிய ஒரு கும்பலை அடக்க மூன்று சுற்று துப்பாக்கிச் சூடு நடத்தியதாகவும் துப்பாக்கிக் குண்டிற்கு இரண்டுபேர் பலியானதாகவும் தகவல்.

தோட்டங்களுக்கு தண்ணீர் பாய்ச்சக்கூட யாரும் நகரவில்லை. ஆடுமாடுகளுக்கு தீவனமே கேள்விக்குள்ளாகி இருந்தது. ஒருநாள்தான் தாக்குப் பிடிக்கமுடியும் தண்ணீர் குடித்து பசியைப் போக்க மனிதர்கள் பழகலாம். அன்டியிருக்கும் ஆடு மாடுகளை அப்படி விடமுடியாது. அவைகளும் தாக்குப்பிடிக்காது. கத்த ஆரம்பிக்கும். அந்த அவல ஓசையை எந்த சம்சாரியும் சகித்துக்கொள்ள மாட்டான். விளைந்த பயிர்களைக்கூட சங்கடம் பார்க்காமல் அறுத்துவந்து அவைகளின் உறுபசி அடக்கினால்தான் மனம் சுகப்படும்.

ஒன்றிரண்டு வீடுகளில் மாடுகளை அவிழ்த்து விட்டார்கள். அவைகள் குளத்தோரம் மேய்ந்துவிட்டு, நீரில் முங்கி குளியல் போட்டு சாவகாசமாய்த் திரும்பி வந்தன. அவை திரும்புகிறவரை அவகவக்கென மனசு இழுத்துக்கொண்டு திரிந்தது. எதிர்ச் சாதிக்காரன் மாடுகளை அடையாளம் கண்டு சேதாரம் செய்திடுவானோ?

வீரபாண்டியில் நின்றிருந்த அபுவுக்கு கண்ணைக்கட்டிச் சுழற்றிவிட்டதுபோல கிறுகிறுத்தது. எந்தச் செய்தியையும் நம்பவும் முடியவில்லை நம்பாமல் இருக்கவும் முடியவில்லை.

அல்லிநகரத்தில் சாதிக் கலவரமாம்? ஒருவாரம் பத்துநாளாய் அரசல் புரசலாய் அங்கே இங்கே என பேச்சுகள் புழங்கின. ஆனால் அல்லிநகரத்தில்? அவ்வப்போது தோட்டம், தோப்புகளில் நடக்கும் சில கூலிப் பிரச்சினை ஏதாவது களவு விசயங்களில் கிழக்குத்தெரு ஆட்களோடு சில மோதல்கள் உருவாகும். கிழக்குத் தெருவின் முகத்துவாரமும், பஸ்ஸ்டாண்ட் பகுதியுமாய் விளங்கும் பிரதான சாலையில்தான் கூலியாட்கள் கூடுவர். ஒவ்வொரு தினமும் அதிகாலையில் வேலைக்குப் புறப்படுவதும், மாலையில் வாங்கிய சம்பளப் பிரிப்பும் நடக்குமிடம் அது. ஆதலால் காலைமாலை இருபொழுதும் அங்கே ஒரே சந்தைக்கூட்டம்தான். எந்தவொரு பிரச்சினையும் சத்தமாய் சண்டையாய் மாறுவது மாலை நேரத்தில்தான். சாலையின் இருபுறமும் பிரிந்து நின்றுதான்

பேசுவார்கள். எல்லைக்கோடு போட்டது போல தார்ரோடு அடித்துப் போட்ட சீவாத்தியாய் மூச்செழுப்பாமல் விழுந்து கிடக்கும்.

பேச்சுவார்த்தை நடந்து கொண்டிருக்கும்போதே ஏதாவது ஒருபக்கமிருந்து உஷ்சென உஷ்ணமாய் சீற்றம் எழும். எதிர்த்தரப்பிலும் அது உடனடியாய் எதிரொலிக்கும். தொட்டுவிடும் தூரத்திலிருந்தால் தள்ளுமுள்ளும் எட்டயிருந்தால் கைக்குச் சிக்கிய கல்லோ கட்டையோ எதிர்ப்பக்கம் எகிறிப்போகும். அவ்வளவுதான் ஊருக்குள் தீயாய் செய்தி பரவிவிடும். “கெழக்குத் தெருவாளுகளோட சண்ட...”

வெள்ளாமை கெட்டுப்போகுமே!

வேலை கெட்டுப்போகுமே!

விவசாயக் கூலிகளும் சம்சாரிகளும் கிழக்குத்தெரு பெரிசுகளும் பதறிப்போவார்கள்.

ரோட்டுக் கடையிலிருந்து போன் தகவல் பறக்க போலீஸ் வந்து நிற்கும். அஞ்சுநிமிசத்தில் பெரிசுகள் சம்பவ இடத்துக்கு வந்து கூடுவார்கள். பெருமாள் கோயிலில் ஊர்க்கூட்டம் ஏற்பாடாகும். அத்தனை சாதிகளும் சாம ஏமமானாலும் ஒன்றுகூடிப் பேசி சமாதானம் ஆகி அதே ரோட்டுக்கடையில் வந்து கேசரியும் பயறும் சாப்பிட்டு வீடு திரும்புவர். மறுநாள் காலையில் எல்லாம் வழமையாய் நடக்கும். முதல்நாள் நடந்த சம்பவத்தின் சுவடு எதுவுமே தெரியாது.

இன்றென்னவோ பஸ் போக்குவரத்தே இல்லை என்கிறார்கள்? மாரியம்மன் கோயிலுக்கு வந்தபிறகுதான் பதட்டம் அதிகமாய்த் தெரியவந்தது. குமுளி, தேவாரம், கம்பம் போகும் பஸ்கள் அனைத்தும் ரத்தாகி இருந்தன. மெய்ன்ரோடே வெறும் மாட்டுவண்டிகளும், சைக்கிள், ஒன்றிரண்டு பைக்குகளும் மட்டுமே வந்துபோய்க் கொண்டிருந்தன. தவிர அணைக்கட்டில் நீர் வழிந்து விழுந்து எழுந்து வைகை நோக்கி ஓடும் பெரியாற்றின் சோ வெனும் ஓசையில் நிறைந்திருந்தது தார்ச்சாலை. கடைக்காரர்களும் கடைகளை அரைபாதியாய்த்தான் திறந்து வைத்திருந்தனர். வீரபாண்டியை அடுத்த ஊரான கோட்டூரிலும் கலவரம் பரவி இருப்பதால் கடைக்கு முன்னால் அந்நிய முகங்கள் நின்றபோது சந்தேகத்துடனேயே எதிர் கொண்டனர். ஏவாரம் கேட்டாலுமே உடனடியாய்ச் செய்ய முடியவில்லை.

கோயிலுக்கு எதிரிலிருந்த போலீஸ்ஸ்டேசனில் ஜீப்கள் வருவதும் போவதுமாய்ப் பரபரத்துக் கொண்டிருந்தது. ஸ்டேசனுக்குள் ஆட்களின்றி காத்தாடியும், லைட்டும் மட்டுமே எரிந்து கொண்டிருந்தன.

அபுவுக்கு அடுத்து என்ன செய்வதென விளங்கவில்லை. தனி ஆளாய் வந்து சிக்கிக்கொண்டோம் என்பதைவிட, ஊரில், சங்க அலுவலகத்தில் தனி ஆளாய் தன்னை அனுப்பியது குறித்து அத்தனைபேரும் கவலைப்பட்டுக் கொண்டிருப்பார்களே என்பதுதான் பெரிய இம்சையாய் இருந்தது.

சங்கத்து வேலையாய்த்தான் காலையில் வீரபாண்டி புறப்பட்டு வந்தான். கதை எழுதும் எழுத்தாளர்கள் சங்கத்தின் மாவட்ட மாநாடு தேனியில் இன்றும் நாளையும் நடைபெறுகிறது. மாநாட்டு சமையலுக்கான காய்கறி, தேங்காய், வாழைஇலை போன்றவைகளை வீரபாண்டியிலிருக்கும் சில தோழர்கள் தருவதாகச் சொல்லியிருந்தார்கள். அவற்றை சேகரித்து வண்டியில் ஏற்றிக் கொண்டுவரும் பொறுப்பை அபு ஏற்றிருந்தான்.

காலை ஆறுமணிக்கே வீரபாண்டிக்கு வந்துவிட்டான். தோட்டத்திலும் தோப்பிலும் தேவையான காய்கறிகளை பறித்து மூட்டை கட்டச் சொல்லிவிட்டு, வண்டி சொல்வதற்காக ஊருக்குள் வந்தபோது, வேலையோடு வேலையாக மிளகாய்க் களத்தில் செல்வியைச் சந்தித்துப் பேசிவிட்டு அவள் தாவணியில் முடிந்து கொண்டு வந்திருந்த பணியாரத்தை விழுங்கிவிட்டு, வளையலையும் ரிப்பனையும் அவளுக்குப் பரிசளித்துவிட்டு, வண்டிக்கார பரசுவைச் சந்தித்தபோதுதான் அல்லிநகரம் பூராமும் தீப்பற்றி எரிவதாய்ச் சொன்னார்.

“ரோடு பூராம், ரத்தக்களறியாக் கெடக்காம் தம்பீ, கையி காலுன்னு துண்டுதுண்டா செதறிக் கெடக்குங்கறாக, நீ வாட்டுக்கு வந்து காய் கறிய ஏத்தக் கூட்டுக் கிருக்க? அன்னு மக்யா நாள் போகலாம்ப்பா. மொதல்ல நிய்யி பத்தரமா வீடு போய்ச் சேரும் வழியப் பாரு!” என்றார்.

அப்போதான் ஊருக்குள் வரும் பஸ்செல்லாம் நிறுத்தப்பட்டு விட்டதாக சாந்தாயி கடை மாமாவும் சொன்னார். ஊருக்குள் பெரியகடை. போக்குவரத்து வரவு செலவு அத்தனையும் அவருக்கு தேனியில்தான். அவரே சொன்னதும் வேகமாய் கோயிலுக்கு

விரைந்தான். மெய்ன்ரோட்டில் இருந்தாவது கம்பம் குமுளியிலிருந்து வரும் வண்டிகளில் ஏறி தேனிக்குப் போய்விட எண்ணினான்.

தன்னோடு பஸ் ஏறுவதற்காக நின்ற ஒரு அண்ணனிடம் விசயத்தைப் பகிர்ந்து கொண்டபோது, "யாருக்காச்சும் போன் பண்ணிப்பாக்கலாம்ல" என அவர் யோசனை சொன்னார்.

எஸ்டிடி பூத்திலிருந்து அல்லிநகரம் சங்க ஆபீசுக்கு போட்டான். போன் மணி அடித்துக் கொண்டே இருந்ததே ஒழிய யாரும் எடுக்கவில்லை. அப்பவே மனம் தடதடக்க துவங்கியது. சங்கத்துக்குப் பின்னாலிருக்கும் சிவசங்கர் அரிசி அரவை மில்லுக்குக் கூப்பிட்டான். பல சுற்றுக்குப்பின் யாரோ எடுத்தனர். "பெரிய கலாட்டாதா, ஊருக்கு வந்திராதீக. ஊருக்குள்ள ஆள் நடமாட்டமே இல்ல" என பொத்தாம் பொதுவாகச் சொல்லிவிட்டு வைத்துவிட்டனர்.

வீட்டு ஞாபகம் வந்து பயமுறுத்தியது.

திடுமென வந்த யோசனையில் சங்கத்தின் மதுரை மாவட்ட அலுவலகத்துக்கு பேசினான். "இருக்கற எடத்தில பத்திரமா இருந்துங்க. தோழர்" என்றார்கள். மாநாட்டுக்காக மதுரையில் இருந்து ரெயிலில் தேனி சென்ற தோழர்கள் உசிலம்பட்டியில் இறக்கிவிடப்பட்டதாகவும் அங்கிருந்து தலைவர்கள் உட்பட அனைத்து பிரதிநிதிகளும் நடந்தே தேனிக்கு சென்று கொண்டிருப்பதாகவும் கூடுதல் தகவல் சொன்னார்கள். அதன்பிறகு அபுவால் அங்கே நிற்பது பாரமாய் இருந்தது. மதுரை தோழர்கள் நடந்தே வருகிறபோது உள்ளூரில் தான் ஒளிந்து கொண்டிருப்பது அவமானம்.

மீண்டும் ஊருக்குள் வந்து வண்டிக்காரரிடம் பேசினான்.

மாநாடு நடைபெறாவிட்டாலும் அதற்காக வந்து கொண்டிருக்கக்கூடிய தோழர்களுக்கு உணவு தேவைப்படும். ஆகவே எப்படியாவது பொருட்களை கொண்டுசேர்ப்பது அவசியமானது என்றான். "எதாச்சும் சந்து பொந்து வழியா நொழஞ்சு போய்றலாம் ணே! பெரிய பெரிய தலைவர்களெல்லாம் வந்துட்டாக."

"தம்பி நீ எளந்தாரி முறுக்குல பேசற. இந்த மாதரி நேரத்தில சம்பந்தப்பட்டவெங்கூட ராசியாகிப் போய்ருவான். ஆனா எடைல இதச் சாக்கா வச்சு புடுங்கித்திங்க ஒரு கூட்டம் அலையும். அதுக கிட்டச் சிக்குனம்னா அவனுகளுக்கு அல்வாச் சாப்ட்ட மாதரி,

மாடுக ரெண்டையும் நவுத்தீட்டு, வண்டியையும் தலமேல வச்சு செமந்திட்டுப் போய்ருவானுக. பொறு, ரவைக்குள்ல தீருதான்னு பாப்பம்" என்றார்.

வெறும் ஆளாய் மாநாட்டு அரங்கிற்குச் செல்வதைவிட ஏதோ ஒரு பொருளோடு போவது பிரயோசனமாய் இருக்கும். அவரிடம் வாடகைக்கு சைக்கிள் எடுத்துத் தரச்சொன்னான்.

கேரியர் உள்ள ஒரு சைக்கிளை எடுத்துத் தந்தார். "எப்பிடியாச்சும் கொணாந்திரு தம்பி. அன்னகாமு அக்கா மகென்னு சொல்லித்தே (செல்வியின் அப்பா) வாங்கித் தந்திருக்கே. புலம்பியபடியே வாழைஇலைக் கட்டையும், கொஞ்சம் காய்கறிகளையும் மூடைபோட்டு கேரியரில் இறுகக்கட்டி விட்டார். கூடவே, சின்ன அருவாள் ஒன்றையும் இலைக்கட்டுக்குள் சொருகிவிட்டார்.

"இதென்னத்துக்கு ண்ணே, வில்லங்கத்த வெலைக்கு வாங்குன மாதரி? சும்மா போனாலாச்சும் வெத்தாள்னு தப்பிச்சிடலாம். ஆயுதத்தோட போயி நானும் சண்டக்காரன்னு காட்டிக் குடுக்கவா?" வேண்டாமென அருவாளை மறுத்தான்.

"ஏப்பா, நானென்ன கூறில்லாதவன்னு நெனச்சியா? இதவச்சு நீ வாழமரத்தக்கூட வெட்டமுடியாது. அது தெரியாதா, ஆத்தர அவசரத்துக்கு, நீ தப்பிக்க, பின்னாடி இருக்க சொமைய அவுத்துவிட்டு ஓடணும்னா அருவாள்ல பட்டுபட்டுன்னு அறுத்து விட்டு வெத்துவண்டிய ஓட்டிட்டுக் கௌம்பத்தே இது. இல்லாட்டி நீ சைக்கிள நிப்பாட்டி கயத்த அவுக்கங்குள்ள பொடனில போட்டு ஒக்காத்தி வச்சிருவானுக."

கோயிலுக்குப்போய் மெய்ன்ரோட்டில் போவதைவிட, ஊருக்குள்ளிருந்தவாறு வயல்பட்டி வழியாக சத்திரப்பட்டி, அரண்மனைப்புதூர் வழி போவது உசிதமென்றார் பரசு அண்ணன். முத்துத்தேவன்பட்டியக் கடக்கறது சிக்கல். இங்கிட்டு புதூரும் அப்பிடித்தான். ஆனாலும் அம்புட்டுப் பெருசா வராது. ஒருவேளை அப்பிடித் தெரிஞ்சா ஆத்துக்குள்ள எறங்கி கரையத் தாண்டிட்டா தேனிக்குப் போய்டலாம் என்றார்.

"தம்பி இப்பவுஞ் சொல்றேன். கம்பு சுத்தற வேலையெல்லா ஓரமா வச்சிட்டு உசிரக் காப்பாத்தறத மட்டும் பாருங்க. புதூர் பக்கம் வெனாவா போகணும். ஊ ந்னா சைக்கிள ரோட்ல உருட்டிவிட்டு மடார்னு காடுகரைக்குள்ளயோ ஆத்துக்குள்ளயோ குதிச்சிருங்க. ஏன்னா எள ரத்தம் ஏறிப்பாயும் நெதானமா இருங்க

சொல்லிட்டேன்” மறுபடி மறுபடி எச்சரித்தார். நல்லவேளை செல்வியின் வீட்டிலிருந்து யாரும் வரவில்லை. செல்வி தனது வரவைத் தெரிவிக்காமல் இருந்திருக்கலாம். அல்லது தெரிவித்தும்... தலையைக் குலுக்கி கற்பனையை அழித்தான்.

பரசண்ணன் சொன்ன வயல்பட்டி வழியைத் தேர்வுசெய்து சைக்கிளில் ஏறினான்.

வீரபாண்டியிலும் கிழக்குத்தெரு வழியாகத்தான் கடந்து போகவேண்டி இருந்தது. சாவடிகளில் கூட்டம் கூட்டமாய் ஆட்கள் உட்கார்ந்திருந்தனர். யாரும் வேலைக்குப் போகவில்லையா பாதியில் திரும்பி விட்டார்களா எனத் தெரியவில்லை. அவர்களைக் கவனியாததுபோலக் கவனித்தபடி சைக்கிளைச் செலுத்தினான் அபு.

சைக்கிளில் சுமை கனத்தது.

தோட்டங்களிலும் வேலையாட்கள் அதிகமாய்த் தெரியவில்லை. இடதுபக்கம் வயலும் வலதுபுறம் தோட்டப்பயிரும் பச்சையம் படர்ந்து தெரிந்தன. வயல்பட்டியில் மரியஜோசப் சிட்டிபஸ் ஓரங்கட்டி நிறுத்தப்பட்டிருந்தது. பேருந்து நிறுத்தத்தின் அருகிலிருந்த கோயிலுக்குள் கூட்டமாய் ஆட்கள் குழுமியிருந்தனர். ஏதேனும் கூட்டம் நடக்கலாம். ஒருவேளை கலவரம் சம்பந்தமாகவும் இருக்கலாம். ஊருக்குள் கடைகள் திறந்தே இருந்தன. சாலையிலும் ஆட்கள் நடமாட்டம் இயல்பாகவே இருந்தது. அபுவின் சைக்கிளை பலர் உற்று நோக்குவது தெரிந்தது. ஊருக்கு புது ஆள் என்பதால் அந்த கவனம் போலும். அதையெல்லாம் மனதில் கொண்டு, சைக்கிள் வேகத்தைக் குறைக்காமல் மேட்டிலும் உந்தி அழுத்தி சீராக ஓட்டிச் சென்றான். சத்திரப்பட்டியில் ஏற்றமாய் இருந்தது. இறங்கி உருட்டுவது தவிர வேறு வழியில்லை. மொத்தமே பத்து இருபது வீடுகளுக்குள்ளாகத்தான் இருக்கும். தண்ணித் தொட்டியருகே ஒருபெண் அபுவை வழிமறித்தாள்.

“என்னாதுயா சாக்குல?” கேரியரில் வாழைஇலைக்கட்டின் மேலிருந்த சாக்குமூடை கவனத்தைக் கவர்ந்திருக்கிறது.

அவளைத் தொடர்ந்து இன்னொரு பெண்ணும் வந்தாள் “என்னாது ஏவாரமா?”

“அது... அது தேங்கா மூட க்கா” சைக்கிளை உருட்டி வந்ததில் தகிப்பு கண்டிருந்தது. ஒரு நிமிடம் சைக்கிளை நிறுத்தி பதில் சொன்னான்.

“ஏவாரத்துக்கா? எம்புட்டு வெல?” பின்னால் வந்தபெண் வேகமாய் வந்தாள். அப்போதுதான் கவனித்தான் இரண்டாவதாய் வந்த பெண்ணுக்குப் பின்னால் இரண்டு ஆண்கள் வரிந்து கட்டிய வேட்டியும் தலையில் உருமாக்கட்டும், வெற்றுடம்புமாய் கையில் நீளமான வீச்சரிவாள்களுடன் வந்து கொண்டிருந்தனர்.

பரசண்ணன் கொடுத்துவிட்ட அரையடி அரிவாளுடன் அவற்றை ஒப்பிட முடியாது. இருந்த இடத்திலிருந்து எறிந்தாலே பத்தடி தூரத்தில் நடப்பவன் தலையைக் கொய்து அவன் காலடியில் சேர்ப்பித்துவிடும். அத்தனை நீளமும், கூர்மையும், பளபளப்புமான அரிவாள்களாய்த் தெரிந்தன. சைக்கிளைச் சாய்த்துவிட்டு ஓடத்தான் முடியும். அப்படியும் ரோட்டுவழிதான் ஓடவேண்டும். ஆத்துப்பக்கமோ, தோட்டத்து வழியோ இறங்க வாய்ப்பில்லை. ரெண்டுபக்கமும் ஆட்கள் இருக்கிறார்கள். ரோடோ கரட்டு மேடு. ஓடினால் ஒரேவீச்சில் கெண்டங்காலைச் சாய்த்து விடுவார்கள். தொண்டை காய்ந்தது.

“நெத்தா, காயா தம்பி?”

“காய் காய் தேன் க்கா!”

“விக்கெவா வீட்டுக்கா தம்பி?”

முதல் பெண்மணி விசாரிக்கும் போதே ஆண்கள் இருவரும் எட்ட நின்று சாலையின் இருபுறமும் நோட்டம் விடுவதுபோலப் பார்த்துக் கொண்டு நின்றார்கள்

“விசேசத்துக்கு வாங்கிட்டுப் போறேன்க்கா” ஆண்கள் இருவரும் அருகில் வருவதற்குள் நகர்ந்துவிட விரும்பினான். செங்குத்தான ஏற்றமாய் இருந்தது. ஹேண்ட்பாரில் ஒருகையும் கேரியரில் ஒருகையும் வைத்து முழுபலத்தையும் குவித்து உன்னித் தள்ளினால்தான் மேடேற முடியும்.

“அதான பாத்தே! தம்பியப் பாத்தா ஏவாரி மாதிரி தெர்யலியேன்னா கேக்கறாளா? விசேசத்துக்கு கொண்டுக்குப் போகுதாம்டீ! பாத்து சூதானமா போ தம்பி” என்றவள், “இப்பிடி நெஞ்சாவி போக தள்ளிட்டுப் போகாட்டி, பேசாம சந்த வண்டீல போட்டு

விடலாம்ல. என்னா, அஞ்சரூவா கூலி கேப்பானா?” பெண்கள் இருவரும் ஒன்று சேர்ந்ததுபோலப் பேசினார்கள்.

அபு, அவர்களுக்குப் பதிலேதும் சொல்லாமல் சைக்கிளை, பல்லைக் கடித்துக்கொண்டு முக்கித்தக்கி நகர்த்திச் சென்றான். அவனது சிரமம் கண்ட பெண்கள், ஆளுக்கொரு கைகொடுத்து மேடுவரை சைக்கிளைத் தள்ளிக்கொண்டு வந்தனர். “பாத்து தம்பி, கொஞ்சம் முழிப்பா போப்பா, இந்தமாதரி நேரத்தில எல்லாம் இப்பிடி ஒத்தசத்தைல வரக்குடாது.”

சைக்கிள் ஏறினதும் அவர்களுக்கு நன்றி சொல்லி கிளம்பினான்.

வேதபுரிநகர் சுவாமி ஓங்காரநந்தா ஆஸ்ரமக் கோயிலில் போலீஸ் காவல் தெரிந்தது. அங்கிருந்து ஒரே இறக்கம்தான் சைக்கிள் தலைகீழாய் பறந்தது. கவனமாய் பிரேக் பிடித்து ஓட்டினான். அரண்மனைப் புதூரில் சங்கத்துக்காரர்கள் சிலபேர் மெய்ன் ரோட்டில் கடை வைத்திருக்கிறார்கள் எனும் நம்பிக்கையில் மிதித்தான். இன்னும் இரண்டு கிலோ மீட்டர்தான். புதூரில் கடைகள் அனைத்தும் அடைத்திருந்தன. எந்த இடத்திலும் ஆட்கள் தேங்கி நில்லாமல் பரசலாய் உலாவிய வண்ணமிருந்தனர். ஆற்றுப்பாலத்தில் நாலைந்து போலீசார் ரோந்து சுற்றுவது தெரிந்தது. எதையும் கண்டுகொள்ளாமல் பாலத்தைக் கடந்து மேடேறினான்.

பாலத்தை எப்போது கடந்தாலும் ஆற்று நீரோட்டத்தில் கவனம் வைப்பது வழக்கம். இன்றைக்கு நீரைக்கூட பார்க்கவில்லை.

தேனி பங்களா மேடுவழியாக வந்து நாடார் ஸ்கூல் ஏற்றத்தில் ஏறி இறங்கியதும் மாநாட்டு அரங்கம் பளிச்செனத் தெரிந்தது. தாய்மடி தேடிய கன்றாய் அரங்கினுள் நுழைந்து சைக்கிளை நிறுத்தினான்.

“அப்பூ!” முதல் நபராய் ராசு அவனைக் கட்டிக்கொண்டான். சின்னச்சாமி தோழர் வெளியிலிருந்து ஓடிவந்தார்.

22

காலை பத்துமணிக்குத் துவங்க வேண்டிய மாநாடு மதியச் சாப்பாட்டுக்குப் பிறகுதான் துவங்கியதாக செயலாளர் சொன்னார். மாவட்டத்தின் அத்தனை ஊர்களில் இருந்தும் தோழர்கள் பெரும்பாலும் நடந்தேதான் வந்து சேர்ந்திருக்கிறார்கள். மதுரையிலிருந்து வந்த மாநிலச் செயலாளரே உசிலம்பட்டியில் இறக்கிவிடப்பட்டு அங்கிருந்து இருசக்கர வாகனங்கள் ஏற்பாடு செய்யப்பட்டு வந்து சேர்ந்திருக்கிறார்கள்.

நகரத்தில் நடக்கிற பாட்டாளி மக்கள் பிரச்சனைகளை எழுதும் எழுத்தாளர் இயக்கத்தின் மாவட்ட மாநாடு என்பதால் பரஸ்பர உதவிக்காக சில தோழர்களைக் கேட்டிருந்தனர். உள்ளூர்க்காரர்கள் எனும் அடிப்படையில் ராசு, மருது, அபு இன்னும் சில சங்கத் தோழர்கள் முன் வந்திருந்தனர்.

“இந்த மாதரி சூழல்ல சைக்கிள்ல இதயெல்லாம் கட்டி கொண்டுட்டு வரணும்ன அவசியம் இல்ல தோழர். சாகசம் கூடாது தோழர். சம்யோஜிதம் வேணும்” மாநாட்டின் பொருளாளர் தோழர் ராமமூர்த்தி அபுவை கடிந்து கொண்டார்.

“சாகசத்துக்காகச் செய்யல தோழர். மகாநாட்டுக்கு ஆள்வந்திட்டு இருக்காங்கன்னு தெரிஞ்சதும் ஊருக்குப் போறது போறம் வெறுங்கையோட எதுக்குப் போகணும்னுதே...”

“அதுக்கு இங்க இத்தனபேர் இருக்கம்ல. நீங்க தனி ஆளா மாட்டிக்கக் கூடாதுல்ல? என்ன நடக்கும்னு சொல்லமுடியாத காலகட்டமில்லியா?”

“ஆமா, அபு, நாங்களே ஒன்னத் தனியா அனுப்பிட்டமேன்னு வருத்தப்பட்டுக்கிருந்தம். நீங்க வர லேட்டாகவும் ஒங்களத்

தேடி ஆள் வேற அனுப்பிச்சும் விட்ருக்கம்." சங்கசெயலாளர் அபுவைத்தேடி இருசக்கர வாகனத்தில் இரண்டுபேரை அனுப்பிய விபரத்தைச் சொன்னார்.

"அய்யோ, நா வயப்பட்டிப் பக்கம் வந்திட்டேன் தோழர். போன் போட்டேன். ஆபீஸ்ல யாரும் எடுக்கல. முத்துதேவன்பட்டிப் பக்கம்தான் எல்லோரும் வருவார்கள் அதுதான் நேர்பாதை."

"அதேன் எல்லாரும் நேத்திலருந்து இங்க இருக்கம்ல" என்ற செயலாளர், "ஆமா அங்க நெலவரம் எப்பிடி அபு?" எனக் கேட்டார்.

"அங்கயெல்லா எதுமே இல்லியே! மக்கள் பூராம் பதட்டமா இருக்காங்களே ஒழிய எந்தச் சத்தமும் இல்ல. பல எடங்கள்ல கடைக பூராம் அடச்சுக் கெடக்கு. அவ்வளதே சத்திரப்பட்டி வழியா வாரப்ப, கிராமங்கள்லதா செலபேர் அருவாளும் கம்புமா அலையிறாங்கெ. அம்மூர்ல ஆள் நொழைய முடியாதாமே... ரத்தக்காடாக் கெடக்காமே? நம்ம வகைல எல்லாரும் பத்தரம்தான தோழர்?" சொல்லும்போதே வீட்டு நிலவரம் குறித்த கேள்விகள் மேலெழும்பின. நிச்சயம் தோழர்கள் சொல்வார்கள். ஏதாகிலும் அசம்பாவிதமாய் நடந்திருப்பின் இந்நேரம் இத்தனை அமைதிகாத்து நிற்க மாட்டார்கள். ஆக மொத்தம் யாருக்கும் ஆபத்தில்லை போலும்.

"பெரிய சேதாரம்தான் அபு, பஸ்ஸ்டாண்ட் ஏரியாவே தீயில கருகிப்போச்சு. இன்னும் தீ அணையல. ஆனா உயிர்ச் சேதாரம் சம்பந்தமான தகவல் இதுவரைக்கும் இல்ல" சின்னச்சாமி தோழர் சொன்னார்.

"ரோடெல்லாம் கால்வேற கைவேறயா வெட்டுப்பட்டுக் கெடக்கு, கால் வைக்க எடமில்லன்னு பேசிக்கிட்டாங்களே!" வீரபாண்டியில் கேட்ட செய்தியைச் சொன்னான்.

"இப்படியான வதந்திகதே இங்க சேதாரமானதுக்கே காரணம்" செயலாளர் கொதித்துப் பேசினார். "காலையில எல்லாரும் ஒண்ணுமண்ணாத்தான கூடி நின்னு வேலைக்குப் புறப்பட்டுப் போயிருக்காங்க. இதுபோல மார்க்கையன்கோட்டைல இப்படி, கோட்டூர்ல இன்னமாதரின்னு ஆளுக்காள் பேசி பிரச்சினைய இழுத்து வந்துட்டாங்க"

"யார் தோழர் மொதல்ல ஆரம்பிச்சது?" அபு ஆர்வமாய்க் கேட்டான்.

“இப்ப அது முக்கியமில்ல அபு. இத எப்பிடி நிறுத்தறதுன்னுதான் பேசணும். ராமராஜ் தோழர் ஊருக்குள்ள இருக்கார். அவர் வந்தார்னா கிளியர்க்கட்டாத் தெரிஞ்சுடும்” சின்னச்சாமித் தோழர் சொல்லிக் கொண்டிருக்கும் போதே மாநாட்டு அரங்கிலிருந்து இரண்டு தலைவர்கள் வந்தனர். அவர்களைக் கண்டதும் அனைவரும் அவர்களுக்கு வழிவிடுவதுபோல பேச்சை நிறுத்தி அவர்களை வரவேற்கும் முகமாய் அமைதிகாத்து நின்றனர்.

கனிந்தபழமாய் புன்சிரிப்புடன் முன்னல் வந்த தோழர் மாநிலச் செயலாளர் பழந்தமிழ் இலக்கிய ஆய்வாளர் கே. முத்தையா என்றும், அவர் முழுக்கைச் சட்டையும் தரைபுரளும் வெள்ளை வேஷ்டியும் அணிந்திருந்தார். அவரை தொடர்ந்து தோளில் சோல்னா பையும் மெருன்கலர் பாண்ட்டும் சந்தனக்கலரில் அரைக்கை சட்டையுமாய் வந்தவர் காமராசர் பல்கலைக்கழக பேராசிரியர் கதிரேசன் எனவும் சொன்னார்கள்.

“துவக்கவுரை முடிஞ்சிதா தோழர்?” செயலாளர் கேட்டார்.

“ம் மாநாடு துவங்கீடுச்சு. வேலை அறிக்கை வாசிக்கிறாங்க” என்ற மாநிலச் செயலாளர், “எல்லாரும் வந்திட்டாங்களா?” எனக் கேட்டார்.

“இந்த நேரத்தில நாம இங்க வந்ததுகூட ஒருவகைல நல்லதுன்னு தோணுது” என்று பையை இறக்கி வைத்ததும் சொன்னார் பேராசிரியர்.

“ஒரு நூறு தோழர்கள் ஒண்ணு சேர்ரது அதும் இலக்கியவாதிகள் கூடுறது அரிதானது. அதனால இந்த குழுவை இப்படியே நடத்தி கலவரப்பகுதியில் போய் சமாதானம் பேசி சண்டையை நிறுத்த முயற்சிக்கலாம்” என விளக்கமளித்துப் பேசினார்.

மாநாட்டுக்கென ஒருமாதகாலமாகத் திட்டமிட்டு கலைநிகழ்ச்சிகள் உட்பட பிரம்மாண்ட நிகழ்வுகளின் வழி மக்களிடையே விழிப்புணர்வினை ஏற்படுத்த இருந்த சமயம் இப்படியொரு எதிர்பாராத சம்பவம். இதில் விருந்தினராய் வந்திருக்கும் தோழர்களை தலைவர்களை கலவரபூமியில் களமிறக்கவா? ஏற்பாட்டாளர்களுக்கு என்ன செய்வதென ஒருகணம் புரியவில்லை.

“இந்த சமயத்தில் நீங்க வந்திருக்கறது ஒருவகைல நல்லதாவே படுது தோழர்” என்ற ராமமூர்த்தி, “ஏனா எங்களுக்கு வழிகாட்ட முக்கிய தலைவர்களே நேர்ல வந்துட்டீங்க. அதே சமயம் இங்க

உள்ளூர்த் தோழர்கள் சம்பவ இடத்துக்குப் போயிர்க்காங்க. அவங்க வரவும் கள நிலவரத்தக் கேட்டு மேற்கொண்டு செய்யவேண்டியதப் பேசலாம்.”

“சந்தோசம் தோழர், உள்ளூர்த் தோழர்கள் உடனடியா களம் இறங்கினது நல்லது. இந்த சமயம் நாம வேற வெளிநிகழ்ச்சிகள் குறிப்பா கலைநிகழ்ச்சிகள் வைக்க வேண்டாம். அமைப்பு மாநாடா மட்டும் நடத்தி முடிச்சிக்கலாம். போலீஸ் உட்பட எல்லாருக்கும் இந்நேரம் சிரமம் இருக்கும். நிலமை சீரானதும் விடுபட்ட நிகழ்ச்சிகளை பண்ணிக்கலாம்” என தோழர் முத்தையா அவர்கள் சொன்ன திட்டத்தை ஏற்று மாநாட்டினை நடத்த ஆரம்பித்தனர்.

செயலாளரும், சின்னச்சாமியும் எல்லோரையும் தலைவர்களுக்கு அறிமுகம் செய்து வைத்தனர். “இப்ப களமாடிக்கிருக்க தொழிலாளர்கள்.”

“போராட்டம் நிச்சயம் வெல்லும்” மாநிலச் செயலாளர் வாழ்த்தினார். அவர்தான் ராசு எடுத்துச் செய்யும் தினசரியின் ஆசிரியர் என்பதையும் சொன்னார். மாநிலச் செயலாளரிடம் ராசுதான் பத்திரிகையின் முகவர் என்றதும் மிகவும் சந்தோசத்துடன் அவனது கையைப் பிடித்துக் குலுக்கினார்.

“உங்களைப்போல வாலிபர்களைத்தான் தேசம் எதிர் நோக்கி இருக்கு. நீங்கதான் இதுபோல தினசரிகள மக்கள்கிட்டக் கொண்டுபோய்ச் சேக்கமுடியும். மகிழ்ச்சி தோழர்” என்றார்.

அந்தநேரம் மண்டப வளாகத்தின் முன்னால் போலீஸ் டிஎஸ்பியின் வேன் வந்து நின்றது. தனது பரிவாரங்களுடன் டிஎஸ்பி அரங்கின் வாசலில் வந்து இறங்கினார்.

சின்னச்சாமியும் செயலாளரும் அவரை வரவேற்றபோது தோழர்கள் அனைவருமே உடன் வந்து நின்றனர்.

“என்னங்க சார், ஊருக்குள்ள லா அண்ட் ஆடர் பிரச்சினையாயிருக்கு தெரியும்ல, ஒன்பாட்டிஃபோர் போட சான்ஸ் இருக்கு. இந்த நேரம் நீங்க இப்படி ஒரு மாநாட்ட நடத்தறது சரியா சார்?” மிடுக்குடன் வந்து பேசினார் டிஎஸ்பி. அவரது உத்தரவுக்கு காத்து நிற்கும் தோரணையில் ஏனைய காவலர்கள்.

“உங்க கவலை புரியுது சார். இந்த மாநாடு இன்னைக்கு திட்டமிட்டதில்ல. அது, உங்களுக்கும் தெரியும். மாநாட்டுக்காக மாவட்டம் முழுசுமிருந்து எழுத்தாளர்களும் கலைஞர்களும்

வந்துட்டாங்க. வந்தவங்கள திருப்பி அனுப்பவும் இன்னிக்கி சூழல்ல வழியில்ல. அதனால் இப்ப நாங்க வெறும் அமைப்பு மாநாடுதான் நடத்தப்போறம். கலைநிகழ்ச்சிகள் அத்தனையும் ரத்து பண்ணிட்டோம். வந்தவங்களப் பாதுகாக்கணும். அதே சமயம்...” என விரிவான முறையில் பதிலளித்த பேராசிரியரின் பேச்சில் குறுக்கிட்டார் டிஎஸ்பி.

“சார், உங்களுக்கு பாதுகாப்பு குடுக்கவெல்லா முடியாது. நெலவரம் புரியாம பேசாதீங்க.”

“எங்களுக்குப் பாதுகாப்புக் கேக்கல சார். உங்க நடவடிக்கைல நாங்க தலையிடவும் இல்ல. நல்லாச் செய்யிங்க. அடுத்தடுத்து பரவவிடாம ஏரியாவ கட்டுப்பாட்டுக்குள்ள கொண்டுவாங்க... சந்தோசம். இப்பக்கூட அமைதிக் கமிட்டி அமைக்கிற வாய்ப்பை உருவாக்கினா நல்லது சார்.” மாநிலச் செயலாளர் நேரடியாய் விசயத்திற்கு வந்து கோரிக்கையும் வைத்தார்.

அதிகாரி சட்டென உசாரானார். அதிகாரம் செலுத்த வந்த இடத்தில் எதிராளியின் கோரிக்கைக்கு பணிந்துவிட நேரிடுமோ! அந்த நேரம் அவரை சின்னச்சாமி அறிமுகம் செய்வித்தார்.

“எழுத்தாளர் சங்க மாநிலச் செயலாளர்.”

அதற்குப் பின் அவரது விரைப்பு கூடவில்லை. “பீஸ் கமிட்டியா? அமைப்பாங்க சார் கண்டிப்பா அமையும். எஸ்பி, கலெக்டர் சேர்ந்து முடிவு பண்ணணும் சார்.”

“இந்த சமயத்தில அதுதான் உடனடியான நடவடிக்கைன்னு நாங்க நெனைக்கிறோம்.”

“கரெக்ட்தான் சார். ஆனா, இந்த சமயம் போலீசே உள்ள நுழைய முடியலியே. சில எடங்கள்ல திருட்டு, பூட்டை ஒடைப்பு கடைகளைத் திறந்து கொள்ளைனு எல்லாம் நடக்கிறதாத் தகவல், அதனால எல்லாம் கொஞ்சம் கட்டுக்குள்ள வரவும் சேர்ந்து செய்வம் சார்.”

“கட்டுப்பாட்டுக்குள்ள வந்தபிறகு அமைதிக்கமிட்டி அமைக்கறதவிட உடனடியா செஞ்சம்னா சேதாரத்தத் தடுக்கலாமே சார்!”

விட்டால் ஊருக்குள் வெள்ளைக்கொடியை ஏந்தி ஊர்வலம் போகச் சொல்லிவிடுவார் என நினைத்த அதிகாரி, “நீங்க சொன்னத மேல ஃபார்வட் பண்றேன் சார். நீங்க யாரும் காம்பவண்ட விட்டு

வெளிய வரவேணாம்” சொல்லிவிட்டு காவலுக்கு இரண்டுபேரை நிறுத்திவிட்டு ஏதோ உத்தரவிட்டுச் சென்றார்.

அரங்கின் உள்ளே இருந்து தேநீர் வந்தது.

“உடனடியா உள்ளூர் கமிட்டித் தோழர்கள் கூடணுமே!”

“ராமராஜ் தோழர் வந்திட்டார்னா கூடிடலாம்.”

“தாமதம் பண்ண வேணாம்.”

“அமைதிக்கமிட்டி இப்போ செய்ய முடியாதுங்கறாரே!” டிஎஸ்பி சொன்னதை ராசுவும் மருதமலையும் ஞாபகப்படுத்தினர்.

“அது அவங்க நிலைப்பாடு தோழர். எல்லாம் ஓஞ்ச பெறகு, தானே அமைதியாயிருமே! அப்பறம் எதுக்கு கமிட்டி? கொந்தளிச்சுக்கிருக்க இந்த நேரத்திலதா அமைதிப்படுத்த வேணும்” தோழர் திட்டவட்டமாய்ப் பேசினார்.

“யாரப் போய் தேடறது அமைதிப்படுத்தறது?”

“சண்டை போடற மக்களத்தான் தோழர். கலவர எடத்துக்கு நாம போகணும்.”

எதோ காப்பிக்கடைக்குப் போகச்சொல்வதுபோல கலவரம் நடக்கும் இடத்திற்கு போகச் சொன்னது அபுவுக்குத் திகிலாயிருந்தது “போலீசே போக முடியாதுங்கறார்” வார்த்தைகளை மென்று பேசினான் அபு.

“போலீஸ் போக முடியாது தோழர். அவங்க அதிகாரிங்க. மக்கள் அவங்கள நம்ப மாட்டாங்க. நீங்க போகலாம். ஏன்னா நீங்கதா அவங்களோட பிரதிநிதி.”

“இல்ல தோழர், இது சாதிக் கலவரம். போறவங்களயும் சாதியாப் பாத்தாங்கன்னா” மருது கண்ணில் மிரட்சி தோன்றக் கேட்டார்.

“நீங்க எந்த அரங்கம் தோழர்?” பேராசிரியர் மருதுவை நிறுத்திக் கேட்டார்.

“தொழிற்சங்கம்!”

“ஒங்க சங்கத்தில எந்தச் சாதிக்காக கோரிக்கை வச்சு போராடுறீங்க?”

மருது மட்டுமல்லாது, ராசுவும், அபுவும் அந்தக் கேள்வியில் மிரண்டு போனார்கள். தங்களது அடையாளம் கரைந்துபோன உணர்வும் அதில் அடைந்தார்கள்.

"ஒரு தொழிற்சங்கவாதி, வாலிப, மாணவ, அரசியல்,கலைஇலக்கிய அமைப்புகள்தான் தோழர் இந்த மாதரியான நேரத்தில தலயிடமுடியும். அங்க நாம போகத் தயங்கறோம்னாலோ அவங்க நம்மள விரும்பலே ன்னாலோ நாம சரியா இல்லன்னு அர்த்தம். நிச்சியமா இந்தநேரத்தில அவங்க உங்களத்தான் எதிர்பார்ப்பாங்க. இந்த சந்தர்ப்பத்தில இந்த வேலையைச் செய்யத்தான் நம்ம சித்தாந்தங்கள் நமக்குப் பழக்கி இருக்கு!"

"எரியிற வீட்டுக்குள்ள எறங்கச் சொல்றீங்க!" மருது மறுபடியும் கேட்டார்.

"ஆமா தோழர், அணஞ்ச வீட்டுக்குள்ளதான் ஆமைகூட குட்டி குருமாளோட போய் வருமே! இங்க போறவந்தான் உண்மையான சித்தாந்தவாதி" மாநிலச் செயலாளர் புன்சிரிப்பு மாறாமல் சொன்னார்.

சற்று நேரத்தில் ராமராஜ் தோழரும் பட்டாளத்தாரும் சேர்ந்தாற்போல அரங்கிற்கு வந்தனர். இருவருமே அபுவை சந்தோசத்தோடு கைகுலுக்கினர்.

"வீட்டுக்குப் போய்வா அப்பு, ஒங்க ஆயா தவதாயப்பட்டுக்கிருக்கு" பட்டாளம் பெருத்த குரலில் சிரித்தபடியே சொன்னார்.

"ரைட், அபு, நீங்க, வீட்டுக்குப் போய்ட்டு நெலமையக் கண்டு வாரதுனா வாங்க. தேவப்பட்டா கூப்புடுறோம்." சின்னச்சாமி வழியனுப்பினார்.

"தோழர் வீரவாண்டிக்கு?"

"அதப் பாத்துக்கலாம் தோழர். நீங்க அம்மாவப் பாத்துவாங்க" செயலாளரும் வலியுறுத்தி அனுப்பினார்.

வீரபாண்டியில் எடுத்த வாடகைச் சைக்கிளிலியே வீட்டுக்குக் கிளம்பினான் அபு.

23

எந்தவொரு வீடும் திறக்கப்பட்டிருக்கவில்லை. கதவு இல்லாத வீட்டுக்கும் உடனடிக் கதவு அடித்துப் போட்டதுபோல அத்தனை ஒழுங்காய் கதவுகள் தாழிடப்பட்டிருந்தன. நாய்களும், கழுதைகளும் மட்டும் சுதந்திரமாய் வீதியில் நடமாடிக் கொண்டிருந்தன. கோழிகள் குஞ்சுகளோடு பஞ்சாரத்துக்குள் அடைபட்டுக் கிடக்க, கட்டுச் சேவல்கள் வீடுகளுக்குள் கட்டிப்போட்ட ஆண்பிள்ளைகளாய் பொருமிக் கொண்டிருந்தன... பிடிக்கு அகப்படாத ஒன்றிரண்டு சேவல்கள் பெட்டைகளைக் காணாமல் ஒவ்வொரு வீட்டின் சுவரோரம் நின்று கெச்சட்டம் போட்டு அழைத்துக் கொண்டிருந்தன. இரையினை சேகரித்துக் கொண்டு கூவின. கைக்குழந்தைகளது மலத்தின் ருசிகண்ட நாய்கள் இளந்தாய்மாரின் “தோ தோ” என கூப்பாட்டுக்காய் வீட்டு வாசலில் காத்துக் கிடந்தன.

சைக்கிளை வாசலைஒட்டி நிறுத்தி ஸ்டாண்ட் போடும்போது டங் கென தூக்கிப்போட்டான். சத்தம் கேட்ட அதிர்ச்சியில் சாக்கடைக்குள் இரை பொறுக்கிக் கொண்டிருந்த கொண்டைச்சேவல் ஒன்று மளாரென மேலே தாவி, பெருத்த றெக்கை விரியச் சிறகடித்து கொர் கொர் க்கோ க்கோ வென அலறியது. றெக்கையிலிருந்த நீர்த் திவலைகள் விசிறிப் பறந்ததில் அபுவின் சட்டையில் சாக்கடைநீர் தெறித்தது.

“ச்சூ” என பலமாய்ச் சத்தம் போட்டு சேவலை விரட்டிவிட்டு கதவைத் தட்டினான்.

ரெம்பவும் சிரமப்பட்டு கதவு திருகல் முனகலுடன் திறந்தது.

அம்மாவுக்கு அபு, வீரபாண்டி போனவிபரம் தெரிய வந்திருக்கும். அங்கே போனால் செல்வியைப் பார்க்காமல் வரமாட்டான் என்பதையும் அனுமானித்திருக்கும். செல்வியை அபுவுக்கு கொடுக்கமாட்டேன் என்று சொன்னதிலிருந்து அத்தை மாமா மற்றும் அவர்கள் வகையில் எவருடனும் சாதாரணமான நல விசாரிப்புகளைக் கூட அம்மா தவிர்த்திருந்தது. நேரில் பார்க்க நேர்ந்தாலும் கண்டுகொள்ளாமல் நகர்ந்து விடும். ஆடு பகை, குட்டி உறவான்னு கேட்டு சட்டையப் பிடிக்குமோ?

செருப்பை வாசலில் கழற்றிவிட்டு படியேறினான்.

திறந்த கதவின் வழியாக அந்நிய ஆணின் முகம் ஒன்று எட்டிப் பார்த்தது

“அப்பு வந்திருக்கான்” கரகரத்த குரலில் வீட்டுக்குள் யாருக்கோ தகவல் சொன்னது. தொடர்ந்து, “சைக்கிள வெளீலயா நிறுத்தற? உள்ளாற கொண்டுக்கு வந்தீர்ரதான!” என யோசனை சொல்லியது.

அபுவுக்கு ஒருகணம் நிதானம் தப்பியது. சரியான இடத்துக்குத்தான் வந்திருக்கிறோமா தன்னுடைய வீடுதானே இது? யாரிவர்? நெருங்கிப்போய் கதவைத் தள்ளி வீட்டுக்குள் நுழைந்தான். வீட்டுக்குள் ஒரு தெருவே குடியிருந்தது. ஆணும் பெண்ணும் பிள்ளைக் கூட்டமுமாய் படுத்தும் உட்கார்ந்தும், நின்றும் சுவரில் சாய்ந்துமாய் பத்துப் பதினைந்து பேர்கள் தெரிந்தனர். வெளிச்சத்திலிருந்து வீட்டுக்குள் திடுமென நுழைந்ததில் கண்கள் இருட்டுக் கட்டின.

என்ன நடந்து கொண்டிருக்கிறது. எப்படி இத்தனைபேர்? யாருக்கு என்ன? உடம்பு அதிர்ந்தது. மார்புக்கூடு தடக்தடக் தடக்தடக்கென விசைத்தறி இயந்திரமாய் அடித்துக் கொண்டது. அம்மா, அம்மா! ஞாபகம் வந்தவனாய் அம்மாவைத் தேடினான்.

“அப்பு... வந்தியா?” அம்மாவின் குரல் ஏதோவொரு மூலையில் இருந்து வந்தது.

“நாந்தேஞ் சொன்னேன்ல க்கா தம்பி வந்துரும்னு. நிய்யென்னமோ சந்தக் கூட்டத்துல பிள்ளைய தொலச்சுப் போட்டமாதரி பொலம்பீட்டு இருந்த? வயசுப்பிள்ள நாலொரு எடம் போகவேண்டிருக்கும். பதற்றியே.”

அகன்ற முகமும் நெற்றி நிறைந்த செந்துருக்கப் பொட்டும், மூக்கின் இருபுறமும் பேசரி போல மெல்லிசான மூக்குத்திகளும், காதுகளில்

கல்வைத்த அகலமான தோடும் அணிந்திருந்த அந்த அம்மாள் வாய் கொள்ளாச் சிரிப்புடன் சிவகாமியைப் பார்த்துச் சொன்னார்.

“என்னாருந்தாலும் புள்ளையக் காணாம்னா தேடத்தான செய்வாக. அதுலயும் பெத்த வகுறில்லயா, பரிதவிக்காதா?” முதலில் பேசிய பெண்ணை நகலெடுத்த மாதரி இருந்த அடுத்தொரு பெண் பேசினார். இவர் கொஞ்சம் ஒடிசலாக இருந்தார். “உள்ள வாய்யா, கூச்சப்படாத, அல்லாம் அம்ம சொந்தக்காரவகதே.”

சொந்தவீட்டுக்குள்ளேயே ஒரு அந்நியமான வரவேற்பு. வாசுதேவர் கண்ணனை கூடையில் வைத்து தலையில் சுமந்துகொண்டு போனபோது கடலும் வெள்ளமும் பிளந்து வழிவிட்ட கதைபோல, ஒடிசலான பெண்ணின் அழைப்பில் குழுமியிருந்த கும்பல் சட்டென ஒழுங்கானதில் பாதை கிடைத்தது. பாதையின் முடிவில் சிவகாமி நின்றிருந்தார். தலையசைத்து புன்னகைத்ததில் அழைப்பின் வசீகரம் மிளிர்ந்தது. கூச்சம் கால்களைப் பின்ன நடந்தான்.

“வீதில போலீஸ் நெறைய இருக்கோ?” கேட்டது, துவரைக் களத்தில் படப்பிட்டு சோளத்தட்டை ஏவாரம் பார்த்துக் கொண்டிருந்தவர் எனத் தெரிந்தது. மாமாமுறை வேணுமென ஏதோ ஒரு சந்தர்ப்பத்தில் அறிந்திருந்தான்.

“வீதில இல்ல மாமா, ரோட்லயும், பஸாண்டுலயுந்தா கூடுதலாத் தெரியுது” அம்மாவின் மீதிருந்த கவனத்தைத் திருப்பியது அந்தப் பேச்சு.

“அப்பிடியா சொல்ற அப்பு? அய்யோ இன்னவரைக்கும் பாத்தா, சந்து பொந்தெல்லா சரட்டுச் சரட்டுன்னு பூட்ஸ் கால்ல மிதிச்சிக்கிட்டு, இரும்புத் தொப்பி வச்சிக்கிட்டு லத்திக்கம்பால கண்ணுல சிக்குன அல்லாத்தியும் போட்டு டப்பு ட்டுப்புன்னு ஒடச்சு வெளாசிட்டுப் போனாகளே!”

“கரட்டுப் பள்ளிக்குடத்த ஒட்டியிருக்கு எங்கவீடு. அங்கன எந்தக் களவானிப் பய வரப்போறான்னு தெரியல. அங்க வந்து எங்கவீட்டு வாசல்ல மாட்டியிருந்த டூம் லைட்ட ஒடச்சுப் போட்டாங்க. அதனாலதே நாங்களே, என்னாத்துக்கு ஒத்தைல இருக்கணுமிண்டு இங்க ஓடிவந்தம்.”

மிட்டாய்க்கடை சாந்தியக்கா தனது கீச்சுக்குரலில் சத்தமாய்ப் பேசியது. அரசு உயர்நிலைப் பள்ளிக்கு முன்னால் மிட்டாய்க்கடை போட்டிருக்கிறது. அன்னக்கொடி வீட்டுக்குப் போக, இவர்

வீட்டுப்பக்கமும் பாதை இருக்கிறது. செல்விமேல் நல்ல பாசம் கொண்டது. பார்க்கும் போதெல்லாம் இழுத்து வைத்துப் பேசாமல் ஆளை விடாது. “செலுவிய என்னைக்கி பருசம் போட்டு கூட்டியாரப் போற?” என தூபம் போட்டுக் கொண்டே இருக்கும். “மாவட்டம் முழுசுக்கும் மொத்தமா சிஆர்பி போலீச எறக்கிட்டாங்க. இங்க எஸ்பி ஆபீஸ்ல ஊருக்குத் தக்கன ஆள்களப் பிரிச்சு அனுப்பிச்சு விடுறாங்களாம்.” திமுக வார்டு செயலாளர் நாகுப்பிள்ளை தனக்கு வந்த விபரத்தைச் சொன்னார்.

“பூராம் வெளிநாட்டுக் காரெங்களாம்ல. தக்கிரி புக்கிரின்னு இந்தில தேம் பேசறாங்கெ” அகலப் பொட்டுக்காரம்மாள் சொன்னார்.

“வட தேசந்தான, இந்தில தேம் பேசுவாங்கெ.”

“தேர்தலப்பவே இவகதான வாராக. உள்ளூர்காரப் போலீசுனா அஞ்சு பத்தக் குடுத்து சரிக்கட்டீருவாகன்னு பாஷ தெரியாதவன அனுச்சு விடுறாக.”

ஆளுக்காள் தமக்குத் தெரிந்த - கேள்விப்பட்ட அரசியலை, நாட்டு நடப்புகளைப் பேசத் துவங்கினர். சிறுபிள்ளைகளில் ஒன்று, யாரோ ஒருத்தர் தொடையில் படுத்து உறங்கிக் கொண்டிருக்க, இரண்டு பிள்ளைகள் கைகளை தரையில் குப்புறக் கவிழ்த்து ஜாங்கிரி பூங்கிரி என எதோ ஒரு விளையாட்டை விளையாடிக் கொண்டிருந்தார்கள். அபு மெல்ல அம்மாவிடம் வந்து சேர்ந்தான்.

கலவரம் நடந்ததும் போலீஸ் விரட்டியதில் கலவரக்காரர்கள் பிரதான ரோட்டை விட்டுவிட்டு பின்பக்கமாய் கரட்டுப் பக்கம் இறங்கி விட்டார்களாம். ஹைஸ்கூலுக்கு கிழக்குப்பக்கம் வீடு போட்டவர்கள், ஒத்தைவீட்டுக்காரர்கள் உயிர்ப் பயத்தில் தங்கள் வீடுகளைப் பூட்டிவிட்டு பிள்ளைகுட்டிகளோடு ஊருக்குள் சொந்தபந்தங்களைத் தேடி வந்துவிட்டார்கள்.

“பாவம், ஒண்ணொண்ணும் உசுரப்பிடிச்சு ஓடிவந்திருக்குக. இவக எல்லாரையும் ஒண்ணுகூட்டிப் பாக்கறப்பதா நமக்கும் இந்த ஊர்ல இத்தன சனக்காடு இருக்குன்னு புல்லரிச்சுப்போச்சு” அம்மா பாதி சந்தோசமாகவும் பாதி பரிதவிப்பாகவும் கிசுகிசுத்தது.

“புள்ளைக்கி சோத்தப் போட்டு வையி ச்சிவாமி. கெறங்கிப் போய் வந்துருக்கான்ல” ஒடிசலான பெண் கூவினாள்.

அபுவுக்கும் பசிக்கத்தான் செய்தது. ஆனால் இத்தனைபேர் மத்தியில்? கைகழுவக்கூட நகரமுடியாதே! ஓரக்கண்ணால் ஒரு

சுற்று நோக்கினான். யாரும் இவர்களைப் பார்க்கவில்லை. அவரவர் பாடுகளில் மூழ்கியிருந்தனர்.

“எங்க போன?” மகனது உடம்பை கண்களால் ஆராய்ந்தபடி கேட்டார்.

“ச்சொன்னேல்ல, மாநாடு நடக்கிது வரச் சொன்னாக ண்டு.”

“வீரவாண்டிக்கிப் போனியாமே?”

“யம்மா, ஆளுக்கொரு வேலம்மா. எனக்கு வீரவாண்டீல ஆள்களப் பாத்துட்டு காய்கறி ஏத்திவிட்டு வரச் சொன்னாக. போன நேரம் அல்லோகல்லோமா ஆயிப்போச்சி. அங்கருந்து நா ஊர்வந்து சேந்ததே எந்தச்சாமி புண்ணியமோ. நீ வாட்டுக்கு என்னத்தியாச்சும் மானாங்கன்னியாப் பேசிட்டுருப்ப” என்றவன் பேச்சை மாற்ற, “சோறு வக்கெலியாக்கும்?” என்றான்.

“மகனே இது சரியில்ல. சோத்துல உப்புப்போட்டு திங்கிறம்ங்கறத மறந்துடாத. சொல்லிட்டேன்” வீட்டுக்குள் குவிந்திருக்கும் நபர்கள்மீது ஒருகண்ணும் அபுவை எச்சரிக்க ஒருகண்ணுமாக பல்லைக் கடித்துக்கொண்டு பேசினார் சிவகாமி.

“என்னைக்கிமா நீ உப்பக் கொறச்சுப் போட்ட? உப்பாத்தான திங்கிறேன். இப்ப என்னா வச்சிருக்க. அதப்போடு, பசிக்கிது” என்றவன், “எல்லாரும் சாப்பிட வாங்க” என பொதுவாய் அழைப்பு விடுத்தான்.

விளையாடிக் கொண்டிருந்த பிள்ளைகள் உட்பட எல்லோரும் சாப்பிட்டோம் எனும் அர்த்தத்தில் அபுவைப் பார்த்து முறுவலித்தனர்.

“யாத்தாத்தோவ், பாரு செலம்பாயி, அப்பு, அப்பிடியே அவக ஆத்தாளக் கொண்டு இருக்கானா. சிவாமியும் இப்பிடித்தே பச்சத்தண்ணி குடிச்சாக்கூட ஒருவாத்த அடுத்தவகளக் கேக்காமக் குடிக்க மாட்டா.” என்ற அகலபொட்டுக்காரி, “நீ சாப்பிடு கண்ணு. நாங்கென்னா விருந்துக்கா வந்துருக்கோம். ஓங் கலியாணத்துல வந்து சவரட்டணயா ஒக்காந்து கஞ்சியக் குடிக்கறோம்” என்றார்.

தட்டில் சிவகாமி சோற்றை எடுத்து வைத்தார்.

“என்னாதே பிரச்சினன்னாலும் சாப்புடணும்ல” தட்டின் முன்னால் உட்கார்ந்தபடியே கேட்டான்.

“அதெல்லா ஆச்சு மாப்ள. அங்கங்க என்னத்தியோ பிச்சுப்போட்டு வகுத்த ரெப்பியாச்சு” என்றார் மாமா.

“இந்தா சிவாமி, மாங்கா ஊருவா எங் கிண்ணத்துல இருக்கு எடுத்து தம்பிக்கு வையி.”

நாகுப்பிள்ளைக்கு அருகாமையில் இருந்த அந்தப்பெண் தனது கட்டைப்பையில் வைத்திருந்த பண்டபாத்திரத் தொகுப்பிலிருந்து சிறிய கிண்ணத்தை எடுத்து சிவகாமியை நோக்கி நகர்த்தினாள். அந்தத் தொகுப்பிலிருந்துதான் சற்று முன்பு பலரும் உண்டு முடித்திருந்தனர். ஆக்கிவைத்திருந்த சோத்துச்சட்டியை அப்படியே தலையில் சுமந்து கொண்டு வந்துவிட்டாள். இதேபோல பலரும் வீட்டில் தயார் செய்திருந்த உணவுப்பொருளோடு வந்திருந்தமையால் சிவகாமிக்கு பெரிய அளவில் சோத்துப்பாடு நீங்கி இருந்தது.

“யே அப்பூ? அம்ம டாக்டரோட பைக்க வெளீல நிப்பாட்டி இருந்தவாக்ல எரிஞ்சு போச்சாம்ல?” சோளத்தட்டை மாமா சாப்பிட்டுக் கொண்டிருந்த அபுவுக்கு தனது தலைதெரியும் வண்ணம் இருந்த இடத்திலிருந்தபடியே எக்கிக்கொண்டு சொன்னார்.

“எந்த டாக்டரு?” அம்மாவிடம் கேட்டான்.

“அதேன் ஒங்க கச்சிக்கார டாக்டரு, கர்ணக்கடலு?”

அதிர்ச்சியாய் இருந்தது அபுவுக்கு. சட்டென சோறு விக்கியது. “எப்ப?”

பஸ்ஸ்டாண்டின் அருகில்தான் அவரது கிளினிக் இருந்தது மாடியில் வீடும் கீழே ஆஸ்பத்திரியும் வைத்திருந்தார். “என்னாச்சு?”

“என்னாச்சு? எப்பயும் போல வெளீல வண்டிய நிறுத்தீர்க்காரு. நல்லவேள காரு எங்குட்டோ வேலைக்குப் போய்ருச்சாம்” கதை சொல்லும் பாணியில் நிறுத்திச் சொன்னார் மாமா.

அவரையும் ஜாதிக் கட்டுக்குள் கொண்டுவந்து விட்டார்களா? “மாடியில வீடு இருந்துச்சே?” தன்னோடு மருத்துவக் கல்லூரியில் படித்தவரைத்தான் திருமணம் முடித்து இரண்டு குழந்தைகள் கோயம்புத்தூரில் படித்துக் கொண்டிருந்தார்கள்.

“அது தெரியல. மெய்ன் ரோட்ல இருக்கதால வெளியேறி இருப்பாக.”

கைகழுவியதும் எழுந்து கொண்டான். தோழர்களுக்குத் தெரியாமல் இருக்காது.

“என்னா கெளம்பீட்ட?” சிவகாமி பதறினார். கலவரம் நடக்கிறது எனும் சேதி வந்ததுமே உடனடியாய் காய்ச்சல் கண்டதுபோல உடல் சோர்ந்து போனார். வாசலுக்கு வந்து அபுவைத்தான் தேடினார். கண்ணம்மாவின் அதட்டலில்தான் கதவை அடைத்தார். ராசு வந்து வீரபாண்டிக்கு அனுப்பி வைத்திருப்பதாகச் சொன்னதும் ஒருபக்கம் கோபமிருந்தாலும் ஒரு நிம்மதியுமிருந்தது.

“ம்மா, மாநாடு இருக்குனு சொன்னேன்ல?” இத்தனை கூட்டத்துக்கு மத்தியில் வீட்டுக்குள் அடைந்து கிடக்க தன்னால் முடியாது.

“என்னாடா ஊரே கரண்டு புடிச்சாப்ல அரண்டு போய்க் கெடக்கு? என்னண்டு அதச் செய்யப்போறீக?”

“எவ்வளவு பெரிய ஆளுக, தலைவர்களெல்லா வந்திருக்காக தெரியுமா?”

“சரிய்யா மாப்ள! நீ எப்பிடி அங்கபோவ? ஊர்பூராம் போலீசும் பொகையுமா இருக்கே?” தன்னுடைய பயத்தையும் இணைத்துப் பார்த்துக் கேட்டார் மாமா.

“அதொன்னும் பிரச்சனயில்லங்க, வந்தேன்ல... போய்றலாம்.”

“ஏதோ மாநாடாம். சங்கத்துலருந்து பெரிய்ய ஆளுக நெறயப் பேரு - அசலூர்லருந்து வந்துருக்காகபோல, அந்த வேலையா அலையிறா” அம்மா அதிசயமாய் ஆதரித்துப் பேசியது.

“சூதானமாப் போய்ட்டு வாய்யா, எதுக்கும் சுத்துமுத்துப் பாத்து வெனாவா நடந்துக்க” அக்காளும் தங்கச்சியும் ஒருமித்த குரலில் பேசி வழியனுப்பினர்.

“போறப்ப, ராசோட அம்மாவப் பாத்துச் சொல்லீட்டுப் போடாவ்! நீ போகலேன்னா என்னா ஏதுன்டு என்னயச் சத்தம் போடும்.”

ஒருவழியாய் வீட்டிலிருந்து வெளியேறி வந்தான். சைக்கிளின் முன்சக்கரத்தின் பக்கவாட்டில் அந்தச்சேவல் இன்னமும் நின்றுகொண்டிருந்தது. தனது உடலை அலகால் கோதி சுத்தம் செய்தபடி கதவைத்திறந்த அபுவைப் பார்த்ததும் கெக்கெக் கெக்கெக் கெக்கெக்கென கொக்கறித்தபடி சைக்கிளை விட்டு நகர்ந்து போனது.

அந்தச் சேவலைத்தவிர வீதியில் ஒரு உசுருமில்லை. தெருவே செத்துக் கிடந்தது. ராசுவின் வீட்டுக்குள் போக முனைந்தபோது. அடைத்த கதவுக்குள் இருமலும் செருமலும் ஆண் பெண்களது பேச்சொலியும் கலவையாய்க் கேட்டது. அசலூர் வரத்தான தனது வீட்டுக்கே வீடுகொள்ளாத விருந்தாளிகள். ஊருக்கே உபகாரி கண்ணம்மா வீட்டுக்குக் கேட்கவா வேணும். கதவைத் தட்ட சங்கடப்பட்டு சைக்கிளை மிதித்தான்.

மெய்ன்ரோட்டிலும் கிட்டத்தட்ட இதேநிலைதான். ஆங்காங்கே போலீசும் போலீஸ் வேனும் நிறுத்தப்பட்டிருந்தன. ஒன்றிரண்டு சைக்கிள்கள் போய்க் கொண்டிருந்தன. டாக்டரது ஆஸ்பத்திரியைப் பார்க்கவேண்டும் போலிருந்தது. பைக் எரிந்துபோன சேதி ரெம்பவே பாதித்தது. அதிர்ந்து பேசாத மனிதர். இரக்க குணம் மிகுந்தவர். தன்னிடம் வைத்தியத்திற்கு வரும் நோயாளிக்கு கூடுதல் செலவாகுமெனத் தெரிந்தால் தான் வேலைபார்க்கும் பெரியாஸ்பத்திரிக்கு வரச்சொல்லி சீட்டு எழுதிக்குடுப்பார். அப்படிப்பட்ட மனுசரது பொருளை நாசம் பண்ண எப்படித்தான் மனசு வந்ததோ?

குறுகுறுப்புடன் சைக்கிளை மெய்ன்ரோட்டில் செலுத்தினான். ரோட்டில் ஆளில்லை. ஒவ்வொரு கடைகளின் பக்கவாட்டிலும் பின்னாலும் ஒன்றிரண்டு பேர்கள் சேதாரமானதை ஒதுக்கிக் கொண்டிருந்தனர். போலீஸார் போக வரவுமாயிருந்தனர். சாலையெங்கும் கருகல் நாத்தம் அடித்தது. வேடிக்கை பார்க்க வந்தவனாய்க் காட்டிக் கொள்ளாமல் அதேசமயம் அனைத்தையும் ஊடுருவிப் பதிவு செய்தபடி சைக்கிளை ஓட்டினான். நிச்சயமாய் நடந்து வந்திருந்தால் கண்காணிக்க முடியாது. சைக்கிள் உதவியாய் இருந்தது. போலீஸ் விரட்டினாலும் ஒரே அழுத்து, ஓடிவிடலாம்.

கடைகளைப் போலவே ஆஸ்பத்தியின் முன்கதவும் சேதாரமாகியிருந்தது. வேறெதுவும் தெரியவில்லை. அதனைக் கடந்ததும், கிராமமுன்சிப் வீதி. அதன் முச்சந்தியில் கூட்டம் தெரிந்தது. சைக்கிளை திருப்பிவிட எண்ணினான். என்ன கூட்டம்? விசயத்தை அறிந்து கொள்ளும் ஆர்வம் மேலோங்கியது. எச்சரிக்கையுடன் மிதித்தான். முச்சந்தியில் அமைந்திருந்த பிராந்திக்கடையிலும், ரேசன்கடையிலுமே அந்தக்கூட்டம் நின்றிருந்தது, ரேசன் கடையின் வெளியில் நிறுத்தப்பட்டிருந்த மண்ணெண்ணை பேரல் மூன்று உடைக்கப் பட்டு தண்ணீரை அள்ளுவதுபோல சிலர் வீட்டுப்பாத்திரங்களில் மண்ணெண்ணையை

மொண்டு சென்றனர். பிராந்திக்கடை பூட்டு உடைக்கப்பட்டு உள்ளிருக்கும் சரக்குகளை துண்டுகளிலும், கக்கத்திலுமாய் இடுக்கிக்கொண்டு சென்றனர். ஒருஆள் வேட்டியை அவிழ்த்து துணிப்பொதி கட்டுவதுபோல மூட்டை கட்டினான். போலீஸ் சைரன் ஓசை கேட்டதும் அபு சைக்கிளை வேகமாய் மிதித்து கரட்டுவழி ஏறி மாநாட்டு அரங்கம் வந்தடைந்தான்.

வாசலில் நின்றிருந்த ராசு சொன்ன சேதி அபுவை மேலும் பீதிக்குள்ளாக்கியது.

மில்லுக்கு யாரோ தீ வச்சிட்டாகளாம். புளோரும் தீப்பிடித்து எறிகிறதாம். தீயணைப்பு வண்டிகள் போடியிலிருந்து வந்து கொண்டிருக்கிறதாம்.

24

"உறுதியா - கண்டிப்பா - ப்ராமிஸ்சா அடுத்த வாய்தாவுக்கும் மேனேஜ்மெண்ட்ல ஆள் வரலேன்னா நிச்சயமா எக்ஸ்பார்ட்டி தீர்ப்பாக்கிடுவோம் தலைவரே. இந்த முறை பொறுத்துக்கங்க. வரேன்னு எனக்கு பர்ஷனலா போன் பண்ணிச் சொன்னதனாலதா இத்தன நேரம் காத்திருக்கேன். என்னோட வேலையும் கெடுத்திடாக."

ஜேசிஎல் எனப்படுகிற தொழிலாளர் நல இணை ஆணையாளர் தன் எதிரில் கேஸ் கட்டுகளோடு அமர்ந்திருந்த தோழர் வாழவந்தானிடம் ரெம்பவும் பாந்தமாய்ப் பேசினார். தோழருக்குப் பின்புறமிருந்த நீளமான ஸ்டீல் பெஞ்சியில் ராசு, அனஞ்சு, பாண்டியன், அபு நால்வரும் அமர்ந்திருந்தனர்.

பாண்டியன் இரண்டாவது முறையாக வாய்தாவுக்கு வருகிறார். துவக்க வாய்தாவுக்கு பதினாறுபேருமே வந்திருந்தார்கள். சந்தையில் உண்டியல் அடித்த பணம் உதவியது. அதிகமாக அபு, ராசு ரெண்டுபேர் மட்டுமே வந்துபோனார்கள். ராசுவுக்கு தினசரியின் விநியோகம் முடித்ததும் கிளம்பச் சரியாக இருக்கும். புதன்கிழமையென்றால் அபுவும் வேறு கிழமையில் வாய்தா வந்தால் அனஞ்சுவும் சேர்ந்து கொள்வார். இடையில் யாராவது விருப்பப்படும்போது அல்லது தேவையைப் பொறுத்து மற்றவர் இணைந்து கொள்வார்கள்.

போன வாய்தாவில் தோழர் கொஞ்சம் அழுத்தம் கொடுத்து வாதிட்டிருந்தார். அதுவரை மில்நிவாகத்தின் தரப்பில் வக்கீல்கள்கூட வாய்தாவுக்கு ஆஜராவதில் அலட்சியமும் பதில் சொல்வதில் காலநீட்டிப்பும் செய்து வந்தனர். அரசாங்கம் தொழிலாளர்களுக்காக ஏற்படுத்தியிருக்கும் உரிமைகளையும், அதனை துறை அதிகாரிகள் பாதிக்கப்பட்டுள்ளோர் சார்பாக

நின்று பேசவேண்டிய கடமையையும் இன்று வேலையிழந்த தொழிலாளர்களது வாழ்க்கைப்பாடுகள் எதார்த்த நிலமைகள் யாவற்றையும் விஸ்தாரமாக எடுத்து வைத்தார். அதில் கொஞ்சம் சலனப்பட்ட ஆணையர். “அடுத்த வாய்தாவ்ல ஃபினிஷ் பண்ணீருவம்” என தோழருக்கு உத்தரவாதம் தந்ததோடு, சம்பந்தப் பட்ட வக்கீலையும் அழைத்து வாய்தாவில் கண்டிப்பாக கலந்து கொள்ளவேண்டும் என எச்சரிக்கை விடுத்ததாகவும் சொன்ன கோர்ட் குமாஸ்தா, “அனேகமா அடுத்த வாய்தாவில கேஸ் எக்ஸ்பார்ட்டிக்குப் போகச் சான்ஸ் இருக்கு. ஒங்க பேச்சுல ஜட்ஜ் கலங்கிட்டார் தோழர்” என வேறொரு கூட்டத்தில் சந்தித்தபோது வாழவந்தான் தோழரின் வாதத்தை சிலாகித்துப் பேசினார்.

அதன் எதிரொலியாகவும் ஏதோவொரு அனுமானத்தின் பேரிலும், கூடுதலாய் சிலபேர் வரப்பாருங்கள் எனச் சொல்லிவிட்டார். ஆளுக்கொரு வேலையில் இருந்தனர். எதேச்சையாய் சங்க அலுவலகத்துக்கு வந்த பாண்டியன் மனசே இல்லாமல்தான் மதுரைக்கு வண்டியேறினார்.

சாதிக்கலவரத்துக்குப் பின்னால ரெண்டொருமாசம் சம்சாரிகள் சரியா வேலைக்குக் கூப்பிடவில்லை. அதேபோல மலையேறவும் துணிச்சல் இல்லை. நேத்துவரைக்கும் தாயா பிள்ளையா பழகின எடம்தான். ஆனாலும் ஏதோ ஒரு கண்ணுக்குத் தெரியாத அச்சம் ஒண்ணு நெஞ்சுக்குள்ள பூந்துகிட்டு பொண்டாட்டி புள்ளையக்கூட சந்தேகத்தோடயே பாக்கும்படியா செஞ்சது. உயிர்ப்பயம்தான். ஒருவாரம் பட்டினியத் தாங்கிச்சு... வீட்டை விட்டு வெளியில் வரவே நாலுநாள் ஆனது. நல்லவேளையா வீட்டுக்குப் பின்னால் ஓடைபோனதால் மலஜலப் பிரச்சினை இல்லை. அப்படியும் ஆணும் பொண்ணும் இரவில்தான் ஒதுங்க தைரியம் வந்தது.

கலவரம் நடந்தது ஒருநாள்தான். மறுநாள் காலையிலேயே தேனி டிஎஸ்பி ஆபீசில் சாதி ஆளுகளைப் பூராமும் கூட்டிவைத்து சமாதானம் பேசிவிட்டார்கள். அதற்கு முன்னால் சண்டை நடந்த தெருவில் இறங்கி ஆள்களை பேச்சுவார்த்தைக்கிக் கூப்பிட யாருக்கும் தைரியமில்லை. போலீசே நாளப்பின்ன மாவட்ட அளவில் ஆள்திரட்டி பேச்சுவார்த்தை வைக்கலாம் என நழுவினார்கள். சங்கத்து தோழர்கள் அதிலும் ராமராஜ் தோழர், செயலாளர், மாநாட்டுக்கு வந்திருந்த தலைவர்கள் இவர்களோடு பட்டாளத்தய்யாவும் சேர்ந்து இடிபாட்டுக்குள் போய் பேச்சுவார்த்தைக்கு ஆள்களை அழைத்து வந்தார்கள்.

எல்லாத்திலயும் முக்கியம் அவங்களோடு நகர்மன்றத் தலைவர் போனதுதான். போலீஸ் கூப்பீட்டும் போகாதவர், ராமராஜ் தோழர் சொன்ன வார்த்தைக்கு இறங்கி வந்தார். பேச்சுவார்த்தை நடந்தது. நடந்த சம்பவத்தை எல்லோருமே வெறுத்தார்கள். வெத்திலைபாக்கு மாத்திக் கொண்டார்கள். ஒண்ணாய்ச் சேர்ந்து காப்பி குடித்தார்கள். கைகுலுக்கினார்கள். எப்போதும் போல இருப்போம் என உறுதிகூறி எல்லோரும் சங்கதோழர்களுக்கு நன்றி சொன்னார்கள்.

அப்பறமும் யாருக்கும் தெருவில் இறங்கத் தெம்பில்லை. சம்சாரிய வேலையாள் நம்பமுடியல. வேலையாள சம்சாரிக நம்பமுடியல.சரி, மலையேறி வெறகொடச்சு வரலாம்னா, யார்ட்ட விக்கெ? செங்கக் காளவாசலுக்கு போடலாம்னாலும் தண்ணிகட்டு வேலைக்கி வந்த யாரோ ஒருத்தனோட பிரச்சனையாகி அவன காளவாசல்ல வச்சு மூட்டம் போட்டுட்டாகன்னு ஒருபேச்சு.! கடேசியா ஒருநா ஆனந்தன் வந்துதான் தன்னோட தோட்டத்துக்கு வேலைக்கு வா ன்னு கூட்டிப் போனாப்ல. அதுக்குப் பிறகுதா மூச்சுவிடவே தெம்பு வந்திச்சு.

“சார், எங்களுக்கு படிப்பு கம்மிசார்” திடுமென ஒலித்த அனஞ்சுவின் குரலில் தன்னுணர்வுக்கு வந்த பாண்டியன் நிமிர்ந்து உட்கார்ந்தார்.

உட்கார்ந்திருந்த இடத்திலிருந்து எழுந்து நின்றபடிக்கு ஆபீசரைப் பார்த்துப் பேசலானார். “நாங்க ஒரொருத்தரும் அன்னாடு கைய ஊண்டி கர்ணம் அடிச்சாத்தே வீட்ல இருக்க சீவாத்திக வயித்தக் கழுவ முடியும். இப்பிடி ஒரு சின்னக் காரியத்த மாசக்கணக்கா வருசக்கணக்கா இழுத்துப் போனீகன்னா வாற வழீல வைய டாம்ல விழுந்து உசுரப் பொலிகுடுக்க வேண்டிதேன் சார். வேற வழியில்ல.”

“நான் இழுக்கறேனா? யு டு நாட் மிஸ்டேக். என்ன தோழர். ஒங்க கிளையண்ட் எப்பவும் ஷார்ப்பா இருப்பாங்க? வொய் நாட்? என்னாச்சு?”

“சார், அவர் பேர் அனஞ்சி ராமு. சம்சாரி. இப்ப வயசு நாப்பதுக்கு மேல. விவசாயத்து மேல இருந்த ஒரு அவநம்பிக்கையினால மில் வாழ்க்கையை தேடி வந்திட்டார். மில்லைப்பற்றி அவருக்கு ஒரு பிம்பம் இருந்திருக்கு. அதனால வயசப்பாக்காம வந்து சேந்துட்டார். இதெல்லா எதுக்குச் சொல்றேன்னா அவர் அனுபவத்தில மில்லுன்னா எட்டுமணிநேர சுதந்திரமான வேலை. எந்தச் சுமையும் கிடையாது. உள்ளாற போறம் உழைப்பத் தரோம். மாசக்கடசீல உழைப்புக்கேத்த கூலி நிச்சயம். ஆனா, இப்படி, ஸ்ட்ரைக்,

சஸ்பெண்ட், டிஸ்மிஸ் இதெல்லாம் சுத்த ஹம்பக்காத் தெரியுது. அவங்க செய்ற தொழில்லயும், வேலைகள்லயும் பிரச்சினைகள் வரும் அதை பேசினா தீந்திடும். அவ்வளவுதான் ஆனா இங்க, சம்பந்தப்பட்ட ரெண்டுபேருக்கான பிரச்சனையை, சம்பந்தமே இல்லாத பலபேர் - நீங்க நாங்க - வந்து பேச்சுவார்த்தைங்கிற பேர்ல இழுஇழுன்னு இழுத்துக்கிட்டே போறப்ப அவங்களோட அன்றாட வாழ்க்கை கேள்விக்குள்ளாகுது. நம்மளோட இந்த செட்டப் - அமைப்பு - நடைமுறை, மனித நடைமுறைக்கு விரோதமா இருக்கறதாப் பாக்கறாங்க." தோழர் வாழவந்தான் தன் இயல்புக்கு மாறாய் விலாவரியாய் இந்த விசயத்தை ஆணையருக்கு எடுத்துரைத்தார்.

"ஒக்கே! ரைட், ஐ அண்டர்ஸ்டேண்ட், பட், அவங்களுக்குப் புரியலேன்னா நாம என்ன செய்ய முடியும்? இதத்தான் அவங்களுக்கு ட்ரிபுனல்னா என்னா? டிஸ்புட்ல எதை எதைப் பண்ணலாம்னு கிளாரிஃபை பண்ணச் சொல்றேன்" ஆணையரும் தனது பேனாவை மூடிவைத்து விட்டு நிமிர்ந்து உட்கார்ந்து கேட்கலானார்.

"வணக்கம் சார்." ராசு எழுந்து பேசவந்ததும் அனஞ்சு உட்கார்ந்து கொண்டார். "எல்லாமே எங்களுக்கு முழுசா சொல்லித் தரலேன்னாலும் ஓரளவுக்கு யூனியன், தொழில்தாவா, தொழிலாளர் நல உரிமைச் சட்டம், போக்குவரத்து நடைமுறை அப்படின்னு கொஞ்சங் கொஞ்சம் தெரிஞ்சதாலதான் சார். இந்த அளவுக்கு தொழிலாளிகள நிறுத்தி வச்சிருக்க முடியுது. இப்போ நாங்க யாரும் உங்களைக் குத்தம் சொல்லல சார். எங்களோட குடும்ப நிலமையை மத்தியஸ்தம் பண்ண வந்திருக்க நீங்க அறிஞ்சுக்கிடணும்னுதான் சொல்றம். அப்பிடியாச்சும் ஒரு இரக்கம், இல்லாட்டி உண்மை புரியவந்தா சீக்கிரமா கேஸ முடிச்சுவிட வழி பொறக்குமே ன்ன ஆதங்கம் சார்" என முடித்தான்.

"ஐ திங்க்" என்று சொன்ன ஆணையர், கைகளைக் குவித்து வாயில் வைத்து ஊதினார். சற்று இடைவெளி விட்டு, "ஒக்கே, சொல்லுங்க. இதுவரை எந்த வாய்தாவிலயும் மூச்சுக்காட்டல, கேரி ஆன்."

அலுவலக குமாஸ்தா அடுத்து நடத்தவிருக்கும் கேஸ்கட்டுகளை எடுத்து ஏட்டில் பதிவு செய்து கொண்டு, ஆணையர் டேபிளில் வைத்து சமிக்ஞை காட்டினார். அலுவலகத்தின் வாசலில் அடுத்தடுத்த வழக்கிற்கான வாதிகளும் பிரதிவாதிகளும் வழக்குரைஞர்களும் காத்துக் கிடந்தனர்.

“எதிர் தரப்பு வாதி இல்லாம ஒரு கேச இழுத்துப் போறது சரியான நடமுறை இல்ல. எங்களுக்குப் பின்னும் நிறைய நிலுவைகள் இருக்குன்னு தெரியும். ஆனாலும் இந்த பிரச்சனையின் முக்கியம் கருதித்தான் சில வார்த்தைகள் அய்யா முன்னாடி சொல்லவேண்டி இருக்கு” வாழவந்தான் தோழர் தன் முறைக்காக எழுந்து நின்றார்.

“சொல்லுங்க மிஸ்டர் வாழவந்தான். நான்தான் ப்ரஸீட்னு சொல்லிட்டேனே.”

அபுவுக்கு இதுவெல்லாம் ஆணையர் நடத்தும் நாடகம் போலவே தோன்றியது. டிசிஎல் கோர்ட்டில் கேஸ் நடந்து அது தீராமல் ஜேசிஎல்லுக்கு வந்து ஆறேழு வாய்தாக்கள் ஓடிவிட்டன. கேஸ் தாக்கல் செய்த அன்றைக்கு வந்து தலையைக் காட்டிச் சென்ற எதிர்த்தரப்பு வக்கீல் இதுவரை நேரில் ஆஜராகவில்லை. குமாஸ்தா அல்லது ஜூனியரை அனுப்பி வாய்தா மேல் வாய்தாவாய் வாங்கிக்கொண்டு போகிறார். ஒன்று வக்கீலுக்கு வேலை வந்துவிடும் அல்லது நிர்வாகத்தில் ஏதாவது பிரச்சினை, நிகழ்ச்சி என வரமுடியாத சூழலை காண்பித்து விடுவார்கள். எந்த நிலையிலும் தொழிலாளர்கள் தரப்பில் இன்றுவரை ஒருமுறைகூட கேசைத் தள்ளிப்போடச் சொல்லி மனு எழுதியதில்லை. எத்தனை சிரமமிருந்தாலும் கேஸ் நடத்த சங்கத்திலிருந்து யாராவது வந்துவிடுவார்கள். வாழவந்தான் தோழர்தான் இவர்களுக்கு கமிட்டி பொறுப்பு அந்தநாளில் அவருக்கு வேறுவேலைகள் இருந்தால் பதிலியாக மணி தோழரோ, ஜோதிராமோ வந்துவிடுவார்கள்.

அதேபோல வாய்தவன்று தொழிலாளர்கள் தரப்பில் யாரும் வரத்தேவையில்லை என்றாலும் சின்னச்சாமி தோழர் விடமாட்டார்.

“மாவட்டச் சங்கத்தில பாத்துக்குவாங்க தோழர். அது அவங்களுக்கான வேலைதான்... வாய்தாவுக்கு வாய்தா ஆஜராகிடுவாங்க. அதொன்னும் குறையில்ல. ஆனா, நாம அதுல எத்தன அக்கறையோட இருக்கோம்னு ஒரு கணக்கு இருக்கில்ல. ஆர்கியுமெண்ட்ல திடீர்னு சில தகவல்கள் தேவைப்படும். அவங்க அத சேகரிக்கணும்னா கால அவகாசம் கேக்கவேண்டிய சூழ்நிலை உருவாகும். அப்ப நாம இருந்தோம்னா சால்வாயிடுமில்லியா.”

சொல்வதோடு மட்டுமல்லாமல் ஒவ்வொரு வாய்தாவினையும் ஞாபகம் வைத்து முதல்நாளே மதுரை சென்று கலந்து கொள்ளும் நபரை தயார் செய்துவிடுவார். ஒரொருத்தர் வீடும் அவருக்கு அத்துபடி. தோழர்களைச் சந்திக்க நேரகாலமெல்லாம் பார்க்கமாட்டார்.

இரவு பன்னிரண்டு மணியானாலும் சங்கடப்படாமல் கதவைத் தட்டுவார். தகவல் முக்கியம். ஆள் வாராரா இல்லையா என்பது அடுத்த கட்டம்.

நேற்றைக்கும் அப்படித்தான். மதுரை ஜேசிஎல் வாய்தாவுக்கு நாலஞ்சு பேராச்சும் வந்தா நல்லது. கேஸ் எக்ஸ்பார்ட்டியாக வாய்ப்பிருக்கு என்ற தகவல் மாவட்டச் சங்கத்திலிருந்து வந்தது. ராசுவை சைக்கிள் ஓட்டச்சொல்லி பின்னால் உட்கார்ந்து திருமலாபுரம் போய்விட்டார். முதலில் விறகுக்கடை கல்லாவில் உட்கார்ந்திருந்த அவரது சம்சாரத்தை நலம் விசாரித்தார். பிள்ளைகள், காடுகரை, வெள்ளாமை, கடை வியாபாரம் எல்லாவற்றையும் தீர விசாரித்து முடித்ததும், வீட்டிலிருந்து வந்த அவித்த தட்டைப் பயறைத் தின்று சுக்குக்காப்பி குடித்தார்.

அனஞ்சுவிடம் மாவட்டச் சங்கத்திலிருந்து வந்த தகவலைச் சொன்னார்.

"யாராச்சும் ஒரு ஆறேழுபேர் போகணும். ஆள் எண்ணிக்கையைக் கண்டுதான் தீர்ப்பு மாறும்" சொல்லும்போதே தொண்டை கமறியது செருமிக் கொண்டார்.

"நாளைக்கிப் போகணுமா?" என்ற கேள்வி கேட்ட அனஞ்சுவின் மனசில் யாரை அனுப்ப? எனும் குழப்பம் மிகுந்தது. கேஸ் ஆரம்பித்த துவக்க காலங்களில் மதுரைக்கு என்றவுடன் துள்ளிக்குதித்து, பத்துப்பேர் பதினாறுபேரும் கலந்து கொண்ட வாய்தாவெல்லாம் உண்டு. வருசம் கடந்துவிட்டது. பொழப்பு தேடி ஓடியாக வேண்டிய அவசியம் கண்டுவிட்டது

"நா வரலாம். ராசு, கட்டாயம்னா அப்புவ லீவு கேக்கச் சொல்லலாம். வேற யாரையும் வேலையக் கெடுத்து வரச்சொல்ல முடியாது. இப்பத்தே அவகவக எடங்கண்டு நிக்கிறாக. மேக்கொண்டு ஆனந்தனக் கேக்கலாம். சம்சாரி அவன அன்டி நாலுபேர் நிப்பாக என்னண்டு கேட்டுப் பாக்கலாம் தோழர். ஒரு நாலுபேர் போக முடியும்னு நெனைக்கிறேன்" என கறாராகப் பேசினார். அதுதான் சின்னச்சாமிக்கும் பிடிக்கும். 'எண்ணிக்கைய பேர் உள்படச் சொல்லீரணும்' என்பார்.

"ரைட் அப்ப நாலுபேர் கௌம்பி வாரேங்கன்னு சொல்லீரலாம்ல" தனது பணி முடிந்த நிம்மதியில் விடைபெறத் தயாரானார். அனஞ்சு பொறுப்பேற்றுக் கொண்டால் எந்த அட்டியும் இல்லாமல் நடந்தேறிவிடும்.

“மதுரைக்கு நாலுபேர் போக்குவரத்துக்கு ஏற்பாடு? எனக்கு நாம் பாத்துக்கறே தோழர் மத்தவகளுக்கு? இப்பதக்கி என்கிட்ட அய்வேசு இல்ல. சங்கத்துல இருப்பு எதும் இருக்கா ராசு?” அனஞ்சுவின் கேள்விக்கு ராசு உதட்டைப் பிதுக்கினான்.

திருமலாபுரத்திலிருந்து புறப்பட்டு தேனிவழியாய் வந்தபோது போலீஸ்ஸ்டேசன் அருகில் வந்ததும் லோடுமேன்கள் வழிமறித்து டீ சாப்பிட அழைத்தார்கள். அவர்களைக் கண்டதும் மதுரை போக்குவரத்துக்கு ஒரு வழி கிடைத்தது.

“ஆண்டுவிழா என்னிக்கி தோழர்?” என அவர்களைக் கேட்டார்.

“நாளக் கெழம போயி அடுத்த கெழம. பத்து நாள் இருக்கு.”

“வால் போஸ்டருக்கு ஆள் போயாச்சா?” மதுரையில்தான் வால்போஸ்டர் அச்சடிக்க முடியும்.

“நாலஞ்சு நாள் கழிச்சு அனுப்பணும் தோழர்.”

“ஏன் முன்னாடியே தயார் பண்ணினா சாமி கோச்சுக்குமா? நின்னுக்கிருக்கும்போதே நாள் கடந்துரும் தோழர். எடைல முகூர்த்தநாள் எதுனாச்சும் வந்துச்சுன்னா இன்னுங் கஷ்டம். நாளக்கி காலைல ஆளனுப்பிச்சு விட்ருவம். இருந்து கையோட வாங்கிட்டு வரட்டும்.” என்ன ஏதென அவர்களை யோசிக்க விடவில்லை. போஸ்டருக்கான பணம் போய்வர இரண்டு நபர்களுக்கான போக்குவரத்து செலவுதொகை என கணக்குப் போட்டு வாங்கி ராசுவின் கையில் ஒப்படைத்தார்.

“ஒங்க வேலையை பஞ்சாலை அரங்கம் பங்கு போட்டுக்கிது. நைட் ஆனாலும் இருந்து அச்சடிச்சு வாங்கிட்டு வந்திடணும் தோழர்.” ராசுவையும் பொறுப்புக்கட்டி அனுப்பினார்.

“நீங்க அறியாத சேதி இல்லசார். எந்த ஒரு குற்றமும் இல்லாம வெறுமனே ஸ்ட்ரைக்கில் நின்ன பாவத்துக்காக - பாவம்தான். ஸ்ட்ரைக்கை ஆரம்பிச்சது இவங்க இல்ல. அதும் எல்லாருக்கும் தெரியும். அதைப் பயன்படுத்தி அப்புறப்படுத்திவிடணும் என்கிற ஒரே நோக்கத்தோட செய்யாத சம்பவத்த எல்லாம் கோர்த்து குற்றமா சுமத்தி ரெம்ப நுணுக்கமா சட்டவகைகளைக் காட்டி உங்க நேரத்தையும் இவங்க வாழ்க்கையையும் வீணடிச்சுகிட்டிருக்காங்க. இதை எப்படி நீங்களும் அனுமதிக்கிறீங்க. அதுதான் என்னோட கேள்வி.”

“இந்தப் பெய பேரு அப்பு சார். அசலூர்லருந்து மில்லு வேலைக்காகவே அல்லிநவரத்துக்கு குடிவந்தாப்ல. மில்லுல வேல பாக்கறான்னு பொண்ணுப் பேசிட்டாக, ஸ்டைக் வந்ததால கலியாணம் முறிஞ்சி போச்சி. இதுபோல ஒரொருத்தரும் மெத்தக் கஷ்டப்படுறோம். கேஸ் போட்டா நாயம் கெடைக்கும்னாங்க. ஆனா எனக்கென்னமோ டேபிள் மேல மொதலாளிதே ஒக்காந்துருக்க மாரி தெரியுது.”

அனஞ்சு, வாழவந்தான் தோழர் உட்பட அனைவருமே பாண்டியனின் பேச்சு கேட்டு அதிர்ந்தபோது, ஆணையரும் கபகபவென சிரித்தார்.

“நா உங்க ஓனர் மாதரி தெரியிறேனா? நல்ல காமடி” என்றவர், “ஓக்கே இத்தனை விவரமா பேசறீங்க. ஆனா அபு எதுக்கு தனியா மில்லுக்குப் போய் டேர்ம் பேசறார். எவிடன்ஸ் தாரப்ப நாங்க அதுக்கு ஒரு கேப் - டைம் தரவேண்டி இருக்கில்ல.”

“அது ஒரு நாடகம் சார். மில்லுக்குள்ளாற நொழஞ்ச என்ட்ரிய ஒங்ககிட்டக் காமிச்சு கேச இழுத்துட்டாக.”

“ரைட் ஐ அண்டர்ஸ்டாண்ட் தோழர். பட், எதுக்கு இப்படி மிஸ்ஸாகிறீங்க.”

“ஆமா சார், பாருங்க எலக்ட்ரிக் ஃபால்ட்டால் ப்ளோரும் தீப் பிடிச்சத, சாதிக்கலவரமா திரிச்சு அன்னக்கொடிமேல போலீஸ் கேஸ் பண்ணீட்டாங்க. அவெ அதுக்கு ஒருபக்கம் அலயிறான். என்ன செய்ய?” அனஞ்சு சொன்ன தகவல் ஆணையருக்கு புதிதாய் இருந்தது.

“இது வேறயா! ஓ மை காட்.”

“உம்மயச் சொல்லட்டுமா சார்” என்ற பாண்டியன், “எங்க பாவம் அந்தாள ஆயுசுக்கும் உறங்க விடாதுசார். எப்பிடீங்கறீங்களா? முந்தில்லாம் மதுரன்னா எங்களுக்கு எதோ எங்கியோ இருக்க மாதிரி சார். இப்ப? எதோ கொல்லைக்கிப் போய் வாற மாரி ஆய்ப்போச்சு. ஆனா ஒவ்வொருக்கா இங்க வாரதுக்கு என்ன பாடு படுறம் தெரிமா சார்? அரசரடில எறக்கி விட்டாகன்னா, சங்க ஆபீசுக்கு நடந்து வருவோம். அது பக்கம்தான். ஆனா அங்கன இருந்து இங்க கோர்ட்டு எம்புட்டுத் தூரம் சார். அண்ணா நகரா சார் அவ்வளவும் நடந்துதான் சார் வாரோம். ஓர்ரூவாய்க்கி பத்து பச்ச வாழப்பழம் தாராக சார் அத வாங்கி ஆளுக்கு

ரெண்டா தின்னுப்புட்டு தண்ணியக் குடிச்சு வகுத்த நெப்பி நாளக் கடத்தீருவோம். ஊர்ல போய் அவகவக வீட்லதான் மத்தியானக் கஞ்சி. நம்புவீகளா சார். கொஞ்சம் எரக்கம் பாருங்க சார்."

ஆணையரைவிட வாழவந்தான் ரெம்பவும் ஆடிப் போனார்.

கோர்ட் வேலையை முடித்து வீட்டுக்குள் நுழைந்த வாழவந்தான், "அம்மிணி" என மனைவியை அழைத்தார்.

"இன்னிக்கி நம்ம வீட்டுக்கு விருந்தாடிக வந்துருக்காக. சாம்பார் வச்சு சோத்தப் பொங்கு. அரிசி வாங்கிட்டு வந்திர்ரேன்" என்றபடி வீடுக்காரம்மாளிடம் சிறுவாடுக் காசைக் கடன் வாங்கினார்.

வாசலில் நின்றிருந்த நால்வரும் பாண்டியனைத் திட்டித் தீர்த்துக் கொண்டிருந்தனர்.

"உள்ள போய் கையக் கால கழுவுங்க அஞ்சு நிம்சத்துல வந்திர்ரேன்" வாலிபனாய் விசுக்விசுக்கென மஞ்சள் பையுடன் பலசரக்குக் கடைக்கு நடந்தார் தோழர் வாழவந்தான்.

25

இரண்டாவது பாட்டில் குளூகோஸ் ஏற்றப்பட்டது. ராசுவுக்கு இன்னமும் வலி குறையவில்லை. தொப்புளில் இருந்து உயிர்த்தளம் வரை பிசைந்து எடுத்தது வலி. அவரை, பூசணிக் கொடிபோலிருந்தால் இந்நேரம் பிடுங்கி எறிந்திருப்பான். கையில் ஆயுதம் இருந்திருந்தாலும் அறுத்து வீசியிருக்கலாம் போலவும் எண்ணம் வந்தது. படுத்திருந்த கட்டிலையே இடம் நகருமளவு உருண்டு புரண்டான்.

நெஞ்சில் பரிதவிப்பும் கண்ணில் கலக்கமுமாக ராசுவின் தலையை மடிமீது வைத்து முதுகினை ஆதூரமாகத் தடவிக்கொடுத்துக் கொண்டிருந்தார் கண்ணம்மா. கைகள் இரண்டையும் வயிற்றுக்கு அணைகொடுத்து கால்முட்டியை இடுப்புக்குமேல் ஏற்றியும் இறக்கியும் வலியால் துள்ளித் துடித்தான் ராசு. அவ்வப்போது கண்களை விரித்து புஸ் புஸ்ஸென வாய் வழியாய் மூச்சினை விட்டு கண்ணம்மாவை பயமுறுத்தினான். அழக்கூடாது எனும் வைராக்கியத்தில் அபயம் அளிப்பதுபோல அவனது தலையோடு சேர்த்து உடம்பு முழுசையுமே ஆரத் தழுவினார். உடம்பு முழுக்க நல்ல சூடு பரவியிருந்தது.

இரவு உடையுடன் அறைக்குள் வந்தார் டாக்டர் கருணைக்கடல். மடியில் கிடந்த ராசுவை தலையணையில் கிடத்திவிட்டு எழுந்தார் கண்ணம்மா.

“சும்மா உக்காருங்கம்மா” என்றவர், “என்னாங்க தோழர், வலி கொறஞ்சிருக்கா?”

முகத்தில் அத்தனை கோணல்கள் படர்ந்திருக்க, “விட்டுவிட்டு தாக்குது சார்” என்றான்.

“இது எத்தனாவது பாட்டல் மா?” அருகிலிருந்த நர்சிடம் கேட்டார்.

“செக்கண்டு சார்.”

“அனேகமா இதிலேயே கல்லு கரஞ்சு வந்துடும். வலியும் இருக்காது. சரியாயிடும்.”

“ஒடம்பு மெத்த்தச் சூடா இருக்கு சார்.”

கண்ணம்மாவின் சொல்லுக்காக ராசுவின் நெற்றியில் கைவைத்துப் பார்த்தார் டாக்டர். மிருதுவான கை. சில்லென ஆதரவாக இருந்தது ராசுவுக்கு.

ஆமென தலையாட்டிய டாக்டர், “சரியாய்டும்மா. நல்லாத் தூங்கச் சொல்லுங்க” என்றார்.

“எங்க சார்? மில்லுலயாச்சும் ராத்திரி வேலயப் பாத்துட்டாலும் பகல் ஒறக்கம் இருக்கும். பேப்பர் போடுறே பேப்பர் போடுறேன்னு இப்ப ரெண்டுமணி மூணுமணிக்கு எந்திரிச்சு சுத்த ஆரம்பிக்கிறானே சார்.”

“காலைல எந்திரிக்கறதில பிரச்சனை இல்லம்மா. நைட் சீக்கிரமா தூங்கப் போனாப் போதும்.”

“அத நீங்கதேஞ் சொல்லணும்.”

“இன்னைக்கி சரியாயிரும். ஃப்ரியா இருக்கப்ப ஒருநாள் ஜி எச்சுக்கு வாங்க தோழர், ஸ்கேன் எடுத்துப் பாப்பம், பயக்க வேணாம்மா. ஒண்ணுமில்ல. இப்ப தூங்கிருவார். தூங்கி எந்திரிச்சதும் சரியாயிருவாப்ல.” விடைபெற்று நகர்ந்தார் டாக்டர்.

வழக்கம்போல தினசரி விநியோகம் செய்து கொண்டிருக்கயில் வலி வந்துவிட்டது, இரவில் எந்த அறிகுறியுமில்லை. காலையில் டீ சாப்பிடும்போதுதான் ஒவ்வாமை தலைகாட்டியது. அப்போதும் இதுதான் என அறிய முடியவில்லை. புதூர், பிசிபட்டி, பூதிப்புரம் முடித்து விட்டு ரயில்ரோட்டு வழியாய் வந்தபோதுதான் லேசாய் வலி தொற்றத் துவங்கியது. இடுப்பை ஒருபக்கமாய்ச் சாய்த்தபடியே அணைக்கொடுத்து சமாளித்தான். அல்லிநகரம் சங்க ஆபீஸ்வந்ததும் தீவிரமடைந்தது. ஏதோ வேலையாய் வந்திருந்த அபுவிடம் விசயத்தைச் சொன்னதும், அபுதான் ஆஸ்பத்திரிக்கு அழைத்து வந்தான். ஒன்பது மணிக்கு மேலதான் டாக்டர் வருவார்.

நர்ஸ்கள் தெரிந்திருந்தபடியால் டாக்டருக்கு தகவல் தெரிவித்து சிகிச்சையினைத் தொடங்கினர். டீ கடையில் நின்றிருந்த பட்டாளத்தாரை ஆஸ்பத்திரிக்கு அனுப்பி விட்டு மீதமிருந்த தினசரியினை அபு எடுத்துக் கிளம்பினான். போகிறவழியில் வீட்டில் தகவல் சொல்ல அம்மாவும் கண்ணம்மாவும் நாகுவும் பதறியடித்துக் கிளம்பினர். தனி அறையில் சேர்த்து குளூகோஸ் ஏற்றத் துவங்கியதும் "எதுக்கு இத்தன பேர்" என்று பட்டாளத்தார் வினா எழுப்ப, "ஒரு பாட்டல் எறங்கற வரைக்கும் நா இருந்துட்டு வாரேன். நீங்க போய் வேலையப் பாருங்க" என்றபடி சிவகாமியையும் நாகுவையும் கண்ணம்மா வீட்டுக்கு அனுப்பி விட்டார்.

கூட்டம் கும்பல் இருக்கிறவரைக்கும் வலியைப் பொறுத்துக் கொண்டிருந்த ராசுவுக்கு அவர்கள் நகர்ந்ததும் தாக்குப் பிடிக்க முடியவில்லை. அதும் கண்ணம்மா முன்னால் போலியாய் சமாளிக்கத் தெம்பில்லை. துள்ள ஆரம்பித்தான். பட்டாளம் பயந்துதான் போய்விட்டார். குபீரென வாந்தியும் எடுத்தான். டாக்டரக் கூப்புடும்மா என நர்ஸ் பிள்ளைகளை நச்சரிக்க ஆரம்பித்தார்.

"வந்திருவார் பெரியவரே. சொல்லி விட்டுட்டம்" என அவரை தன்னக்கட்டினார்கள்.

அந்த நேரம்தான் யாரோ கூப்பிடுவதாய் வாட்ச்மேன் வந்து பட்டாளத்தாரிடம் தகவல் சொல்ல வாசலுக்கு வந்தார். பெரிய புல்லட் பைக்கில் இரண்டு திருகல் மருகலான ஆசாமிகள் நின்றிருந்தனர். வெள்ளைவேட்டியும் சட்டையும், மீசையும் கிருதாவுமாய் கனத்துப் போயிருந்தனர்.

"யார்ங்க? என்னா விசியம்?" எனக் கேட்டார் பட்டாளம்.

"நீங்க யாரு?" வந்ததில் ஒராள் கேட்டான்.

பட்டாளத்துக்கு சுருக்கென கோவம் புறப்பட்டது.

"ஏப்பா, நாங்க வாட்டுக்கு சிவனேன்னு ஆஸ்பத்திர்ல வந்து கெடக்கோம் நிய்யா வந்து கூப்புட்ட, என்னான்டு கேட்டா, நீ யார்னு கேக்கறவெ?" என்னா திமுரா என்பதை ஒளித்து வைத்துப் பேசினார்.

"ராசத் தேடி வந்தா நீ வந்து ஆஜராகரியே பெர்சூ. அப்றம் யார்னு கேக்க மாட்டமா?" கேட்டவன் சூடு குறையாமல் பேசினான்.

அவர்களது தோரணையும் பேச்சும் அடாவடியாய் தெரிந்தது. மருமகெ இப்பிடியான ஆள்களோட பழக்கம் வச்சுக்க மாட்டாரே! எதோ வில்லங்கமாய்ப் பட்டது.

“ராசு இங்கதே இருக்காப்லயாம்ல?” பட்டாளத்தாரது மௌனத்தைக் குலைப்பதுபோல இன்னொருத்தன் விசாரித்தான்.

“ஆமாய்யா, ஒடம்பு சேட்டமில்லன்னு படுத்துருக்கார்.”

“ஒடம்பு மிடிலயா? காலங்காத்தால தேனிப் பக்கம் சைக்கிள்ல சுத்திக்கிருந்தாப்ல? இப்ப மிடியலியா?”

பட்டாளத்தார்க்கு கண்கள் சிவந்தன. கூறுகெட்ட பயகளா இருக்கானுகளே அங்கன மனுசெ மாரியாத்தாள்க்கு உருண்டு குடுத்த மாதிரி வலியில துடிச்சுக் கெடக்க இவனுகளுக்கு மேட்டுமாலம் போடுது? எந்தக் காட்டுப்பயகன்னு தெரியல என மனசுக்குள் மருகிய பட்டாளத்தார், “என்னா விசியம்ப்பா?” என சற்று கடுமையாகக் கேட்டார்

“விசயத்தச் சொன்னா தீத்து வச்சிருவிகளா?” முதலாமவன் இன்னமும் வண்டியை விட்டிறங்காமலேயே தலையை வெட்டி தெனாவெட்டாகக் கேட்டான்.

ஓங்கிச் செவிட்டில் அறைய வேண்டும்போல கை பரபரத்தது. பல்லைக் கடித்துக் கொண்டு “எதோ இன்னிக்கி ராவு காலத்துல முழிச்சிட்டேம் போல” என்றவர் “ஆசுபத்திரிக்கி வந்திருக்காகன்னா அல்வாத் திங்கவா வருவாக. கேணத்தனமா கேட்டுக்கிருக்க?”

தேனி பள்ளிக்கூடங்களில் படிக்கும் பிள்ளைகளை அழைத்துப் போகும் கூட்டுவண்டி ஒன்று தெருவை அடைத்து வந்து கொண்டிருந்தது. அதற்கு வழிவிடுவதற்காக இருவரும் தத்தம் பைக்குகளை நகர்த்த வேண்டி வந்தது. வண்டி கடந்ததும் திரும்பவும் வந்து நின்றனர்.

“பைனான்சுக்காரக வந்துருக்கம்னு சொல்லு பெர்சு. ஆள் வந்துருவாப்ல.”

“பைனான்சுக்காரனுகளா இவெங்களுக்கும் ராசுக்கும் என்ன சம்மந்தம். எதும் அவசர ஆத்தரம்னு கைநீட்டிப் புட்டாரா? அப்பிடியெல்லா கடன் வாங்கற ஆளில்லயே! பின்ன என்னத்துக்கு பைக்கப் போட்டு வாராக. பேச்சு வழக்கு எல்லாம் சந்தேகப்படுற மாதரிதான் இருக்கு. பேச்சக் கொஞ்சம் பதனமாத்தான் போடணும்.

“இப்ப பாக்க முடியாதுய்யா. கல்லடைப்பு வந்து படுத்துருக்காரு.”

“என்னாயா கல்லடைப்பு மூக்கடைப்புண்டு. உள்ள போய் என்னண்டு பாத்துட்டு வாய்யா” முதலாமவன் பட்டாளத்தை உரசிக்கொண்டு உள்ளேபோக எத்தனித்தான்.

வீட்டில் பிணம் கிடந்தாலும் அசலும் வட்டியும் அஞ்சுகாசு குறைய அனுமதிக்க மாட்டார்கள். இருவரும் உள்ளே போனால் என்ன நடக்கும் என சொல்ல முடியாது. கண்ணம்மாவும் உடன் இருக்கிறார். பெரியசங்கட்டம் வந்து சேரும். அந்தப் பிள்ளைக்கி இது தெரியுமோ என்னமோ!

சரியாக அந்தநேரம் தினசரிகளை விநியோகித்துவிட்டு அபு சைக்கிளை கொண்டுவந்து நிறுத்தினான். “என்னாங்கய்யா, ராசு என்னா செய்றாப்ல?” கீழே இறங்கியதும் விசாரித்தான்.

“அ இந்தா வந்துட்டாருல்ல நம்ம தோழரு!”

இரண்டாமவனது பேச்சொலியில் திரும்பினான் முதலாமவன். அபுவைக் கண்டதும் இருவரும் அவனிடம் நெருங்கினர்.

அவ்விருவரையும் பார்த்த அபுவின் முகம் சுருங்கியது.

இந்தாளுக எப்பிடி இங்க வந்தாக? சிட்பண்ட், பைனான்ஸ் வகையில் திரிவதால் அபுவுக்கு அவர்களைத் தெரியும். நஷ்டமாகிப்போன அல்லது நிலுவைபாக்கி அதிகமாய் கொண்ட பைனான்ஸ் கம்பெனிகளை நடத்தமுடியாமல் தவிப்பவர்களுக்கு ஒண்ணுக்கு கால் கணக்கில் வரவு செலவுகளை வாங்கிக்கொண்டு அதே விலாசத்தில் கடை நடத்தி பாக்கியை சாம தான பேத தண்ட முறையில் வசூலிப்பார்கள். கம்பெனி வாடிக்கையாளர்களை வாய் கூசாமல் பேசுவதும், கை கூசாமல் அடிப்பதும் இவர்களுக்கு சாதாரணம். எந்த நீக்குப் போக்குக்கும் ஆட்படாதவர்கள். பைனான்ஸ் சங்கத்தில் சேராத ஒரே நபர் இவர்கள்தான்.

இவர்கள் சமீபத்தில் விலைக்கு வாங்கியிருக்கும் ஒரு பைனான்சில் கடன் வாங்கிய ஒரு நபருக்கு ராசு ஜாமீன் கையெழுத்துப் போட்டிருக்கிறார். கடன்வாங்கிய அவர் ஊரைக் காலிசெய்து ஓடிப்போனார்.

பைனான்ஸ் கைமாறிய தினத்திலிருந்து ஜாமீன் போட்ட ராசு அண்ணனை விரட்டிப் பிடிக்கின்றனர். கடன்வாங்கியவர் ஊரில் இல்லையானால் அல்லது கடனைச் செலுத்தவில்லையானால்

இரண்டாவது நபராக கையெழுத்துப் போட்டிருக்கும் ஜாமீன்தாரரே பொறுப்பு. கடனை உரியமுறையில் செலுத்தியாக வேண்டும். இது பைனான்ஸ் சட்டம்.

ராசுவுக்கு பழைய பைனான்ஸ்காரர்கள் ஓரளவு பழக்கம். ராசுவைப் பற்றிய விபரம் தெரிந்ததால் நெருக்கடி தரவில்லை.

"இப்போ நாங்க எல்லா புரோநோட்டுக்கும் காசக்குடுத்து வாங்கி இருக்கோம். சல்ஜாப்பு சொல்றதுக்கெல்லாம் எடமில்ல. வாங்குனவெ ஆளில்லன்னா சாமீன் போட்டவெங் கட்டித்தான் ஆகணும் அதான ரூல்சு."

அவர்களது நெருக்கடியால் கடன்வாங்கிய நபரைத் தேடிக் கண்டுபிடித்து விட்டார். சென்னை கோயம்பேடு காய்கறி மார்க்கட்டில் வேலை பார்த்துக் கொண்டிருக்கிறாராம். "வாய்க்கும் கைக்குமே பத்தாத வருமானம். கூடிய சீக்கிரம் ஒரு அமௌண்ட் வரும் எதிர்பாத்துக்கிருக்கேன். வந்ததும் அசலு வட்டி பைசா கொறையாம நானே நேர்ல கொணாந்து தந்திருவேன். அதுந்தணியும் எனக்காகக் கொஞ்சம் பொறுத்துக்க" என்று கண்ணீர் மல்க கடிதம் எழுதியுள்ளார்.

அக்கடிதத்தை ஒரு டாகுமெண்டாக வைத்துக் கொள்ளச் சொல்லிக் கொடுத்தும் விடவில்லை. பைனான்சில் வேலை பார்ப்பதால் வேறென்ன மாற்றுவழி என அபுவிடம் ராசு ஒப்பித்தபோதுதான் அபுவுக்கு முழுசும் தெரிய வந்தது.

"ரெம்ப டார்ச்சர் பண்றாங்கெ அப்பு. ரோட்ல நடக்க விடமாட்டேங்கிறாங்கெ. பேப்பர் போடறப்ப மறிச்சு நிறுத்தறாங்கெ. வீட்டுக்கு வந்து அசிங்கப்படுத்துவம்னு மிரட்டல் பண்றான். வீட்டுக்குத் தெரிஞ்சா பெரிய சிக்கலு. என்ன செய்யன்னு புரியல."

ராசண்ணனின் அந்த பரிதாபமான பேச்சு அபுவை ரெம்பவே பாதித்தது. யாருக்கோ பரிதாபப்பட்டு தனக்கு தீங்கு தேடிக்கொண்டார். இதை வெளியில் நியாயப்படுத்தவும் முடியாது. பைனான்ஸ் வகையில் விசாரித்தபோது, இது பணம் தராமல் தீராது என்றனர். இல்லாவிட்டால் கோர்ட்டுக்குப் போகவேண்டும். இவர்களிடம் பேசப்போனால் பேசவருகிற நபரை பொறுப்பேற்கச் சொல்வார்கள். அதனால் யாரும் இந்த நபர்களிடம் பேச்சு வைத்துக் கொள்வதில்லை.

நேற்றிலிருந்து அவரை பைனான்சுக்கு வரச்சொல்லி அழைத்திருக்கிறார்கள். சங்கச் செயலாளரிடம் அபுதான் பிரச்சினையைக் கொண்டு போனான். ராசுவை தனியாக பைனான்சுக்கு போகச் சொல்ல வேண்டாமெனச் சொல்லியிருக்கிறார். சின்னச்சாமி அல்லது ராமராஜ் தோழர்களோடு போய் பேசிவரச் செய்யலாமென யோசனை சொல்லியிருந்தார்.

"என்னா தோழர் ஒங்காளு இம்புட்டு அலக்கழப்பு பண்றாப்பல. இது சரியில்லயே. என்னாடா பேச்சோட போறாங்கென்னு நெனைக்கிறாரு போல."

"அலக்கழிப்பெல்லா இல்லண்ணே அதே ஒங்களுக்காக பார்ட்டிகிட்ட லெட்டரெல்லாம் வாங்கியாந்து குடுத்துருக்காருல்ல."

"வெத்துக் காயிதத்த வெச்சு நாக்கு வழிக்கறதா அதுக்குக்கூட அது ஆகாதே தோழர்" நக்கலாகவே பேச்சைத் தொடர்ந்தனர்.

"ஒடம்புச் சரியில்லன்னு ஆஸ்பத்திரிக்கி வந்துருக்காரு. வீட்டுக்கு வரட்டும்."

"இத்தன நா வீட்லதான இருந்தாரு. ஒண்ணும் கிழிக்கலியே. நாளைக்கி வந்ததும் தூக்கிக் குடுத்துருவாரா?"

"இல்லாட்டி தோழருக்காக இவரு குடுப்பாருப்பா! என்னா தோழர்?"

"ரூவ்வாயத்தே குடுக்க மிடில ஆபீசுக்காச்சும் வந்து போன்னா, அதுக்கும் சாக்குப் போக்கு சொல்லித் திரிஞ்சா? நாங்கள்லா சீலையக் கட்டிக்கிருக்கம்னு நெனச்சாராக்கும். சொல்லிவை தம்பி, நெனச்ச நுமுசத்துல தூக்கீருவம். நிய்யும் பைனான்சுல இருக்கவெ! எங்களப்பத்தி தெரிஞ்சிருக்கும் ஆமா?"

"பைனான்சுல இருக்கதனாலதாண்ணே கேக்கறெ. கடெ வாங்குனவரு அசலூர்ல இருக்காரு. தன்னோட சூழ்நெலய ஒங்களுக்கு எழுதியுங் குடுத்துட்டாரு. அதயும் அண்ணெந்தே போய்ச் சொல்லி வாங்கி வந்து குடுத்துருக்காரு."

"அய்யா சித்த ஓரமா நிண்டு பேசுங்க. பேசண்டு வாராக" உள்ளே இருந்து வந்த இரண்டு நர்ஸ் பெண்கள் இவர்களை வாசலுக்கு வெளியில் கடத்தி ஆம்புலன்சில் வந்தவரை ஸ்டெச்சரில் வைத்து வேகமாய் தள்ளிக் கொண்டு போனார்கள்.

இந்த இடைவெளியில் பட்டாளத்தாரிடம் விசயத்தைச் சொன்னான் அபு. "ராசண்ணே தேவயில்லாம ஒராளுக்கு ஜாய்ண்டு கையெழுத்துப் போட்டு சிக்கியிருக்காரு."

"சரிப்பா, என்னா ஒரு கேசுக்கு எவ்வளவு நேரந்தே செலவழிக்கிறது. வா, உள்ளாற போய் முடிச்சிட்டு வருவோம்" முதலாமவன் அவசரம் காட்டினான்.

"பொறு பொறு, தோழரு என்னமோ அவரும் பைனான்சுல இருக்கேன்னு எதியோ சொல்லவந்தாரு. சொல்லு தம்பி" நக்கலாய் பேசுவது தெரிந்தது.

"வாங்க டீ சாப்டுவோம்" அவர்களது எண்ணப் போக்கை திசை மாற்ற நினைத்து அருகிலிருந்த டீக் கடைக்கு அழைத்தான். இது சீட்டுக்கம்பெனியில் கற்றுக்கொண்ட பாடம். பணம் கேட்டு சண்டை போட வரும் நபரை டீ காப்பி சாப்பிடக் கொடுத்து ஆசுவாசப்படுத்தினால் சாந்தமாக்கி விடுவார்கள்.

"டீ மயிரெல்லா குடுச்சுட்டுத்தே வந்தம். என்னமோ சொல்ல வந்தியே சொல்லுப்பா."

பட்டாளத்தால் தன்னைக் கட்டுப்படுத்த முடியவில்லை. "தராதரமறிஞ்சு கூப்புடணும் அப்பு" என்றார். அந்த வார்த்தைகளையெல்லாம் அவர்கள் பொருட்படுத்தவில்லை.

அபுவிடமிருந்து எதையோ ஒரு சொல்லை எதிர்பார்த்து நின்றனர்.

"இல்லண்ணே பணம் வரலேன்னா, கோர்ட்லக் கேஸப் போடவேண்டிதான? அதான செய்வாக?" ஒருபாதி முழுங்கியபடியேதான் சொன்னான். என்ன பதில் வரும் என்பது தெரிந்த ஒன்றுதான்.

"கேசா? ஆர் மேல?" அருவருப்பான் ஐந்துவைப் பார்ப்பதுபோல அப்புவை பார்த்துக் கேட்டான் அவன்.

"கடன் வாங்குனவர் மேலதான்."

"அவந்தா ஓடிட்டானே!"

"அதுக்காக எளவுக்கு வந்தவளா தாலியறுக்க முடியும்?" பட்டாளத்தார் சுருக்கெனக் கேட்டார்.

"ஆமா, ஆமா பெருசு எளவுக்கு வந்தவதா தாலியறுக்கணும்."

"இது ஒங்க ஊரு நாயமாக்கும்."

"ஆமாய்யா! ரெண்டுபேரும் கையெழுத்துப் போட்டுருக்கீகள்ல. மேலயுங் கீழயுமா, மூத்த பொண்டாட்டி ஓடிட்டா எளய பொண்டாட்டி தாலி அறுத்துத்தான் ஆகணும்."

"ஏங்க, கடன் வாங்குனவர் ஓடிப்போய்ட்டார்னு போலீஸ்ல ரிப்போட் பண்ணி கோர்ட்ல கேசப் போடுங்க. அதான மொற!"

"தோழர் ல அதனால கோர்ட்டு கேசுனுதான பேசுவாரு. இங்கோரு தம்பி. ஒண்ணுக்கும் ஆகாத அவத்தப்பயதே போலீசு கோர்ட்டு கேசுன்னு அலையிவான். மில்லுக்காரன்ட்ட நீங்க அலயறீக பாரு அந்த மாதரி எங்களயும் வருசக்கணக்கா அலயச் சொல்றியாக்கும்! அதெல்லா வேறாள்ட்ட வச்சுக்கணும். இங்க செல்லாது ஆமா, மாப்ள கணக்கா வந்து கையெழுத்துப் போட்டு காசு வாங்கத் தெரியிது வாங்குன காச கட்டணும்னா வலிக்கிதோ? கேட்டா நா சாயிண்டு, எளவுக்கு வந்தவன்னு சட்டமா பேசறீக சட்டம்? சங்க அறுத்துப் பொடுவம்னு சொல்லிவை."

"நாள ஒரு நா டயம் நாளன்னிக்கி அசலும் வட்டியும் வந்தாகணும். வரலேன்னா வக்கா...! அவெ பொண்டாட்டியோட பாய் விரிச்சு படுக்க முடியாது. கீசரி மேசரி ஆய்ப் போகும். யார்ட்ட? கேசப் போடவாம்ல கேச! வண்டிய எட்றா" வேட்டியை தொடை தெரிய மடித்துக்கட்டி, பைக்கில் காலை அனாயசமாகப் போட்டு கிக்கரை மிதித்தார்கள். வண்டி அவர்களைப் போலவே உருமி புகையைக் கக்கி உருண்டது.

"காட்டுப் பயகளால்ல இருக்காங்கெ. நின்னு பேசறாங்களான்னு பாரு. நல்லமனுசெ இவங்கெ கிட்ட வாய் குடுக்க முடியாது போல. இந்த மனுசெ எப்பிடித்தே இவங்கெ கிட்ட மாட்னாப்ல. கொஞ்சமாச்சும் புத்தி வாணாமா? இதெல்லா பொம்பளப் புள்ளைகளுக்குத் தெரிஞ்சா மெத்தச் சங்கட்டப்படுவாகளே!"

"அதுக்குத்தாங்கய்யா அவங்கள உள்ளாற போக விடாம தாக்காட்னே. போயிருந்தா இந்நேரத்துக்கு ஒரு நிம்மதி இருக்காது."

"உம்மதே நல்ல காரியம் பண்ணே அப்பு. ச்செரி, இத எப்பிடித் தீக்க? காசு வாங்குன அந்த நல்ல மனுசெ இப்ப மெட்ராசுலதே இருக்காரா? அதுவாச்சும் நெசமா?"

"ராசண்ணேஞ் சொன்னதுதேன்யா எனக்கென்னா தெரியும்."

“இதுக்கு என்னாதேம் முடிவு? வாங்குனவெ ஜாலிய அசலூர்ல சுத்த, சாட்சிக்காரெ சங்கறுத்துச் சாகவா?” பட்டாளம் மிகவும் விசனத்துடன் பேசினார்.

“சங்கச் செயலாளர்ட்டச் சொல்லீருக்கன்யா, சின்னச்சாமித் தோழர அனுப்பிச்சு பேசலாம்னு சொல்லீருக்காரு.”

“அய்யோ அவர் போயி இவென்ட்ட என்னா பேசப்போறாரு? நாறப்பய எதுனாச்சும் பேசி அசிங்கப்படுத்திட்டான்னா சங்கட்டமில்லியா?”

“வேற என்னா செய்ய? நீங்க யாரயாச்சும் கூட்டிப் போறீகளா?”

“யார் இருக்கா? இந்தப் பெசாசுக்கு ஏத்த இன்னொரு பெசாசவில்ல தேடணும்” யோசித்தவாறே ராசுவின் அறைக்குள் நுழைந்தனர்.

ராசு படுக்கையிலிருந்து சாய்ந்தவாக்கில் உட்கார்ந்திருந்தான். “என்னா அபு, லைன முடிச்சிட்டியா? பாவம் என்னால ஒனக்குத்தே எதுனாச்சும் வேலையாகிப் போகுது” என்ற ராசு, தற்போது வலி குறைந்திருப்பதாகச் சொன்னான். கண்ணம்மாவோடு, அபுவின் தாயார் சிவகாமியும், நாகு அண்ணியும் உடனிருந்தனர்.

“நீங்க ரெண்டுவேரும் எப்ப தாயி வந்தீக?” பட்டாளம் ஆச்சர்யத்துடன் கேட்டார்.

ஆம்புலன்ஸ் வந்தபோது வந்ததாக நாகு சொன்னாள். “நீங்க ஆர் கூடயோ பேசிட்டிருந்தீக” என்ற சிவகாமி பட்டாளத்தாரிடம் மேலும் பேச்சுக் கொடுக்கத் துவங்கினார்.

அபுவை கைகாட்டி அழைத்த நாகு “என்னா கொளுந்தானாரே விசயம் தெரியுமா?” என பீடிகை போட்டு செய்தியினைச் சொன்னாள். “செல்விய உள்ளூர்லயே பேசி முடிச்சிட்டாகளாம். விசயம் வெளிய தெரியாம வீட்டுக்குள்ளயே தட்டு மாத்துனாகளாம். கலியாணத்தேதி சுருக்கத்துலதா இருக்கும்னு நெனைக்கிறேன்.”

அபுவின் முகத்தில் ஈயாடவில்லை. உறைந்திருந்தான்.

26

செல்வியின் கழுத்தில் தொங்கிக் கொண்டிருந்த தாலியை ஆள்காட்டி விரலால் தூக்கிப் பார்த்தார் சிவகாமி.

அபு தலையைத் தொங்கப் போட்டவாக்கில் மதுரை பஞ்சாலை தொழிற்சங்க அலுவலகத்தின் உள் அறையில் உட்கார்ந்திருந்தான். செயலாளர், ராசு, பட்டாளம் எல்லோரும் வட்டமாய் ஆளுக்கொரு இரும்புச் சேரில் அமர்ந்திருந்தனர். நாலைந்து சேர் இன்னமும் காலியாக இருந்தது. அனேகமாக கொஞ்சநேரத்தில் செல்வியின் வீட்டாள்கள் வந்து நிரப்பி விடுவார்கள். நிரம்பி வழிந்தாலும் ஆச்சரியமில்லை.

மைய ஹாலில் அலுவலகம் இயங்கிக் கொண்டிருந்தது. ஜோதிராமும் வாழவந்தான் தோழரும் கேஸ் கட்டுகளைப் புரட்டிக்கொண்டு எதிரில் அமர்ந்திருக்கும் ஒருசில நபர்களுடன் எதோ பேசிக்கொண்டிருந்தனர்.

நேரம் மாலை ஐந்து மணியினை எட்டிக் கொண்டிருந்தது.

“நானெல்லா நாங் கும்புடுற தெய்வத் தான சொல்றே, அப்புவ இத்தன வீச்சா இருப்பார்னு நெனைக்கல. பேருக்குத் தக்கன அப்புராணியாத்தே கொண்டிருந்தே. இன்னமு என்னால நம்ப முடியல” பட்டாளம் தனது கண்கள் விரிய தொண்டையை அடிக்கடி செருமியபடி சொன்னார்.

“பெத்தவ என்னாலயே நம்ப முடியல. இம்புட்டு அழுத்தமா ஒரு காரியத்தச் செய்ய எங்கருந்து இந்தப் பயலுக்குத் துணிச்சல் வந்துச்சுன்னு தெர்யலியே அய்யா? யார் சொல்லிக் குடுத்தா? சொல்லிக் குடுத்தாலும் ஒரு வார்த்த என்ட்ட கேக்காமச் செய்யாம துரும்ப எடுத்துப் போடமாட்டானே! எப்பிடி மாறுனான்? வெளங்கலியே.”

செல்வியின் தாலிக் கயறில் வெறும் மஞ்சள்த் துண்டு முடிச்சிட்டிருப்பதைக் கண்டு மனம் வெதும்பினார். வீட்டுக்கு வரும் மருமகளுக்கு தாலிக்கொடியை தங்கத்தில் வைக்கப்பிரிச் சங்கிலி டிசைனில் கெட்டியாய் செஞ்சு போட எண்ணியிருந்தார்! எதோ நாடோடிக் கழுதைபோல மூக்குத்தியும் இல்லாமல் மூளிக்கழுத்தோடு இழுத்திட்டு வந்திருக்கானே! ஒருவேள அவக தாய்தகப்பனே ப்ளான் போட்டு செலவில்லாம தள்ளிவிடலாம்னு ஐடியா செஞ்சு அனுப்பிச்சிருப்பாகளோ? மதினி அப்பிடிச் செய்ய வழியிருக்கு. ஆனா தம்பி பெரிய வீம்புக்காரெ. அப்பிடி இல்லாமயா பேசி வச்சிருந்தத வேல இல்லண்டதும், படார் சொந்த அக்கா மகென்னுகூட நெனைக்காம, சொதந்தரப் பொண்ணவே எடம் மாத்துனவனாச்சே! தெரிஞ்சா மாறுகால் மாறுகை வாங்கிப் புடுவானே. தாக்கல் சொல்லிவிட்டாகளாம் வந்து என்னா குந்தக்கேடு பண்ணப் போறானோ ஒரு பக்கம் பயமாய் இருந்தாலும், இன்னொரு பக்கம் பெருமையாகவும் இருந்தது. தனது மகனின் வீரம் மெய் சிலிர்க்க வைத்தது. பேச்சு ஒண்ணு செய்யறது ஒண்ணுன்ன வனுக்கு நல்ல பாடத்தக் கத்துக் குடுத்துட்டான்ல. சிவாமி பெத்த புள்ள ஆம்பள சிங்கம்ன்றத ரூவிச்சிட்டான்ல.

செல்விக்குத்தான் அத்தையைப் பார்க்க முதலில் பயமாக இருந்தது. ஆரம்பத்தில் தன்னுடைய தாயைக் காட்டிலும் உரிமையாய் வீட்டுக்கு வரும்போதே சொந்த மகளுக்கு வாங்கிவருவதுபோல ஊரிலிருந்தே தின்பண்டத்தோடு காதுக்கு, மூக்குக்கு, சடையலங்காரத்துக்கு என விதவிதமாய் அலங்காரப் பொருள்கள் வாங்கிக் கொண்டு வருவார். செல்வியும் தனக்கு எது தேவையென்றாலும் அம்மாவைக் காட்டிலும் அத்தையிடம் உரிமையாய்ச் சொல்லிவிடுவாள். “ஆறுகலர்ல நெகப் பாலீஷ் விக்கிதாம்ல அத்த, அம்மாட்டக் கேட்டா ஒரே ஒரு கலர்தா வாங்கித் தருது பொழுதுன்னிக்கும் ஒத்தக் கலரவேப் போட்டுப் போட்டு போரடிக்கிது. அதேபோல தலைக்கு வைக்கும் ராக்கடி, ஹேர் பின் டிசைன் டிசைனாய். பாவாடை பிரில், தாவணிக்கான ஃபால்ஸ், பொட்டு, ரோஸ் பவுடர் என்னென்ன வேணுமோ அத்தனையும் அத்தை வாங்கி வருவார். “எம் மருமகளுக்கு என்னத்தவர வேற யாரு வாங்கித்தருவா. நாந்தே இருக்கேன்ல” என்பார்.

வீட்டுக்கு வந்தால் தலையைப் பார்ப்பது முதல்வேலை, செல்வி, தனக்கு விபரம் தெரிய அத்தையைத் தவிர வேறுயாரும் யாரிடமும் தலையைக் காட்டியதில்லை. அத்தனை நருவிசாய் சிக்கெடுத்து தலைப் பேன் கழிப்பார். அத்தனை பாசமாய் இருந்த அதே

அத்தை அப்பாவின் பிடிவாதத்தால் வீட்டுக்கே வராமல் ஊருக்குள் பார்த்தாலும் கண்டுகொள்ளாமல் வீம்பாய் உருவெடுத்து விட்டார். நல்லவேளை அப்பு மாமாவாச்சும் மனசு மாறாமல் இருந்தார். ஆனால் வீட்டில் அப்பாவின் வீம்பு செல்வியை ரெம்பவே பயமுறுத்தியது.

“அக்கா மகனா இருக்கட்டும் ஆராவும் இருக்கட்டும். எனக்குன்னு ஒரு கவ்ரதி இருக்குல்ல. இன்னார் மருமகெ மில்லு வேலக்காரேன்னா அது ஒரு பேர்தான, அன்னிக்கி நெலபொலமிருந்தாப் போதும் ரெண்டு மாடுகன்ன வச்சு பொழப்ப ஓட்டலாம்னு கோவணத்தக் கட்னவனுக்கெல்லா பொண்ணக் குடுத்தானுக. இப்ப கையில காசு இருந்தாத்தே மனுசெ... மில்லுல ரெண்டுவர்சத்துல பெர்மனண்ட் ஆயிட்டா பேங்குக்காரெ வாங்கறதக் காட்டியும் பத்துரூவ்வா கூடுதலா எண்ணிட்டு வருவான்ல. தீவாளிக்கு ஆயிரக்கணக்கில போனசப் புடிச்சிட்டு வருவான். நமக்கு அஞ்சுகாசு ஈய வேனாம் அவெம் பொழப்ப யாரயும் எதிர்பாக்காம நடத்தீட்டுப் போவான்ல. பிள்ளையக் கட்டிக் குடுத்தமா நிம்மதியாக் கஞ்சியக் குடிச்சமான்னு இருக்கணும் அடுத்த வேளச் சோத்துக்கு அப்பனையும் ஆத்தாளையும் எதிர்பாக்குறான்னா நாம நிம்மதியா இருக்க முடியுமா? பெய நல்ல பயதே அதுக்காக நாலுகாசு கடெங் குடுக்கலாம் நம்பி ஒரு வேலையச் செய்யச் சொல்லலாம். அதுக்காக பொண்ணக் குடுத்து வருசமெல்லா தூக்கிச் செமக்க முடியுமா. சும்மாவா சொன்னாங்கெ ஆம்பளக்கி லட்சணம் உத்தியோகம்னு. உத்தியோகம்னா என்னா? அன்னன்னக்கி எவன்ட்டடா வேலகெடைக்கும்னு பல்லக்காட்டிக்கிட்டு அலயிறதா?”

செல்விக்கு தனது அப்பாவின் எதிர்பார்ப்பையும் குறை சொல்ல முடியவில்லை. “நா பொம்பளப் பிள்ளையப் பெத்தவன் மா ஒங்கிட்ட ஒருவா கஞ்சி வாங்கிக் குடிக்காட்டியும் நாம் பெத்தது மெஜாரிட்டியா இருக்குன்னு ரெண்டுபேர் ஏங் காதுபடப் பேசற மாதரி கெம்பிரிக்கமா நீ வாழ்ந்தாப் போதும். அதுக்கு மெயினானது பெர்மனண்டான வேல. அதுதே உத்தியோகம். நாந் நெனைக்கறது தப்பாம்மா!”

அப்பா அளவுக்கு செல்வியால் விலாவரியாய் பேசத் தெரியவில்லை. ஆனால் விவரம் அறிந்த நாளிலிருந்து அவள் அறிந்த ஆண், ஆண்வாசம் அபு மாமாவே... தேரிக் களத்தில் ஓடிப்பிடித்து விளையாடிய நாளிலிருந்து இன்னைக்கி - இப்ப வரைக்கிம் அபு மாமாவின் மூச்சுக்காத்துதானே அவளை கட்டி இழுத்துக்

கொண்டிருக்கிறது. அவன் வாங்கிக் குடுக்குற எந்தப்பொருளும் அழகுக்காகவோ ஆடம்பரத்துக்காகவோ பிடிக்கிறதில்லை. அபு மாமா கைப்பட்டது என்கிற ஒரே காரணம்தான்,

இன்னைக்கி வந்து "பேங்குல வேலபாக்குற மாப்பிள்ளடா, மாசம் முடியங்குள்ள சம்பளம் வீடு தேடி வந்து நிக்கிம். கண்ணுக்கு அழகான செவத்தப்பய, கூடப்பொறந்த அக்குத்தொக்குன்னு எந்தத் தொந்தரவுமில்லாத ஒரே பிள்ள. நல்லா படிச்சவன்மானு" பைக்கிலயும் கார்லயும் ஏறி வார ஆள் ஆரக் காமிச்சாலும், அவெம் மூஞ்சில அபு மாமா மொகத்தத்தான காங்க முடியிது. நா என்ன செய்யட்டும்?

அம்மாவிடமும் இதையே சொல்லி அழுதாள். "ஆயுசுக்கும் ஆயுசுக்கும்னு அப்பா, பொழுதூக்கும் சொல்லிட்டே இருக்காரே! அப்பிடின்னா என்னாமா?" செல்வியின் அந்த ஒரு கேள்வியில் அம்மாவும் மலைத்துப் போனது. தன் காலமெல்லாம் தேடிய ஒன்றை இந்தக் கேள்வியில் கண்டடைந்ததுபோல அம்மாவின் முகம் பிரகாசமடைந்தது. "அபுவோட பேரச் சொன்னதும், இல்ல உம்பேர அவெங் கேட்டதும் ரெண்டு பேருக்கும் மனசு பூரிக்கிதுல்ல அதுதான் அந்த பூரிப்புதான், அந்த சந்தோசந்தா ஆயிசு. அது எப்பவும் ஒங்களுக்கு நெறஞ்சு இருக்கும் நீ கெளம்பு."

அபுவுக்கும் இத்தனை சீக்கிரம் செல்வியைக் கிளப்பி வந்துவிட முடியுமென நம்பிக்கையில்லை. அதனாலேயே ராசு அண்ணனோ, ஆனந்தனிடமோ கூடச் சொல்ல மனசில்லை. ஆள் சேரச்சேர யோசனைகள் பலவாகும். ஒருகட்டத்தில் செல்வியைத் தூக்கிவரும் வேலையைத் தள்ளிப்போட சொல்லிவிட்டால் கூட்டணி சேர்ந்த பாவத்துக்காக அதையும் கேட்டுத்தான் ஆகவேண்டும்.

ராசு அண்ணனை ஆஸ்பத்திரியில் இருந்து வீட்டுக்கு கூட்டிவந்து விட்ட நிமிசத்திலிருந்து வேறு யோசனையே வரவில்லை. தானாய் அழிச்சு அழிச்சு தனக்குள் பலமுறை பேசிக்கொண்டான். அம்மா ஒருபக்கம் குடைசாய்ந்த வண்டியாய் குப்புற விழுந்து கிடந்தது. கண்ணம்மாப் பெரியம்மாதான் ராசுவுக்கு பண்டுதம் பார்த்து விட்டு அம்மாவுக்கும் தேறுதல் சொல்லியது. "சொந்தத்தில வேற பொண்ணு ஏதும் இல்லியா சிவாமி? எங்கிட்ட இருந்தாலுஞ் சாதி பாக்காமக் கூட முடுச்சு வச்சுடுவே. இவனப்போல ஒரு புள்ள மருமகனா வாய்க்கக் குடுத்து வக்கெணுமே" என வழக்கம் போல வர்ணித்தார். நாகு மதனி சோறு கொண்டு வந்து கொடுத்தது.

பைனான்சிலும் வழக்கத்துக்கு மாறாய் அமைதியாய் வேலை பார்த்தான். மேனேஜர் கூட "இன்னய்க்கி அபுவோட மொகம் சின்னப்பிள்ள மாதரி சிறுத்துப் போயிருக்கே" என கேலி பேசினார்.

காலையில் ராசு தினசரி எடுப்பதற்கு எழுந்து கிளம்பினபோது அபுவும் தனது பைனான்ஸ் சைக்கிளைக் கிளப்பினான். என்ன செய்ய என்ற யோசனை அப்போது இல்லை. செல்வியைப் பார்க்க வேண்டும் அவ்வளவே. தேனி வெங்கடேசன் கடையில்தான் டீ சாப்பிட்டான். வழக்கத்துக்கு மாறாய் லோடுமேன்களைப்போல அந்நேரத்துக்கு கேசரி ஒன்றை வாங்கி உண்டான். கொசுறாக மசால்கிழங்கு ஒரு கரண்டி கொடுத்தார். இனிப்பு காரம் காப்பி. கும்மென வயிறு நிரம்ப சைக்கிளை மிதித்தவன் செங்கமங்கலாய் விடிய வீரபாண்டிக்குள் நுழைந்தான்.

ஏகாலி தொந்தி, கையில் சோத்து வாளியும், தோளில் அழுக்கு மூட்டையும் தொங்க, தன்முன்னால் பொதியோடு இரண்டு கழுதைகளை ஆறோடும் பாதைநோக்கி நடத்திப் போனார். அவர்களுக்குப் பின்னே வந்த கழுதைக்குட்டி, நாய்க்குட்டி ஒன்றை வம்பிழுத்த படி துள்ளாட்டாம் போட்டு தெருவில் நடந்து கொண்டிருந்தது.

சைக்கிளை மாமா வீட்டுப்பக்கம் ஓட்டினான். "மாமா" மயிலிறகால் வருடியதுபோல் குரல் கேட்டது. சன்னலில் செல்வியின் முகம் ஒட்டியிருந்தது. இருவருக்குமான ஒரு சமிக்ஞை காற்றில் மிதக்க, மிளகாய் களத்துக்கு - நேற்றைய அலங்காரத்தில் மிச்சமிருந்த சேலைக் கட்டோடு - தாவி வந்தாள் செல்வி. ஆவி அங்கமெல்லாம் பதற கைகளிரண்டையும் வாங்கிக் கொண்டவன், ஒருகணம் அவளை சேலையோடு ஏற இறங்கப் பார்த்தான்,

"ச்செரி கெளம்பு" என சைக்கிளின் கேரியரில் ஏறச் சொன்னான். ஊருக்குள் போகாமல் கரட்டுப் பாதையில் கோயிலுக்கு வந்தனர். ஸ்டாண்டில் சைக்கிளை நிறுத்தியதும் மதுரை பஸ் வந்தது. எந்தவிதமான யோசனைக்கும் இடந்தராமல் சட்டென செல்வியோடு பஸ்சில் ஏறிவிட்டான்.

27

“உங்க ஊரைவிட மதுர வெக்க கூடுதலா இருக்குமே. காத்தாடியப் போட்டுக்கிட வேண்டிதான.”

தொளதொளத்த அரைக்கை சட்டையுடன் மழுமழு மழுங்கச் சிரைத்த கன்னங்களுடன் கனிந்த பழமாய் முன்பக்க அறையிலிருந்து வந்த தோழர் வாழவந்தான் பட்டாளத்தார் அருகிலிருந்த சேரில் பொதக்கென அமர்ந்தார். கையிலிருந்த ரோஸ் நிறத்திலான கேஸ்கட்டை சுவரில் நிறுத்தியிருந்த இரும்பு அட்டளையில் வைத்துவிட்டு, ஞாபகமாய் இரண்டாவதாய் இருந்த மின்விசிறியையும் சுழலவிட்டார்.

“என்னா பெரியம்மா மருமகப்பிள்ள என்னா சொல்றா” சிவகாமியைப் பார்த்துக் கேட்டார்.

“மருமக என்ன சொல்லப் போறா? என்னக்கிம் பாத்த புள்ளதான.”

“அதெப்பிடி? இன்னக்கி புதுப் பொண்ணில்லையா? என்னங்கய்யா?” பட்டாளத்தாரை துணைக்கழைத்தார்.

‘அசலூர்ல போய் வாய்க் கழுதைய வச்சிக்கிட்டுச் சும்மா இருக்கணும். அங்கயும் போயி எனக்குத்தே வாய் இருக்குனு ஹாஹா ஓஹோன்னு ராகம் பாடக்குடாது.’ வீட்டில் சத்தியம் வாங்காத குறையாய் கிழவி சொல்லிவிட்டிருந்தாள்.

மௌனச் சாமியார் போல தலையாட்டினார்.

“என்னா புதுப் பொண்ணு? தம்பி மகதான, அத்த வீட்டுக்கு வந்திருக்கா?”

“அப்படின்னா சரிதான். தம்பி பொண்ணுக்கும் புதுப்பொண்ணுக்கும் வித்தியாசம் இருக்கில்ல. உரிமச்

சரக்கு இல்லியா. அதாவது ரெண்டு பேருக்குமே சம உரிமை. அந்தப் பொண்ணுக்கும் இது புது எடம் கிடையாது. ரைட்டு. நல்லதுதான்” என்றவர், செல்வியைப் பார்த்தார். “பாப்பா, நீ எதுக்கும் பயக்கக் குடாது. இது மாமியா வீடு கிடையாது சொந்த அத்தவீடு. சுதந்தரமா இருக்கலாம். ம்?”

“முன்னக் கூட்டியே வாழவந்தான் தோழருக்கு ரெண்டுபேரும் இங்க வரப்போற தகவலச் சொல்லீட்டியா” அபுவைப் பார்த்து முதன்முதலாய் கேள்வி கேட்டான் ராசு. அப்போது அனைவருக்கும் டீ வந்தது.

மில்லில் சேர்ந்த காலம்தொட்டு எந்தவொரு விசயத்தையும் தன்னிடம் கலக்காமல் செய்யவே மாட்டான். பக்கத்துவீடு என்பது மட்டுமல்லாமல் உடன்பிறந்த பிறப்பினைப் போல ஒவ்வொரு காரியத்தையும் அபுவும் சிவகாமி அம்மாவும் தன்னையோ அம்மாவையோ முன்னால் வைக்காமல் நடத்த மாட்டார்கள். ஸ்ட்ரைக் சமயத்தில்கூட வெளியூர்க்காரன் பிழைப்புக்காக ஊர்விட்டு ஊர்வந்தவன், இதில் நல்லது கெட்டது நடக்கலாம் அதனால் எங்களோடு சேரவேணாம் என்றுதான் ராசு முதலில் அபுவை விலகிப் போகச் சொன்னான். ஆனால் தனக்காக வந்து சேர்ந்தான். அப்படி இருந்த அபு இந்த விசயத்தில் மட்டும் எப்படி தனித்து நின்றான் என்பதும், தன்னை ஒதுக்கி இது தனிப்பட்டது என விலக்கி வைக்கிறானோ என்பதாகவும் ராசுவை சிந்திக்க வைத்தது.

அபு, உறக்கத்திலிருந்து விழித்தவன் போல ராசுவைப் பார்த்தான். அவனால் இன்னும் சகஜநிலைக்கு வரமுடியவில்லை. தான் செய்தது சரியா தவறா எனும் முடிவைக்கூட எட்ட முடியவில்லை. எதோ ஒருவேகத்தில் எல்லாம் நடந்து விட்டது. மதுரை பஸ் ஏறி மத்திய பஸ்ஸ்டாண்டில் இறங்கியதும் மீனாட்சியம்மன் கோயிலில் போய் தாலிகட்ட நினைத்து, டவுன்பஸ் ஏறினான். சிம்மக்கல்லில் இறக்கிவிட்டனர். அங்கேயே ஒருகடையில் பூவும் மஞ்சள் கயிறும் வாங்கினான். அத்தனை பெரிய கோயிலில் என்ன நடைமுறை என்பது தெரியாததால் பூக்கடைக்குப் பக்கமாயிருந்த ஆதி சுந்தரேஸ்வரர் ஆலயத்தில் நுழைந்தான். கிடுகிடுவென எடுத்த காரியம் நிறைவேறியது. தாலிகட்டியதும் “முதல்முதலா வயசுல மூத்தவங்க யார்ட்டயாச்சும் ஆசீர்வாதம் வாங்கிக்கங்க” என்ற அர்ச்சகர், கையில் ஆளுக்கொரு எலுமிச்சம்பழம் கொடுத்து அனுப்ப, அபுவுக்கு வாழவந்தான் தோழர்தான் நினைவுக்கு வந்தார்.

“அபுவ வேலைல சேத்துவிட்டு ஒரு கலியாணத்தச் செஞ்சுவக்காம நா ரிட்டையர் ஆகமாட்டேன்” என்ற தோழரின் வாக்கு அசரீரியாய் ஒலிக்க, நேரே ஆரப்பாளையம் பஸ்பிடித்து அவரது வீட்டுக்கு செல்வியை அழைத்துப் போனான்.

“அப்படி யாரும் நெனச்சிடக் கூடாதுன்னுதான் உடனடியா எல்லாருக்கும் தகவல் கொடுக்கச் சொன்னேன் ராஜு தோழர்” அபுவை முந்திக்கொண்டு வாழவந்தான் தோழர் பதில் சொன்னார்.

“ஏன்னா அபு கேரக்டருக்கு அவர் இப்படியெல்லாம் செய்வார்னு எதிர்பாக்கல. அதனால, அவர் பொண்ணோட வந்து நின்னத என்னால கொஞ்ச நேரத்துக்கு வாங்கிக்கவே முடியல.” அபுவும் செல்வியும் தனது வீட்டு வாசலில் வந்து நின்ற காட்சி கண்களை விட்டு அகலாத சம்பவமாக தோழருக்கு அமைந்து போனது.

காலை உணவை முடித்துக்கொண்டு கோர்ட்டுக்குப் போவதற்காக தயாராகிக் கொண்டிருந்தார் தோழர். வாசலில் நிழலாட, ஜோதிராம்தான் தன்னை அழைத்துச் செல்ல வந்துவிட்டாரோ என நினைத்து, “கௌம்பிட்டேன் ஜோதி,” என்றவர் மனைவியை அழைத்தார், “அம்மா, ஜோதி வந்திருக்கார். காப்பி குடு” என்றபடியே பனியனுக்குள் தலைநுழைத்து வேட்டியை இறுகக்கட்டி பெல்ட் அணிந்தார். காப்பித் தம்ளருடன் வந்த அம்மா, “இங்க, வாங்களேன்” என தோழரை நோக்கிக் கூவியவர், “உள்ளாற வாங்க” என வழிவிட்டு நின்றார்.

உடைமாற்றிவிட்டு வந்த தோழரும் அபுவும் நேருக்குநேர் பார்த்துக் கொண்டதும் இருவருக்குள்ளும் மின்னலாய்ப் பாய்ந்த உணர்ச்சியில் “அப்பூ” என தோழரது அழைப்பில் மடி தாவும் கன்றாய் அவரது மார்பில் சாய்ந்தான் அபு. என்ன ஏதெனத் தெரியாமல் கண்களிலிருந்து கண்ணீர்மட்டும் கரகரவென வழிந்து அவரது இஸ்திரி போட்ட வெள்ளைச் சட்டையை ஈரமாக்கிவிட்டது.

“யேய்... அப்பு அபூ டே என்னய்யா, என்னா? அபு, தோழர்!” மாறி மாறி அழைத்தார். மனைவியின் கண்களையும் பார்த்துக் கேட்டார். இருவரும், தலைவாசலில் நுழையத் தயங்கி நிற்கும் செல்வியைக் கண்டனர். நெற்றிக் குங்குமமும், கழுத்தில் தொங்கிய மஞ்சள்க்கயறும் விசயத்தை ஒருபாடு உணர்த்தியது. தோழரது மனைவி நாலுஎட்டு முன்னேபோய் செல்வியின் மணிக்கட்டினைப் பற்றி வீட்டினுள் அழைத்து வந்தார். விரட்டிப் பிடித்த கோழிக்குஞ்சின் உடம்பு அதிர்வதுபோல செல்வியின் தேகம் விர்ர்ரென கரண்டுக் கம்பியாய்

அதிர்ந்து கொண்டிருந்தது. செல்வியை தன் மார்பில் சாய்த்துக் கொண்டார். அவர்கள் இருவருக்குமே கண்கள் பணித்தது.

“ரைட் ரைட், இப்ப என்ன ஆச்சு ஒண்ணும் ஆகல. நீங்க நெனச்சதுதே நடந்திருக்கு. ரைட் அழக்குடாது” சொல்லும்போது தோழருக்கு தொண்டை கமறியது... செருமிக் கொண்டார். “சரி இவங்களுக்கு காப்பி, தண்ணியக் குடு. நா சங்க ஆபீசுல போய்ச் சொல்லிட்டு வந்திர்ரே!” அபுவை தன்னிலிருந்து பிரித்துவிட்டு வேகமாய் தெருக்களுக்குள் நுழைந்து மாவட்ட பஞ்சாலை அலுவலகம் வந்தார்.

அபு வந்த விசயத்தைச் சொன்னார்.

“ஓங்க வீட்டுக்கு எதுக்கு வந்தாரு? வீட்ட விட்டு எப்ப, என்னைக்கிக் கௌம்புனாங்களாம்?” அலுவலகத் தோழர் கேட்டார்.

“அதெல்லாங் கேக்கல. அனேகமா இன்னைக்கித்தான் கிளம்பி இருக்கணும். அதிக நாளாகியிருந்தா இந்நேரம் அல்லிநகரம் ஆபீசில இருந்து நமக்கு போன் தகவல் வந்திருக்குமே. 'இப்பிடி ஆள் எஸ்கேப்னு'. ஆனா, அந்தப்பிள்ள கழுத்தில தாலிக்கயறு ஏறியிருக்கு. எங்கியோ முடிச்சிட்டு நேரா வந்திட்டாக போல” மூச்சிரைக்கச் சொன்ன தோழர், அருகில் நின்றவரிடம் குடிக்கத் தண்ணீர் வேண்டுமென சைகை காட்டினார்.

“ஆமா, இப்பிடி எஸ்கேப் ஆகறவங்க, ஒருவாரம், பத்துநாள் எங்கிட்டாச்சும் சுத்திட்டு அப்பறமா வீட்ல ஆஜராவாங்க” நீளமான டம்ளரில் தண்ணீர் மொண்டு கொடுத்த தோழர் தன்னுடைய அபிப்ராயத்தைத் தெரிவித்தார். “நாம என்ன செய்ய தோழர்?”

“என்ன செய்ய?” என்ற தோழர் ஜோதிராமை ஏறிட்டுப் பார்த்தார். “அல்லிநகரம் ஆபீசுக்கு தகவல் சொல்லீர வேண்டியதேன். என்னா ஜோதி?” ஜோதியும் யோசனையோடு மெள்ளத் தலையசைத்தார்.

“பாவந் தோழர். உடனடியாச் சொன்னோம்னா பெரிய பெரச்சனை ஆயிடும். கொஞ்சம் ஆறவிட்டுச் சொன்னா பிள்ளைகளுக்கு நல்லது இல்லியா. அவக பாட்டுக்கு படை தெரட்டி வந்திட்டாகன்னா. ஆபீசுக்குச் சிக்கல் இல்லியா? இல்லாட்டி, போலிசுல ஒப்படச்சிட்டா?” அலுவலகத் தோழர் பலவாறான ஆலோசனை சொன்னார்.

“நீங்க என்னா சொல்றீங்க ஜோதி?”

“நீங்க சொல்றதுதான் சரி. என்னாதே ரெண்டுபேருமே மேஜர்ன்னாலும் அவங்க பார்வைல இது களவு பொருள் இல்லியா, அது நம்மகிட்ட வந்திருச்சுன்னா உரியவங்களுக்குத் தகவல் தெரிவிக்கிறதுதான் சரி. தாமதம் பண்ணிச் சொல்றதெல்லா அந்தச் செயலுக்கு நாமளும் உடந்தையா இருக்கோம்னு அர்த்தம் ஆயிரும். அதேநேரம் போலீசுக்குப் போகறதும் இப்போதைக்கி வேண்டாம். ஏன்னா ரெண்டுமே நமக்கு வேண்டிய குடும்பம். நம்மாள பேசித் தீக்க முடியும். நமக்கும் பொறுப்பு இருக்கு. அத தட்டிக்கழிக்க வேண்டியதில்ல. முடியலேன்ன நிலை வாரப்ப போலீஸ் போகலாம்” என நிதானமாகச் சொன்னார்.

“அதத்தான் நானும் சொல்றேன். ஜோதி சொன்னமாதரி அந்தக் குடும்பத்துல நமக்கும் பொறுப்பு இருக்கில்ல. அதும் நம்ம கடமைதான. முடியலேங்கிற ஸ்டேஜ்ல பாத்துக்குவோம்” வாழவந்தான் முடித்து வைத்துப் பேசினார்.

“இல்ல தோழர். அவங்க தாய் தகப்பன் ஆபீசுல வந்து கூடிநின்னு சத்தம் போட்டா சங்கடம் இல்லியா?”

“வரட்டும் தோழர்... சத்தம் போட்டா விசயத்தப் புரிய வைப்போம் தோழர். ஜோதி, நீங்க அல்லிநகரம் ஆபீசுக்கு போன் போட்டு அபு வந்திருக்க விசயத்தச் சொல்லுங்க. லோக்கல் கமிட்டில அவங்க ஆலோசிச்சு அங்க இருக்க சூழ்நிலையைக் கணக்கிட்டுப் பேசிக்குவாங்க. அதுக்குமேல வார விசயங்களை நாம சந்திப்போம்.”

தனக்குப் பதிலாக கோர்ட்டுக்கு வேறொரு தோழரை நியமித்து விட்டு வாழவந்தான் தோழர் மறுபடியும் வீட்டுக்கு வந்தார். அபுவும் செல்வியும் சாப்பிட்டுக் கொண்டிருந்தனர்.

“புதுப் பொண்ணு மாப்பிள்ளைக்கு பால் பழம் குடுத்தியா?” எனக்கேட்டார்.

“ஆப்பிள் பழமும் பாலும் குடுத்தாங்க தோழர்.”

“ஓ! பார்ரா, ஆப்பிளே வந்திருச்சா. பலே பலே” சிரித்தார்.

“வாழப்பழம் வாங்க ஆளில்ல. பக்கத்து வீட்ல இதுதான் இருக்குன்னு குடுத்தாக. சரின்னு வாங்கிச் சமாளிச்சாச்சு.”

சாப்பிட்டு முடித்ததும் இருவரும் தோழர்களின் காலில் நெடுஞ்சாண் கிடையாய் விழுந்து ஆசீர்வாதிக்கச் சொன்னார்கள்.

“இதுவேறயா? நல்லா இருக்கணும். எங்கிட்டோ நாஞ்சொன்னபடி, நானே ஒங்களுக்கு அட்சத போடறப்ல ஆகிப்போச்சு அபு. நல்லாருங்க, நல்லாரும்மா” கையில் ஆளுக்கு பத்துரூபாய் கொடுத்தார். ஒருமணிநேரம் வரை உட்காரவைத்துப் பேச்சுக் கொடுத்து அதன்பின் அலுவலகம் அழைத்து வந்தார்.

28

அலுவலகத் தோழர் சொன்னதுபோல செல்வியின் அப்பா பஞ்சாலை அலுவலகத்துள் நுழைந்ததும் ஆவேசம் கொண்டார். செல்வியைக் கண்டதும் அவருக்கு ஆத்திரம் தலைக்கேறியது. மடார் மடாரென அவளை இழுத்துப் பிடித்து அறையலானார்.

செல்வியின் அம்மாவும் சிவகாமியும் ஓடிவந்து செல்வியைப் பிரித்து தனியே உட்கார வைத்தார்கள்.

“கால் அம்புட்டு நீளத்துக்கு வளந்து போச்சோ? அன்னைக்கே கால ஒடிச்சு வச்சிருக்கணும். பெத்தப் புள்ளையாச்சேன்னு பாவம் பாத்தது தப்பாப் போச்சு. இப்பிடி ஓடிப்போகப் போறேன்னு நேத்து மிந்தா நாத்தே சொல்லித் தொலச்சிருந்தா, எம் மானம் மருவாதயக் கொஞ்சமாச்சும் காப்பாத்தி இருப்பேன்ல. நேத்து ஊரறிய பூ வச்சம்ல அந்த நேரத்திலயாச்சும் ஒருவாத்த ஒருவாத்த இன்னமாதிரி ஓடிப்போகப் போறேன்னு சாட காட்டீருந்தா இன்னிக்கி ஊருக்குள்ள நாஞ் செருப்படி வாங்கீருக்க மாட்டேன்ல. தெருவில தலகாட்ட மிடீல. ஆணும் பொண்ணும் மூஞ்சீல காறித் துப்பறாங்கெ.! வளத்து வச்சிருக்காம் பாரு பொட்டப் புள்ளயன்னு. இது எனக்குத் தேவையா? இவன ஒனக்கு மொத மொதக் காமிச்சது ஆரு? நாந்தான. ரெண்டு பேரயும் பழகவிட்டது ஆரு நானும் ங்கொம்மாளுந்தான, இன்னைக்கி அவன வேணாம்னு சொல்றம்னா எனக்கும் அவனுக்கும் பகையா? இல்லேல்ல. இப்பவும் அவெ எனக்கு அக்கா மவெந்தான! பெறவு ஏன் வேற மாப்ளயத் தேடுனே? ஓசிக்க வாணாமா! எனக்கு கிறுக்கா புடிச்சிருக்கு சொதந்தர மாப்ளயவிட்டு அன்னியத்துல ஆள்த் தேடணுன்னு. எல்லாம் ஒன்னோட நல்லதுக்குத்தான? நீ ஆய்சு முழுக்க கண்ணக் கசக்காம, மூக்கச் சீந்தி முந்தில

தொடைக்காம சந்தோசமா இருக்கணும்ன ஆசைல தான இதச் செஞ்சே.? பெத்த அப்பனுக்கு, - இம்புட்டுநாள் பசலக்கொடியாப் புள்ளயப் பாத்துப்பாத்து வளத்தவனுக்கு அந்தக் கொடிய தரைல படரவிடுறதா பந்தல்ல படர விடறதான்னு நெகாத் தெரியாமப் போகுமா? எங்கள விட ஒனக்கு அல்லாம் நல்லாத் தெரியுமோ,? சேலையக் கட்டீட்டாப்ல பெரிய மனுசி ஆய்டுவியா. இந்தச் சீலயே நாந்தான வாங்கித் தந்தே கடசீல நா வாங்கிக் குடுத்த சீலயக் கட்டிக்கிட்டு எம் மூஞ்சீலயே காறித் துப்பீட்டியே மகளே! என்னத்தச் சொல்ல?... நா என்னத்தச் சொல்ல?" மேலும் பேச்சு வளர்ந்தால் சாபமிடுவதுபோல அமைந்து விடுமோ என அச்சப்பட்டவராய் தொடரமுடியாமல் சிறுபிள்ளை போலக் குலுங்கிக் குலுங்கி அழலானார்.

செல்வியின் அம்மாவுக்கு வீட்டுக்காரர் அழுவதைக் கண்டதும் அங்கம் பதறியது. எத்தனையோ நல்லது கெட்டது நடந்திருக்கிறது. எம்புட்டோ காசு பணம் கைவிட்டுப் போயிருக்கிறது. அப்பவெல்லாம் கல்லுப் பிள்ளையாராய் கலங்காமல் நின்ன மனுசன் வீட்டவிட்டு ஓடிப்போய் குடும்பத்தையே அசிங்கப்படுத்தன புள்ளையைக் கண்டதும் கண்ட இடத்திலேயே கண்டந் துண்டமாய் வெட்டிப் போட்டால்தான் மனசு ஆறும்னு வீராப்பு பேசிப் புறப்பட்ட மனுசெ இங்கன வந்து இப்படி அழுவார் என எண்ணிப் பார்க்கலயே! எப்பவும் போல நாலு வார்த்தை நறுக்கெனப் பேசி சண்டையை வளர்க்கப் போகிறார், வெட்டு குத்துவரை விவகாரமாகப் போகிறது எனப் பயந்துதான் காரில் ஏறினார். கூட வந்த ஆம்பளைகளும் ஒரு வார்த்தகூடப் பேசாம இப்பிடி உமுர்க் குடுச்ச மாதரி நிண்டுக்கிருக்காகளே. இப்போ நான் யார்பக்கம் நின்னு பேச, கண் தெரியாத கபோதியாய்த் தடுமாறித் தட்டழிந்தார்.

அவர் பேசிய அத்தனை பேச்சுக்களையும் தானும் மகளிடம் பேசத்தான் செய்தாள். "நீ ஆயுசுக்கும் மூஞ்சியத் தூக்கீட்டுத் திரியாம நல்லபடியா இருக்கணுன்னு தானடி ஒங்கப்பா இம்புட்டும் செய்யறாரு. அதப் புரிஞ்சுக்காம அவர வேத்தாளாப் பாத்து ஒதுக்கற. பெத்த புள்ளக்கி ஆராச்சும் குத்தம் செய்வாகளா?"

"ஆயுசுக்கும்னா என்னா அர்த்தம்மா?"

திடுதிப்பென மகள் கேட்ட கேள்வியில் திணறிப்போன அம்மா, "ஆயுசுக்கும்னா, சாகந்தண்டியுந்தே!

“யார் சாகந் தண்டியும்? நிய்யா நானா?” கேள்விக்கு தானே பதிலும் சொல்லலானாள் “ச்சேரி என்னோட ஆய்சு வரைக்கும்னே வச்சிக்க நா சாகந்தண்டியும் கவர்மெண்டு சம்பளம் வந்தா சந்தோசமா இருந்துருவேன்னு நிய்யும் நெனைக்கிறயாக்கும். சந்தோசம் சம்பாத்தியத்துலயும் கவருமெண்டு உத்தியோகத்திலயுந்தே இருக்காம்மா.”

போனவாரம் பார்த்த சினிமா படத்தில் கேட்ட வசனத்தை செல்வி அப்படியே ஒப்பித்தாள். அம்மாவால் மறுபேச்சுப் பேசமுடியவில்லை. அவள் பேசியது சினிமாப் பட வசனம் என்பதும் அவருக்குத் தெரியவில்லை. அதிலிருந்த ஏதோ ஒரு விசயம் மட்டும் முள்ளாய்க் குத்த அதன்பின் மகளின் நடவடிக்கைகளுக்கு எதிர்ப்புத் தெரிவிப்பதைக் குறைத்துக் கொண்டார். வீட்டைவிட்டு வெளியேறியபோது கண்டும் காணாமல் இருந்ததோடு, அவளது மணிப்பர்சில் அவளுக்குத் தெரியாமல் நூறுரூபாய் நோட்டுகளையும் திணித்து விட்டிருந்தார்.

“இப்ப சந்தோசம் தானடி? ஒங்கப்பாவ அழுக வச்சுப் பாத்துட்டீல்ல? இது உனக்கு ஆயுசுக்கும் தாங்கும்! போதுமா?” என ஆங்காரம் பொங்கக் கேட்டவர் கணவரின் தோளைத் திருப்பினார். “நீங்க என்னாங்க இந்த ஓடுகாலிக்குப் போய்க் கவலப்பட்டு கண்ணீரச் சிந்திக்கு இருக்கீக. அவ்வளவுதே, ஒத்தப்பிள்ள இருந்துச்சு. நம்ம கிட்ட இருக்கமட்டும் சீராட்டி பாத்தம், வளத்தோம். ஊருல ஒலகத்துல காலரா, பேதின்னு வந்து எத்தின பிள்ளைக துள்ளத் துடிக்கச் செத்துச்சு. அதுபோல நம்ம வீட்லயும் ஒண்ணு போச்சுன்னு நெனச்சு தலைய முழுகிட மாட்டாம இதெல்லா ஒரு இஸ்ஸூன்னு இவகிட்ட நிண்டு பேச்சக் குடுத்துக்கிட்டு, நெனலு அருமை வெயில்ல வரும்போ தெரியும்பாக. எல்லாம் படுவா பட்டுத் தெளியும் அப்பப் பத்துக்கலாம்.”

“அத்தாச்சி, புருசனும் பொண்டாட்டியும் என்னா பேச்சுப் பேசீட்டு இருக்கீக? நடந்ததுக்குப் பூராம் சூத்திரதாரியா நிண்டு வேல பாத்தவன விட்டுப்பிட்டு ஒண்ணுந் தெரியாத பச்சமண்ண - மருந்து குடுத்து மயக்கிச் சீரழிச்சு இழுத்துட்டு வந்தவன காலக் கைய இணுங்கி மதுரக் காட்ல பொதைக்க மாட்டாம வாப் பேச்சு பேசீட்டு இருக்கீக. ஊருவிட்டு ஊரு வந்துருக்கோம்னு பயக்குறீகளா.”

வழுக்கைத் தலையும் கொடுவாள் மீசையும் கொண்ட ஒருஆள் செல்வியின் அப்பா பக்கமிருந்து சத்தம் போட்டார்.

“அதான, பொம்பளப் பிள்ளைய கொத்துங் கொலையுமா கடத்தீட்டு வந்து வச்சிருக்காங்கெ இழுத்துப் போட்டு நாயடிக்கிற மாதிரி நாலு சாத்துச் சாத்தாம சினிமாப் படத்துல வசனம் பேசுறமாதரி ஆத்தாளும் அப்பனுமாப் பேசிக்கிருக்கீகளே. எங்களையெல்லா என்னாத்துக்கு கூட்டியாந்திருக்கீக! மொதல்ல அவனப் புடுச்சு வெளீல இழுத்துட்டு வாங்கடா, எம்புட்டுக் கெம்பிரிக்கமா பெஞ்சீல ஒக்காந்து கால்மேல கால்போட்டு ஆட்டிக்கிட்டு இருக்கான்.” வயதில் இளையவனாகவும் உருவத்தில் பெருத்தும் தெரிந்த இன்னொருத்தன் ஆவேசமாய்ப் பேச, அவனைப் போலவே சிவந்த முகமும் உருண்டையான மூக்குமாய் இருந்த சற்று மெலிந்த தேகம் கொண்ட மூன்றாமவன் அபுவை நோக்கி வந்தான்.

அந்தநேரம் சொல்லி வைத்தாற்போல் அனஞ்சு அலுவலகத்துள் நுழைந்தார். முகமெல்லாம் வியர்த்து ஒழுகியது. பஸ்சிலிருந்து இறங்கி ஓடி வந்திருப்பாரெனத் தெரிந்தது.

பருத்த நபரின் பேச்சைக் கேட்டதும் அபுவைத் தன்வசப்படுத்திக் கொள்ள எழுந்த பட்டாளத்தார் அனஞ்சுவைப் பார்த்ததும் வா எனத் தலையசைத்து அவரை சேரில் அமர கைகாட்டினார்... இருக்கட்டும் என்பதாய் கையமர்த்தி மின்விசிறிக்கருகில் வந்து நின்று கொண்டார். காற்று தேவையாய் இருந்தது.

“தம்பி தம்பி, பொறுங்க. என்னா செய்யப் போறீக?” மூன்றாமவனின் வரத்தைக் கண்டு உரக்கச் சத்தமிட்ட வாழவந்தான் தோழர், “தொட்ருவீகளா? அதும் ஒரு சங்க ஆபீசுக்குள்ள புகுந்து? எங்க அனுமதியில்லாம மிலிட்ரியே இங்க நொழைய முடியாது. இது என்னா எடம்னு தெரியுமா?”

“நாங்களும் சங்கத்துக் காரெங்கெதே. நாங்க தேனி மந்தைல இருந்து வாரதுனால வெத்தாளுன்னு நெனைக்காதீக, இப்ப இப்ப எங்க அண்ணனக் கூப்புடவா சொடக்குப் போடற நேரத்துல வந்து நிப்பாரு” வாழவந்தான் தோழருக்கு எதிராக நின்று இரண்டாமவன் சவால் விட்டுப் பேச அனஞ்சுவுக்கு கோபம் கோபமாய் வந்தது. ராசுவும் இருக்கையிலிருந்து எழுந்தான். சங்கச் செயலரும் உடன் எழ, மதுரை அலுவலகத் தோழர், இரண்டாமவனின் அருகில் வந்தார்.

“தோழர், அமைதி அமைதியாப் பேசுங்க. தெருவில போறவங்க தப்பா நெனைக்கப் போறாங்க.”

“தப்பாத்தான நடக்குது. ஒரு பொம்பளப் பிள்ளயக் தூக்கிட்டு வந்தவனுக்கு எடங்குடுத்து ஒக்கார வச்சிருக்கீகன்னா இது நல்ல விசியமா?” கொடுவால் மீசைக்காரர் மூக்கு விடைக்கக் கேட்டார்.

“அலோ, இங்க பாருங்க. கூட வந்திருக்கீங்கன்னா, சப்போட்டா இருந்து விசயத்தப் பேசி நல்லபடியா சுமுகமா முடிச்சுக் கூட்டிப் போகணும். ரெண்டு பேருமே மேஜர். அதவிட்டு சாணபிடிக்கிற வேலையெல்லாம் பாக்கறதா இருந்தா அத வேறபக்கம் வச்சுக்கணும்.”

“இதுக்குத்தான் நாஞ் அப்பவே சொன்னேன். நேரா எஸ்பி ஆபீசுக்குப் போலாம்னு. பாத்தியா கொக்கிக் காரங்ன்னறதக் காமுச்சுட்டாங்கல்ல?”

“இதப்பாருங்க தம்பீ, சவுண்டு விட்டுப் பேசரதக் கொறைங்க இல்லாட்டி வெளீல போய் சலாவரிச எடுங்க. இங்க வந்தா எப்படிப் பேசணும்னு மொறை இருக்கு. எதையும் எடுத்தேங் கவுத்தேன்னு பேசிடக்குடாது ஆமா” என்றவர், செல்வியின் பெற்றோரை அழைத்தார், “அய்யா நீங்க வாங்க. வந்து ஒக்காருங்க. எதுன்னாலும் நின்ன கால்லயே நின்னு பேசக்குடாது. நாந்தே உங்களுக்கு தகவல் சொல்லி அனுப்பிச்சேன்” அல்லிநகரச் செயலாளர் எல்லோருக்குமான இருக்கைகளைக் காண்பித்தார்.

உட்கார்ந்து பேச யாருக்கும் துணிவில்லை. அபு எழுந்து உள்ளறைக்குப் போனான். மாமாவுக்கும் அத்தைக்கும் தன்னைக் கண்டு கோபம் வரலாம். செல்விக்கும் சேரில் உட்கார்ந்திருக்க நடுக்கமாய் இருந்தது. ஆனால் சிவகாமி ரெம்பவும் திடமாய் இருந்தார். “எம் புள்ள தாலியக் கட்டீட்டான்டா இனி எந்தப் பட்டாளத்தையும் போலீசையும் கூட்டீட்டு வா! என்ன செய்யப் போற?”

பட்டாளத்தார்க்கு ஒருவிதமான படபடப்பு இருந்தது. ஆள்திரட்டி வந்திருக்கிறார்கள். வந்திருக்கும் ஆளும் முழுசாய் கோக்குமாக்கான ஆளாய் தெரிகிறான்கள். எங்கே மல்லுக்கட்டி பிள்ளையைக் கொண்டு போய்விடுவார்களோ? பாவம் அபு ஏங்கிச் செத்துருவான். பச்சப்பிள்ளை.

“அய்யா, நீங்க என்னவிட வயசுல சின்னவகளா பெரியாளான்னு தெரியல. இருந்தாலு கும்புட்டுக் கேட்டுக்கறேன்” செல்வியின் அப்பாவின் முகம் பார்த்துப் பேசலானார். “எதோ, நடந்திருச்சு. நல்லதுதான் எப்பயும் சட்டுபுட்டுன்னு நடக்கும்னு சொல்வாக. பிள்ளைக ரெண்டும் ஒங்க நெனல்ல ஒக்காந்து, ஒங்க காத்தக்

குடிச்சு வளந்த பிள்ளைக. ஒண்ணுமண்ணா பழகீருச்சுக. மனசும் ஒத்துப் போச்சு. இதுக்கும் மேல நம்ம விருப்பத்தக் காமிச்சு அதுகளப் பிரிச்சு நாம என்னத்தக் கொண்டுக்குப் போகப்போறம். இன்னார்க்கு இன்னார்னு எழுதிட்டா அதுல நாம தலயீடு செய்யக் குடாது. அந்தப் பவரும் நமக்குக் கெடையாது. மனசார ரெண்டு வார்த்த நல்லருங்கன்னு சொன்னாப் போதுங்க. ஆயுசுக்கும் நம்ம பேரச் சொல்லிக்கு இருப்பாங்க" கையெடுத்துக் கும்பிடாத குறையாய்ப் பேசினார் பட்டாளம்.

"ம்? அச்சத போட்டு ஆசீர்வாதம் பண்ணி, சீரு செனத்தியும் குடுத்து மாப்பிள்ளய அனுப்பிச்சு வக்கெத்தே அங்கெருந்து காரெடுத்து வந்தமா? ஏற்கனவே நேத்து பூ வச்சவெ வாசல்ல வந்து நின்னுக்கிருக்காகளே அவகளுக்கு என்னத்த பதில் சொல்றது?" கொடுவால் மீசை பல்லை நெருநெருவென நெரித்தான்.

"வேற என்னாதேஞ் செய்யணுன்ற? என்னா வந்தாப்ல புடிச்சுப் பாக்கறே தண்ணித் தொட்டீல விழுந்த எலியப்போல துள்ளூற துடிக்கிற. சம்மந்தப்பட்ட அப்பனும் ஆத்தாளும் சரிக்குடுத்தாலும் நீ கலச்சுருவ போல. லே சக்கரப்பட்டியான், நா ஆருன்னு தெரியுதா?" இரண்டாமவனைப் பார்த்து அனஞ்சு கைதட்டிக் கூப்பிட்டார்.

"நீ என்னாப்பா ஊடுசால் ஓட்றவெ" அனஞ்சுவைத் தெரியாதவனாய் தவிர்த்தான்.

"என்னத்த ஊடுசால் ஓட்றாக? வேறென்னா? ஒன்னப் பாத்ததும் துண்ட எடுத்து கக்கத்துல வச்சு கும்பிடு போடுவாகன்னு நெனச்சு வந்தியாக்கும்? இல்ல, வில்லங்கம் பண்ணி வீராப்பா ரெண்டு பேரையும் தூக்கிட்டுப் போலாம்னு வந்தியா? பேசிக்கிட்டு இருக்கப்பயே தூக்குடாங்கற, கட்றாங்கற ஆள் தடிச்சிருந்தாப்ல? தாட்டியக்காரன் ஆயிருவியா?" திடுமென எழுந்த ராசு கன்னங்கள் துடிக்கக் கூச்சலிட்டான்.

உடனே மூன்றாமவன் சடாரென அலுவலகத்திலிருந்து வீதிக்குத் தாவினான். "இதென்னா யூனியன் ஆபீசா? சங்கத்து ஆளுகளுக்கு பிள்ளைகள மேவிச்சுக் குடுக்கற ஆவீசா? விடமாட்டம். போலீசக் கூப்புடுவோம்" என வாசலில் நின்று கூச்சலிட்டான்.

"உள்ள கூப்புடுங்க அவர இது நல்லால்ல" மதுரை தோழர் வாசலுக்கு வந்து செல்வியின் அப்பாவிடம் சொன்னார்.

கண்ணைத் துடைத்துக் கொண்டிருந்தார் அப்பா,

“அவர என்னத்துக்கு பேசச் சொல்றீக. நாங்கதேம் பேசுவோம்” கொடுவால் மீசை துடித்தான்.

“ஜோதீ,” என இரைந்த வாழவந்தான், “இவகளப் பூராம் இழுத்து ரூமுக்குள்ள போட்டு பூட்டப் போட்டு போலீச வரச்சொல்லுயா மொதல்ல” என வேகமாய் எழுந்தார்.

ராசு முதல் ஆளாய் தாவி வந்தான். பட்டாளம் அவனை கைப்பிடியாய்ப் பிடித்துக் கொண்டார்.

கொடுவால் மீசையும் இரண்டாமவனும் திடுக்கிட்டு ஒதுங்கினார்கள். மூன்றாம் ஆள் இன்னும் வெளியில் நின்று சத்தமிட்டுக் கொண்டிருந்தான். அல்லிநகரச் செயலாளர், சிவகாமி, செல்வி என உட்கார்ந்திருந்த அத்தனை பேருமே எழுந்து விட்டனர். அல்லிநகரத்தார் எல்லோரையும் அமைதிப்படுத்தும் பணியில் ஈடுபட்டார். “தோழர், நீங்க ஆவேசப்படக் கூடாது. ஒக்காருங்க. நீங்களும் வாங்கய்யா ஒக்காரவே மாட்டேங்கிறீக. எந்தப் பேச்சும் பேசாமத் தீராது. அம்மா ஒக்காருங்கம்மா. இது நம்ம ஆபீசு. எதும் சங்கடப்பட வேணாம்” செல்வியின் அம்மா, அப்பா அனைவரையும் ஒருவழியாய் உட்கார வைத்தார். செல்வியும் அபுவும் உள்ளறைக்குள் செல்ல, இரண்டாம் ஆள் மட்டும் உட்கார மாட்டாமல் நிற்கவும் மாட்டாமல் நெளிந்தார். கொடுவால் மீசை சடாரென வெளியில் போய்விட்டார்.

“நடந்தது என்னான்னு மொதல்ல வாங்கிகிட்டு, அப்பறமா என்ன செய்யலாம்னு பேசுங்க. யாரும் யாரையும் கடத்தல, ஒளிச்சு வைக்கல. ஒங்க முன்னாடிதான் இருக்கறாத. தெரியுதா” என்ற அல்லிநகரச் செயலாளர். “ஒருவிசயம், அபு, செல்வி கழுத்துல தாலி கட்டீட்டான். ரெண்டுபேருக்கும் கலியாணமே முடிஞ்சிருச்சு. முடிச்சிட்டுத்தான் ஆபீசுக்கே வந்தாங்க.”

“தாலீ! கட்டீட்டானா?” ரெண்டாம் ஆள் ஆவென வாயைப் பிளந்தான்.

“எப்போ?” செல்வியின் அப்பா கண்கள் நிலைகுத்தி நிற்கக் கேட்டார்.

“காலேலதா, என்னா கோயிலு? ம் சுந்தரேஸ்வரர் ஆதி ஆலயம்னு நெனைக்கிறேன். ஆமா, சிம்மக்கல்லுல இருக்கு போல.”

செல்வியின் அம்மா முந்தானையில் முகத்தை மூடி அழலானார். அனஞ்சு "சபாஷ்டா தம்பி" என உள்ளம் பூரிக்க உள்பக்கம் திரும்பி அபுவைப் பார்த்துக் கண்ணடித்தார்.

"தாலியவே கட்டீட்டானாம்டா!" உரக்கச் சொல்லியபடி உட்கார்ந்திருந்த இடத்தில் இருந்து இரண்டாம் ஆள், துள்ளி எழுந்து வெளியில் பாய்ந்தான்.

செல்வியின் அப்பாவை பட்டாளமும் செயலாளரும் நெருங்கினார்கள். அனஞ்சுவும் வந்தார். செல்வியின் அம்மாவருகில் வாழவந்தான் தோழர் வர, ராசுவும் வந்தான். சிவகாமிக்குத்தான் நெருப்பில் நிற்பதான நிலை. யாரிடமும் கண்பார்த்து ஒரு வார்த்தை பேச வாய்ப்பில்லை. யாரையும் ஏறிட்டுப் பார்க்கவும் முடியவில்லை. எங்கே பார்வையை நிறுத்துவதென விளங்காமல் விழிகளை அலையவிட்டார்.

உள்ளறையில் அபுவும் செல்வியும் சிறைப்பட்டவர்களாய் புழுக்கத்தில் தவித்துக் கொண்டிருந்தனர். செல்விக்கு உடுத்தியிருந்த சேலை கூடுதல் பாரமாய் இருந்தது.

"ரெண்டுபேரும் செஞ்சது தப்புத்தான் நாங்க யாரும் சரின்னு சொல்லல. என்னாதே இருந்தாலும் பெத்தவக சம்மதத்தோடதான் நடந்திருக்கணும். நீங்க ஒங்க மனசில ஆயிரம் ஆசைகள வச்சிருந்திருப்பீங்க. ஆனா, எள வயசு. எதையும் நிறுத்தி நிதானமா யோசிக்கவிடாம மடமடன்னு கௌம்பீருச்சு. நல்லவேளையா இங்க வந்திட்டாக, இல்லேன்னா..." செயலாளரை முடிக்க விடவில்லை செல்வியின் அப்பா.

"இல்லேன்னா, எங்குட்டும் ஓடிப் போய்ச் சீப்பட்டுச் சீரழியறாக.!" என்றார்.

"அது வேணாம். போலீஸ் கீலீசுன்னு போயிருந்தாலும் செரமந்தான."

"நமக்கென்னா செரமம் இம்பிட்டுக்கு வந்தவங்களுக்கு அதெல்லாம் தெரியாதா?"

"என்னா செரமமா. போலீஸ் டேசன் போனாவுள்ள தெரியும். ரெண்டுபேர் குடும்பத்தையும் இழுத்து வந்திருவாங்கெ தெரியாதா அந்தச் சங்கதி" என்ற அனஞ்சு. "அந்த வகைல மானத்தக் காப்பாத்திட்டாக. மானம் மட்டுமா எம்புட்டு காசு."

“அந்தப் பேச்ச விடுங்க. எரிச்சலா இருக்கு. நாங்க எதுக்கு டேசனுக்குப் போகப்போறம்? புள்ளயத் தேடுனாத்தான போகணும். செத்த கழுதய என்னா எழவுக்குத் தேடணும். அப்பிடியே விட்ற வேண்டிதேன்.”

வாழவந்தான், பட்டாளம், அனஞ்சு, அல்லிநகரம் செயலாளர் எல்லோரும் செல்வியின் பெற்றோரிடம் மன்றாடினர். அவர்கள் இருவரையும் மன்னிக்கும்படியும், தோதுவான ஒரு நாள் பார்த்து வீட்டிலோ கோயிலிலோ வரவேற்பு நிகழ்வினைச் செய்து வைக்கும்படியும் யோசனை சொன்னார்கள்.

எந்த வார்த்தைக்கும் பிடி கொடுக்காமலும் அதன் பின் செல்வியை பார்க்கப் பிடிக்காமலும் செல்வியின் அப்பா தன் மனைவியை அழைத்துக் கொண்டு வெளியேறினார். அந்த அம்மா மட்டும் விலைபேசிய பசு, வீட்டைவிட்டுக் கிளம்ப அடம்பிடிப்பது மாதரி நடை தவங்கித் தவங்கிப் போக, உசிரில்லாமல் பார்வை முழுக்க மகளிடம் தொலைத்து விட்டபடி சென்றார்.

சங்க அலுவலகம் புயல் ஓய்ந்த தெருவாய் புழுக்கம் மிகுந்திருந்தது. செல்வி கன்னம் முழுக்க கண்ணீர் சுவடுகளோடு இருந்தாள். அபு அவளுக்குப் பக்கமாய் அலைபாய்ந்த மனசோடு,

“சரி, எல்லாமு உடனே சரியாயிடாது அபு. அம்மா, நீங்க மகனையும் மருமகளையும் அழச்சிட்டுப் போங்க. அபுவ, கொஞ்சம் ஜாக்கரதையா பாத்துக்கங்க. இவக சிவனேனு சும்மாருந்தாலும் அல்லக்கைக எதுனாச்சும் ஒண்ணு வந்து ஒரண்டை இழுக்கும். ஒருவாரம் பத்துநாள் போகட்டும். மாறீடும். பாப்பம் ம்?” என்ற வாழவந்தான் தோழர், ஓட்டலிலிருந்து எல்லோருக்கும் சாப்பாடு வரவழைக்கச் செய்தார். இரவுவரை காத்திருந்து ஒரு டாக்சி பிடித்து அவர்களை ஊருக்கு அனுப்பி வைத்தார். அனஞ்சுவையும் அபுவின் வீடுவரை பாதுகாப்பாகப் போகச் சொன்னார்.

எல்லாம் முடிந்து கிளம்பும்போது ஒருகவரை நீட்டினார் அனஞ்சு. அது மில் நிவாகத்திடமிருந்து வந்த தபால்.

அதை வாங்கிப் பார்த்ததும் “ம்! இன்னொரு நாடகம்” என்ற ஜோதிராம், “ஜேசிஎல்ல நாம் குடுத்த நெருக்கடியில உங்கமேல நிர்வாகம் சுமத்துன குற்றச்சாட்டை நிரூபிக்க சொல்லி ஒரு விசாரணைக்கு உத்தரவு போட்டிருக்காங்க, அடுத்த வாரம் விசாரணை” என நோட்டிசின் சாரத்தை வாசித்துக் காட்டினார்.

“கோர்ட்டுக்கு எல்லாரையும் இழுத்துட்டுப் போகணுமா.”

“இல்ல, இது அனேகமா மில்லுல இல்ல எதாச்சும் வக்கீல் ஆபீசிலதா நடக்கும்.”

“இதுலயாச்சும் கேசு முடியுமா?” அனஞ்சு.

“முடிக்கணும்னுதான நிர்வாகம் ஏற்பாடு பண்றாங்க” வாழவந்தானின் அமைதியான பேச்சின் ஆழத்தைக் கண்டுகொண்ட அனஞ்சு, “ஓகோ, மேனேஜ்மெண்டு ஏற்பாடா! அப்போ ஒட்டு மொத்தமா ஒதறிவிடப் போறாங்களா?” எனக் கேட்டார்.

“இல்ல, இந்தப் பிரச்சனை முடிவுக்கு வரும்.”

நீண்ட பெருமூச்சு விட்டு சேரில் சாய்ந்து கொண்டார். “விசாரணை அதிகாரி யாரு ஜோதி?”

29

பைனான்ஸ் அலுவலகம் ரயில்கேட்டை ஒட்டி, விவிஜி ஜின்னிங் பாக்டரி மேற்குப் பக்கத்துச் சந்தின் முனையின் - மாடியில் இருந்தது. இதே அலுவலகத்தில்தான் நாலைந்து வருசத்துக்கு முன்னே வந்து சாட்சிக் கையெழுத்துப் போட்டான் ராசு.

கீழ் தளத்தில் இருக்கும் டீக் கடையில் மில்லில் வேலைபார்க்கும் தோழர்களோடு நின்று டீ சாப்பிட்டுக் கொண்டிருந்தான். முன்னதாக எல்லோரும் அடுத்த சந்திலிருக்கும் சுந்தரம் திரையரங்கில் காலைக்காட்சி பார்த்துவிட்டு வந்திருந்தனர். மதிய சிப்ட் மூணுமணிக்கு வேலைக்குப் போகவேண்டும். அந்த நேரம்தான் ஊருக்குள் எலக்ட்ரிக் கடை வைத்திருக்கும் மதி அண்ணன் தயவாய்க் கூப்பிட்டார். “ராசு, மேல, நம்ம ஆபீசுவரைக்கும் ஒர் நிம்சம் வந்துட்டுப் போக முடியுமா?”

“வேலைக்கிப் போகணும்ணே.”

“ஒண்ணுமில்ல ஒரே நும்சந்தா.”

‘‘என்னண்ணே சங்கதி?”

காதுகேளாதவர் மாதரி முன்னால் நடந்து மாடிப்படியேறினார். பைனான்ஸ் அலுவலகத்தில் உட்காரச் சொன்னவர். “கடைக்கி பைனான்ஸ் வாங்கறே ராசு, வாடிக்கையா பக்கத்து சைக்கிள் கட பாய்தான் ஜாமீன் போடுவாரு. நா அவருக்குப் போடுவே. வாரேன்னாரு. இன்னமுங் காணாம். சாரு - அலுவலகத்தில் இருந்தவரைக் காண்பித்தார் - வசூலுக்கு வெளீல போறாராம். அதான் ஒன்னக் கூப்பிட்டே. ஒரு கையெழுத்து மட்டும் போடணும்.”

“வாங்கிகங்க சார்”

“நீங்க அல்லிநகரமா? அட்ரஸ் சொல்லுங்க” ராசுவின் முகவரியை எழுதி, எதுவுமே நிரப்பப்படாத புரோநோட்டிலும், விண்ணப்பப் படிவத்திலும் கையெழுத்து வாங்கினர்.

“ரெம்பத் தேங்க்ஸ் ராசு. இதொன்னுமில்ல வருசமெல்லா வாங்கறதுதான். கடன் வாங்காம கட நடத்த நாம என்னா கவர்மெண்டா, சொல்லப்போனா கவர்மெண்டே கடன் வாங்கித்தான ஓடுது. இது, டெய்லி கந்துதான் மூணுமாசத்தில அடஞ்சிடும்” என்ற மதி அண்ணன் மாடிப்படி இறக்கத்தில் திடுமென ராசுவின் பாக்கட்டில் ஐம்பது ரூபாயைத் திணித்தார். பதறிப்போய் அதை எடுத்து அவர் கையில் கொடுத்துவிட்டுக் கீழிறங்கினான்.

முன்னைக்கி இப்போது அலுவலகத்தில் எந்த மாற்றமும் இல்லை. அதே இரண்டு டேபிள்கள் ஐந்து சேர்கள், சாமிபடம் மட்டும் ஒன்று கூடுதலாய் இருந்தது. கணக்காப் பிள்ளையும் அதே வயதான மனிதர். எம்டி டேபிளில் கனத்த கருத்த உருவம்.

நேற்றே வந்திருக்க வேண்டியது. அபுவுக்காக மதுரை போயிருந்ததால் திட்டம் மாறிவிட்டது. சின்னச்சாமித் தோழர், அபுவைப் பார்க்க அதிகாலையிலேயே வீட்டுக்கு வந்திருந்தார். தினசரி விநியோகம் முடித்ததும் ராசுவும் வந்து சேர்ந்தான். அங்கேயே பேசினார்கள். அபுவை கொஞ்சநாளைக்கு சொந்த ஊருக்குப்போய் இருக்கச் சொன்னார் அங்கே இருந்தபடி வேலைக்கு வந்துபோகச் சொன்னார்... “என்னருந்தாலும் பொம்பளப் பிள்ளைய ஒத்தைல விட்டுட்டு மனசு ஒப்பி வேலைபாக்க முடியாது” என்ற பேச்சுக்கு கண்ணம்மா மறுப்புத் தெரிவித்தார். “அப்பிடியெல்லா பயந்துக்கிருந்தா எப்பிடி சீவிக்க முடியும்யா? செலுவி என்னா பூனக்குட்டியா? வீதில போறவெ புடிச்சுட்டுப் போக! வீட்டுக்குள்ள மொழஞ்சு எவனும் செலுவியத் தொட முடியுமா? நாங்கள்லாம் வேடிக்க பாத்துக்கிருப்பமாக்கும். அப்பிடி மட்டும் பேசாதீங்க” என்றார்.

ஆனால் சிவகாமி வேறொரு காரணம் சொன்னார். ஊருக்குப்போய் ஒருவாரம் பத்துநாள் இருந்தாக வேண்டும் என்றார். அதற்குள் அபு, மில் நிர்வாகம் அனுப்பிய விசாரணை நோட்டீஸ் சம்பந்தமான கேள்வியினை எழுப்பினான்.

“எப்பவும் போல, பதில் எழுதி அனுப்ப முடியாது? என்னாங் தோழர்.”

“ஆமா, இது நேரடி விசாரணை. ஏன்னா, நிர்வாகந்தா ஒங்கள வேலைக்கு எடுக்க முடியாததுக்கான காரணத்த கோர்ட்ல சொல்றாங்கள்ல. வேலைக்கு வாரவங்கள மறிக்கிறாங்க. முதலாளி கார மறிச்சு அடிக்கப் பாக்கறாங்க. மில்லுல வெடிகுண்டு வைப்போம்னு மிரட்டல் விடுறாங்க இப்படிப்பட்டவங்கள நாங்க எப்பிடி மில்லுக்குள்ள வேலைக்கு வைக்கமுடியும்னு கேக்கறாங்க. நாம இதெல்லா பொய்யின்னு சொல்றம். சாட்சிகள் இருக்குன்னு சொல்றாங்க. அதக்கொண்டு வாங்கனு சொன்னதில கோர்ட்டு தனி அதிகாரி ஒருத்தர நியமிச்சு விசாரிக்கச் சொல்லியிருக்கு இதில நீங்க, சாட்சிகளப் பூராம் பொய்யீன்னு அடிச்சுப் பேசணும். உங்க கைலதான் எல்லாமே இருக்கு.”

“அப்ப, எல்லாருக்கும் ஒரு ட்ரெய்னிங் குடுக்கணும்.”

“ஆமா, நாங்க உள்ள வர முடியாது. நிர்வாகஸ்தரும் நீங்களும் நேருக்கு நேரா நின்னு பேசணும். சாட்சிக வந்தா அவகள நீ சொல்றது பொய்யீன்னு நிரூபிக்கணும்.”

“முடியுமா தோழர்?”

“ஏன் முடியாது. சாட்சி, யார் வரப்போறா, ஒங்ககூட வேல செய்ற ஆள்தான. ஈசிதான்.”

“அப்ப, இதுதா கடசீக் கட்டம்” சிவகாமியம்மாள் கேட்டார்.

“ஆமாங்மா, கிளைமாக்ஸ்க்கு வந்தாச்சு.”

“ஒருவேளை இங்கயும் தீரலைனா?” அபுவுக்கு நிர்வாகத்தின் மீதான சந்தேகம் பலமாய் இருந்தது. அவர்களே நியமிக்கும் விசாரணைக் கமிட்டி யாருக்கு சாதகமாய்ப் பேசும்?

“முடியலன்னா, மெட்ராஸ் ஐக்கோர்ட்டுக்கு மூட்டயக் கட்டிக் கௌம்ப வேண்டிதுதான்.”

“சொல்லுங்க. வந்தா, என்னாண்டு பேசாம ஒக்காந்துருக்கீக” எம்டி டேபிளில் இருந்த நபர் பேசினார்.

“இல்ல, ஏதோ வேல பாத்துக்கிட்டு இருந்தீங்க. அதான்” சின்னச்சாமிதான் பதில் சொன்னார். ‘நீங்க எதும் பேசவேணாம் ராசு, எல்லாத்தையும் நானே பேசறேன். தேவப்படுற எடத்தில மட்டும் கேக்கறப்ப பதில் சொல்லுங்க...’ என சொல்லி அழைத்து வந்திருந்தார்.

"என்னா வேல? எல்லாம் இந்தமாதரி நிலுவக் கேசுகளப் பாக்கறதுதான். என்னமோ சொன்ன மாதரி, இருந்து குடுத்துப்புட்டு அலஞ்சி வாங்க வேண்டியிருக்கு" ரெம்பவும் சலிப்பாய் பேசினார். "நீங்க யாருன்னு சொன்னீங்க" சின்னச்சாமியை மறுபடி விசாரித்தார் எம்டி.

"நான் இவரோட தோழர்தான். சங்கத்துல வேலபாக்கறேன். பேர் சின்னச்சாமி."

"ஓ, கச்சிக்காரரா?"

"ஆமாங், அண்ணே எந்த ஊரு தெரிஞ்சிக்கலாமா?"

"காக்கிவாடம் பட்டி" தனது குலப்பெயரைப் பெருமிதமாய்ச் சொன்னார். "மீசைக்கார வமிசம்."

"அப்பிடியா? 'அந்த' வகையறாவா?"

"கேள்விப்பட்டிருக்கீகளா?"

"ஓ! நல்லாத் தெரியுமே. பலதடவ ஊருக்கு வந்திருக்கேன் பாத்திருக்கேன். அம்ம வகைலயும் ரெண்டுபேர் அங்க இருக்காகளே! நா, புல்லக்கா பட்டிதே, காமக்காபட்டி புல்லக்காபட்டி அண்ணனுக்குத் தெரியும்ல?"

"ம் தெரியும். சொல்லுங்க. என்னா விசயம்?" பேச்சை கத்தரித்தான்.

"ஒண்ணுமில்ல. நம்ம தோழர் ராசு கூப்புட்டாப்ல. அதேன் வந்தே. இவரு பிரச்சினை என்னாண்டு தெரிஞ்சிக்கலாமா?"

"இன்னதுன்னு சொல்லாமயா கூட்டிக்கு வந்தாரு. நீங்களும் வந்தீக?"

"சொன்னாரு. சரியா பிடிபடல. எதோ பணங்கேட்டு வாரீகன்னாரு, சத்தம் போடுறீகனாரு."

"பணந்தராட்டி சத்தம் போட மாட்டாகளா? நீங்க கச்சிக்காரரு. அதும் ஊரு உலக நாயம் பேசற கச்சிக்காரரு. காசு குடுத்தாக் கேக்கமாட்டாகளா, சத்தம் போட மாட்டாகளா? இதக் கேட்ருப்பீகள்ல."

"உண்மை. வாங்குன காச யாரும் கேக்கத்தான செய்வாக, அதெல்லா நாயந்தான. ஆனா இவரு தான் வாங்கலேன்னு சொல்றாரு. அதான் வெளக்கம் கேட்டுப் போலாம்னு வந்தேன்."

“ஓகோ, காசு தான் வாங்கலேங்கறாரா?” இருக்கையிலிருந்து நிமிர்ந்து உட்கார்ந்து கொண்டார் எம்டி. “இதே மாதரிதான் அன்னைக்கி மிலிட்டரிக்காரர் ஒருத்தரக் கூட்டிக்கு வந்து மேவிச்சுக்கிருந்தாரு. பெரிய மனுசெங்கறதுனால ரெண்டு டோஸ் குடுத்து அனுப்புச்சு வச்சோம். இன்னிக்கு ஒங்களக் கூட்டிக்கு வாராப்பல. வார ஆள்களெல்லாம் ஆளுக்கு அஞ்சும் பத்துமாக் குடுத்திருந்தா இன்னேரம் கடனே கழிஞ்சிருக்கும். தேவையில்லாம எல்லார் நேரத்தையும் வேஸ்ட் பண்ணிக்கிருக்காப்லயே? ஜாய்ண்டு போடறதுன்னா என்னா அர்த்தம்ங்க? கச்சிக்காரர் நீங்களே பதில் சொல்லுக்க?”

பேச்சை நிறுத்தி இரண்டு பேரையும் கண்ணுக்குக் கண் பார்த்துக் கேட்டான் எம்டி.

“ஜாய்ண்டா? சாட்சியா?” சின்னச்சாமி நிதானமாகக் கேட்டார்.

“ஜாய்ண்டுதாங்க” கணக்குப்பிள்ளை புரோநோட்டை எடுத்து வந்து கண்பித்தார். இரண்டாவதாய் ஸ்டாம்பின் மேல ராசு கையெழுத்திட்டிருந்தான்.

ராசுவைப் பார்த்து யோசனையாய் தலையசைத்தார்.

“கையெழுத்துப்போட்டு ரெண்டுபேரும் ருவாய் வாங்கி இருக்காங்க” எம்டி வலுவான ஆதாரம் காட்டிவிட்டதாக பெருமிதப்பட்டான்.

“இல்ல, காசெல்லா நாம் பாக்கவே இல்ல. கையெழுத்துப் போட்டது நெசந்தே. ருவ்வா நா வாங்கள” பித்துப் பிடித்தவன்போல முனங்கினான்.

“எழுத்து பேசுதுல்ல!”

“உண்மதான். இது நீங்க அறிஞ்சு போட்ட கையெழுத்துதான. அப்ப சாரு சொல்றாப்ல ரெண்டுபேரும்தான் பொறுப்பு. இல்லேன்னு மறுக்க முடியாதுல்ல ராசு” என்றவர், “எடுத்த நாளைலருந்து கொஞ்சங்கூட வட்டி கட்டலியா?” விளக்கம் கேட்டார்.

“அவர் ரெம்ப நாளா குடுக்கல் வாங்கல் செஞ்சுக்கிருக்கார் தோழர். ஏவாரம் படுத்திட்டதால இந்தமுறை கட்டலபோல.”

“பழைய கதை எல்லாம் சொல்லக்குடாது தோழர். இந்த கணக்குக்கு என்னா வரவு வச்சிருக்காரு. அதான் பேச்சு” சின்னச்சாமி தோழரது பேச்சு ராசுவுக்கு அதிர்ச்சி அளித்தது. தனக்காகப் பேசுவார் எனப் பார்த்தால் பாதை மாறுகிறதே.

“ஒரு ஆறுமாசம் மட்டும் வட்டி வரவு வந்திருக்கு” கணக்கப்பிள்ளை கணக்குச் சொன்னார்.

“நாலுவருசம் ஆச்சு. வட்டியுமில்ல பதிலுமில்ல” எம்டி காலை ஆட்டிக்கொண்டு தொடர்ந்தான்.

“சரித்தான். பைனான்சுக்காரவங்களுக்கு அதான தொழிலு. அதான் வெரட்டி இருக்காங்க” சின்னச்சாமி ராசுவைப் பார்த்து உதட்டைப் பிதுக்கினார். “ஏன் தொடர்ந்து வட்டியக் கட்டல ராசு?”

“தோழர், கடன் வாங்குனது நான் இல்ல தோழர். வாங்கினவரு வட்டி கட்டீருக்காரு தோழர். ஏன் தொடர்ந்து கட்டலேன்னா அவர்ட்டதான் கேக்கணும்.”

“அவர்தே ஆள் இல்லியே! காச வாங்கிட்டு, மாப்ள எஸ்கேப் ஆயிட்டப்லயே” எம்டி ஒவ்வொரு வார்த்தையாய் அழுத்திச் சொன்னான்.

“அப்பிடியா ராசு. வாங்கின நபர் ஊர்ல இல்லியா?”

“ஆமா தோழர். கட நொடிச்சுப் போச்சின்னு ஊரவிட்டே காலி பண்ணிப் போய்ட்டார்.”

“வாங்குன கடன்?” சின்னச்சாமி ராசுவைத்தான் கேட்டார்.

உதட்டைப் பிதுக்கிய ராசு. “அவர் ஊரவிட்டுப் போனதே எனக்குத் தெரியாது தோழர். இவங்க வந்து என் கிட்ட கடனக் கேக்கறப்பதே தெரியும்.”

“பெரிய சிக்கல்தே. சரி ஊரவிட்டுப் போற ஆள், இப்பிடி ஆகிப்போச்சே, வாங்குன கடன எதாச்சும் பைசல் பண்ணீட்டுப் போகணுமேன்னு நெனைக்க வேணாமா? இப்ப நீங்க இல்ல மாட்டிகிட்டீங்க.”

“இதுக்குமேல எத்தன கடன வாங்கீ இருக்காரோ?” கணக்கப்பிள்ளை வாய்திறந்தார்.

“கணக்கு மூடிட்டு இருங்க. எவெ எவ தாலிய அறுத்தா நமக்கென்னா, நம்ம கணக்கு பைசலாகணும். அவ்வளவுதே. தேவையில்லாம வார்த்தைய விட்டுக்கிருக்காதீக” எம்டி சட்டென கணக்கப்பிள்ளைக்கு வாய்ப்பூட்டு போட்டார். பேச்சு வேறொரு திசையில் இழுத்துப்போய் தன்னுடைய பிரச்சினை பலகீனமகிவிடும் எனும் முன்னெச்சரிக்கை தொனித்தது.

“இல்லீங்க பெரியவரே ஆயிரம் பிரச்சினை இருக்கட்டும்ங்க. நம்பித்தான வாங்கிக் குடுத்திருக்கார். போறப்ப ஒரு தாக்கல் சொல்லீட்டுப் போகலாம்ல. சரி அந்தாளுக்கு எம்புட்டு டார்ச்சரோ” என்று பிரச்சினையை இழுத்த சின்னச்சாமி, “ஓடிப்போனவரத் தேடலியா ராசு. அப்பிடியே விட்டுட்டீகளா? போன எடம் தெரியலியா?”

“மெட்ராசில இருக்காரு தோழர். கோயம்பேடு மார்க்கட்டுல வேலைக்கிருக்காறாம்.”

“அப்பறமென்னா? கேக்க வேண்டிதானங்க. தேவையில்லாம என்னையக் கூட்டியாந்து பேச விட்டுக்கிருக்கீங்க?”

“கேட்டாச்சு தோழர். இன்னங்கொஞ்ச நாள்ல ஊருக்கு வந்திருவேன். ஒரு பணத்த எதிர்பாத்துக்கிருக்கேன். அசலும் வட்டியோட அடச்சிடுறேன்னு சொன்னாரு.” சின்னச்சாமித் தோழரைப் பார்த்தபடி மெள்ளச் சொன்னான்.

தலையை ஆட்டிக் கேட்ட தோழர், அப்படியே அதனை எம்டிக்குத் திருப்புவதுபோலச் சொன்னார். “அதே சம்பந்தப்பட்ட பார்ட்டி சொல்லீர்க்காம்ல சார்.”

“என்னா ரகள பண்றீங்களா?” கோபமாய்ப் பேசலானார் எம்டி. “இந்த வெளக்கெண்ணையத் தான நாலுமாசமாச் சொல்லிட்டிருக்க, இன்னைக்கி இவரு ஒருத்தரக் கூட்டிக்கு வந்து அதயே ஒப்பிச்சா? நாங்க வட்டிவாசிக்கு வாங்கிப் போட்டு தொழில் செய்ய, நீ வாட்டுக்கு காச வாங்கி வச்சிக்கிட்டு இப்ப பெறகு, ஓடிப் போய்ட்டான், செத்துப் போய்ட்டான்னு சொல்லிக்கிருப்பீக நாங்க வாயப்பொளந்து கேட்டுக்கிருக்கணுமாக்கும்.”

“கோவப்படாதீக தம்பி. அதுக்குத்தான நா வந்திருக்கே. ஒரு வகைல நீங்களும் நமக்கு சொந்தம் மாதரி தெரியிது.”

“அல்லோ, இங்க பாருங்கண்ணே! பெத்த புள்ளையா இருந்தாலுஞ்சரி, பெத்த அப்பனா இருந்தாலுமே காசு விசயத்தில சோக்குக்காட்ற வேலையெல்லா நமக்கு ஆகாது. எதுன்னாலும் அறுத்துப்பேசணும். இல்ல, அறுத்துப்போடுவேன் ஆமா!” டம்ளரில் இருந்த தண்ணீரை எடுத்து மடமடவென குடித்துக் கொண்டார்.

“ரைட் ரைட் நீங்க சொல்றது சரித்தான். வாய்ப்பேச்சு கதைக்காகாது தான். ஓடிப் போன ஆள் பேச்ச எப்பிடி ராசு நம்புவாங்க? உங்களுக்கே தெரிய வேணாமா, நாம நம்புவமா?”

"இல்ல தோழர், நான் நேர்ல போய்ப் பேசிட்டுத்தான் வந்தேன். அவர் கைப்பட லெட்டர் ஒண்ணும் எழுதி வாங்கி வந்தேன்."

"அதக் காமிச்சீங்களா?"

"அதவச்சி என்னா செய்ய, அஞ்சு வர்சம் ஆய்ப்போச்சி. ஒரொருத்தனும் இப்பிடி ஆளுக்கொரு காயிதத்தக் காமிச்சிக்கிருந்தான்னா நாங்க கட நடத்த மிடியிமா? பொண்டாட்டி புள்ளைகளுக்கு கஞ்சி ஊத்த மிடியிமா? அந்த லெட்டர எடுத்துக் காமியா" கணக்கப்பிள்ளை அந்தக் கடிதத்தை ஃபைலிலிருந்து எடுத்து சின்னச்சாமி தோழரிடம் காண்பித்தார்.

"அதான் நா வந்து தந்திடுறேன்னு சொல்லீருக்கார்ல தம்பி. அப்பறம் இவர எதுக்குப் பிடிக்கணும்? வாங்குன நபரையே ஃபாலோ பண்ணலாம்ல."

"எப்பிடி பாலோ பண்றது?"

"இல்ல கடிதம் குடுத்திருக்காரு. கொஞ்ச நாள் வெய்ட் பண்ணிப்பாக்கலாம்."

"செத்துப் போய்ட்டான்னா? உசிரோட இருக்கப்பவே இத்தன பஞ்சாயத்து ஆள் செத்துப் போய்ட்டா? இந்த காய்தத்த வச்சி மாரடிக்கறதா? நல்லா வந்தீக பஞ்சாயத்துக்கு."

ராசுவுக்கு அந்த நபரின் பேச்சு பகீரென்றது. வயிற்றில் கிலி உருவானது.

"உண்மைதான். யாரையும் எதும் சொல்லமுடியாது. நாமளே இப்ப பேசிட்டு இருக்கோம் திடீர்னு பூகம்பம் வந்து உள்ள போய்ட்டா? அதனால சூட்டோட சூடா முடிக்கறது நல்லதுதே."

"இதே இதத்தே சொல்லவாறே. இன்னிக்கி ஒங்களக்கூட்டிக்கு வார பையெ எதோ பிரச்சனைனு இவனும் ஊரவிட்டு ஓடிட்டா நாங்க குடுத்த காச யார்கிட்ட வசூல் பண்றது? நீங்களே சொல்லுங்க."

"கேஸ் போடலாம்ல. அதான சட்டம் தோழர்" ராசுவுக்கு சின்னச்சாமி தோழரது அணுகுமுறை குழம்பியது. ஒருவேளை தனது குற்றத்தை இவரே ஊர்ஜிதப்படுத்தி விடுவார்போலத் தெரிந்தது. தோழர் எப்பவுமே நியாயத்தின் பக்கம் நிற்பவர். தான் கையெழுத்துப் போட்டிருப்பதால் பிறழமுடியாது எனச் சொல்லவும் வாய்ப்புண்டு.

“தம்பி, கையில நெய்ய வச்சிகிட்டு வெண்ணெக்காக அலய நாங்க அள்ளி முடிஞ்சவங்க இல்ல. கோட்டுக்குப் போனா என்னா நடக்கும்னு எங்களுக்கும் தெரியும். அதுமில்லாம, நாங்க லச்சலச்சமா காச எறக்கீருக்கம்னா, போலீசவோ கோட்டவோ நம்பி இல்ல. இந்த நிமிசம் ஒங்கள ரூமுக்குள்ள பூட்டி வச்சு வசூல் செய்யமுடியும். நாயம்னு ஒண்ணு இருக்கு, அதுப்படி பேசிப் போய்க்கிருக்கம். பெறகும் கோட்டு சூட்டுன்னு பேசுனா நல்லாருக்காது.”

“ரைட், தம்பி சரியாப் பேசுனீங்க. கோர்ட்டு கேசுங்கறப்ப இழுத்துப் போகும்தா” என்ற சின்னச்சாமி, ராசு பக்கம் திரும்பினார். “சரி ராசு, ரெண்டே வழிதான். ஒண்ணு நீங்க வாங்கி குடுத்த ஆள் எஸ்கேப் ஆயிட்டான். அதனால நீ காசக் கட்டணும், அந்தாள் வந்த பெறகு ஒங்க காச வசூல் பண்ணாலும் சரி இல்லேன்னாலும் சரி. ரெண்டாவது. ஓடிப்போன ஆள இழுத்துட்டு வந்து ஒப்படைக்கணும். இல்லியா தம்பி? அதவிட்டுப் பிட்டு, கடிதத்தக் காமிக்கறதெல்லா செல்லாது. ஏன் அத நீங்களே கூட எழுதி இருக்கலாம்னு சந்தேகம் இவங்களுக்கு வரும்ல. என்னா தம்பி.”

எம்டி, எதுவும் பேசாமல் தலையை மட்டும் அசைத்துக் கொண்டிருந்தார். ராசுவுக்கு உடல் நடுங்கத் துவங்கியது.

“வெத்தாள இழுத்து வந்து என்னா செய்றது?” கணக்காப்பிள்ளை பேசினார்.

“அய்யா சொல்றதும் சரித்தான். வெத்தாள இழுத்து வந்து என்னா செய்ய?” சின்னச்சாமி பின்பாட்டுப் பாடினார்.

“தோழர் அவர எப்பிடி கூப்புட? அவர் வர வாய்ப்பு இல்ல.” ஊருக்குள் பலபேரிடம் கடன் இருப்பதாகக் கேள்விப்பட்டிருந்தான். தோ்ழர் ஏதாவது வாக்கு தரப்போகிறார்.

“அதத்தான் தம்பி, நீங்க எதியாச்சும் நெட்டையோ குட்டையோ பாத்து கணக்க முடிச்சுவிடப் பாரு. தேவையில்லாம பெரச்சனைய வளத்துக்கிருக்காத” கணக்கப்பிள்ளை எம்டி சார்பாகப் பேசினார்.

“ம்ம்ம்?” சின்னச்சாமி வேகமாய் மறுத்தார். “அதெதுக்கு நெட்டையோ குட்டையோ முழுசா என்னா தொகைன்னு கணக்கச் சொல்லுங்க. அதேன் ஆள் இருக்க எடம் தெரியும்னு சொல்றார்ல. நேர்ல போயி போக்குவரத்துச் செலவோட வசூல் செஞ்சிருவோம்.

காச வாங்கிக்கிட்டு ஓடிப்போனா அவ்வளவு ஈசியா யாரும் விட்ருவாகளா? என்னா தம்பி?" என்றார்.

தூக்கத்திலிருந்து விழித்தவன் போல முழித்த எம்டி சின்னச்சாமி தோழரது பேச்சில் திடுக்குற்றார். "என்னா சொன்னீங்க?"

"இல்ல தம்பி, கடன் வாங்குனவெ இங்கன, மெட்ராசில ஒளிஞ்சிகிட்டு உங்களையும் ஜாமீன் போட்ட இவரையும் அலக்கழிச்சிக்கிட்டுருக்கான். அப்படித்தான? அசலும் தராம வட்டியுங்கட்டாம தேவையில்லாம நீங்க ரெண்டுபேரும் மோதிக்கிருக்கீங்க. அந்தாள் பாட்டுக்கு கோயம்பேடுல ஒக்காந்து ஏவாரம் பாத்து சம்பாதிச்சு ஜாலியா இருக்கான். அதனால நாம நேர்ல போயிருவோம். சிண்டப்பிடிச்சி காச வசூலிப்போம். நானும் கூட வாரேன். போக்குவரத்தையும் சேத்துப் பிடிச்சிடலாம்ங்கறேன். வெட்டியா என்னத்துக்கு நாம மல்லுக் கட்டிக்கிட்டு?"

கணக்காப்பிள்ளையும், எம்டியும் வாயடைத்து நிற்க, "பார்ட்னர் வந்ததும் பேசிட்டுச் சொல்லுங்க. ரெண்டொரு நாள்ல மெட்ராஸ் போய்ட்டு வந்துருவோம்" என்றபடி இருவரும் கிளம்பி வந்தனர்.

30

சளீரென வெய்யில் சவட்டிக் கொண்டிருந்தது.

பதினாறு பேரும் ரெம்ப நாளைக்குப் பிறகு மொத்தம் சேர்ந்திருந்தனர்... அவர்களை ஒருசேரப் பார்த்த சங்கச் செயலாளர், “சின்னச்சாமித் தோழர், இப்படி இவங்களப் பாக்கறப்ப கம்யூனிஸ்ட் மேனுஃபஸ்டோவிலிருந்து ஒருவரி எனக்கு ஞாபகத்துக்கு வருது. எதுன்னு யூகிக்க முடியுதா?” எனக் கேட்டார்.

யோசித்த சின்னச்சாமி, “போராடும் தொழிலாளி சாதி பேதம் கடந்து பணி செய்கிறான் னா?”

“அதும் சரிதா. அவங்க பாட்டுக்கு தனித்தனியா திரிஞ்சவங்கள இப்படி ஒண்ணு சேத்து தனக்கு எதிரா போராட வைக்கிதே. அது, ‘முதலாளி வர்க்கம் தனக்குத்தானே சவக்குழியைத் தோண்டிக் கொள்கிறது.’ புல்லரிச்சுப் போச்சு தோழர்.”

“அதனாலதான நூத்தம்பது வருசத்துக்கு அப்பறமும் புதுஸ்சா நிக்கிது.”

விசாரணையை தேனியிலுள்ள மில்லின் விருந்தினர் மாளிகையில் ஏற்பாடு செய்திருந்தனர். விசாரணை அதிகாரி மதுரைக்காரர் என்றார்கள்.

“எப்படி விசாரிப்பாங்கன்னு சொல்ல முடியாது. ஆனா ஒண்ணு. உங்க வாயாலேயே உங்கள குற்றவாளின்னு சொல்ல வப்பாங்க. அதுக்கு மட்டும் இரை ஆகிடாதீங்க. ஒவ்வொரு கேள்வியையும் கவனமா வாங்கி யோசிச்சு நிதானமா பதில் சொல்லுங்க. அவசரப்படவே வேணாம். அளவாப் பேசுங்க. ஒண்ணுரெண்டு வார்த்தைகள்ல மட்டும் பதில் சொல்லுங்க. அப்பறம் கையெழுத்துக் கேப்பாங்க. கடைசீ வார்த்தைய ஒட்டிப் போடுங்க...”

“நம்மள எதும் கேக்கச் சொல்வாங்களா?”

“அதெல்லாம் சொல்லுவாங்க. ஆகப் பெரிய நாயக்காரெங்க மாதரி நடந்துக்குவாங்க. நீங்களும் கேக்கணும். ஏன்னா உங்களுக்கு எதிரா சாட்சி சொல்லீருக்காங்கள்ல அவங்கள நீங்க குறுக்கு விசாரணை பண்ணலாம். அவங்க சொல்லாட்டியும் நீங்களே எனக்கு ஒரு கேள்வி இருக்குன்னு கேக்கலாம்.”

செயலாளர் ரெம்பவும் உன்னிப்பாய் ஒவ்வருவருக்குமான வார்த்தையில் சொல்லிக் கொடுத்தார். “இதுல பாஸ் பண்ணனும். அதான தோழர்” எத்திராஜ் கேட்டான். சஸ்பெண்ட்டுக்குப் பிறகு பழைய இரும்பு வியாபாரம் நடத்தி வருகிறான்.

“ஆமாடா, இதுதான் முழுப்பரிட்ச என்னாங் தோழர்” அனஞ்சு படக்கெனச் சொன்னார். எல்லோரைக் காட்டிலும் அவருக்குத்தான் அதிக படபடப்பு. நல்லபடியாய் நடக்கணும்.

“ஆ மா, முழுப் பரிட்ச” அழுத்தமாய்ச் சொன்னார் செயலாளர்.

தொழிலாளிகளை வீட்டிற்கே போய் மிரட்டியவர்கள் பாண்டியன், எத்திராஜ், மணி, கோவிந்தராஜன்.

ஊர் எல்லையில் நிறுத்தி வேலைக்குப் போகவிடாமல் தடுத்தவர்கள் ராசு, அனஞ்சு, அபு என்கிற அபராஜிதன், அருணகிரி.

முதலாளியின் காரை வழிமறித்து தாக்க முயற்சி அன்னக்கொடி, பூலோகம், ராசேந்திரன், மருது என்கிற மருதமலை.

மில்கேட்டில் கல்லெறிந்து தொழிலாளர்களை அச்சுறுத்தியவர்கள் ஆனந்தன் வேலப்பன், தர்மர், திரவியம்.

சரியாக நான்கு நான்கு பேராய் வகைபிரித்து குற்றம் சுமத்தியிருந்தனர். ஒவ்வொரு இனத்திற்கும் தனித்தனி நேரில் கண்ட சாட்சிகள்.

முதலில் முதலாளியை வழிமறித்த கேஸ் நடத்தப்பட்டது. பத்தரைக்கு உள்ளே போனவர்கள், பன்னிரண்டு மணிக்குமேல்தான் வெளியில் வந்தனர். குற்றவாளிகள் பட்டியலில் இருந்த நான்கு பேருமே மொத்தமாகச் சேர்ந்து போனார்கள். முதலாளி வரத் தாமதமானது. அதனால் காத்திருந்தார்களாம்.

“டீ, பிஸ்கட்டு அவெங்க பாட்டுக்கு தட்டு நெறையா கொணாந்து வச்சாங்கெப்பா! என்னா, மொதல்ல தொட பயம்மா இருந்திச்சி. க்காள்ளி, மயக்க மருந்துக எதும் கலந்து வச்சிருப்பானுகளோ,

இல்லாட்டி சினிமாப் படத்தில வார மாதரி பேதி மாத்தரையக் கரச்சு விட்ருந்தா? மந்தைக்கும் வீட்டுக்குமா அலயணுமே! பெறவு உள்ளபடி ஆகட்டும்னு வளச்சு மாட்டியாச்சு. மருதுதா ரெம்ப வெனாவா இருந்தாப்ல பிஸ்கட்டத் தொடவே இல்லயா" பூலோகம் ஒவ்வொரு சம்பவமாக சிரிக்கச் சிரிக்க சொன்னான்.

"பயமெல்லாம் ஒண்ணுமில்ல. எனக்கு பிஸ்கட்டு பிடிக்காது. என்னைக்கிமே சாப்பிட்டது கிடையாது. டீ குடிச்சேன்ல" என்று மருது தன்னிலை விளக்கம் தந்தார்.

"சரி உள்ள என்ன நடந்திச்சிப்பா? மிக்கியமான சமாச்சாரத்த விட்டுப்பிட்டு ச்சும்மா திண்டதயும் பேண்டதயுந்தே பெருஸ்சா ஒப்பிச்சிக்கிருப்யான்" அனஞ்சு சுருக்கெனக் கடிந்து பேசினார்.

"ஆமாப்பே! என்னாதேங் கேட்டாங்கென்னு சொன்னாத்தான அடுத்துப் போறவெங்கெ சுதாரிப்பா போக நல்லாருக்கும்" பாண்டியன் ஒருவித நடுக்கத்துடன் கேட்டார்.

"என்னத்தக் கேட்டாங்கெ. ஒண்ணுங் கேக்கல. அந்த வக்கீலுதா நமக்கு குடுத்த காய்தத்த வாசிச்சுக் காம்ச்சார். இப்பிடி மொதலாளி கார மறிச்சி உயிருக்கு சேதாரம் பண்ணப் பாத்தீகளான்னு கேட்டார்."

"என்னா சொன்னீக?"

"என்னா சொல்வாக?" எதிர்க் கேள்வி கேட்டான் பூலோகம்.

"இல்லீன்டீகளாக்கும்."

"பின்ன ஆமான்னா சொல்வாக, அதுலயும் அம்ம மருது 'வேலகுடுக்குற மொதலாளிய எப்பிடி சார் போடுவோம்'னு கண்ணுத்தண்ணி விட்டாப்ல."

"க்காள்ளி அந்த வக்கீல் தாயளியப் பாரப்பா. மருது சொல்லிக்கிருக்கப்யே 'வேல தரலேன்டு சொன்னதுனால கார மறிச்சிட்டீகளாக்கும்னு ஊடு சரடு உடுறான். ஆனா க்காள்ளி நம்ம கேரளத்தான் அடிச்சாம் பாரு பல்ட்டீ, அட்டடா! அப்பிடியே மேனி புல்லரிச்சுப் போச்சு. மொதலாளிய அய்யாங்கறான், கடவுளுங்கறான். அவரப் பாத்தாலே வேட்டிய எறக்கிவிட்டு சலியுட் பண்ணுவம், அவர மறிச்சிருந்தா நாங்க மட்டுமில்ல எங்கு குடும்பங் குட்டியே வெளங்காதுன்னு' உருகீட்டான். பத்தாக் கொறைக்கி கீழகெடந்த ஒரு பஸ்டிக்கெட்டக் காமிச்சி அன்னைக்கி

ஊருக்குப் போனதா ஒப்பிச்சான். எங்கிட்றா நோளி மவனே இம்பிட்டுப் பாடமுங் கத்துக்கிட்ட?" ராசேந்திரன் அவனைக் கட்டிக் கொள்ளாத குறையாய் வியந்து பேசினான்.

"மொதலாளி எதும் பேசலியா?" செயலாளர் கேட்டார்.

"ம்கூம், கல்லுப் புள்ளையாரா கையக் கட்டிக்கிட்டு ஒக்காந்திருந்தார். டிரைவருதான் சாச்சியாம்ல. எங்களப் பூராம் காமிச்சு இவகதான் மறிச்சாகன்னு சொன்னான்" மருது வருத்தமாய்ச் சொல்லி முடித்தார்.

அடுத்த கட்டமாய் மேலும் நால்வர் போய்வர, மதிய சாப்பாட்டுக்குப் பிறகு அபு வகையறா விசாரணைக்கு நுழைந்தனர்.

அலுவலகத்தின் வரண்டாவில் நால்வரையும் அமரவைத்தார்கள். டீயும் பிஸ்கட்டும் வந்தது. அனஞ்சு முதலில் மறுத்தார். அருணகிரியும் தொடவில்லை. ராசு ஒருடம்ளர் தண்ணீர் மட்டும் வாங்கிக் குடித்தான். அபு, இரண்டு பிஸ்கட் மட்டும் எடுத்துக் கொண்டு டீயைத் தவிர்த்தான். அவனுக்கு விருப்பமான குட்டே முந்திரி பிஸ்கட்.

முதலில் அருணகிரியும் அடுத்து அனஞ்சுவையும் அழைத்தார்கள். சரியாக இருபது நிமிசத்தில் ஒவ்வருவரும் வெளியே வந்தனர். விசாரணை முடிந்தவர்கள் உடனே கிளம்பிவிட வேண்டும் என உள்ளேயே சொல்லி அனுப்பினார்கள். அருணகிரி வியர்த்த முகத்தோடு கையசைத்து விட்டு வெளியேறிப் போனான். அனஞ்சு, "நாம பேசுனதக் குறிச்சுக்கிட்டு போகும்போது கையெழுத்துப் போடச் சொல்றாங்க" என ராசுவிடமும் அபுவிடமும் கிசுகிசுத்தார்.

அபுவை அழைக்க வந்த சிப்பந்தி, அனஞ்சுவை வெளியே போகச் சொன்னார். "நீங்க இவங்ககிட்ட பேசக்குடாதுண்ணே. கௌம்புங்க. என்னையச் சத்தம் போடப் போறாங்க."

அபு அலுவலகத்துள் நுழைந்தான். கதவைத் திறந்ததும் சில்லென ஏசியின் குளுமை முகத்தில் அறைந்து வரவேற்றது. உடம்பெல்லாம் தேனி வசந்த் ஏசி தியேட்டருக்குள் நுழைந்த உணர்ச்சி ஏற்பட்டது. அரைக்கை சட்டையும் மடிப்புக் கலையாத பாண்ட்டும் அணிந்த சதுரமுக அமைப்பும், நெளிநெளிவாய் சீவிய தலை அலங்காரத்துடன் சந்தனப் பவுடர் வாசனையுடன் இளவயதுடைய நபர் அதிகாரியாய் சாய்வு நாற்காலியில் அமர்ந்திருந்தார்.

“வெல்கம், அபு அலைஸ் அபராஜிதன். வெல்கம்” ஆர்ப்பாட்டமாய் வரவேற்றார்.

“வணக்கம் சார்” பதில் வணக்கம் தெரிவித்தான் அபு,

அறைக்குள் வேறு யாரும் இல்லை. நாலைந்து மர நாற்காலிகள் மட்டுமே கிடந்தன. தன்னை அழைத்து வந்த சிப்பந்தியும் வெளியேறிவிட்டார். இருபுறமும் பெரிய சன்னல்கள் வெள்ளை பூப்போட்ட திரைச்சீலைகள் அசைய வெளிச்சம் தந்தது. போதாக்குறைக்கு ட்யூப் லைட்டும் எரிந்து கொண்டிருந்தது.

“உக்காருங்க.”

அவருக்கு எதிரே இருந்த நாற்காலியில் உட்கார்ந்தான்.

“எப்பிடி இருக்கீங்க?”

“ம், நல்லாருக்கேன் சார்.”

“இப்ப என்னா பண்றீங்க?” சொல்லிக் கொண்டே பின்பக்கம் திரும்பி எதையோ தேடினார்.

எங்காவது வேலை பார்ப்பதாகச் சொன்னால் ஒருவேளை சஸ்பென்சன் ஊதியம் கிடைக்காமல் போய்விடும். “சும்மாதான் சார் இருக்கேன்.”

தேடியது அவருக்கெதிரேயே இருந்தது. ஃபில்டர் சிகரட் பெட்டி, அதை எடுத்தவர் நாற்காலியை விட்டு எழுந்தார். “ஏதோ ஃபைனான்ஸ்ல ஒர்க் பண்றதாச் சொன்னாங்க. அன்னஃபீஸியலாத்தான் கேக்கறேன். ஃப்ரண்ட்லியா, கேசுவலாப் பேசுங்க. எங்கிட்ட மரியாதை எல்லாம் ஃபாலோ பண்ணவேணாம். சிகரட் எடுத்துக்கங்க” பெட்டியை அவனுக்கெதிரே நீட்டினார்.

“இல்ல சார். பழக்கமில்ல” ஒடுங்கினான்.

“ரியலி? குட்.! இஃப்யூ டோண்ட் மைண்ட், நான் சிகரட் பிடிக்கறதில உங்களுக்கு சிரமம் இல்லியே. ரெம்ப நேரமா ஒரே இடத்தில வேல செய்றது டயர்டா இருந்தது. அதான் ஒரு சின்ன ரிலாக்ஸ்க்காக” என்றவர், அழைப்பு மணியை அழுத்தினார்.

அலுவலகச் சிப்பந்தி கதவைத் திறந்து கொண்டு வந்தார். “டீ கொண்டு வாங்க. ரெண்டு.”

“நா இப்பத்தேன் சார் சாப்பிட்டேன்.”

“பரவால்ல. கம்பனிக்குச் சாப்பிடுங்க” சிகரட்டைப் பற்றவைத்தார். அவர் சிகரட்டை முடிப்பதற்குள் டீ வந்தது. அபுவும் குடித்தான். நல்ல விசாலமான அறை பளபளவென மொசைக் இழைத்த தரை சுவரெல்லாம் சந்தனக்கலர் வர்ணம் பூசப்பட்டு புதிதாய் இருந்தது. இடதுபக்கம் ஒரு திரைச்சீலை தொங்கியது. இன்னுமொரு அறை இருக்கும் காலித் தம்ளர்களை சேகரித்த சிப்பந்தியிடம் ஏதோ சைகை காண்பித்த அதிகாரி, அவர் வெளியேறியதும் நாற்காலியில் அமர்ந்து சில தாள்களை கையிலெடுத்தார்.

“ரைட், அபு... உங்கமேல உள்ள குற்றம் என்னான்னு தெரியும்ல? வேலைக்கு வந்த செல நபர்களை வேலைக்குப் போகவிடாமத் தடுத்துருக்கீங்க. அதுவும் கூட்டா! அது தப்பில்லையா? அதச் செய்யலாமா?” முதல் கேள்வியை ரெம்பவே சாதாரணமாய் எடுத்து வைத்தார். அத்தனை சகஜமாய்ப் பேசியவர், திடுக்கிடும் வண்ணம் கேட்டதும் முகம் வியர்த்துப் போனது அபுவுக்கு. அந்த நேரம் கதவு திறந்து மறித்ததாகச் சொல்லப்பட்ட தொழிலாளர்கள் உள்ளே நுழைந்தார்கள்.

அனிபா, முத்துராஜ், சீதாராமன் மூவரும் அபுவைத் தாண்டி சுவரோரம் நின்றார்கள். அனிபா, சிம்ளக்ஸ் சைடர், முத்துராஜ் தன்னோடு ஸ்பின்னிங்கில் வேலைசெய்யும் டாபர், சீதாராமன், ரீலிங் பிரிவு. மூவருமே பழக்கமானவர்கள்தான். முகம் வெளிறிப்போய் நின்றார்கள்.

“உக்காருங்க.”

அபுவுக்குப் பக்கமாய்க் கிடந்த சேர்களை இழுத்து, கொஞ்சம் தள்ளிப் போட்டு உட்கார்ந்தனர். அபுவை நேருக்கு நேர் பார்ப்பதை கடும் பிரயத்தனம் கொண்டு தவிர்த்தனர்.

“சொல்லுங்க அபு, இவங்களத் தெரியும்ல?” ஒவ்வொருத்தரது பெயரையும் வாசித்துச் சொன்னார். “ஒங்ககூட மில்லுல வேலை பாக்குறவங்கதான? இவங்களத்தான உங்க நண்பர்களோட சேந்து மறிச்சீங்க? அது தப்பில்லையா?”

“இவங்கள ஸ்ட்ரைக்குக்குப் பெறகு இன்னிக்கித் தான் சார் பாக்கறேன்.”

“எந்த ஸ்ட்ரைக்? யார் பண்ணுன ஸ்ட்ரைக்?” அதிகாரியின் கேள்வியில், சங்கச் செயலாளரது எச்சரிக்கை ஞாபகத்துக்கு வந்தது. ‘ஒண்ணு ரெண்டு வார்த்தைகளில் மட்டும் பதில் பேசுங்க’.

“தப்பு சார், நான் இவங்கள மறிக்கல.”

“அப்ப, ஒங்க நண்பர்கள் மறிச்சாங்களா? நிதானமா யோசிச்சு பதில் சொல்லுங்க. நீங்க சொல்றதப் பூராம் நானே எழுதி ரிக்கார்ட் பண்றேன். கடேசியா வாசிச்சுப் பாத்துக்கங்க” என்று எழுதிக்கொண்டே பேசினார்.

“நான் மறிக்கல சார். மத்தவங்களப் பத்தி அவங்ககிட்டதாங் கேக்கணும்.”

“ம், நீங்க, ராசு, அனஞ்சு மூணுபேரும் சேந்து நின்னு, அவங்கவங்க ஊருக்கே போய் எல்லைல நின்னு வேலைக்குப் போகக்குடாதுன்னு தடுத்தீங்க அப்படீன்னு இவங்க ஒங்கமேல புகார் குடுத்து இருக்காங்க. அந்தக் காப்பி ஒங்களுக்கும் அனுப்பி இருக்காங்க. அப்படித்தானே? இவருந்தான உங்களத் தடுத்தது?”

உட்கார்ந்திருந்த மூவரும் ஆமென்பதுபோல தலையை ஆட்டினர்.

“ம், உங்களுக்கு மில் நிர்வாகத்தோட பிரச்சனைன்னா அத எதோவொரு வகைல அவங்களோட பேசித் தீத்துக்கணும். அதை விட்டு, இப்படி வழிமறிப்பு செய்றது, மில்ல இயங்க விடாம பண்றது. சரியா? இப்படியானவங்க எங்களுக்கு வேலைக்கு வேணாம்னு நிர்வாகம் பயக்குறாங்க.”

“இது பொய் சார். இவங்க யாரையும் நா மறிக்கலை. இதுதான் உண்மை.”

“ம், இதுதான் உண்மை. ரைட், எழுதிட்டேன். அப்ப, இவங்க ஏன் பொய் சொல்லணும்? நீங்களே கேளுங்க. இல்ல - நானே உங்க சார்பா, குறுக்கு விசாரணை செய்யவா?”

இந்த இடத்தில் நிதானம் தேவைப்பட்டது அபுவுக்கு. அவரையே விசாரிக்கச் சொன்னால் நிச்சயம் தன்னுடைய இடத்தில் நின்று கேள்வி கேட்பாரா என்பது தெரியவில்லை. நிச்சயம் மில் மேனேஜ்மெண்ட் பக்கமே சாய்வார். அதனால் தானே அவர்களை விசாரிக்க முடிவு செய்தான்.

மூவருமே அப்புராணிகள்தான். தனக்கும் அவர்களுக்கும் இதுவரை பிரச்சனை எதுவும் இல்லை. அவர்களது இருப்பிடம் எதுவென்பதைக்கூட அபு அறிந்ததில்லை. அப்படி இருக்க, ஊர் எல்லையில் வந்து தம்மை மறித்ததாகக் குற்றம் தெரிவிப்பதும், தகாத வார்த்தைகள் பேசி மிரட்டியது என்பதாகச் சொல்லப்பட்டது

அனைத்தும் நிர்வாகத்தின் தனிப்பட்ட வேலை. இவர்களை பகடையாகப் பயன்படுத்தி கையெழுத்து மட்டும் வாங்கி இருப்பார்கள். உண்மையில் அனுப்பிய நோட்டீசில் தான் புகார் அளித்த வாசகங்களையாவது அவர்களுக்கு வாசித்துக் காட்டியிருப்பார்களா என்பது சந்தேகம்தான். நீட்டிய இடத்தில் கையெழுத்தும், அழைத்த இடத்துக்கு வந்து நிற்க வேண்டும் என்ற மிரட்டலிலும் எழுதப்பட்ட குற்றச்சாட்டு இது என்பதை யூகிக்க முடிந்தது. ஏனென்றால் நான்தான் இவர்களை மறிக்கவே இல்லையே! உண்மை இப்படி இருக்க, பொய்யான குற்றத்தை எப்படி ஒப்புக்கொள்ள முடியும் ஆகவே, நிர்வாகம் எழுதிக் கொடுத்த புகாரில் கையெழுத்திட்டிருக்கிறார்கள். சுயமாய் அவர்களாக எழுதவில்லை என்பதை அவர்கள் வாயாலேயே சொல்ல வைக்க வேண்டும், என முடிவு செய்தான் அபு.

“நானே கேக்கறேன் சார்” என்றான் அபு.

“ம்! ஓக்கே கேளுங்க” கேள்வியையும் பதிலையும் பதிவு செய்யத் தயாரானார். “இன்னொரு டீ?”

அபு வேண்டாமென்றான்.

மூன்று பேரின் குற்ற நோட்டீசையும் புரட்டிய அபு, கேள்வியை எப்படித் துவக்குவது என யோசித்தான்... ஏறக்குறைய ஒரேமாதரியான குற்றச்சாட்டுத்தான். ஒருத்தரிடம் கேள்வி கேட்கும்போது அவர், திணறினாலோ, அல்லது தப்பாய்ச் சொன்னாலோ அடுத்த நபர் சுதாரிக்க வாய்ப்பிருக்கிறது. ஆகவே, “நா, தனித்தனியா விசாரிக்கணும் சார்” என்றான்.

“ம், அப்பிடியே விசாரிங்க” என்றார்.

“இல்ல சார். ஒரொருத்தரா வரணும்.”

“ஏன்?”

அந்த ஏனுக்கு பதில் சொல்ல முடியவில்லை. தன்னுடைய உத்தியைச் சொல்லவும் முடியாது. “நீங்க அப்பிடித்தான சார் விசாரிக்கறீங்க” திடுமென தானாய்க் கிளம்பிய பதிலில் அதிகாரியும் வாயடைத்துப் போனார்.

அனிபாவைத் தவிர இருவரும் வெளியேறினர்.

“இது ஒங்க கையெழுத்துதானண்ணே?” அவர் கையொப்பமிட்ட நோட்டீசை எடுத்துக் காண்பித்தான்.

நோட்டீசை எட்டிப்பார்த்து விட்டு, ஆமெனத் தலையசைத்தார் அனிபா. "வாய் திறந்து பதில் சொல்லணும்" அதிகாரியின் சொல்லுக்குப் பணிந்து "ஆமா" என்றார்.

"எந்தத் தேதிண்ணே?" சொல்லமாட்டார் என்றே நம்பினான். நம்பிக்கை பொய்க்கவில்லை. அதிகாரி பக்கம் திரும்பினார் அனிபா. அதிகாரி இருவரையும் பார்த்துவிட்டு தலைகுனிந்து எழுத முனைந்தார்.

"தேதி ஞாபகமில்லையா?" அதிகாரி எடுத்துக் கொடுப்பதுபோல பேசினார்.

"ம், இருவது" அதிகாரியையே கவிழ்த்து விட்டார்.

"மாசம்?"

"மாசம்? போன மாசம்."

இரண்டு பதிலுமே தவறு. ஞாபகப் பிசகு எனக் குறித்துக் கொண்டார்.

"ஊர் எல்லைல வச்சு மறிச்சேன்னு சொல்லி இருக்கீங்க. ஊர் எல்லைன்னா எந்த எடம்ணே?"

"கோயிலா புரம் வெலக்கு."

"சரி, நாங்க ஒங்கள மில்லுக்கு முன்னாடி மறிச்சமா அடிச்சமா?" வேண்டுமென்றே கேள்வியை மாற்றிக் கேட்டான்.

"ரெண்டுந்தே."

"என்னாண்ணே இப்பிடி பொய் சொல்றீங்க நாம் போயி ஒங்கள அடிப்பனாண்ணே..." என்றவன், "சரி ஒங்கள மறிச்சு அடிக்கறப்ப, நாங்க மட்டும் இருந்தமா வேற யாரும் கூடுதலாச் சேந்து மறிச்சாகளா. கரெக்ட்டாச் சொல்லுங்க" அவ்வப்போது பார்த்த சினிமாப் படங்களின் கோர்ட் காட்சிகள் அபுவுக்கு கை கொடுத்தன.

யோசிப்பது போல தரையைப் பார்த்தவர் கடேசியாய் அதிகாரியைப் பார்த்து, "மூணுபேர் அடிச்சாக, கூட அஞ்சாறுபேர், அவக பேர் சொல்ல முடியாது. ஆவுகம் இல்ல" என தடுமாறித் தடுமாறிப் பேசினார்.

"அனிபா, கேள்விய சரியாப் புரிஞ்சு பேசுங்க, ஊர் எல்லையில மறிச்சாகளா? மில்லுக்கு முன்னாடி அடிச்சாகளா?" இரண்டுமே

வெவ்வேறு நபர்கள் கொடுத்த புகார் என்பதை அனிபாவுக்கு சூசகமாக உணர்த்த முயற்சித்தார் அதிகாரி.

“மில்லுக்கு முன்னாடிதான் சார், வழிமறிச்சு அடிச்சாங்க” ஆணியடித்தது போல கணீரெனச் சொன்னார் அனிபா.

முகத்தில் ஆயிரம் நெளிசலுடன் பதிவு செய்து கொண்டிருந்த அதிகாரி, எழுதி முடித்ததும் சொன்னார்.

“அப்பறம் எதுக்கு ஊர் எல்லைல நின்னு என்னை வேலைக்குப் போக விடாம அபு என்கிற அபராஜிதன் வழிமறித்தார்னு புகார் கொடுத்து இருக்கீங்க. அன்னைக்கி மறந்துட்டீங்களா, இன்னைக்கி மறந்துட்டீங்களா? இப்ப வந்து நாலுபேர் அடிச்சாங்க ஏழு பேர் நின்னாங்கன்னு ஒளர்றீங்க?”

“மூணு பேர் சார்” அனிபா திருத்திச் சொன்னதும் அபு குபுக்கெனச் சிரித்தான்.

“ரெம்ப முக்கியம்” கடுகடுத்தார். “வேறெதும் கேக்கறீங்களா அபூ?”

அடுத்தடுத்து வந்தவர்களையும் குழப்புவதுபோல கேள்விகளைக் கேட்டான் அபு. ஒரு கட்டத்தில், “எதுக்கு அபு இப்பிடிச் சுத்திச்சுத்திக் கேக்கறீங்க. டைரக்டாக் கேட்டாலே நீங்க எதிர்பாக்கற ரிசல்ட் கெடச்சுரும் போல.”

மூன்றுபேரது விசாரணை முடிந்ததும் திடுமென உள்பக்கம் இருந்த திரைச்சீலையை விலக்கிக் கொண்டு எம்டி வந்தார். அவரது பிரவேசத்தால் திடுக்கிட்ட அபு, சட்டென்ன எழுந்து நின்று சலாம் வைத்தான்.

“வாங்க சார், அபு, பிரமாதமா இண்டராக்ட் பண்ணார் கேட்டிருப்பீங்கள்ல பிர்லியண்ட். உண்மையிலயே கொய்ட்டா கொஸ்டீன் வச்சீங்க. சூப்பர்” என பாராட்டினார்.

எம்டி மேசையின் இன்னொரு கோடியில் இருந்த ஆசனத்தில் அமர்ந்தார். அவரது வருகையில் வாசனைத் திரவியத்தின் மணம் அறையெங்கும் கமழ்ந்தது. இன் செய்யப்பட்ட மிடுக்கான பேண்ட சர்ட்டும், தங்கமுலாம் பூசப்பட்ட மெல்லிய கண் கண்ணாடியும் அவரது ஆளுமையை உயர்த்திக் காட்டியது. நாற்பது வயசுக்கு மேல் கூட்டிக் காட்டாத வாளிப்பான அதே சமயம், சதைப்பற்றில்லாத தேகவாகு.

"சார், நீங்க எதும் கேக்கறீங்களா?" எம்டியிடம் கேட்டார். அதிகாரி "கேக்கலாம் சார்."

"ப்ச்" என அலட்சியமாக உதட்டைச் சுளித்து மறுத்தார்.

"ஓக்கே. முடிச்சிடலாமா அபு. கடேசியா சார்கிட்ட எதும் கேக்கறதுன்னாலும் கேக்கலாம். கேக்கறீங்களா?"

ஒரு நிமிடம் யோசித்தவன், சரி என்பதாய்த் தலையசைத்து எழுந்து நின்று பேசலானான்...

"சார், நான் மட்டுமில்ல, நாங்க எல்லாருமே, இந்த மில் மேலயும், நிர்வாகத்து மேலயும் ரெம்ப அக்கறையும் மரியாதையும் வச்சிருக்கோம் சார். எங்களப்பத்தி உங்களுக்கு யாரோ தப்பா சொல்லிக் குடுத்திருக்காங்க. இல்லாட்டி நீங்களும் இப்பிடி நடக்கிறவங்க இல்ல. போதும் சார், ஒரு வருசத்துக்கு மேல தண்டனை குடுத்துட்டீங்க. தேவையில்லாம எங்கமேல வீண்பழி சுமத்தி இன்னமும் எங்கள பழிவாங்க வேணாம். எல்லாருக்கும் வேலையைக் குடுங்க. மில்லுல ஒவ்வொரு ஸ்பிண்டலும் எப்படி உங்களுக்கு கண்டு ரொப்பித் தருதோ அதவிட அக்கறையா வேலை செய்வோம் சார். இது பதினாறுபேர் சார்பா நான் கேட்டுக்கறேன்."

"ரைட், இத படிச்சுப்பாத்து கையெழுத்துப் போடுங்க அபு, நீங்க பேசுனத, விசாரிச்சத அப்படியே எழுதி இருக்கேன்."

எழுதிய தாள்களை வாங்கிப் படித்துவிட்டு கடைசி வார்த்தையை ஒட்டிக் கையெழுத்திட்டான்.

வெளியில் ராசு காத்திருந்தான் "இவ்வளவு நேரமா?" எனக் கேட்டான்.

"ஒரொருத்தரா வரச்சொல்லி கேள்வியக் கேளுங்கண்ணே" எனக் கிசுகிசுத்து விட்டு வெளியில் வந்தான் அபு.

எதையோ கடத்தி விட்டதைப் போல மனசெங்கும் குதூகலம் பொங்கி வழிந்தது. யாரிடமாவது பகிர்ந்து கொள்ள ஆள் தேடினான். நேரே செல்வியிடம் வந்தான்.

31

அன்னக்கொடி கொதிநிலையில் இருந்தான். எதிலாவது தன்னுடைய ஆகிருதியைக் காட்டினால்தான் தனக்கென இருக்கும் அடையாளத்தை மீட்க முடியும். மலையை விட்டு இறங்கிய இந்தக் காலங்களில் மலையில் காட்டிய பராக்கிரமங்களில் சிறுதுளியும் இங்கே வெளிக்காட்டவில்லை. அம்மா அப்பாவின் கட்டுப்பாட்டில் - கஷ்டப்பட்டு கிட்டித்த மருந்துக் குப்பியை தண்ணீருக்குள் அமிழ்த்தி விடுகிறார்கள். கோபமும் வீரமும் வெறும் வாய்ச் சொல்லிலேயே ஆறிப்போய் விடுகிறது.

அதனால்தான் அந்த கந்துக்காரன் பொண்டாட்டி இத்தனை வாலாட்டுகிறாள். பிரச்சினையை ஆரம்பித்த புதிதிலேயே நறுக்கி இருக்கவேண்டும். பொம்பளை என்று அசால்ட்டாய் விட்டது இன்னைக்கு தோளில் ஏறி உட்கார்ந்து மிரட்டுகிறாள்.

“இல்ல அப்பு, அவ, கேட்டதில எனக்கு பிரச்சினை இல்ல. வருசமெல்லாங் கேட்டுக்கு இருக்கவதான, எங்கவீட்ல பண்ற அலப்பற தா தாங்க முடீல ப்பா.”

எதிர்வரும் மே தினத்தைக் கொண்டாட வேண்டும் எனவும், இந்த ஆண்டின் மையப் பொருளாக, மில் நிர்வாகத்தால் பழிவாங்கப்பட்ட தொழிலாளர்களை மீண்டும் வேலைக்கு எடுத்துக் கொள்ளவும், அவர்களுக்கான வேலையிழப்புக் கால நஷ்ட ஈட்டினை வழங்கக்கோரி, நகரத்தின் அத்தனை உழைப்பாளர்களையும் பங்கு கொள்ளச் செய்யும் ஒரு பிரம்மாண்டமான ஊர்வலத்தையும் பொதுக்கூட்டத்தையும் நடத்தி, அதில் மாநிலத் தலைவர்களை பங்கேற்க வைக்கத் திட்டமிட உள்ளதாகவும் சொன்ன சங்க செயலாளர், அதற்காக தோழர்களைச் சந்திக்க வேண்டுமெனக் கூறினார்... அந்தச் செய்தியைச்

சுமந்து கொண்டு அபு, ஊர்முழுக்கச் சொல்லிவிட்டு அன்னக்கொடி வீட்டுக்கு வந்தபோது, வழக்கம்போல அவன், கிழவன் கிழவியோடு மல்லுக்கட்டிக் கொண்டிருந்தான். இருவரிடமிருந்தும் பிரித்து அவனை மேற்குத்தெரு நாயுடுகள் சாவடிக்கு நகர்த்தி வந்து உட்கார வைத்தான்.

சாவடியை ஒட்டியிருந்த பிச்சையம்மாள் டீக் கடையில் தானாக ஒரு டீ வாங்கிக் குடித்த அன்னக்கொடி, கடைக்குப் பின்புறமிருந்த சின்னக்குளத்துச் சரிவில் இறங்கி ஒண்ணுக்கு அடித்துவிட்டு சாவகாசமாக உட்கார்ந்து பிரச்சினையை ஆரம்பித்தான்.

“எனக்குத் தெரிய, நம்ம ஸ்ட்ரைக் ஆரம்பிச்ச நாள்ல இருந்து இது இழுத்துக்கிட்டு இருக்கு. இல்லியா அன்னக்கொடி?”

அன்னக்கொடி பதில் பேசவில்லை. தனது தூயதான வெள்ளை சட்டை வேட்டியில் ஒட்டியிருந்த தூசுகளை பட்டும் படாமல் தட்டிவிட்டுக் கொண்டிருந்தான். முழுக்கைச் சட்டையும் நெளிவு எடுத்துச் சீவியிருந்த கலையாத தலையும் கைப்பிடிக்குள் அடங்கும் சிறிய வட்டமான முகமும், கருப்பென்றாலும் அளவெடுத்துச் செய்த சிற்பமாய் அமைந்த முக லட்சணங்கள் அவனோடு நெருக்கம் கொள்ளச் செய்தன.

“வேற, இதத் தீக்க வழியே கெடையாதாப்பா?”

“இது சின்ன விசயந்தா அபு, அந்த மோசக்காரெ என்ன மாட்டி விடாட்டி சப்ப விசயந்தா. இப்பவும் இவளுக்கு ஒண்ணும் பெரிய நஷ்டமெல்லாங் கிடையாது. ஏற்கனவே இதுபோல நெறைய எடம் மாத்தி விட்டு எக்கச்சக்கமா சம்பாரிச்சிருக்கா. அந்த ருசியிலதான் இப்பவும் அட்வான்ஸ் பண்ணா, என்ன, அவெ ஊருக்கு வந்தாட்டான்னா உண்மை வெளியாகிடும். அட்வான்ஸ் குடுத்தகாச வாங்கிகிட்டா, ஆனா என்ட்ட, வாங்கவே இல்லேன்னு பசப்புறா. பொம்பள பேச்சுங்கறதால எல்லாரும் அவள, நம்புறாங்க.”

“யே, காசு தரலேன்னுல சொல்றாக.”

“அதுக்கும் எதும் ஆதாரம் வச்சிருக்காளா. இல்லியே.”

அன்னக்கொடியின் பேச்சு அந்தர்பல்டியாய் இருந்தது.

“இல்லேன்னா எதுக்கு நீ பயப்படணும். ஆதாரத்தக் கொண்டு வான்னு சொல்ல வேண்டிதான.”

“நா அதத்தான சொல்றேன். கொண்டு வராமத்தான இருக்கா.”

அன்னக்கொடியின் அப்பா அம்மா சொல்வதற்கும் இவன் சொல்வதற்கும் ஏறுக்குமாறாய் இருந்தது. “பின்ன எதுக்கு வீட்ல வந்து வம்பு கட்டணும்?”

“அவெ ஆளில்லீல்ல, அதனால பொய் சொல்லி எங்கிட்ட பணம் பறிக்கலாம்னு பாக்கறா.”

“பொய் சொன்னா, நீ ஸ்டேசனுக்குப் போக வேண்டிதான, நம்ம தோழர்களக் கூட்டிப் போகலாம்ல. ராசு அண்ணன் அப்பிடித்தான போய் சம்பவத்த முடிச்சிட்டு வந்தார்.”

“ப்ச், நாம் பாக்காத போலீஸ் டேசனா, அவள வேற மாதிரிதா பண்ணனும்.”

“இப்ப ஒம் மேல புகார் குடுத்துப்புட்டாளாமே!”

“ஆமா, எங்கிட்டோ பொய்யான ஒரு டாகுமெண்ட ரெடிபண்ணி என்னிய மாட்டிவிடப் பாக்கறா. இன்ஸ்பெக்டர் சொன்னாரு.”

“என்ன செய்யப் போற?”

“என்ன செய்ய? நாமளும் ஒரு ரிப்போட் தர வேண்டியதுதான்” என்று யோசனையில் ஆட்பட்டவனாய் பார்வையை கீழ்நோக்கினான்.

டீக்கு அபு காசைக் கட்டினான். இன்னும் நாலைந்து பேர்களுக்கு தகவல் தரவேண்டி உள்ளது. சைக்கிள் எடுத்து வந்திருக்கலாம். புதன்கிழமை என்பதால் சும்மா ஊரைப் பார்த்து வரலாம் என்று நடையில் கிளம்பினான். ஊரிலிருந்து அப்பா வந்திருக்கிறார். கறி எடுத்துக் குடுத்திருக்கிறான். இன்று அம்மா, எண்ணெய் தேய்த்துத் தலைமுழுகச் சொல்லியிருந்தது. சாயங்காலம் செல்வியை சினிமாவுக்குக் கூட்டிப்போவதாகவும் சொல்லி இருந்தான். இரண்டுவாரமாக எங்கேயும் அழைத்துப் போகவில்லை. இத்தனையும் அன்னக்கொடியால் சிக்கலாகிப் போனது. அவனது வீட்டில் அத்தனை நேரத்தைச் செலவழித்து இருக்கக் கூடாது.

“சரி அன்னக்கொடி, நா கெளம்பறேன். வேல இருக்கு.”

“கூட்டத் தகவல் சொல்லணும்ன? நானும் கூட வரேன்.”

சாவடியை விட்டு எழுந்தனர். அடுத்த அய்யப்ப நாயுடு தெருவில் ராமராஜ் தோழர் வீடு. அங்கே தகவல் சொல்ல நடந்தனர்.

“ஸ்டேசன்ல சப்-பின்ஸ்பெக்டர் நமக்கு நல்ல பழக்கம் அபு.”

''பெறகு என்னா டக்குன்னு பேசி முடிச்சி விடச் சொல்ல வேண்டிதானப்பா! பாரு, தேவையில்லாம, ஒங்க வீட்ல ஒன்னால, எல்லாரும் டென்சன்ல இருக்காங்கல்ல.”

“ஆமா, சப்இன்ஸ்பெக்டர் சாரு ஒரு யோசனை சொன்னாரு. அதத்தான் செய்ய இருக்கேன்” அபுவின் முகத்தைப் பார்த்தவாறு சொன்னான்.

அபுவுக்கு வீட்டு ஞாபகம் வந்து விட்டது. வெய்யில் ஏறிக்கொண்டிருக்கிறது எண்ணெய் தேய்த்துக் குளிக்காவிட்டால் அம்மா வருத்தப்படும். அப்பாவிடமும் பேச்சுக்கொடுத்து நாளாகிவிட்டது.

பத்மநாபன் பள்ளிக்கூடத்தருகே வந்ததும், “என்னா யோசனைனு கேளுமே” என அபுவைத் தட்டினான். சுய நினைவுக்கு வந்த அபு, அதேபோல் கேட்டான்.

“ஒரு கேசுக்கு எதிர்க் கேஸ் போட்டா தீவிரம் கொறஞ்சு போகுமாம். அதனால அந்த ரவுடி மேல நாம ஒரு கேஸ் பதிவு பண்ணலாம்.”

“அதத்தான் அப்பவே சொன்னேன். ஆதாரமில்லாம என் வீட்ல வந்து கலாட்டா பண்றான்னு குடுத்துட்டா ஒனக்கும் பாதுகாப்புத்தான” அபு எதார்த்தமாகச் சொன்னன்.

“அப்பிடியில்ல, மோசடி கேஸ் ஃபைல் பண்ணனும். அதான் ஸ்ட்ராங்கா இருக்குமாம்.”

அபுவுக்குப் புரியவில்லை.

“ஒரு அம்பது ரூபாய்க்கு நகைப்பட்டறைல ஒரு பித்தாள பேசரி வாங்கிக்கலாம். அத அப்பிடியே ஸ்டேசன்ல குடுத்து தங்க பேசரின்னு என்கிட்ட ஏமாத்தி ஆயிரம் ரூபாய்க்கு அடகு வச்சு என்ன மோசடி பண்ணிட்டா. அப்பிடின்னா இது தங்கம் சம்பந்தப்பட்டதால கேஸ் வலுவாயிடும்” பெருமிதம் வழியும் முகத்தோடு திட்டத்தை விவரித்தான் அன்னக்கொடி.

அபுவுக்கு இது சுத்தமாய்ப் புரியவில்லை. “சும்மாவே, ஒவ்வீட்ட ரவுண்டுக்கு விட்ட பொம்பள இப்பிடி பொய்க் கேசு குடுத்தீன்னா சும்மா இருப்பாளா?”

“கேஸ் ஃபைல் பண்ணதும் அவள ஜெயிலுக்கு பிடிச்சிட்டுப் போய்டுவாங்க. என்னோட கேச வாபஸ் வாங்குனா, அவ கேச வாபஸ் வாங்குவம். என்ன, சரியா?”

கொண்டிச் சாவடி வீதியிலிருந்து அய்யப்ப நாயுடு தெருவுக்கு ஏறிக் கொண்டிருந்தனர். "ச்செரி, எங்குட்டோ நல்லபடியா முடி. நீ சொல்றது எனக்கு வெளங்கல."

"இதெல்லாம் ஒங்கையிலதே இருக்கு அப்பு. நீ தே இத முடிச்சுக் குடுக்கணும்" ராமராஜ் தோழர் வீட்டுக்குள் போக இருந்தவனது கையைப் பிடித்து நிறுத்திச் சொன்னான்.

அன்னக்கொடிக்காக அபுவை, அந்தப் பெண்ணின் மீது - பித்தளை நகையை தங்கநகை எனக் கொடுத்து தன்னை மோசடி செய்து விட்டதாக - போலீசில் புகார் கொடுக்கச் சொன்னான் அன்னக்கொடி. அபுவுக்கு கிறுகிறுத்தது. "ஏய் அந்தப் பொம்பள யாருன்னே எனக்குத் தெரியாது. தெரியாத பொம்பள மேல நான் கேஸ் குடுத்தா?" நினைக்கும்போதே அந்த ரவுடி, தனது வீட்டில் நின்று கலாட்டா செய்வதும், தன்னை குடுமியைப் பிடித்து அடிப்பது போலவும் காட்சியினைக் கண்டான்.

"அதெல்லா நாம் பாத்துக்கறேன். போலீஸ்காரர் முழு சப்போட்டு, அவர் சொல்லித்தே பூரா ஐடியாவும் செய்றேன். நீ மட்டும் இந்த உதவிய செஞ்சிட்டா, நானும் என் குடும்பமும் பெரிய துன்பத்தில இருந்து தப்பி வந்திடுவோம் அபு. ப்ளீஸ்" அன்னக்கொடி கெஞ்சினான். அபுவுக்கு உடம்பு நடுங்கியது.

"வாங்க அபு, அன்னக்கொடி, என்னா வாசல்லயே நின்னுட்டீங்க. உள்ளாற வாங்க. தோழர் வீட்டுக்குள்ள வர என்ன தயக்கம்" சட்டை இல்லாமல் பனியனோடு நின்றிருந்த தோழர் ராமராஜ் வீட்டுக்குள்ளிருந்தபடி இருவரையும் அழைத்தார்.

தோழரையும் அவரது அழைப்பையும் எதிர்பார்க்காத இருவரும் உடல் சிலிர்த்து திடுக்கிட்டு தோழரை நோக்கினர்.

"உள்ள வாங்கப்பா" தோழரது சம்சாரம், தன் சிவந்த மேனியில் நெற்றியில் ஜொலித்த கோபாலத்துடன் சிரித்தபடி கூப்பிட்டார்.

உள்ளே நுழைந்ததும் வீட்டின் பழமை மணத்தது. தடிமன் தடிமனான மதில்களுடன் உயரமான கூரை அமைந்த வரவேற்பறையில் அமர்ந்தனர்.

"நல்ல வெய்யில்ல வந்திருக்கீங்க?" சொன்ன நிமிசத்தில் சுவரில் அறையப்பட்டிருந்த மின்விசிறி சிலுசிலுவென்ற காற்றை வாரி இறைக்க, வீட்டுக்குள்ளிருந்து உயரமான டம்ளரில் மோரும் வந்தது.

அபு, இன்னமும் அதிர்ச்சி மீளாது இருந்தான். அன்னக்கொடி இருவரிடமும் சகஜமாய்ப் பேசினான். "அதொன்னியில்ல தோழர், நம்ம செக்ரட்டரி கூட்டத்துக்கு தாக்கல் சொல்லச் சொன்னாராம். அபு வந்தான் கூடவே நானும் வந்தேன்."

"ஓ! வாய்த் தகவலா?" எப்பொழுதும் நோட்டில் கையெழுத்து வாங்குவார்கள். வீட்டில் ஆளில்லை என்றால் துண்டுக் காகிதத்தில் தகவலை கடிதமாக எழுதிக் கொடுத்துவிட்டு வருவார்கள்.

"புதுப் பொண்ணு எப்பிடி இருக்கு அபு?" தோழரின் சம்சாரம் அபுவிடம் செல்வியை விசாரித்தார்.

"என்னா புதுப் பொண்ணு, மாமெ மகதான. அத்த வீட்டுக்கு வந்திருக்கு" ராமராஜ் தோழர் மனைவிக்கு மறுமொழி சொன்னார்.

"இருந்தாலும், புதுப்பொண்ணு தான? அதுசரி அப்பு, அம்ம வீட்டுக்கு ஒருநா கூப்புட்டு வாய்யா" அவர்கள் சாப்பிட்ட மோர் டம்ளர்களை வாங்கினார்.

"ஆமா அபு, ஒங்கம்மா (தன் மனைவி) வேற, தினந்தினம் சொல்லிக்கிட்டிருக்காங்க. ஒரு நாளைக்கி ரெண்டுபேரும் நம்ம வீட்டுக்கு விருந்துக்கு வாங்க" ராமராஜின் அழைப்பில் நெகிழ்ந்து போன அபு, கண்கள் பணிக்க தலையசைத்தான். செல்வியின் வீட்டிலேயே இன்னும் யாரும் வந்து போகவில்லை. செல்வியின் அம்மா அவ்வப்போது யாரையாவது அனுப்பி மகளது நலம் விசாரித்துக் கொள்வார். ராசுவின் அம்மா மட்டும் ஒருநாள் கறிவிருந்து போட்டு புதுத்துணி எடுத்துத் தந்தார். அனஞ்சுவும், மருதமலையும் விருந்துக்கு அழைப்பு விடுத்து இருக்கிறார்கள்.

"வேற என்னா, அபு வந்ததுலருந்து எதோ மாதரியா இருக்க?" ராமராஜ் தோழர் அபுவின் கண்களை ஊடுருவிக் கேட்டார்.

அன்னக்கொடியின் விசயத்தை தோழரிடம் சொல்லி கூடுதல் ஆலோசனை கேட்கலாமா, அவரும் படக்கென 'ரைட் அபு, அந்தப் பொம்பளமேல கேஸ்குடு'ன்னு சொல்லிட்டா மீற முடியாது. அன்னக்கொடியும் தன்னை விடப் போறதில்ல. தோழர் கிட்ட கேட்டா, காரணத்தோட சொல்லுவார், வேறெதுவும் முன்பின் ஆகிட்டாலும் தாங்கிப் பிடிச்சு கரை சேர்ப்பார். சின்னச்சாமி தோழருமே சொன்னதுதான் "எது ஒண்ணுன்னாலும் யாராச்சும் ஒரு கமிட்டித் தோழருடைய கவனத்துக்கு கொண்டு வந்து செய்யிங்க. அது இயக்கத்துக்கு மட்டுமில்ல உங்களுக்கும் நல்லது."

“அதென்னா தோழர், ஒங்களுக்குத் தெரியாததா?” என அபுவை முந்திக்கொண்டு அன்னக்கொடி பதில் பேசலானான். “எல்லாம் வேலை பிரச்சனைதான் தோழர். விசாரணை முடிஞ்சதும் ஒருவாரத்தில எல்லாமே முடிஞ்சிரும். நிலுவை சம்பளம் கெடச்சிடும், வேலையுமே கண்டிப்பா குடுத்தாகணும்னு சொன்னாங்க. இங்க ஒப்புக்கலேன்னா அடுத்து சென்னை கோர்ட்டுக்குத்தான் போகணும். அதுக்கெல்லாம் நிர்வாகம் செலவழிச்சு போக மாட்டாங்கன்னு சொன்னீங்க, ஆனா ஏறத்தாழ ஒருமாசம் ஆவப்போவுது இன்னம் பதிலையே காணாமே தோழர்?”

ராமராஜ் தோழருக்கும் வருத்தமாகத்தான் இருந்தது. சாதாரண கூலித் தொழிலாளர்கள். வருசம் தாண்டியும் போராட்டத்தில் தாக்குப் பிடித்து நிற்கிறார்கள். இது பெரிய விசயம். கண்ணாமூச்சி காட்டும் நிர்வாகத்தின் ஆட்டத்தை கோர்ட்தான் அடக்க வேண்டும். விசாரணை அதிகாரியின் அறிக்கை எந்த அளவுக்கு இவர்களுக்கு சாதகமாய் இருக்கப் போகிறது? அடுத்த நகர்வு எப்படி இருக்கும் என்பது யாரும் அனுமானிக்க முடியாது. ஆனாலும் சத்தியத்தின் மீதான நம்பிக்கை பொய்ப்பதில்லை.

“அதெல்லாம் நிச்சயமா நல்லதே நடக்கும். லேட்டாகுதுன்னாலே அவங்களுக்குச் சாதகமா இல்லேன்னுதான் அர்த்தம். வரட்டும், சந்தோசமா காத்திருப்போம். அந்தக் காரியத்த சீக்கிரமாக் கொண்டு வரணும்னுதான் நாம, மே தினத்தை மையப்படுத்தி வேலை பாக்கறோம். மாவட்டம் முழுக்க அன்னைக்கி காலையில கொடியேத்திட்டு மாலை மூணுமணிக்கு அனைத்துச் சங்கங்களும் சங்கமிக்கும் சிறப்பு பொதுக்கூட்டம். மாநிலத் தலைவர்கள் வாராங்க. இந்தச் செய்திய மொதல்ல பத்திரிகைகளுக்குத் தருவோம். அனேகமா அந்த நிகழ்வு நடக்கறதுக்குள்ளாற நமக்கு நல்ல தீர்ப்பு வந்திடும்” என நிறுத்தி இருவரையும் தட்டிக் கொடுத்தார்.

“ஒருவேள அதையும் மீறினா, அவங்களுக்கு முன்னால நாம சென்னை கோர்ட்டுக்கு போவம். டெல்லிக்கே போய்க்கூட இவனுகள ஜெயிக்காமத் திரும்பக்கூடாது தோழர்! ஏற்கனவே பிழைப்புக்காக எல்லாரும் வேறவேற வேலைகள்ல எறங்கியாச்சு. அதனால இன்னம் கொஞ்சநாள் பாக்கலாம்” மார்தட்டி சூளுரைத்தான் அன்னக்கொடி.

அபுவுக்கே அவனது முழக்கம் சிலிர்ப்பினை ஏற்படுத்தியது.

“நம்புங்க இந்த மேதினம் நமக்கு ஒரு வரலாற்றுப் பதிவா அமையும் பாருங்க” விடைபெற்று கிளம்பும் சமயம் அன்னக்கொடியின் விசயத்தைக் காதில் போட எத்தனித்தான் அபு. அப்போது சட்டென மீண்டும் நுழைந்த அன்னக்கொடி, “ஒரு முக்கியமான விசயம் தோழர்” என கிசுகிசுத்தான்.

“ஏற்கனவே அப்புவுக்கு ஆளனுப்பிச்சுப் பேசின மாதரி மேனேஜ்மெண்டுலருந்து இப்பவும் ஒரு குருப் கெளம்பி இருக்கு. ஆளுக்கு பத்தாயிரம் தரோம் எழுதிக் குடுத்து ஒதுங்கிக்கங்க. நாங்க கோர்ட்டுல கேச முடிக்கப் போறோம். ஒத்துக்கிட்டா பத்தாயிரம். இல்லியா, சல்லிக்காசுகூட கோர்ட்ல கெடைக்காதுன்னு டீல் பேச வாராங்க. விசியம் காதுக்கு வந்திச்சி. ஆனா நேருக்கு யாரும் வரல” என்றான்.

அபுவுக்கு கலக்கமாய் இருந்தது. அன்னக்கொடி சொல்வது உண்மையா? இவனுக்கு மட்டும் எப்படி இப்படியான செய்திகளெல்லாம் தேடி வருகின்றன?

“இருக்கலாம் தோழர், கேஸ் முடிகிற காலத்தில இதுமாதிரி பிரிச்சுவிட்டு கேச குளோஸ் பண்ணுகிற டெக்னிக் நிறைய நடக்கும். எது ஒண்ணுன்னாலும் உடனடியா கமிட்டிக்கு தெரியப்படுத்தீடுங்க. தோழர்கள்கிட்டயும் யாரும் பேசக்கூப்பிட்டா சங்கத்துல பேசிக்கங்கன்னு சொல்லச் சொல்லுங்க” ராமராஜ் தோழரும் பதட்டம் அடைந்திருந்தார்.

“சரிங் தோழர், கெளம்பறோம். அபு வந்து, ரெம்ப நேரமாச்சி” அன்னக்கொடி அவசரமாய் அபுவை இழுத்தான். அவனது கையை விலக்கிய அபு, “நானும் ஒரு முக்கியமான விசியம் சொல்லணும் தோழர்” என்றான்.

“ம், சொல்லு அபு” இதை எதிர்பார்த்தது போல ராமராஜ் தோழர் மறுபடி தனது ஆசனத்தில் அமர்ந்தார்

அன்னக்கொடியின் சிக்கல்களையும், வீட்டில் அந்தப் பெண் வந்து போடும் கலாட்டாக்களையும், அதனால் அவரது தாய் தகப்பனார், மனைவி படும் அவஸ்தைகளையும் ஒப்பித்து இறுதியாக போலீஸ்காரர் சொன்ன பொய்க்கேஸ் போடும் தீர்வையும் சொல்லி முடித்தான்.

இப்போதான் பாரம் நீங்கிய உணர்வு ஏற்பட்டது அபுவிற்கு.

அன்னக்கொடி தனது தலையை வேறு பக்கம் திருப்பி இருந்தான். ராமராஜ் தோழர் ஒருநிமிடம் இறுக்கமாய் இருந்தார்.

"சொல்லுங்க அன்னக்கொடி, போலீஸ்ல ரிப்போட் தரப் போறீங்களா?"

"ஆமா தோழர், சப்-பின்ஸ்பெட்டர் சொன்னார். கேசுக்கு எதிர்க் கேசு போட்டா..."

"ரைட்டு, அவரு ஆயிரம் சொல்லட்டும். நாம ஒரு இயக்கம் இல்லியா? நாம, நம்ம பிரச்சனைய எப்படித் தீக்கறதுன்னுதா யோசிக்கணும். இப்பிடி பொய்க்கேஸ் போடறதுங்கற ஒரு எடத்துக்கே நாம யோசிக்கக் கூடாது தோழர். அது என்ன விளைவ வேண்ணாலும் தரட்டும். ஆனா உண்மையின் வழிதான் நிக்கணும். பொய்யின்ன வார்த்தை வந்தா அதுபத்தி பேசவே கூடாது. நேர்மையா எதிர்கொள்ளத்தான் வழி தேடணும். அதனால, இந்த பிரச்சினைய விட்ருங்க, அதும் அபுவ இதில எங்களோட அனுமதி இல்லாம சம்பந்தப்பட வைக்கக்கூடாது. நேரடியா எப்ப எப்படி பேசணும்னு சொல்லுங்க நாமளே அந்தம்மாவக் கூப்பிட்டுப் பேசுவோம்."

32

அப்படி இப்படி என மே தினம் ஓடி வந்துவிட்டது. இன்னும் இரண்டே வாரங்கள். பதினான்கு நாட்கள் மட்டுமே இருந்தன. சங்கத்தின் மாநிலச் செயலாளர் கோவைக்கு கொடுத்திருந்த தேதியை இங்கே மாற்றிக் கொண்டார். அவர் வருவது உறுதியானதும் சகோதரச் சங்கங்களின் மாநிலத் தலைவர்களும் வருவதாக ஒப்புதல் அளித்தனர்.

"கிட்டத்தட்ட மாநில மாநாடுபோல நடக்கும் போலயே?" என சங்கச் செயலாளரும் சின்னச்சாமியும் பகிர்ந்து கொண்டார்கள். தலைவர்கள் வருகை நிச்சயமானதும் மாவட்டத்தில் இருக்கும் மில்களுக்குச் சென்று சகோதரச் சங்கத்தவர்களைச் சந்திப்பதும், வாய்ப்புள்ள இடங்களில் நுழைவாயில் கூட்டங்கள் ஏற்பாடு செய்து தொழிலாளர்களை மே தினத்துக்கு நேரடி அழைப்பு விடுப்பதுமான வேலைகள் அதிகமாக இருந்தன. சங்கத் தோழர்களோடு பதினாறு பேருக்குமே தினசரி வேலை இருந்தது. அவர்கள் மற்ற மில்களுக்கோ வேலைத்தளங்களுக்கோ சென்று பேசும்போது உங்களுக்காக இந்த மே தினத்தைப் பயன்படுத்துவோம் என அனைவரும் ஆதரவாகப் பேசினார்கள்.

"இது நம்ம வீட்டு விசேசமப்பா! அன்னைக்கிப் பாரு தேனி பசாரவே தயிரு கடஞ்சாப்ல கடஞ்சிருவோம்" டீ வாங்கி உபசரித்ததோடு கூட்டச் செலவுக்கு பணமும் தந்து அனுப்பினார்கள்.

கூட்ட ஏற்பாடுகள் சம்பந்தமாகப் பேச வாழவந்தானும், ஜோதிராமும் திடீரென வந்தார்கள். பொதுக்கூட்டத்துக்கு வாழவந்தான் தலைமை தாங்க வேண்டுமென தோழர்கள் விருப்பம் வைத்தார்கள். அதற்கு வாய்ப்பில்லை என ஜோதிராம் முற்றுப்புள்ளி வைத்தார்.

மே தினம் நாடு முழுவதும் ஒரேநாளில் கொண்டாடப்படுவதால், எல்லா ஊர்களிலும் கொடியேற்றவும் கூட்டங்கள் நடத்தவும் வேண்டும். மதுரையில் மாவட்ட அலுவலகம் இருப்பதால் முக்கியத் தலைவர்கள் நின்று செயல்பட வேண்டும் என விளக்கினார்.

“நாங்களும் அங்க பொதுக்கூட்டம் போடுறம் அனஞ்சு, இதே ஒங்க பிரச்சினைய மையமா வச்சித்தான் பேச இருக்கோம். அனேகமா தமிழ்நாடு முழுக்க இந்தப் பிரச்சினையத்தான் எல்லாரும் பேசுவாங்க. அதனால பெருந்தலைவர்கள் வந்து எறங்கற இந்த எடத்த எவ்வளவுக் கெவ்வளவு பிரபல்யப்படுத்தணுமோ அதச் செய்யிங்க. நாம, வாரது போறது பெரிய விசயமில்ல நாளைக்கே கூட வந்து போகலாம்” என உற்சாகப்படுத்தினார் வாழவந்தான். அந்தக் கூட்டத்தில ஒரு முக்கியமான காரியத்தச் செய்யணும் அதச் சொல்லத்தான் வந்தோம். அது என்னன்னா கூட்டத்துக்கு வந்திருக்கிற அத்தனை தலைவர்களும் ஏற்கும் முகமான ஒரு தீர்மானத்தை நாம முன்மொழிய வேணும்” என்றார்.

“அது எப்பிடி தோழர்? மாநாடுகள்ல தான தீர்மானம் போடுவோம்” சந்தேகம் கேட்டார் செயலாளர்.

“உண்மதான். ஆனா, இப்ப நமக்கு சாதகமான சூழல் அமஞ்சிருக்கு இல்லியா, இந்தப் பிரச்சினைக்காக, அத்தனை தொழிற்சங்கங்களும் ஆதரவு தந்து மேடை ஏறி நமக்காக பேசவும் செய்றாங்க. அந்த ஆதரவுக் குரலை ஒரு தீர்மானமாக் கொண்டு வரலாமேன்னு மாவட்டக் கமிட்டில பேசினோம்.”

“அதுக்கு மத்தவங்க ஒத்துக்கணும்ல.”

“தலைமைத் தோழர்கள் பேசிகிட்டிருக்காங்க. பலர் ஒத்துக்கிட்டாங்க. அதுதான் அந்தச் செய்திய பத்திரிகைகளுக்கு முழுசாச் சொல்லாம, கசிய விடுற மாதரி அறிக்கை கொடுங்க. எல்லாம் ஒருவிதமான உத்திதான். இதன் பலனாக லேபர் கோர்ட்டும், மில் நிர்வாகமும் வேகமா கேச முடிச்சாங்கன்னா நல்லதுதான?”

“சொல்லுங்க தோழர் என்ன தீர்மானம்?” பேப்பரும் கையுமாய் நின்றார் செயலாளர்.

“வேலைநீக்கம் செய்துள்ள பதினாறு தொழிலாளர்களையும் நிர்வாகம் உடனடியாய் வேலைக்கு எடுக்க வேண்டும். அதோடு வேலை இழப்பு காலங்களுக்கு உரிய இழப்பீடும் தரவேண்டும் என இந்த மேடை சம்பந்தப்பட்ட நிர்வாகத்தை வலியுறுத்துகிறது.

இதனை மாவட்ட ஆட்சியரும் கவனத்தில் கொண்டு ஆவன செய்ய வேண்டும். பாதிக்கப்பட்ட இந்தத் தொழிலாளர்களுக்கு ஆதரவாக அனைத்து சங்கங்களும் ஒருநாள் அடையாள வேலைநிறுத்தம் செய்வது என இந்தமேடை தீர்மானம் நிறைவேற்றுகிறது."

சங்கச் செயலாளர் பரபரத்தார், "தோழர் இத பத்திரிகைச் செய்தியாக்கிடணுமே" என்றார். "கண்டிப்பா ஆக்குங்க. ஊர்வலத்தோட தன்மை உட்பட செய்தியா குடுத்தா நல்லது."

உடனடியாய் ராசு, நகரத்திலுள்ள பத்திரிகை நிருபர்களுக்குத் தகவல் தந்தான். வாழவந்தான் தோழர் மேதின ஊர்வலம் சம்பந்தமாகவும், அனைத்துச் சங்கங்களும் பங்கேற்கும் பொதுக்கூட்டம் குறித்தும் விளக்கிச் சொன்னார். அந்த மேடையில் அனைத்து தொழிற்சங்கங்கள் சார்பில் முக்கியமான தீர்மானம் ஒன்று நிறைவேற்ற எண்ணியிருப்பதாகவும் சொன்னார்.

"என்ன தீர்மானம்னு முடிவு பண்ணிட்டீங்களா?"

"பேசிக்கிட்டிருக்கம். முடிவானதும் சொல்றம்."

"பதினாறு பேர் சம்பந்தமான தீர்மானம்தானே."

"மே தின ஊர்வலமும் அனைத்துச் சங்க பொதுக்கூட்டமும் அதை வலியுறுத்திதானே செய்றம். இன்னும் வலிமையான இயக்கத்துக்குன்னு வச்சுக்கங்க."

"ஒருவேளை எல்லா சங்கங்களும் சேர்ந்து மறுபடி ஸ்ட்ரைக் அறிவிப்பு செய்யப் போறீங்களா?"

"எல்லாச் சங்கங்களும் இணைஞ்சிருக்கம். எதுவேணாலும் நடக்கலாம்."

மறுநாள் எதிர்பார்த்தபடியே 'அனைத்துச் சங்கங்கள் இணைந்து வேலைநிறுத்தம் செய்ய திட்டம். மே தின அறிவிப்பா?' என தினசரிகளில் செய்திகள் வந்தன.

நகரம் பரபரப்பானது.

33

சங்க அலுவலகத்தில் கால்வைக்க இடமில்லை.

தோரணக் கொடிகள், ஊர்வலத்தில் கையில் பிடிக்கும் துணிக்கொடிகள் மேதினத்தின் வயதைக் குறிக்கும் எண்ணிக்கையில் செந்தொண்டர்கள் ஏந்திவரும் பதாகைகள், ஊர்வாரியான பேனர்கள், ஊர்வலப் பாதையில் ஊன்றுவதற்காகக் கொண்டுவரப்பட்ட சவுக்கு, கமுகு மரங்கள், முக்கியவீதிகளின் முனைகளில் அலங்காரப் பந்தலுக்காக வெட்டிவரப்பட்ட விசிறி வாழைக் குருத்துகள், கல்வாழைத் தண்டுகள், தென்னங்கீற்றுகள், பந்தலில் தொங்கும் குஞ்சங்களாகக் கட்டித் தொங்க விடுவதற்காகக் கொண்டு வந்த பப்ளிமாஸ், தென்னம்பாளை, மற்றும் ஈச்ச விளார்கள், இன்னும் பச்சை மூங்கில்கள், கேரளா பாணியில் மேடைத் திடலின் முகப்பிலும் பக்கவாட்டிலும் அமைக்கவிருக்கும் மின்விளக்கு அலங்காரத்திற்காக அன்னக்கொடி பிரத்தியேகமாகச் சேகரித்துக் கொண்டுவந்த காலாவதியான வெண்குழல் விளக்குகள், கயறுக்கட்டுகள், ஐம்புரிச் சணல் பந்துகள் என ஆளே நுழைய முடியவில்லை. இதில் கொடிகள் தைக்க இரண்டு தையல் மெசின்கள், காகிதத் தோரணங்கள் ஒட்டுவதற்காக பசை காய்ச்ச வைத்திருக்கும் கிழங்குமாவுப் பொட்டலங்களும், ஈயச்சட்டிகளும் தனி. மூன்று இரவுகள் சங்க அலுவலகத்துக்கு வெளியே மைல் கணக்கில் சரடைக் கட்டி காகிதத் தோரணம் ஒட்டியும் இன்னும் தீரவில்லை... பகல் முழுவதும் முச்சந்திப் பிரச்சாரமும், வீடுகள் தவறாமல் நோட்டீஸ் விநியோகமும், கூடவே உண்டியல், பண வசூலும் நடந்தது. இரவில் கொடித் தோரணத் தயாரிப்பும், அலங்காரப் பொருட்கள் வடிவமைப்பும் என அலுவலகம் கலகலத்தது... தோரணம் ஒட்ட, சங்கத் தோழர்கள், தொழிலாளர்கள் மட்டுமல்லாமல், வீதியில்

வேலை செய்தபடியால் பொதுமக்களும் சிறுவர் குழாமும் வந்து தம்மை இணைத்துக் கொண்டது சிறப்பு...

இன்னும் நாலு நாள். நாளை மறுநாளில் இருந்து ஊர்வலப் பாதையில் அலங்கார வளைவுகள், கொடிமரங்கள் ஊன்றப்படவேண்டும். காகிதத்தோரணம் பச்சை மர அலங்கரிப்புகள் முதல்நாள் இரவில் அமைத்தால் போதும். நாளைக்கு தன்னுடைய மின்விளக்கு அலங்கரிப்பு வேலையைத் தொடங்கப் போவதாய் அன்னக்கொடி சொல்லி இருந்தான்.

கொடைக்கானல் மலை மன்னவனூர்க் கூப்பில் இருந்து வரும் சவுக்கு மர லோடு லாரிக்காகக் காத்திருந்தார் அனஞ்சு. செந்தொண்டர் பிடித்துப் போகும் நூறு கொடிக் குச்சிகள் ஒரேமாதரி கணத்தில் கேட்டிருந்தார்.

"லோடு லாரியெல்லாம் நைட்லதான வரும்?" கொடி தைத்துக் கொண்டிருந்த தையல் தோழர், அனஞ்சுவிடம் கேட்டார்.

"பாஸ் வாங்கித்தான லோடு ஏத்துறம். ராத்தரில வந்தா ட்ராபிக் இருக்காது. மத்தபடி இதொண்ணும் கடத்தல் பொருள் கிடையாதே" விளக்கிச் சொன்னார் அனஞ்சு.

"மொள்ளமா வரட்டும் அனஞ்சண்ணே, ஏற்கனவே இங்க கால் மிதிக்க வகையில்லாமக் கெடக்கு. இதில அதுகள எங்குட்டு அடுக்க?" ஆனந்தன், தையல்க்காரருக்கு உதவியாக தைத்தவற்றை வாங்கி அடுக்கும் வேலைகளைச் செய்தபடி இருந்தான். இன்னும் பூலோகம், ராசேந்திரன், ராசு, எத்திராஜ் ஆகிய தோழர்கள் அங்கேதான் இருந்தார்கள். சங்கச் செயலாளர் உள்ளறையில் உட்கார்ந்து எழுத்து வேலையில் இருந்தார். ஏனையோர் ஊருக்குள், வசூல், தகவல், நோட்டீஸ் விநியோகம் என பரவலாகி இருந்தனர்.

"நேத்துச் சந்தையில நல்ல பேச்சா இருந்துச்சாம். நம்ம வெங்காய ஏவாரம் பாக்கும் ரவியண்ணே சொன்னாரு" எத்திராஜ் அருகிலிருந்த அனஞ்சுவிடம் சொன்னான்.

"ஆமா, அந்தச் சொவத்துல பெருஸ்சா எழுதச் சொன்னது யாரு, நாந்தான? கண்ணிலாதவனக் கூட பார்ரா பார்ரான்னு பாக்க வெக்கிற ஏரியா இல்லியா?" சுவர் விளம்பரத்தில் தனது பங்கினை வெளிச்சம் போட்டுச் சொன்னான் பூலோகம்.

"ஆமா, அந்த வெளம்பரம், ரெம்ப முக்கியம். ஊருக்குள்ள நாலஞ்சு எடம்னாலும் பளிச்சினு எழுதிட்டாக" அனஞ்சுவும் ஆமோதித்தார்.

அச்சமயம் செயலாளர் எழுத்து வேலையிலிருந்து ஒருகணம் விலகி புன்னகைத்தார்.

"ஏந்தோழர், அப்ப... பொதுக்கூட்டம் முடிஞ்சதும் எல்லாச் சங்கமும் ஸ்ட்ரைக் அடிச்சிடுமா?" ராசேந்திரன் செயலாளரை உலுப்பினான். விசாரணை முடிந்ததும் விடிவு பிறக்கும் என்ற பேச்சுகளும் சட்டென முடியாமல் கானலாய் நீண்டுகொண்டே போவதில் சங்கடமாய் இருந்தது.

"என்னைக்கின்ன தேதிய மேடைல தான சொல்லப் போறம்" தலையை உயர்த்தாமல் எழுதியபடியே பதில் சொன்னார்.

"என்னக்கித் தேதி தோழர்? ஆனந்தன்.

"எல்லாத்தையும் நாமளே முடிவு செய்யக் கூடாதுல்ல. மேடைல வச்சு எல்லா சங்கத் தலைவர்களோட பேசி அவங்க வாயால சொல்ல வச்சாத்தான் சரியா நடக்கும்."

"அதுங்குள்ள, இங்க இருந்து எதும் பதில் வந்திட்டாலும் சரித்தேங்கிறீக."

"ஆமா, அது வந்திட்டாத்தே பிரச்சினை ஸால்வ்" பேனாவை மூடி வைத்து நிமிர்ந்தார். பேச்சு ஓடும்போது எழுத்து ஓடாது.

"வந்திரும்னு நீங்களும் நம்புறீக?" பூலோகம் சிரித்தபடி கேட்டான்.

"கண்டிப்பா வரும் பூலோகம். எனக்கு முழு நம்பிக்க இருக்கு."

"அப்பறம் எதுக்கு தோழர் ஊர்கோலம் பொதுக்கூட்டமெல்லா?"

"ம்? ஒங்க ஆயாவுக்கு நலுங்கு வக்கெ" எனக் கோபித்த அனஞ்சு, "அதெல்லாமா உங்கிட்டச் சொல்லிக்கிருப்பாக? தோசயச் சுட்டுப் போட்டா, மடங்கி ஒக்காந்து திங்கிற வேலய மட்டும் பார்ரா! வேலயத்துப் போயி தொளைய எண்ணிக்கிருக்காத" என சத்தம் போட்டார்.

மென்மையாய்ச் சிரித்த செயலாளர் "காரணம் இல்லாம காரியம் இல்ல பூலோகம். இது நாம செய்ய வேண்டிய முகியமான வேலைல ஒண்ணு" என்றபோது கலவரமான முகத்துடன் அரக்கப் பரக்க விழித்தபடி பாண்டியன் அலுவலகத்துள் நுழைந்தார்.

34

செல்வி, அம்மாவின் நெஞ்சில் சாய்ந்திருந்தாள். அம்மாவின் மாராப்பு செல்வியின் கண்ணீரால் ஊறிப்போனது. அம்மாவின் இறுக்கம் செல்விக்கு பெருத்த அபயத்தை அளித்தது. அம்மாவும் கோழிக்குஞ்சைக் காத்ததுபோல கைகளைச் சிறகாய் விரித்து அணைத்துக் கொண்டார். இருவரது விகசிப்புகளும் ஒருபுள்ளியில் இணைந்து அமைதி தேடின.

சிவகாமி, திடுமென வந்து நின்ற தம்பியையும் தம்பி சம்சாரத்தையும் கண்டதும் திகைத்துப் போய் நின்றார். சேதி கேள்விப்பட்டதும் கண்ணம்மா, பாதிச் சாப்பாட்டில் கைகளைக் கழுவியும் கழுவாமலும், சேலைத் தலைப்பில் துடைத்தபடி வாசலுக்கு வந்தார். செல்வியின் அப்பா அன்னகாமு இன்னும் வாசல்படியைக் கடந்து வீட்டுக்குள் கால் வைக்கவில்லை.

“வாங்கய்யா!” கண்ணம்மா, செல்வியின் அப்பாவை வரவேற்றார். சிவகாமியிடம் அவரை வீட்டுக்குள் கூப்பிடச் சொல்லி சைகை காட்டினார்.

“யேன்? கூப்புட்டாத்தே வருவாகளோ? மக வீடுதான. இன்னம் உறுத்தா அக்காவக் குடுத்த எடந்தான. புதுசா என்னா இருக்கு? நாங்கள்லா என்னைக்கிம் பழைய ஆளுகதே” என்றார்.

“அட, ச்சும்மா உள்ள வாங்கய்யா, நீரு அடிச்சு நீரு வெலகியா போகும்? ஒங் கூடப் பொறந்தாளப் பத்தி நாஞ் சொல்லித்தே ஒங்களுக்குத் தெரியணுமா? வாய்லதே இம்பிட்டு பாட்டுப்பாடுமே ஒழிய, ரவ்வும் பகலும் தம்பி எப்ப வருவாக, மதனி என்னைக்கி வருவாகன்னு வீதில ஒருகண்ணும் வீட்டுக்குள்ள ஒருகண்ணுமா அலபாஞ்சிக்கிட்டிருந்தா பாவம். வாங்க, சிவாமி, ஏம்மா

செலுவீ அய்யாவுக்கு ஒரு பெஞ்சியத் தூக்கிப் போடு ஒக்காரட்டும்" சுவரில் சாய்த்து இருந்த மடக்குச் சேரை தானே எடுத்து வந்து விரித்துப் போட்டார் கண்ணம்மா.

"அய்யோ பெரியவங்க, நீங்க ஒக்காருங்கம்மா" கண்ணம்மாவின் உபசரிப்பு அன்னகாமுவுக்கு அவஸ்தையைக் கொடுத்தது. உட்கார்ந்தார்.

சொல்லி வைத்தது மாதரி அபு, வாசலில் சைக்கிளை நிறுத்திவிட்டு கையில் முட்டாசுப் பார்சலோடு வீட்டுக்குள் நுழைந்தான். சேரில் அமர்ந்திருந்த மாமாவைப் பார்த்ததும் திடுக்கென மனசில் தீப்பிடித்தது. கை கால்கள் உதறலெடுத்தன. ஒரு வினாடி வாசலைத் தாண்டாமல் நிலைப்படியிலேயே நின்றான். அவரும் அபுவைப் பார்த்து ஒருகணம் ஆளை அளந்தார். அடுத்து பாராமுகமாய் திருப்பிக் கொண்டார்.

"வாங்... மாமா" காய்ந்துபோன குரலில் அழைத்தவன், தொண்டையைச் செருமிச் ஈரப்படுத்திக் கொண்டு, மறுபடியும் வரவேற்றான்.

"தம்பி, வாங்கன்னு கேக்கறான் யா" கண்ணம்மா அபுவின் தோள்மீது கைபோட்டு அணைத்து வந்து அவருக்கெதிரே நிறுத்தினார். ஓரக்கண்ணால் ஒரு பார்வை அபுவைப் பார்த்தவர் "க்கும்" எனச் செருமி கடமையை முடித்துக் கொண்டார்.

வீட்டுக்குள்ளிருந்த அத்தையிடமும் பேசினான். அத்தை அவனை களவாணிப் பயலே என்பது போல பார்த்தது.

"என்னாடா கையில?" கண்ணம்மாதான் கேட்டார். சிவகாமி, "காப்பி வாங்கவா கலர் வாங்கவா?" என செல்வியிடம் கிசுகிசுப்பாய்க் கேட்டுக்கொண்டிருந்தார்.

"முட்டாசு ம்மா."

பொம்மைய கவுண்டன் பட்டிப் பக்கம் வசூல் இருக்கும்போது செட்டியார் கடையில் சுடச்சுட சக்கரைப் பாகு ஒழுக ஒழுக முட்டாசு வாழை இலையில் மடித்து வாங்கி வருவான். அம்மாவுக்குப் பிடிக்கும் செல்வியும் விருப்பமாய்க் கேட்பாள்.

"சரி, டக்குன்னு போய் சூடா வட எதும் போட்ருந்தா வாங்கிகிட்டு காப்பி வாங்கியா" கண்ணம்மா உத்தரவிட, சிவகாமி தூக்குவாளி எடுத்து நீட்டினார்.

தூக்குவாளியைக் கண்ட அன்னகாமு எழுந்தார் "என்னா செய்ற?" செல்வியின் அருகில் இருந்த மனைவிக்கு அழைப்பு விட்டார்.

உள்ளிருந்து எந்தப் பதிலும் வரவில்லை. அம்மாவால் மகளை இன்னும் முழுசாய்ப் பார்க்கவே இல்லை. அதுங்குள்ள இந்த மனுசனுக்கு என்னா அவசரம்?

ஆனால் அன்னகாமுவால் வெகுநேரம் இந்த வீட்டில் இருக்க முடியாது. இந்த பொட்டச்சியினாலயும், ஊர்ப்பயலுகளாலயுந்தா இப்படி வந்து மானம் மருவாதிய விட்டுப்பிட்டு நிக்க வேண்டியிருக்கு. ச்சை!

“ந்தா... எனக்கு தேனில ஒரு சோலி இருக்குன்னு சொன்னேன்ல? நா அப்புடியே அங்கருந்து கெளம்பறே. நிய்யுங் காலாகாலத்தில வீடு வந்துசேரு” என மனைவிக்கு உத்தரவு போட்டவர், கண்ணம்மாவை அக்கா என அழைத்தார். “எனக்குச் சோலி கெடக்குக்கா, எதோ துணிமணிகளக் குடுக்கணும்னு சொன்னா. குடுத்தாச்சு. வாரன்க்கா” வணக்கம் சொல்லி கும்பிட்டுக் கிளம்பியவரை கூடிய மட்டும் நிறுத்திப் பார்த்தார் முடியவில்லை.

அன்னைக்கி நிகழ்ச்சிக்குப் பிறகு அபுவோ செல்வியோ நாலைந்து முறை வீரபாண்டி போயிருந்தாலும், ஊருக்குள் போக வாய்த்ததில்லை. மாரியம்மன் கோயிலுக்கும், ஈஸ்வரன் கோயிலுக்கும் தரிசனம் செய்துவிட்டு, மிஞ்சிப்போனால் ராஜவாய்க்காலில் இறங்கி கால் நனைக்க ஆசைப்படும் செல்விக்காக வாய்க்கால் கரைவழியே வயல்களை வேடிக்கை பார்த்தபடி நடந்து காற்றில் தனது சுவாசத்தைக் கரைத்தபடி பொட்டியம்மன் கோயில்வரை அழைத்துப் போயிருக்கிறான். அதுவே ஊரின் ஒரு பகுதிதான். அதற்குமேல் போகத் துணிவில்லை. செல்வியுமே பொட்டியம்மனை நடுக்கத்துடனேதான் கும்பிட்டாள். எந்த நேரமும் இருவரையும் பிரித்து விடலாம். ஊருக்குள் அதுபோல் நிறையச் சம்பவம் நடந்திருக்கிறது.

இன்றைக்கு திடுமென அத்தையும் மாமாவையும் வீட்டுக்குள் பார்த்ததை அபுவால் நம்பவே முடியவில்லை. கிராமத்து மனுசங்க மனசத் தேத்த நாளாகும் என பலரும் சொல்லியிருந்தனர். மூன்று மாசத்திலேயே அதிசயம் நிகழும் என எதிர்பார்க்கவில்லை. ஒருமாசம் வரை பிரித்து விடுவார்களோ, தாக்குதல் நடத்துவார்களோ எனும் எதிர்பார்ப்பிலேயே எங்கேயும் இயல்பாய்ப் போகவோ நிற்கவோ முடியவில்லை. யாரைப் பார்த்தாலும் எதிரியாகவே மதிக்கத் தோன்றியது.

அத்தையின் தூது அவ்வப்போது பற்பல வழிகளில் வந்து கொண்டே இருந்ததுதான் சின்னதான நம்பிக்கையை விதைத்தது.

கண்ணம்மாவும், பட்டாளத்தய்யாவும் நிறைய தேறுதல் வார்த்தைகளை இருவருக்கும் தனித்தனியாய் விதைத்தார்கள். "ஆயுசுல ஆயிரம் பேரப் பாத்தாச்சு அப்பு. அதுல ஒண்ணுகூட ஒச்சமானதில்ல. மறிச்சு நின்ன மச்சான்காரன வெட்டிப்போட்டுச் சேந்த சோடியவே அப்பனும் ஆத்தாளும் ஆதரிச்சு இருக்காக. என்னா, இது அஞ்சு நாளுன்னா, அது ஆறு நாளு ஆகும். கொஞ்சம் பொறுத்து, தாம்சம் பண்ணி நிக்கெணும். அவ்வளவுதே."

இதனைக் கேள்விப்பட்டால் பட்டாளத்தய்யாவும் - கண்ணம்மா அம்மாவைப்போல வெகுவாய் சந்தோசம் கொள்வார்.

கருப்பய்யா கடையில் உளுந்தவடை வாங்கியவன், ஏவிஎம் மிக்சர் ஸ்டாலில், பால்பன்னும் மிக்சரும் சேர்த்து வாங்கினான். மாமா பால்பன் விரும்பிச் சாப்பிடுவார். டீ மாஸ்டரிடம், தனிப்பால் காய்ச்சி, ஸ்பெசல் காப்பி போடச் சொன்னான்.

வீட்டை நெருங்குகையில், மாமா மஞ்சள்ப் பையுடன், வெளியேறிக் கொண்டிருந்தது சங்கடமாயிருந்தது. வீட்டைக் கடந்து நடந்து கொண்டிருந்தார். இவனைப் பார்த்தும் பார்க்காத மாதரி நடையை எட்டிப் போட்டார். அவரைப் பார்த்தபடியே நின்ற அபு, காப்பித் தூக்கோடு அவரை நோக்கி கை நீட்டினான்.

"ம் மாமா???"

அவனது குரல் கேட்டு திரும்பிப் பார்த்தவர், 'நா ஒன்னப் பாக்கல' என்பது மாதரி பார்வையைத் திருப்பிக் கொண்டார்.

மாமா தெருமுனை திரும்பும்வரை அசையாமல் நின்று கொண்டிருந்தான். கண்ணுக்கு மறைந்ததும் ஏதோ ஞாபகம் வந்தவனாய் வேகமாய் நடந்தான். "அத்தை?"

வாசலில் செருப்பைக் கழட்டிவிட்டு நுழைந்தபோது மாமா உட்கார்ந்திருந்த சேரில் வேறொருவர் உட்கார்ந்திருந்தார். வயசாளி; பட்டாளத்தய்யாவா? மனசு மலர்ந்தது.

"ந்தா அப்பு வந்துட்டான்" சிவகாமி கண்களால் அவனைச் சுட்டிச் சொன்னார். அருகில் நின்ற கண்ணம்மாவும், இன்னுமொரு பெண்ணும் அபுவை நோக்கினார்கள்.

தூக்குவாளியையும், பொட்டலங்களையும் அம்மாவிடம் கொடுத்த அபு, புதியவர்களை வியப்பாகப் பார்த்தான். அன்னக்கொடியின், மனைவி தமிழரசியும் அவனது அப்பாவும் வந்திருந்தார்கள்.

"வாங் க்கா! அய்யா? வாங்க" குள்ளமான சிறுத்த உடம்பு கொண்ட அவர், அபுவைக் கண்டதும் சட்டென எழுந்து, "வாய்யா" என அபுவையே வரவேற்றார். தமிழரசி முகம் இருண்டு கிடப்பதாய் அபுவுக்குப் பட்டது. ஒருவேளை வீட்டின் இருட்டா?

"இதக் கொணாந்து ஒராள் வீட்ல குடுத்துட்டுப் போறாரு அப்பு" தனது ஜாக்கட்டுக்குள்ளிருந்து கத்தையாக பணத்தை எடுத்துக் காட்டினாள் தமிழரசி.

யாரு எனக் கேட்பதற்கு முன்னால், அன்னக்கொடியின் அய்யா பேச ஆரம்பித்தார். "மில்லுல இருந்து கௌளர்க் ஒராள் பைக்குல வந்து குடுத்தாரு. என்னாதுன்னு கேட்டா, அன்னக்கொடிய மில்லுக்கு வரச்சொல்லுங்க ன்னுட்டுப் போறாரு. இந்தப்பிள்ள என்னான்னா, ஸ்டைக்குச் சம்பளம் கேட்டு கேஸ் போட்டு இருக்கீகள்ல அந்தக் காசா இருக்கும்னு சொல்லுச்சு. எனக்கு அது ஒவப்பா இல்ல. அதுதே, சரி ஒன்ட்ட கேட்டு வரலாம்னு வந்தே."

பணத்தை கத்தையாகக் கொண்டுவந்து வீட்டில் போட்டுவிட்டு கொஞ்சநேரத்தில் போலீசை அனுப்பி விவகாரம் பண்ணினால் சமாளிக்க முடியாது. அதனால் சங்கத்துக்குப் போய் விடுவோம் என உடனுக்குடனே தமிழரசியை இழுத்துக் கொண்டு வந்து விட்டார் கிழவர். கேரளாவில் இதெல்லாம் சகஜமாய் நடக்கிறது.

"அன்னக்கொடி?" அபு பணத்தைப் பார்த்தபடியே கேட்டான். அப்போது உள்ளிருந்து செல்வியும் அவளது அம்மாவும் வெளியில் வந்தனர்.

"அந்தப் படவாயனக் காணல. அவெ வாரவரைக்கும் லேட்டுப் பண்ண வாண்டாம்னு தோனுச்சு அப்பு. பாக்கிச் சம்பளம், தபால்ல வரும் இல்லாட்டி, உங்களக் கூப்புட்டுக் குடுப்பாங்க, ஆரோ ஒர்த்தன், எதோ லெட்டர வீசுனாப்பல பணத்த வீசீட்டுப் போறான்னா உசாரா இருக்கணும்ல?"

அவரது ஆதங்கமும் கேள்வியும் அபுவை யோசிக்க வைத்தது. கூடவே ஒரு படபடப்பும் பயமும் சேர்ந்து கொண்டது. மில்லில் வேறு ஏதாவது செக் வைக்கிறார்களா?

"சரி, வாங்க. சங்க ஆபீசுக்குப் போவோம்" வாங்கிவந்த காப்பியைக்கூட சாப்பிடத் தராமல் விறுவிறுவென அழைத்துக்கொண்டு சங்க அலுவலகம் நோக்கி விரைந்தான் அபு.

35

வசூல் பையை சைக்கிளில் தொங்கவிட்டு, உருட்டிக் கொண்டே நடந்தான் அபு. இன்னமும் ஒரு புள்ளியை பொம்மைய கவுண்டன்பட்டியில் பார்க்க வேண்டி இருக்கிறது. வெளியில் போயிருந்தார். முட்டாசை வீட்டில் தந்துவிட்டு பார்க்கலாம் என கணக்குப் போட்டிருந்தான். அத்தையும் மாமாவும் வந்ததில் நெஞ்சம் நிறைந்தது. இத்தனை சீக்கிரத்தில் மனசு மாறுவார்கள் என எண்ணவே இல்லை. அத்தையின் போக்குவரத்து இருக்கும் அதுவும் செல்வி கர்ப்பமுறும் காலம்வரை காத்திருக்க வேண்டும். எல்லோரும் அதுதான் சொன்னார்கள். மாமாவைப் பற்றி யோசிக்கவே இல்லை. கிராமத்தார் என்பதால் வீம்பு மாதக்கணக்கில் நீடிக்கலாம். வலியப்போய் பேசி, மன்னிப்புக் கேட்டுத்தான் மனநிலையை மாற்றவேண்டும் என அம்மாவும் சொல்லியிருந்தது.

"ஆனா, மாமெ நல்லவன் டா."

இன்னமும் செல்வியைப் பார்க்கவில்லை. அம்மாவைப் பார்த்த அவளது சந்தோசத்தைப் பகிர்ந்து கொள்ளவும், அவளைச் சீண்டி மென்மேலும் அவளது மகிழ்ச்சியை அதிகப்படுத்தவும் எண்ணியிருந்தான்.

"ஊர்கோலத்துக்கு லீடர்லெல்லாம் நேரத்துக்குதே வருவாங்களா, அட்வான்சாவே வந்துருவாங்களா அப்பூ?" சைக்கிளின் கேரியரைத் தொட்டும் தொடாமலும் பிடித்தபடி அபுவைப் பின் தொடர்ந்து வந்த அன்னக்கொடியின் அப்பா, பஸ்நிலையத்தருகே எழுதப்பட்டிருந்த சுவர் விளம்பரத்தைப் பார்த்துக் கேட்டார்.

ப்ளோரோசண்டில் எழுதியிருந்த சுவர் எழுத்துக்கள், பளிச்சென நடந்து செல்வோரது கவனத்தை ஈர்த்தது.

“சாயங்காலந்தான பொதுக்கூட்டம்? நம்ம தோழர்கள் அனேகமா மதியச் சாப்பாட்டுக்கு வரலாம். மத்தவங்கள்லாம் நேரத்துக்குத்தான் வருவாங்க.”

“அதென்னா பேரு, குமாரா?” சுவரில் எழுதியிருந்த தலைவர்களது பெயரை வாசிக்கச் சொன்னார். “எச்செம்மெஸ் நாராயணன், பிஎம். குமார், கே.எஸ். கோவிந்தராஜன்...” வாசித்துக் கொண்டிருந்தவனை இடைமறித்தவர், “அந்த குமாரு, பூம்பாறைக்கெல்லா நெறையா வந்திருக்காரு.”

“ஏ ஏ அப்பூ” பஸ்ஸ்டாண்டு டீக் கடையிலிருந்து ராசேந்திரனின் அழைப்புக் கேட்டது. சைக்கிளோடு வந்து கொண்டிருந்த இருவரும் திரும்பிப் பார்த்தனர்.

அவர்களை நிற்கச் சொல்லி கைகாட்டினான் ராசேந்திரன். பக்கத்தில் பானையில் இருந்த தண்ணீரை மொண்டு குடித்த வண்ணம் பூலோகமும் நின்றிருந்தான். அவர்களை நோக்கிப் பாயவிருந்த கிழவரைத் தடுத்தான் அபு. “ரோட்டத் தாண்டிப் போக வேணாம். அவகளே வருவாங்க.”

சொன்னது போலவே இருவரும் வந்தனர். ராசேந்திரனின் கையில் உயரமான சங்க அலுவலகத்தின் கட்டைப் பிடி வைத்த தூக்கு இருந்தது. விளிம்பில் வழிந்த டீக் கோடுகளும், ஆவியும் தெரிந்தன.

“என்னா அப்பு, இந்த நோளி மவென எங்கனப் பிடிச்ச?” பூலோகம் அன்னக்கொடியின் அப்பாவை ஓடிவந்து கட்டிக்கொண்டான். “யே, எப்பிடிப்பா இருக்க?” கெக்கலித்துச் சிரித்தான். கிழவனைப் பார்த்ததில் ஏதோ ஒரு சந்தோசம். அவரது நரைத்த தலையை வழித்து வருடிக் கொடுத்தான்.

“ஒன்னிய என்னாடா, ரெம்ப நாளா வீட்டுப்பக்கம் ஆளக் காணாம்” கிழவனாரும் பதிலுக்குக் கேட்டார்.

“ஒரே ப் பிசிப்பா... பாத்தேல்ல, நித்த ந் நித்தம் வெள்ளக் கோழி கூப்புட எந்திரிச்சி சைக்கிள மிதிச்சி வந்தா சாமத்துக்குத்தே வீட்டுக்குள்ளாற நொழைய வேண்டியிருக்கு, அம்புட்டுக்கு வேல. குண்டூல ரத்தம் வராத கொற” முகத்தை அஷ்ட கோணலாக்கிச் சொன்னான்.

“ஆமா, மே ஒண்ணு கம்மூனிஸ்ட்டுக்கு ஒலகத் திருவுழா இல்லியா?” என்றவர், “ஊர்வலம் முடிஞ்சதும் வேலைக்கி எடுத்துக்குவாங்களாக்கும்!” ஆர்வம் பொங்கக் கேட்டார்.

அவர், அந்தக் கேள்வியைக் கேட்டதும் ஒருகணம் அசையாமல் சிலையாய் தார் ரோட்டிலேயே நின்றான் பூலோகம். அதுகண்டு ராசேந்திரன் கபகபவெனச் சிரித்தான். பூலோகத்தின் வருகைக்காக நடந்து கொண்டிருந்த மற்ற மூவரும் நின்றனர்.

“என்னாடா?” பூலோகத்தின் அந்த நாடகம், கிழவனாரை சங்கடத்தில் தள்ளியது.

“பின்ன, வேலைக்குச் சேத்துக்கு வாங்கன்னு சொல்ற? அப்பு சொன்னானாக்கும்?”

“மகெஞ் சொல்லீர்ப்பானப்பா! அவெ, ஒலக விஞ்ஞானி இல்லியா” ராசேந்திரன் பதில் சொன்னான். நடந்து வந்து கொண்டிருந்த அபு, தான் இல்லையெனக் கையசைத்துத் தலையையும் ஆட்டினான்.

“அதெல்லா ஆருஞ் சொல்லல. எனக்குத் தெரியாதா? நா மலைல இருந்தவனாக்கும்.”

“இப்ப நாங்க என்னா வேலை இல்லாமயா இருக்கம்?”

“அப்பறமேட்டுக்கு எதுக்கு இத்தினி செரமப்பட்டு சங்கத்துல சேந்து வேலயப் பாக்கறீக” பூலோகத்தின் பகடியை உணராமல் கிழவனாரும் ரெம்பவும் பொறுப்பாய் பேசிக் கொண்டிருந்தார். அபுவுக்கு அதனை உடைக்க வேண்டும் என நினைத்தாலும் சுவாரஸ்யமாய் இருந்தது. இன்னும் ஐந்து நிமிடத்தில் சங்க அலுவலகம் வந்துவிடும். அதுவரை ஓடட்டும் என நினைத்தான்.

“ம்? அதேஞ் சொல்லீட்டேல்ல, சங்கத்துக்காகன்னு, ஒம்மகனுக்காக, ந்தா இந்த அப்புக்காகவுந்தே. நாளைக்கி ஜேஜேன்னு பொதுக்கூட்டத்த நடத்தி முடிஞ்சதும் சங்கத்துக்கு கும்புடப் போட்டுக் கௌம்பீருவம்.”

“அப்ப, மில்லுல ரூவாயெல்லாங் குடுத்தா வாங்க மாட்டேயளா?”

“ரூவ்வாயா? மில்லுலயா? வேலைக்கே போடா வெண்ணெங்கிறான் ரூவ்வா வேற தாரானாக்கும். ஒம்மகனுக்கு வேணாத் தருவாங்கெ அவெந்தான மில்லுக்கு குண்டு வப்பே கோலு வப்பேன்னு திரியறான்.”

“அப்ப அதுக்குத்தே வீட்ல கொணாந்து ரூவாயத் தந்தாகளாக்கும்” கிழவர் நேரடியாய் விசயத்துக்கு வந்தார். அதற்குள் அலுவலகம் வந்துவிட்டது. சாலையைக் கடக்க வேண்டும்.

“பாண்டிக்கு ரூவா தந்தது ஒனக்கும் தெரிஞ்சி போச்சா?”

“பாண்டிக்கா?” அபுவும் கிழவரும் குழம்பினார்கள். “எனக்கு வீட்ல அன்னக்கொடிக்கு அப்பிடின்னுதான குடுத்தாங்க. ஆமா, அப்பு.”

கிழவனார் அன்னக்கொடிக்கு வந்த பணத்தைப் பற்றிச் சொன்னதும் ராசேந்திரனும் பூலோகமும் பதறினார்கள். சாலையைக் கடப்பதில் தடுமாற்றம் உண்டானது. நாலு பேருமே குழம்பினர். “சரி வாங்க, ஆபீசுக்குள்ளாறப் போய்ப் பேசுவம்” என அழைத்தான் அபு,

“என்னாங்கடா சொல்றீங்க?” ராசேந்திரன் சத்தமாய்க் கேட்டான்.

“அங்கிட்டு என்னான்னா பாண்டியெ ஒருபக்கம் ரூவாக் கட்டோட ஓடியாரான். இங்கிட்டு நிய்யி என்னத்தியோ சொல்ற..” என்ற பூலோகம், “லே ராசேந்திரா, சட்டுனு ஊர்ப்பக்கம் போகணும்டா. நமக்கும் எதும் காசு கீசு வந்துருக்கான்னு பாக்கணும்” அந்த நிமிசமே ஊருக்கு ஓடிவிடும் மனநிலைக்கு வந்திருந்தான் பூலோகம்.

“எம்புட்டு ரூவ்வாப்பா? பத்தா? பத்தாயிரமா? பாண்டியெ கம்மியாச் சொன்னியான்! ஆள்க் கண்டு ஏவாரமா? ஒம் மகெ கையெழுத்துப் போட்டு வாங்கிட்டானாக்கும்” ராசேந்திரனுக்கும் பரபரப்பு ஏறியது.

அபுவுக்கு சூழல் ஓரளவு புரிந்தது. சம்பந்தப்பட்ட நபர்களிடம் நேரடியாய் பணத்தைச் சேர்ப்பிக்காமல் வீட்டாள்களிடம் கொடுத்து என்னவோ சூழ்ச்சி நடக்கிறது?

“பொறுங்க, பொறுங்க. ஒரு நிமிசம். இது நடுரோட்ல நின்னு பேசற விசயமில்ல. அதும் எதுத்தாப்ல ஆபீச வச்சுக்கிட்டு. மொதல்ல ரோட்டக் கடந்து உள்ளாற போவம் வாங்க” கையைப் பிடித்து இழுக்காத குறையாய் மூவரையும் கடத்தினான்.

“ஆபீஸ்ல ஆருமில்ல.”

சாலையைக் கடந்ததும் ராசேந்திரன் சொன்னான். அபுவுக்குப் புரியவில்லை. உள்ளே நுழைய முடியாத அளவுக்கு கொடிகளும் தோரணங்களும், தட்டி, போஸ்டர்கள், கழைகள் என நிரம்பி இருந்தன. தையல் மெசின்களின் கடகடத்த ஓசையும் கேட்டது. ஆனால், யாருமே இல்லாத ஆபீசுக்கு எதற்கு தூக்கில் காப்பி வாங்கி வருகிறார்கள்.

“எல்லாரும் சிவசங்கர் மில்லு களத்தில இருக்காங்க.”

சங்க அலுவகத்தின் பின்புறத்து வீதியில் அமைந்துள்ள அரிசி ஆலை அது. அவித்த நெல்லைக் காயப்போடும் களம் ஒன்று, அங்கே உண்டு. அதில் அனுமதிகேட்டு அவ்வப்போது பேரவைக் கூட்டங்கள் நடத்துவார்கள். இப்போ அங்கே என்ன வேலை.

அதற்கு பூலோகம் சொன்ன பதில் அபுவை மேலும் தலை சுற்றச் செய்தது.

கோர்ட்டிலிருந்து விசாரணை அறிக்கை வந்து விட்டதாம். அதை எடுத்துக் கொண்டு மதுரை மாவட்டச் சங்கத்தில் இருந்து ஆள் வந்திருக்கிறார்களாம்.

குபீரென வியர்க்க சைக்கிளை ஒரு பதட்டத்துடன் தள்ளியபடியே சிவசங்கர் ரைஸ் மில்லுக்கு நடந்தான் அபு. இனி, பைனான்ஸ்க்குப் போக முடியாது. பொம்மைய கவுண்டன்பட்டி புள்ளியைச் சந்திக்கவும் முடியாது.

36

பாண்டியனுக்குப் பதட்டம் இன்னும் நீங்கவில்லை. ஒண்ணாம் தேதி கொடியேற்ற நிகழ்ச்சிக்காக, ஈச்ச மரமும், பப்ளிமாஸ் செடிகளையும் கானலில் பார்த்து. மருதமலையிடம் அடையாளம் சொன்னார். கூடுதலாய் இரண்டு நபர்களை சேர்த்துக் கொண்டு வெட்டிவர காலையில் மலைக்குப் போயிருந்தனர். எல்லாவற்றையும் அடிவாரத்தில் இறக்கிப் பொறுப்புக் கட்டிவிட்டு வீட்டுக்கு வந்து கஞ்சியைக் குடிக்கும்போது மூத்தமகள் வாயிலிருந்து விசயம் வெளியேறியது. பொண்டாட்டி மட்டும் இருந்திருந்தால் நிச்சயம் அமுக்கியிருப்பாள்.

“எதுன்னாலும் ஒரு வார்த்த அய்யா கிட்ட சொல்லீரு” எனும்போதுதான் தான் வீட்டில் இல்லாத சமயம் எதோ நடந்திருக்கிறது என யூகிக்க முடிந்தது. ஆனாலும் தானாகச் சொல்லி வரட்டும் என காது கேளாதவனாய்க் காத்திருந்தார்.

மகளுக்கும் இப்போ இந்த குருப்பெயர்ச்சியில் நல்லநேரம் கூடியிருந்தது. மாப்பிள்ளை அடுத்தவாரம் வந்து கூட்டிக்கொண்டு போவதாய் தாக்கல் சொல்லிப் போனார். தனி வீடு பாக்க, கொஞ்சம் காசு பத்தலையாம். இவள்தான் எங்கிட்டோ புரட்டிக் கொடுத்திருந்தாள். அடுத்தவாரம் போகும் போது, அந்தப்பிள்ளை போட்டிருந்த காதுத்தோடைக் குடுத்து விடணும். அவசரத்துக்கு அடகு வச்சிருந்தாள்.

அதுங்குள்ள, இந்த ஊர்கோலம் முடிஞ்சிட்டால் ரெண்டுநாள் மலையேறிக் காசைப் பிடிச்சிடலாம். பத்தாக்கொறைக்கு நைனாட்ட வாங்கிச் சமாளிக்கலாம். சாப்பிட்டு முடிக்கும் வரைக்கும் யாரும் எதும் சொல்லவில்லை. சொல்லவந்த மகளையும் எதோ

சைக்கனைகள் செஞ்சு நிறுத்தி வைக்கக் கண்டதும் பாண்டியனுக்கு வேகாளம் வந்து விட்டது.

நாலுவார்த்தை கீசரி மேசரியாய்க் குடுத்தான். ஆத்தாளும் மகளும் கக்கி விட்டார்கள். "மில்லுல இருந்து ரூவ்வா குடுத்து விட்டாக, அய்யா வந்ததும் மில்லுல வந்து கையெழுத்து மட்டும் போட்டுட்டுப் போகச் சொல்லுங்கன்னு சொன்னாக"ன்னு மக சொன்னதில் பாண்டியனுக்கு முதலில் எதும் வெளங்கல.

"என்னா ரூவ்வா?"

அந்தப் பிள்ளைக் கென்னா தெரியும்? ஆனா எதோ தப்புன்னு மட்டும் தெரிஞ்சிருக்கு. பொண்டாட்டிக்கு அவசரத்துக்கு கடவுளாப் பாத்து காசக் குடுத்துருக்கான்னு நெனப்பு.

காசை எண்ணிப் பார்த்த போதும் சவுண்டு விட்டார், "எம்புட்டுக் குடுத்தாங்க?"

"அய்யா சாமி, எங்காத்தாளுக்குப் பொதுவா இம்பிட்டுத்தே குடுத்தாக. சல்லிக் காசத் தொடல. வேணும்னா ஒம் மக கிட்டக்கயே கேட்டுக்க."

அப்படியே பையில் போட்டுச் சுருட்டிக் கொண்டு சங்க ஆபீசுக்கு வந்துவிட்டார்.

சிவசங்கர் மில் களத்தில் அவித்துக் கொட்டிய நெல் காய்ந்து கொண்டு இருந்தது. பெண்கள் தலையில் முக்காடு போட்டு வெய்யில் மறைத்தவாறு, கால்களாலும், தள்ளு கட்டை போட்டும் நெல்லைக் கிளறி விட்டுக் கொண்டிருந்தனர். அக்களம் முழுசும் கலப்பை உழவாக வரிவரியாய் கோடு இழுத்திருந்தது. மதிய வெய்யிலை வாங்கி அவியலின் ஈரத்தைப் போக்கிக் கொண்டிருந்தன நெல் பரல்கள். மாலையில் குவித்து, மறுநாள் ஆறப்போட்டு, அரவைக்கு விடுவார்கள்.

தோழர்கள், அவியல்த் தொட்டி அருகில் சேர்களைப் போட்டு அமர்ந்திருந்தனர். சங்கச் செயலாளரும், சின்னச்சாமியும் அறிக்கையினை வாசித்துக் கொண்டிருந்தனர்.

மதுரையிலிருந்து வந்திருந்த அந்த அலுவலக ஊழியர், அபுவைக் கண்டதும் "எப்பிடி இருக்கீங்க தோழர்? வீட்ல சௌக்கியமா?" எனக் கேட்டார். அபுவுக்கு அவரை சட்டென நினைவுக்குக் கொண்டுவர முடியவில்லை.

அபுவின் தடுமாற்றத்தினைக் கண்ட அவர், "நீங்க புது மாப்பிள்ளை அபராஜிதன் தோழர்தான?" சிரிப்புடன் கேட்டார். "டாக்சி பிடிக்கப் போனம்ல ஞாபகம் இல்லயோ."

அன்றைக்குப் பகல்முழுவதும் மதுரை அலுவலகத்தில் என்ன நடந்தது யார் என்ன பேசினார்கள் யார்யார் அங்கே இருந்தார்கள் என்பதெல்லாம் ஞாபகத்தில் இல்லை. ஆனால் களேபரம் ஓய்ந்த வேளையில் "கொஞ்சம் இவர வெளீல அழச்சிட்டுப் போய்வாங்க" என்று அபுவை ஒரு தோழர்வசம் அனுப்பினார் வாழவந்தான். அவரும், டாக்சி பிடிக்க வேண்டிய வேலை இருக்கிறது போகலாமா என ஒரு சுற்று அழைத்துப் போனார்.

"ஆ மா, சாயங்காலமா ஆரப்பாளையம் கிராஸ் போனம்ல? ஆத்துக்குள்ள எறங்கி! மன்னிக்கணும் தோழர், தப்பா நெனச்சுக்காதீங்க" அருகில்போய் கைகோர்த்துக் கொண்டான்.

அன்னக்கொடியின் அப்பாவினது வருகை எல்லோரது கவனத்தையும் ஈர்த்தது. அறிக்கை வாசிப்பை நிறுத்தி விட்டு சின்னச்சாமி தோழரும் நிமிர்ந்தார்.

"வாங்கய்யா வாங்க வாங்க."

கிழவனார், சின்னச்சாமியைப் பார்த்து கைகூப்பினார். ராசேந்திரன், வாங்கிவந்த டீயை டம்ளர்களில் ஊற்றலானான்.

"ஏப்பா? இந்தக் கூத்தக் கேட்டியா!" அறிக்கையின் சாரத்தை எதிர் நோக்கிக் காத்திருந்த அனஞ்சுவை அழைத்த பூலோகம் மில்லே எதிரொலிக்கும்படியான குரலில் உரத்துப் பேசினான். களத்தில் இருந்த பெண்களில் சிலபேர் இவர்களைத் திரும்பிப் பார்த்தனர்.

"யே, யே எதுக்குடா, வீடே தீப்பிடிச்ச மாதரி சத்தம் போடுற? சவுண்டக் கொறச்சுப் பேசுடா. அடுத்தவக எடத்துல வந்து ஒக்காந்துருக்கம்ல" அனஞ்சு முகம் சுளித்தார்.

"ஆமாப்பா, நா எது சொன்னாலும் ஒனக்கு எருச்சலாத்தா இருக்கும். அந்தக் கெழவனக் கேளு" சொல்லிவிட்டு முகத்தைத் திருப்பிக் கொண்டான்.

சேரில் உட்கார இருந்த கிழவனார் பூலோகத்தினது அறிவிப்பால் உட்காரவா? நிற்கவா என புரியாமல் தத்தளித்தார். மதுரை தோழர் கிழவனாரின் கையப்பிடித்து இழுத்து உட்கார வைத்தார்.

“பூலோகம், தோழர், என்னைக்கிமே அதிரடியாத்தே செய்திய கொண்டு வர்ரீங்க. அத உக்காந்து அமைதியாச் சொல்லுங்க. வாங்க பூலோகம்” செயலாளர் அழைத்தார்.

“ஒக்கார்றதுக் கெல்லா டயமில்லத் தோழர். மில்லுக்காரே நம்ம எல்லாருக்கும் ஆப்பச் செதுக்கி ஒரொருத்தர் பொச்சுலயும் அறஞ்சிக்கிருக்கான். கேளுங்க” மறுபடியும் கிழவனாரைக் கை காட்டினான்.

“யே, கேணப்பலே! எதுன்னாலும், படக்குண்டு சொல்லித் தொலடா... அம்ம பெர்ச்சனைய அம்மதாண்டா பேசணும். பாவம் அந்தப் பெரிய மனுசனப் போயி இழுத்துட்ருப்ப. என்னாதேன்னு சும்மா சொல்லு? அதேன் மில்லுல டெய்லி ஆப்பு வச்சுக்கிட்டுத்தான இருக்காக. இப்ப என்னா புதுசா?”

அனஞ்சுவின் மீது அடங்காத கோபம் பொங்கியது பூலோகத்துக்கு. பேசாமல் ஊருக்குள் உள்ள காடுகரையைப் பாத்து, கிருமமா இருந்துருக்கலாம். இந்த வயசுக்குமேல் சைக்கிளைப் போட்டு மில் வேலைக்கு வந்து, சாம ஏமம் பாராமல் இப்படி சின்னப் பயலுகளுக்குச் சமதயாய் நிண்டு வேலை பாத்து பஞ்சைத் தின்னு, கடேசியில் ஆகாத பெரச்சனைக்கு அடிச்சு மல்லுக்கட்டிக்கிருக்கோம், போய் தொலைங்கடான்னு உருவிவிட்டுப் போகாம, சங்கம் அது இதுன்னு சொல்லி இழுத்துக்கிருக்கானே! அனஞ்சு! ஊருக்குள்ள பெரியமனுசன்னு இவெம் பின்னாடி நின்னதுக்கு, எல்லாரையும் மொத்தமா இழுத்துட்டுப் போயி கம்மாக்குள்ள தள்ளிவிடப் போறான். இன்னம் திருந்த மாட்டேங்கிறானே?

“வோவ், நீ என்னத்தியோ நெலாவுக்கு எரோப்ளான் விடுற விஞ்சானி மாதிரி பேப்பரப் படிச்சுக்கே திரி. அங்க மில்லுக்காரே வீட்டுவீட்டுக்கு வந்து ரூவ்வாய விட்டெறிஞ்சி சோலிய முடிச்சுட்டுப் போய்க்கிருக்யா” டீ கொண்டுவந்த ராசேந்திரனை முறைத்துப் பார்த்தவன், “அல்லாத்தியும் நானே தாஞ் சொல்லணும். எல்லாரும் நல்லபிள்ளனு பேரு வாங்க, பூலோகம் மட்டும் இளுச்சவாயெ. சண்டக்காரென்டு பேரெடுக்கணுமா? சொல்றா, அன்னக்கொடி ரூவ்வா வாங்குனதச் சொல்லவேண்டிதான, இந்தா பச்சப் பிள்ள கணக்கா குத்தவச்சுக்கிருக்கான்ல பாண்டி அவெ, ரூவ்வா வாங்னதச் சொல்லு” ராசேந்திரனை ஏவிவிட்டான்.

“யே, என்னமோ நாந்தே அல்லாருக்கும் வாங்கிக் குடுத்த மாதரி சொல்லிக்கிர்க்கவெ. இது நல்லால்லப்பா” கண்களை உருட்டிச் சொன்னான் ராசேந்திரன்.

“அன்னக்கொடி ரூவா வாங்கீட்டாரா?” செயலாளரும் சின்னச்சாமியும் முகத்துக்கு முகம் பார்த்தபடி கேட்டனர்.

கிழவனார் பணப்பையைக் கையில் ஏந்தியபடி எழுந்தார்.

“ஒண்ணு ரெண்டெல்லாமில்ல. ச்சொளையா பத்து ஆயிரம்” கண்களை அகலித்துச் சொன்னான் ராசேந்திரன்.

“பத்தாயிரமா?” பாண்டியன் பதறினார். தனக்கு அஞ்சு அன்னக்கொடிக்கு பத்தா?

“இல்லீங்யா, எட்டுத்தே” கிழவனார் பையை இன்னமும் நீட்டிக் கொண்டிருந்தார்.

“ஓம் மகனப் பத்தித் தெரியாதா, இன்னமுமே கூடுதலாத்தே வாங்கீருப்பான். ஒங்கிட்ட இதக் குடுத்து ஷோ காட்றான். அவன நம்பாத” பூலோகம் வாய் ஓயாமல் பேசினான்.

“லே, ரூவ்வா தாரப்ப அவெ வீட்ல இல்லடா பூலோகம்” பாவமாய்ச் சொன்னார் கிழவனார்.

“அவெ வீட்ல இல்லியா? அப்பறம் நிய்யா வாங்குன, நீ எதுக்கு வாங்குன?” அனஞ்சுவின் கேள்விக்கு பதிலளிக்க முடியாமல் திணறினார் கிழவனார்.

“வீட்ல பொம்பளப் பிள்ள வாங்கீருக்கு.”

“இதென்னா தோழர் புதுஸ்சா இருக்கு? ஆள் இல்லாத சமயமாப் பாத்து பணத்தக் குடுக்கறாங்க. கையெழுத்து வாங்காமச் செய்யாம எதோ கோயில்ல பொங்கல் குடுக்கற மாதரி குடுக்கறாக!”

“புதுசாத்தான் இருக்கு. இதுக்குப் பின்னால என்னா செக் வச்சிருக்காங்களோ? பொம்பளப் பிள்ளைங்க எதும் கையெழுத்துப் போட்டாங்களா?” செயலாளர் கேட்டார். இல்லை என கிழவனாரும் பாண்டியனும் சொன்னார்கள்.

“ஒரே மாதரி தராம, சவுண்டுக்குத் தக்கன குடுத்துருக்காகளா? ஏம்ப்பா அனஞ்சி அப்ப ஒனக்கு இன்னஞ் சேத்துத் தருவாங்களோ? வீட்ல கேட்டியா?” பூலோகம் ரெம்பவும் எகத்தாளமாய்க் கேட்டான்.

“என்னியக் காட்டியும் நீ தானடா சவுண்டு ஜாஸ்தி. மொதல்ல ஒவ் வீட்ல கேளு.”

கேள்வியைத் திருப்பிவிட்டவரது முகத்தில் துயரக் களை படர்ந்தது. அனைத்துச் சங்கப் பொதுக்கூட்டமும் அடையாள வேலைநிறுத்த அறிவிப்பும் தயாராகிக் கொண்டிருக்கும் நேரத்தில் இப்படி கோழி பிடிக்கிறவேலை நல்லதுக்கில்லையே!

“நெசந்தா, ந்தா போகப் போறேன்ல. நாம பாட்டுக்கு இங்கன ஒக்காந்து ஜிந்தாபாத் போட்டுக்கிருக்க, அம்மளச் சொல்லி எவனாச்சும் காசப் புடிச்சுக்கிருப்பானப்பா.”

“பூலோகம்! இவ்வளவு வயசாகியும் இன்னம் ஒங்களுக்கு எந்த நேரத்தில எதப் பேசணும்னு புரியலியே?” என்ற சின்னச்சாமி, “நாளன்னைக்கி ஊரே திமிலோகப்படப் போகுது. அத்தனை எழுச்சியான ஊர்வலமும் வரலாறு காணாத பொதுக்கூட்டமும் நம்ம எடத்துல நடக்கப் போகுது. அதில அத்தன சங்கத் தலைவர்களும் வந்து நமக்கு சப்போட்டா நிக்கப் போறாங்க, எல்லாச் சங்கமும் சேர்ந்து ஒரு அடையாள வேலை நிறுத்தத்தையும் அறிவிக்கப் போறாங்க. தமிழ்நாடே நம்ம ஊர்ப்பக்கம் திரும்ப இருக்கு இந்த சமயத்தில உங்களுக்கு லட்சரூபா தரேன்னு வந்தாலும் ஆச்சரியமில்ல. அஞ்சு, பத்தெல்லா கண் துடைப்பு. சும்மா ஒரசிப் பாக்கற வேலை. அதப் புரிஞ்சுக்கணும். இத்தனை நாள் பாதுகாத்த கட்டுப்பாட்டை சிக்கலாக்கிடாதீங்க” எழுந்து நின்று பூலோகத்திடம் நேருக்கு நேராய்ப் பேசினார்.

“இங்க பாருங்க தோழர், நாங்க எப்பயுமே கரெட்டாத்தா இருக்கம். சிக்கல் பண்ணது, இதோ பாண்டியனும், அன்னக்கொடியுந்தே நீங்க அவெங்களச் சொல்ல மாட்டேங்கிறீக. ஆ ஊன்னா இளிச்சவாயெ திருமலா பொரத்தான் பூலோகந்தே! நல்லா இருக்கு ஒங்க நாயம்” முகம் திருப்பிக் கொண்டான்.

“அவங்கதா வந்துட்டாங்கள்ல. அப்பறம் என்ன சிக்கல்?” அபு கேட்டான்.

“யார் வந்திருக்கா? அன்னக்கொடி வந்திருக்கானா? அவனப்பத்தி அல்லார்க்கும் தெர்யுமில்ல, இதுக்குப் பூராம் மொத்த சுச்சியும் அவெந்தே. ஆருக்கு எம்புட்டு பெருமதின்னு அவனே மில்லுக்காரனுக்கு எடுத்துக் குடுத்துருப்பான்” கொஞ்சமும் தயக்கமில்லாமல் அன்னக்கொடியின் மீது புகாரளித்தான் பூலோகம்.

“லே, இங்கோர்ரா பூலோகம். அன்னக்கொடி கொஞ்சம் கோக்குமாக்கானவந்தே. இல்லேங்கள, ஆனா, நீ சொல்றாப்பல இந்தமாதரி காட்டிக்குடுக்கற வேலையெல்லா அவனுக்குத் தெரியாது. எதியும் நிட்டாந்தரமா பேசாத ப்பு” உணர்ச்சிவசத்தில் எழுந்த கிழவனார் உடம்பு கிடுகிடுவென்ற நடுங்கப் பேசலானார். அன்னக்கொடியின் மீதான பூலோகத்தின் குற்றச்சாட்டை அவரால் ஏற்கமுடியவில்லை.

“அப்பிடின்னா அந்த உத்தம ராசவ எங்கய்யா காட்டு பாப்பம்?” ராசேந்திரனும் பூலோகத்துக்கு ஆதரவாய் நின்றான்.

“தோழர் தோழர், கொஞ்சம் இங்க கேளுங்க. எங்களப் பேச விடுங்க” என அனைவரையும் அமைதிப்படுத்தும் வகையில் ஒவ்வொருத்தராய் கைப்பிடித்து அழைத்து சேரில் அமரவைத்த செயலாளர், “இது முக்கியமான நேரம். இப்போ, நமக்குள்ள சண்டையை உண்டு பண்ணணும் நாளைய நிகழ்ச்சி தடைபடணும் அப்படீங்கற எண்ணத்திலதான் மில் நிர்வாகம் இந்த மாதரியான நாடகத்தை நடத்தி இருக்காங்க. எல்லா முதலாளிகளும் செய்யிற வழிமுறைதான் இது. அதப் புரிஞ்சிக்கணும்.”

“இதுவரைக்கும் இப்பிடி ஆள் கண்டு காசத் தரலியே?”

“காசப் பாத்ததும் ஓடி வருவீங்கன்னு எதிர்பாத்துருப்பாங்க. நீங்க இங்க வந்துட்டீங்க. இங்க வந்தாலும் ஒரு குழப்பத்தை உண்டு பண்ணீட்டாங்கள்ல. ஒருத்தர் மேல ஒருத்தர் நம்பிக்கை இல்லாம சந்தேகப்பட வச்சிட்டாங்கள்ல” செயலாளர் அனைவருக்கும் கேட்கும்படியாய் நடந்து கொண்டே பேசினார்.

“சந்தேகம் மட்டுமில்ல, பயம் வேற. அவருக்கும் இவருக்கும் குடுத்துட்டு கடைய மூடிடுவாங்களோ, இத்தன நாள் கஷ்டப்பட்டு போராடி கடேசியில நமக்கு பிரயோசனம் இல்லாமப் போயிருமோ அப்படின்னும் யோசன வரும்” சின்னச்சாமி அவர்களது மனசை ஊடுருவியதுபோலச் சொன்னார்.

“உம்மதான, உள்ளூர்க்காரெங்கெ ரெண்டு பேருக்கு குடுத்து முடிச்சிட்டா, நாங்கள்லா அசலூர்லருந்து வந்துல்ல சண்ட போடணும்” ராசேந்திரன் சின்னச்சாமி தோழரது பதிலை ஆமோதித்துப் பேசினான்.

"அப்பிடின்னா, ராசு, அபு, மருது, ஆனந்தே இவங்கள்லா எந்த ஊரு தோழர்? இவங்களுக்கெல்லா பணம் வரலேல்ல" செயலாளர் ராசேந்திரனை திருப்பிக் கேட்டார்.

ராசேந்திரன் தடுமாறி நின்ற போது, அனஞ்சு எழுந்து அவனை அதட்டினார். "பொறு பொறு யாரும் யாரையும் விட்டு ஓடிப்போக மாட்டாங்கெ. அப்பிடி யாரும் இத்தினி நாள் பழகல. அது அன்னக்கொடியா இருந்தாலும் பாண்டியா இருந்தாலும் சரித்தே. ஒன்னிய நம்பாம என்னிய நம்பாம நாம வேற எந்தக் காரியத்தச் சாதிக்கப் போறோம்.? ரைட்டு! இப்ப இன்னம் முக்கியமான ஒரு விசியத்துக்காக ஆபீச விட்டு, இந்த எடத்துக்கு வந்தம். எதுக்குன்னு தெரியுமா? கேளு, மதுரைல இருந்து தோழர் கோர்ட்டு உத்தரவக் கொண்டுக்கு வந்திருக்காரு. அது என்னான்டே தெரியாம சண்டச் சேவலப்போல ஆளுக்கொரு பக்கம் புழுதில பொரண்டுக்கு இருக்கம். மொதல்ல அந்த விசியத்தச் சொல்லுங்க தோழர்" என எல்லோரையும் அடக்கினார். அவரது உள்ளமும் இனந்தெரியாத ஒரு பதட்டத்தில் இருந்தது.

37

அறிக்கையினை கையில் வாங்கிய செயலாளர் அதை ஒருதரம் விரித்துப் பார்த்து மூடிக்கொண்டார்.

“இது நாம எதிர்பார்த்ததுதான். ஆனாலும் என்ன சொல்றாங்கன்னு பதிவா கைக்குக் கிடைச்ச பிறகுதான நாம எந்த ஆயுதத்த எடுக்கணும்னு ஆலோசிக்க முடியும்?” நிதானமாக பேச்சைத் தொடங்கினார்.

“ஆயுதமா?” பாண்டியன் விளங்காமல் கேட்டார்.

“ம்! அவங்க காகிதம் வழியா நமக்கு ஒரு தாக்குதல் அனுப்பியிருக்காங்க... நம்மைப் பாதுகாக்க நாமளும் ஒரு ஆயுதம் எடுக்கணும்ல?”

“அப்ப, அன்னக்கொடிதே வரணும்” பூலோகம் அலுத்துக் கொண்டான்.

“தோழர், எல்லாரும் டென்சன்ல நிக்கிறாங்கெ. நீங்க நிதானமா நடந்து வ்ாரீக. அடுப்பு மேல ஒக்காந்துக்கிருக்க மாதரி இப்ப எங்க நெலம. நீங்க தண்ணிய ஊத்தறீங்களா, எண்ணெய ஊத்தறீங்களான்னே நெகாக் காங்க முடீல” வழக்கத்திற்கு மாறாக அனஞ்சு செயலாளரிடம் கடிந்து பேசலானார்.

“எதிர்பார்த்ததுதான்னா? வேலைக்குப் போய்ருவம்னு எதிர்பாத்தீங்களா, இல்ல, ஒங்க கூட இன்னம் வாய்தாக்குப் போய்ட்டே இருப்போம்னு எதிர்பாத்தீகளா?” ராசேந்திரன் செயலாளரைப் பார்த்துக் கேட்டான்.

மதுரை தோழருக்கு அவர்களது கேள்வி மனச்சங்கடத்தையும் கழிவிரக்கத்தையும் அளித்தது. தன்னுடைய கடந்த காலம் நினைவுக்கு வந்தது. மதுரை பென்னர் மில் தொழிலாளியான அவர், பாதிக்கப்பட்ட

சக தொழிலாளிக்கு சோகாஸ் நோட்டீசுக்கு பதில் எழுதிக் கொடுத்த வகையில் நிர்வாகத்தின் கண்காணிப்புக்கு ஆளானார். இரவு நேர சிப்டில் கவனக்குறைவு எனக் குற்றம் சாட்டப்பட்டு இடைநீக்கம், விசாரணை, பணிநீக்கம், கோர்ட், வாய்தா என நெடும் போராட்டத்திற்கு உள்ளானார். நான்கு வருடங்களாய் தொடர்ந்து கொண்டிருக்கிறது சங்க வேலைக்காக அலுவலகத்தில் இப்போது பகுதிநேர ஊழியராகச் சேர்க்கப்பட்டிருக்கிறார்.

ராசேந்திரனைப் பார்த்து ஆவேசப்பட வேணாம் என்பதாய் கையமர்த்திய செயலாளர், "நாம என்ன எதிர்பார்த்தம்னா, விசாரணைக்கு தனி அதிகாரி நியமிக்கிறாங்கன்னா அந்த தனி அதிகாரிக்கான அத்தனை செலவுகளையும் நிர்வாகம்தான் ஏற்கவேண்டி வரும். அப்போ அவர் யாருக்குச் சாதகமா பேசுவார். ஆனாலும் சட்டப்படி இந்த கட்டத்தக் கடந்து போக அதான் வழி. இல்லேன்னா இங்கனயே வாய்தா வாய்தானு இழுத்துப் போகும். இதத்தாண்டினாத்தா நாம ஹைக்கோர்ட் போக முடியும்" பேச்சின் நுனியில் அறிக்கையின் முடிவினை சூசகமாக அறிவித்தார்.

அனஞ்சுவுக்கு அந்த சூட்சுமமான பேச்சு ஓரளவு விளங்கியது. இன்னும் எத்தனை நாளைக்கி இந்த ஓட்டப் பந்தயம்? அபுவின் முகமும் சோர்ந்து போனது.

"ஐக்கோர்ட்டு எங்க இருக்கு?" பாண்டியன் கேட்டார்.

"மெட்ராசுல" மதுரை தோழர் பதில் சொன்னார்.

"மெட்ராசிலயா?" மலைத்தார் அனஞ்சு.

"சரி, பாக்கியச் சொல்லி முடிங்க தோழர்" சின்னச்சாமி குரல் விடுத்தார். மில்லில் அரிசி அரவை மெசினை இயக்கத் தொடங்கி இருந்தார்கள். அது ஒருவிதமான சப்தத்தை எழுப்பியது.

"அதிகாரி, உங்களப் பூராம் முழுமையா விசாரிச்சதில, உங்க மேல மில் நிர்வாகம் சுமத்திய குற்றச்சாட்டு எந்தவிதமான சந்தேகமும் இல்லாம நிரூபணம் ஆகி இருப்பதாகவும் அதை உங்களோட வாயால் நீங்களே ஒத்துக்கிட்டதாகவும் அவர், கோர்ட்டுக்கு அறிக்கை கொடுத்திருக்கார்... அந்த அறிக்கையோட நகலை கோர்ட் நமக்கு அனுப்பி இருக்காங்க" சொல்லி முடித்தார்.

"என்னாது, நாங்களே ஒத்துக் கிட்டமா? எங்களோட வாக்குமூலத்த அனுப்பிச்சி இருக்காங்ளா தோழர்?" அபு கேட்டான்.

"ஒங்க கையெழுத்து உட்பட அனுப்பி இருக்காங்க" காண்பித்தார்.

அருகில்வந்து பார்த்த அபு, அதிர்ச்சியடைந்தான். அறிக்கையில் பல திருத்தங்கள் இருக்கக் கண்டான். "இங்க பாருங்க தோழர். கடேசி வரியில "ஆமாம்ங்கற எடத்தில ஆமாம் என்பது உண்மையல்லன்னு சேத்திருக்காங்க. இங்கோருங்க இல்லைங்கற எடத்திலயும், இல்லை எனச் சொல்லவில்லைனு சேத்து இருக்காங்க பாருங்களேன்" என படபடத்தான்.

"அப்ப என்னாதேம் முடிவு. கோர்ட்டுல என்னா சொல்றாங்க" பூலோகம் எரிச்சலாய்க் கேட்டான்.

"குற்றம் விசாரணையில் நிரூபிக்கப்பட்டதால் சம்பந்தப்பட்ட நபர்களுக்கு வேலையோ, வேலை இழப்புக்கான நஷ்ட ஈடோ தரவேண்டியதில்லை, மனுதாரர் விரும்புகிற பட்சத்தில் வழக்கினை மேல் கோர்ட்டுக்கு எடுத்துச் செல்ல அனுமதிக்கலாம்னு சொல்லி இருக்காங்க."

"அப்பறம் என்னாத்துக்கு மேனேஜ்மெண்டுல வீட்டுவீட்டுக்கு ரூவாயக் கொணாந்து திணிக்கிறாங்கெ. அவெங்களுக்குச் சாதகமாத்தான கோர்ட்டில தீர்ப்பு வந்திருக்கு" பாண்டியனின் கேள்வி சடாரென பேச்சை அடுத்த கட்டத்துக்குத் திருப்பியது.

"ரைட் இப்படித்தான் நாம நம்மளக் கேட்டுக்கணும்" என்ற செயலாளர். "மேனேஜ் மெண்டுக்கு இது வெற்றிதான! அப்பறம் எதுக்கு நம்மகிட்ட வலிய வரணும்? நல்ல கேள்வி. இதுக்கு யோசிச்சா உங்களுக்கே விடை தெரியும். நாம, இத இப்பிடியே விட்டு நாம ஒதுங்க மாட்டோம். அடுத்த கட்ட நகர்வை தீவிரமாக்குவோம். அது அவங்களுக்கு பெருத்த இழப்பை ஏற்படுத்தும்னு தெரியும். அதுக்கு ஏத்தாப்பல இந்த ஊர்வலத் திட்டமும் பொதுக்கூட்டமும் அமைஞ்சிடுச்சு. இதில அடையாள வேலை நிறுத்தமும் அறிவிக்கிறோம். அடுத்தபடியா கேசை ஹைகோர்ட்டுக்கும் எடுத்துப் போவோம்னு தெரியும். அதனால இங்கேயே சட்டுப்புட்டுன்னு முடிச்சுட்டா நல்லதுன்னு தூது விடுறாங்க. இது கடேசிக் கட்டம் முன்னை விட இப்பத்தான் நாம நம்மளோட வேலையை கூடுதலாவும் தீவிரமாகவும் செய்யணும்."

"இதுவரைக்கும் பூச்சாண்டியா பயமுறுத்திக்கிருந்தவெ, இப்ப காசவிட்டு அடிக்கிறானே. இதும் அம்ம காசுதான," வாங்கினா என்ன தப்பு எனும் கேள்வியைச் சொருகிக் கேட்டான் ராசேந்திரன்.

“எல்லாம் நம்ம காசுதேன் தோழர். அது நம்ம சட்டமாப் பேசி அவக கோர்ட்டுல கட்ட, கோர்ட்டு அத, நமக்குத் தரணும். இது ஏதோ பாவம் பாத்து தர்ர மாதரி தாரது எதுக்கு. நாம பயந்து பயந்துல்ல வாங்கணும்” மதுரைத் தோழர் சொன்னார்.

“நா வாங்காட்டித்தே, அடுத்தவெ வாங்க ரெடியா இருக்கானே. அவனுக்கு ஆயிரம் மொள்ள இருக்கில்ல அதக் கண்டுதான கணக்கா அடிக்கிறான்” அனஞ்சு ஆதங்கம் மேலிடப் பேசினார்.

“என்னிய விட்டுப்புட்டு அவெ வாங்கீருவானோ, நம்மள ஒத்தைல நிறுத்தீருவானுக ளோ அப்படினு சலசலப்பு உண்டாகிப் போச்சே இப்ப?” பூலோகம் இன்னமும் அன்னக்கொடியை மனசில் வைத்துக்கொண்டே பேசினான்.

“தோழர், அப்படி எதும் நடக்க வாய்ப்பே இல்ல, நாம செய்யற ஒவ்வொரு செயலையும் நம்மைவிட அவங்கதா உன்னிப்பா கவனிக்கறாங்க. அதனால இப்போதைக்கி இந்த மே தினத்த சிறப்பாக்கறதுதான் அவங்கள ஜெயிக்க முதல்படி. வேறெதிலும் சிக்கிக்கிட வேணாம்.”

“மொதல்ல இந்த அன்னக்கொடிப் பயலத் தேடுங்க. எனக்கென்னமோ சந்தேகமாவே இருக்கு. உருட்டித் திரட்டி நாம காரியத்தப் பண்ணி வைக்க, அவெம்பாட்டுக்கு ஈசியா வெண்ணெயத் தூக்கிக் குடுத்த மாதரி எதுனாச்சும் செஞ்சு கவுத்தீட்டப் போறான்” என அனஞ்சுவும் வேண்ட, நடப்பு வேலையோடு அன்னக்கொடியையும் தேடுவது என முடிவாகியது.

மில்லில் இருந்து கொடுக்கப்பட்ட பணம்?

அவரவர் கைகளில் இருக்கட்டும். திருப்பிக் கொடுப்பதோ, பேச்சுவார்த்தைக்குப் போவதோ இனி, தனியாக எனும் பேச்சுக்கு இடமில்லை. சங்க பிரதிநிதிகளோடுதான்.

அதோடு இனியும் யாருக்காவது பணம் வந்தாலும் தகவலைத் தெரிவித்து விட்டு அவரவர் பொறுப்பிலேயே வைத்திருப்பது. முக்கியமாக எந்த வகையிலும் வீட்டாள் உட்பட யாரும் எதிலும் கையெழுத்து போட்டுவிடக் கூடாது.

38

அன்னக்கொடி சத்தியம் பண்ணிச் சொன்னான், “எங்க ஆத்தாமேல, சத்தியமா, எம்புள்ளைக மேல சத்தியம் பண்ணிச் சொல்றேன் நம்புங்க. கண்ணாரக் கண்டதச் சொல்றேன். பாலு மேஸ்திரியக் கூடக் கேட்டுக்கங்க. முந்தா நேத்திக்கி ராத்திரியே திருமலாபொரத்தான் அத்தனை பேரும் வெல போய்ட்டானுக. ஆளுக்கு பன்னண்டு பன்னண்டாயிரம், அனஞ்சுக்கும் பூலோகத்துக்கும் மட்டும் பதினஞ்சாயிரம். நேத்தி காலையிலைருந்து இப்பவரைக்கும் ஆள் ஒருத்தன்கூட வரலீல்ல.”

நாளை மே தினம்.

இன்றைக்கே. சிவப்புக் கலரில் வால்போஸ்டர்கள் ஊரெங்கும் ஒட்டப்பட்டுவிட்டன. ஊர்வலப்பாதையில் தலைவர்களையும் தொண்டர்களையும் வரவேற்கும் ஆர்ச்சுகள் அங்கங்கே பரவலாக நிறுத்தப்பட்டிருந்தன. அன்னக்கொடியின் கைவண்ணத்தில் பியூஸ்போன ட்யூப் லைட்டுகளைக் கொண்டு அலங்கரித்த அலங்கார வளைவுகள் மூன்று முக்கிய இடங்களில் அமைக்கப்பட்டிருந்தது. பொதுக்கூட்ட மேடையும் ஊர்வலப் பாதையில் கொடிமரங்களும் நடும் வேலை இன்று மதியத்தில் துவங்கும். இரவில் கொடித் தோரணங்கள், கட்டுவதும் பச்சை மரங்கள் நட்டு சீரியல் லைட்டுகள் கட்டுவதும், என வேலைகள் பொறுக்க இருந்தன.

மதிய சாப்பாட்டுக்குப் பிறகு எல்லோருக்கும் விடியவிடிய வேலை இருப்பதாய்ச் சொல்லி இருந்தார்கள். அதிகாலைக்குள் ஊரே மொத்தத்திற்கு களைகட்டிவிட வேண்டும். எங்கு திரும்பினாலும், கொடித்தோரணங்களும், அலங்கார வளைவுகளும், வால்போஸ்டர்களுமாய் சிவீர்சிவீரெனத் தெரியவேண்டும். காலை எட்டுமணிக்கு

சங்க ஆபீசில் முதல் கொடி ஏத்திவிட்டு, வரிசையாய், அன்னஞ்சி விலக்கில் துவங்கி, பழனிசெட்டிபட்டி, பூதிபுரம்வரையிலும் கொடிகளை ஏற்றும் நிகழ்வு, சைக்கிள்களை இன்று இரவே எடுத்து வைத்துக் கொள்ளவேண்டும். வாடகை சைக்கிள் கடையில் முன்னதாகவே சொல்லியும் வைத்தாயிற்று. மதியத்திற்குள் கொடியேற்றும் நிகழ்ச்சி முடிந்ததும், மாலை நாலுமணிக்கு பொம்மையகவுண்டன்பட்டி பிள்ளையார் கோயில் திடலில் ஊர்வலம் துவங்கும். நகரின் முக்கியவீதிகள் வழியாக வந்து மதுரை ரோட்டில் ஆர்சி பள்ளியருகே அமைந்துள்ள மேடையில் பொதுக்கூட்டம்.

நூற்பாலைத் தொழிலாளர்கள் மட்டுமல்லாது மின்சாரம், போக்குவரத்து, துப்புரவு பணியாளர் அரங்கம் என பலதரப்பு ஆட்களோடு, ஊர்க்காரர்களும் முக்கியமாக, நாட்டாமை, பெரியதனம் உட்பட பட்டாளத்தாரது நட்பு வட்டம் முழுமையும் வேலைகள் நடக்க தங்களால் ஆன ஒத்தாசையினைச் செய்தனர். பட்டாளத்தாரை வயசாளி என வலியுறுத்தி அனுப்பி வைக்க வேண்டியிருந்தது. ஆனாலும் ஏதாவது ஒரு காரணம் சொல்லி வந்துவிடுவார்.

வழக்கமான அவரது உற்சாகம் அன்னக்கொடி வந்ததிலிருந்தே வடிந்துபோனது. முகம் இருளடைந்து மனசுக்குள் ஆயிரம் குமைச்சலுடன் திரிந்தார். அவரால் நம்பவே முடியவில்லை. சங்கச் செயலாளரிடம் மட்டுமல்லாமல், சின்னச்சாமி தோழர், ராசு, அபு, எல்லோரிடமும் கேட்டார், “நீங்க நம்பறீங்களா? அனஞ்சியப் போயி...”

இந்த வார்த்தையை யாராலும் மறுத்துப் பேச முடியவில்லை. அனஞ்சு இப்படிச் செய்வாரா?

சிவசங்கர் அரிசி ஆலையில் நடந்த கூட்டத்தில்தான் மேற்கண்ட ஊர்வலத்திற்கான வேலைத்திட்டங்களை அனஞ்சு உள்பட இருந்து வரையறுக்கப்பட்டது. அந்த நிமிசத்தில் இருந்தே ஒவ்வொரு நபருக்கும் தனித்தனியான வேலைகளும் பிரித்தளிக்கப்பட்டன. அந்த வகையில் அனஞ்சு மற்றும் அவரது ஊர்த் தோழர்களுக்கு, ஊர்வலத்துக்கு கையில் பிடித்துப் போகும் கொடிகள் தயார் செய்வது. அலுவலகத்தில் இடம் கொள்ளாது என்பதால் சிவசங்கர் அரிசி ஆலையில் குச்சிகளை இறக்கி வேலை செய்யப் பேசி இருந்த நிலையில், அன்னக்கொடியைத் தேடுகிறோம் எனக் கிளம்பியவர்கள், நேற்று முழுசும் வரவில்லை. இன்று விடிந்தும் விட்டது.

அன்னக்கொடியை யாரும் சமாதானப்படுத்த முடியவில்லை.

“நான் யார்னு யாருக்காச்சும் முழுசாத் தெரியுமா? என்னைப்போய் நிர்வாகத்தில மண்டி போட்டேன்னு சொல்லிட்டானே? அதும் வெறும் பத்தாயிரத்துக்கு, அதுக்குப் பதிலா ரெண்டுபேர குத்திச் சொருகிட்டதால போராட்டம் தெசமாறிப் போச்சுன்னு சொல்லு அத நா பெருமையா ஏத்துப்பேன். அதுல நா செத்துட்டேன் என் வீட்டக் கொளுத்திட்டாங்க, வீட்டாளுகள சேதாரம் பண்ணிட்டாங்கன்னு சொன்னாலும் சங்கத்துக்காக தியாகம் பண்ணேன்னு சொல்லிக்குவேன். சாதாரண பிச்சக் காசுக்கு வெலபோய்ட்டேனு சொல்லி என்னிய அசிங்கப் படுத்திட்டானே தோழர்?

மலையில கேட்டுப் பாக்கச் சொல்லுங்க, எத்தன போராட்டத்தில, எத்தன மறியல்ல பஸ்ச மறிச்சு, போலீஸ் ஸ்டேசன கெரோ செஞ்சு முன்னாடி நின்னேன். எத்தன நாள் ஜெயிலுக்குப் போயிருக்கேன்னு அவெங்களுக்குத் தெரியுமா? எத்தன போலீசுகிட்ட அடிவாங்கி இருக்கேன்னு யாராச்சும் எண்ணிச் சொல்ல முடியுமா? இந்தா இந்த வலதுகால் சப்பை பெண்டா இருக்கு பாருங்க. இது இன்னும் என்னப் பெத்தவங்களுக்கே தெரியாது, பூப்பாறை டேசன்ல, மாத்யூ இன்ஸ்பெக்டர் இரும்பு லத்தியால அடிச்சு கால ஒடைக்கப் பாத்தான். அப்பிடி அடியும் மிதியும் வாங்கித்தான் சங்க வேலை செஞ்சிருக்கேன்.

அப்படி இருக்கப்ப, இது என்னோட சொந்த வேல. நான் வேல செய்ற எடம். ஈசியா தோக்க விட்ருவனா? உசிர் போனாலும் போகுமே ஒழிய, மேனேஜ்மெண்ட ஜெயிக்க விடமாட்டேன் தோழர். நீங்க ஒருபக்கம் கோர்ட்டோட சட்டம் சொல்ற பாதைல போறீங்க. நா, லோக்கல்ல எனக்கித் தெரிஞ்சி அவெங்கெல எந்த வகைல பயமுறுத்த முடியுமோ அந்த வகைல நடத்திட்டு இருக்கேன். நா செய்றது சரி தப்பு தெரியாது. ஆனா பயக்கணும். பயக்கறாங்க.! அன்னக்கொடி பயங்கறம்னு பயக்கறான்ல, அப்பிடிச் செய்ற என்னப்பாத்து பணத்த வாங்கிட்டேனு பேசிட்டானே தோழர், அவெங்க யாருக்கும் என்னியப் பிடிக்காது. அதில, ராசேந்திரன்! பாய்சன் பாய்சன் ரோக்கார் பாய்சன். மத்த பாய்சன் கூட லேட்டா சாகடிக்கும் ரோக்கர் பல்லுல பட்ட நிமிசத்தில ஆளச் சாச்சிரும். அதுதான் அவன்.”

நேற்று இரவு எட்டுமணிக்கு வீட்டுக்கு வந்தவனிடம், அவனது அப்பா பகலில் நடந்த விவரங்களைப் பூராவும் ஒப்பித்தார். பணம்

வந்தது, சங்க ஆபீசுக்குப் போனது, அரிசி ஆலையில் நடந்த பேச்சுவார்த்தை, அன்னக்கொடியின் மீதான சந்தேகப் பேச்சுக்கள், கேட்ட நிமிசத்தில் கிழவனாரை அந்த ராத்திரிப் பொழுதிலும் இழுத்துக்கொண்டு சங்க அலுவலகம் வந்தான். முக்கியத் தோழர்கள் யாரும் இல்லை. அங்கிருந்து அய்யப்ப நாயுடு தெருவுக்கு அழைத்துப் போனான். தோழர் ராமராஜ் அப்போதுதான் வீட்டில் மனைவியோடு சேர்ந்து சாப்பிட உட்கார்ந்திருந்தார்.

அவர் சாப்பிட்டு முடிக்கும்வரை பொறுமை காக்க முடியவில்லை அன்னக்கொடியால். தோழரும் அவனது உணர்ச்சிகண்டு பேசச்சொன்னார். தன்னுடைய பூர்வ கதையில் ஆரம்பித்து, திருமலாபுரத்தார்களது முன்னோர் தினசரி இரவில் போலீஸ்ஸ்டேசனில் கைநாட்டுப் போட்டுவிட்டு படுத்துக் கிடந்த பரம்பரைக் கதைவரை ஒப்பித்தான்.

கடேசியாய், தனது வீட்டுக்கு பணம் கொடுத்துவிட்டு வந்ததாக மேஸ்திரியும், கிளர்க் முருகேசனும் தன்னிடம் பேசியது, கோர்ட்டில் மேனேஜ்மெண்ட் ஜெயித்து விட்டதாகவும் சங்கம், இனி குன்னக்காவடி எடுத்தாலும் எதுவும் நடக்காது என பயமுறுத்தியது, பெரிய முதலாளி ஆளுக்கு கொஞ்சம் பணம் கொடுக்கத்தான், தேடியதாகவும் சொன்னார்கள். “நீ கை நீட்டுற ஆளுக்கு கணக்கு முடிக்கலாம் அன்னக்கொடி, திருமலாபுரத்தான்களுக்கு முடிச்சாச்சி, பூலோகமும் அனஞ்சுவும் மொத்தமா வாங்கிட்டுப் போய்ட்டாங்க. சங்கத்து ஆள் தவிர்த்து நீ ஆரச் சொல்றயோ அவகளக் கூட்டிவா, பணத்தவாங்கி எதோ ஒரு தொழிலப் பாத்துப் பொழச்சுக்கங்க” என்ற அவரது நைச்சியமான பேச்சில் கட்டுண்டதுபோல நடித்து கெஸ்ட் ஹவுஸ்க்குள் சென்றதுவரை மூச்சுவிடாமல் சொன்னான்.

அனஞ்சு இப்படிச் செய்வாரா? அன்றாடம் கஞ்சிப்பாட்டுக்கு அல்லற்படும் பாண்டியனும், வில்லங்கமான பெண்ணின் வலையில் சிக்கிக்கொண்ட அன்னக்கொடியும் மில் நிர்வாகத்தின் காசாசைக்குப் பலியாகவில்லை. கிடைத்த பணத்தை ஆயிரம் சிக்கல்கள் இருந்தும் சங்கத்துடன் கைகோர்த்து நிற்கின்றனர்.

“அனஞ்சு மாட்டேன்னாலும் பூலோகமும் ராசேந்திரனும் அவர் மனசக் கரச்சிடுவானுக தோழர்.” அன்னக்கொடி விடாமல் புலம்பினான்.

அனஞ்சு, எப்படியும் சங்க அலுவலகம் வருவார் என நேற்று முழுப் பகலும் இரவும் காத்திருந்தும் திருமலாபுரத்திலிருந்து எவரும்

வரவேயில்லை. அனஞ்சுவிடம்தான் கையில் பிடிக்கும் கொடிகள் தயார் பண்ணும் வேலை ஒப்படைத்துள்ளது. இனி திடீரென யாரை வைத்து தயாரிக்க என்ற கேள்வி எழுந்தது.

"ஒண்ணும் கவலப்பட வேணாந் தோழர். இன்னிக்கி ஒருநாள் பாப்போம். வரலியா? காலைல விடிய, நாங்க திருமலாபுரம் போய் மாப்ளைகளச் சந்திச்சிட்டு வந்துர்றோம். கிடுகுக் கடைல தென்னை வரிச்சு கனமானதா இருபது கட்டு சொல்லி வச்சிருங்க. வேலையோட வேலையா கொடிகளத் தயார்ப் பண்ணிடுவோம். என்னா ராசு!"

39

அன்னக்கொடியின் யோசனைப்படி காலை ஆறுமணிக்கு ஆளுக்கொரு சைக்கிளில் பாண்டியன், மருது, ராசு, அபு, எத்திராஜ் ஆகியோரும் திருமலாபுரம் கிளம்பினர்.

ராசுவிடமும், அபுவிடமும் செயலாளர் எச்சரிக்கை செய்து சில விசயங்கள் பேசினார். “எதும் தள்ளுமுள்ளு நடந்திடாமப் பாத்துக்கங்க. பேச்சுவார்த்தைல சூடேறாம கவனிச்சுப் பேசுங்க. நாளைக்கி பெரிய ஏற்பாடு இருக்கு. அதுக்கு எதும் சிக்கல் ஆகிடாமப் பாத்துக்கணும்.”

இதற்காகத்தான் பட்டாளத்தாரை அவர்களோடு போகச் சொன்னார். பெரியமனுசன், ரெண்டுதரப்பையும் கையாளுவார். ஆனால் பட்டாளத்தாருக்கு இந்தமாதரி அடியாள் மாதரி போவதில் ஆர்வம் இருப்பதில்லை. சண்டைக்காரனாக அனஞ்சுவைப் பார்க்க பாவிக்க இஷ்டமில்லை.

பாலைவனத்தில் ஒட்டகச் சவாரியில் பயணம் செய்வதுபோல அந்த அறுவரும் திருமலாபுரத்தை நோக்கி தத்தம் சைக்கிளை உருட்டிக் கொண்டும் ஏறி அழுத்தியும் சென்று கொண்டிருந்தனர்... தார்ரோட்டு வழியில் போகாமல் சமதர்மபுரம் ஏறி, வால் கரட்டுவழி வந்து ரயில்த் தண்டவாளத்தை ஒட்டிய ஒத்தையடிப் பாதையில் முல்லையாற்றைக் கடந்தபோது, நெருப்பில் சூடேற்றிய பித்தளைத் தாம்பாளமாய் சூரியன் வானத்தில் ஒளிர்ந்தான்.

சைக்கிளும், ஆறுபேரது பாதங்களது மிதியும் வாங்கிய - பாலத்தில் பதித்திருந்த இரும்புத் தகடுகள் தடதடவென்ற சப்த மெழுப்பின. கீழே வைகை அணையை நோக்கி ஆறு கலங்கலாய் ஓடிக்கொண்டிருந்தது. கொட்டக்குடி ஆறு, முல்லையாறு, மூல வைகை ஆறு என மூன்றும் இங்கே

கலப்பதால் அந்தக் கலவையின் சுழற்சியும் நுரைப்பும் குறையாத நீரோட்டம். பாலத்திலிருந்து கீழே பார்க்க, ஆழமும் பாலத்தின் நீளமும் பயமாகத்தான் இருந்தது. பார்த்துக் கொண்டே இருந்தால் கிறுகிறுவெனத் தலை சுற்றும். தனி ஆளாகப் பயமில்லாமல் போகமுடியாது. கூட்டமாக வந்ததால் பயம் தெரியவில்லை.

பாலத்தைக் கடந்ததும் தண்டவாளத்தை ஒட்டி ஒற்றையடிப்பாதை நீண்டது. வடக்கே குன்னூர், தெற்கே அமச்சியாபுரம், அரைப்படித்தேவன் பட்டியும், கிழக்கே ஊடறுத்துப் போக, ரெண்டு கிலோமீட்டர் தூரத்தில் திருமலாபுரம். தண்டவாளத்தின் இருமருங்கும் மானாவாரி வெள்ளாமை. கடலைச் செடிகளும், பயத்தாங் கொடிகளும் சரளைக் காட்டைக் கொழிக்கச் செய்திருந்தன. ஆங்காங்கே ஆயில் மோட்டார்கள் பம்ப்செட்டோடு பச்சைப் பெயிண்ட் அடிக்கப்பட்டு உட்கார்ந்திருந்தன. ஒன்றிரண்டு காடுகளில் டுப்புடுப்புவென பெருத்த சப்தமெழுப்பி தண்ணீரை இழுத்துத் துப்பிக் கொண்டிருந்தன.

அன்னக்கொடி முன்னால் போக, மருது, ராசு, அபு, எத்திராஜ், பாண்டி என வரிசையாய் சென்றனர். பாலம்வரை பேசிக்கொண்டே வந்தவர்கள், ஒற்றையடிப் பாதையில் சைக்கிள் இறங்கியதும் மௌனமானார்கள். ஆனாலும் உள்ளத்தில் அலையென எண்ணங்கள் புரண்டெழுந்த வண்ணமிருந்தன.

இத்தனைநாள் திருமலாபுரம் சென்றதற்கும் இன்றைக்குச் செல்வதற்கும் வித்தியாசம் உண்டு. இது, கள்ளன் போலீஸ் விளையாட்டா? நேத்துவரை கள்ளனாய் இருந்த அன்னக்கொடி இப்போ போலீஸ்? அனஞ்சுவும் ராசேந்திரனும் தர்மரும், பூலோகமும் தங்களை ஒத்துக் கொள்வார்களா? ஒரு பொழுதில் உண்டான மாற்றம். இன்னமும் முழுசாய் நம்பவும் முடியவில்லை. திடுமென, கதவுக்குப் பின்னால் ஒளிந்திருந்து "தப்பய்ஸ்" என முதுகில் அறைந்து, அவர்களே ஜெயித்து, போலீசாக மாறியும் விடலாம். சங்கச் செயலாளரோ ஏனையத் தோழர்களோ வராததற்கு அதுவே காரணமாக இருக்கலாம். சங்கத்தின் வேலைகளில் தங்களையெல்லாம் முதல் அல்லது இரண்டாம் நிலையிலேயே வைத்திருந்தனர். உடம்பால் மாறி இருந்தாலும் உள்ளத்தால் முழுசாய் சங்கத்தாளாக மாறியதாக ஒப்புக் கொள்ளவில்லை. "நாங்களே இன்னம் பரிபூரணமான சங்கத்துக்காரர்களாக மாறிட்டம்னு சொல்லீட முடியாது. அத நோக்கிய வழியில் நடந்துக்கிட்டிருக்கோம்" வாழவந்தான் தோழரே ஒருநாள் தன்னைப் பற்றி இப்படித்தான் சொன்னார்.

“மார்க்சே தன்னை ஒரு முழுமையான கம்யூனிஸ்ட்டுனு சொல்லிக்கலியே!” உடனிருந்த இன்னொரு தோழர் அதற்குமேலும் போய்ப் பேசினார்.

“எங்களப் பூராவும் கடசி வரையிலயும் இளிச்சவாயகன்னே முடிவு செஞ்சு வந்திருக்கீக?” - பூலோகம் வெகுண்டெழுந்து பேசினால் பதில் சொல்ல முடியாது. அப்படி நினைத்த மாத்திரத்தில், அபுவுக்கு சைக்கிள் உழண்டது கைப்பிடியை சரியான திசைக்குத் திருப்பினான். பாதை பிசகினால் முள்ளுச்செடியிலோ சரளைக் கற்களிலோ சைக்கிள் டயர் மிதித்து பஞ்சர் ஆகிவிடும். காலை வெய்யில் முகத்தில் சுளீரெனக் குத்தியது. இடையில் வீடுகளோ மறைப்புகளோ ஏதுமில்லாததால் கண்ணெதிரே நேருக்கு நேராய் நின்ற சூரியப் பந்து அடிவானத்தைக் கடந்து மேலேறிக் கொண்டிருந்தது.

“கோர்ட்டுல மில்லுக்குச் சாதகமாத்தான தீர்ப்பு வந்திருக்கு? அப்பறம் எதுக்கு வலிய வலியக் கொணாந்து ருவ்வாயத் திணிக்கிறாங்கெ! எனக்கு ஒண்ணுமே புரியல!” எனச் சத்தமாய்க் கேட்டார். வரிசையில் மூணாவதாக வந்து கொண்டிருந்ததால் அவரது பேச்சு அனைவருக்கும் கேட்டது.

எத்திராஜுக்கு இந்த இரண்டு நாளாய் நடக்கிற சம்பவங்கள் எதுவும் பிடிபடவில்லை. பொதுக்கூட்டமும் ஊர்வலமும் இன்னமும் பிரச்சினை முடிவுக்கு வரவில்லை என்பதையே காட்டியது. விசாரணையும் கண்துடைப்புக்குத்தான் என போத்திராஜா மில்லில் வேலைபார்க்கும் பழனியண்ணன் அன்றைக்கே சொல்லிவிட்டார். ‘தப்பாவோ சரியாவோ மொதலாளி ஒண்ண செஞ்சுட்டான்னா, அத, கௌரவப் பிரச்சினையாப் பாத்து கெட்டு அழிஞ்சு போவானே ஒழிய தொழிலாளிக்கு சாதகமாத் திரும்பவே மாட்டான்’ அவர் சொன்ன மாதரியேதான் இதுவரை நடந்து கொண்டிருக்கிறது. அதனால் ஒரு தள்ளுவண்டி எடுத்து தெருத் தெருவாய்ச் சுற்றி பழைய இரும்பு ஏவாரத்தில் இறங்கி விட்டார்.

“நீ பேசறதப் பாத்தா ருவ்வா குடுத்தத நம்பவே இல்ல போல! யே, எத்தி?” மருது கேட்டார். அவர் நாலாவதாய் வந்து கொண்டிருந்தார்.

“நாந்தே கொணாந்து கண்ல காமிச்சேன்ல. கழுத்த அறுக்கறாப்ல புத்தம் புதுத் தாளு, மொடமொடன்னு. வேணும்னா வீட்டுக்கு வா காமிக்கறேன்” ஐந்தாவதாய் சைக்கிளை அழுத்திக் கொண்டிருந்த பாண்டியன், ரூபாய் வாங்கிய நாளிலிருந்து குறையாத படபடப்புடன் இப்பவும் பதில் சொன்னார்.

“அதுதே எனக்கு வெளங்கவே இல்ல. நேத்து வரைக்கும் இடிச்ச புளியா நம்மளக் கண்டுக்காத ஆள், இப்ப எதுக்கு இந்த வேலை பாக்கணும். பொதுக்கூட்டத்தையும் ஊர்வலத்தையும் கேட்டு உண்மையிலேயே பயந்துட்டாகளா?” எத்திராஜ் மனசில் உதித்த சந்தேகத்தை வார்த்தை மாறாமல் சொன்னார்.

“பின்ன, சும்மாவா? நடக்கப் போற ஊர்வலத்தப் பத்தி நம்ம மாவட்டம் மட்டுமில்ல, கேரளா முழுக்க தெரிஞ்சி போச்சி. எங்க சகாவு ஒரு ஜீப்ல நாளைக்கி ஊர்வலத்தில கலந்துக்க வாரேன்னு சொல்லீருக்காக. இருக்குடீ ஒங்களுக்கு ஊர்வலம் முடியட்டும்” முன்னணியில் சென்ற அன்னக்கொடி, கழுத்தைப் பின்னால் திருப்பிச் சொன்னான்.

“அதும் ஒருவகையான அழுத்தம்தான். ஆனா, மதுரை தோழர் சொன்னார்ல, நாம இந்தக் கேச தொடர்ந்தடியா மெட்ராசுக்கும் எடுத்துப் போவம்னு அவகளுக்குத் தெரியும். அங்க போனா செலவு மட்டுமில்ல வேற பல நெருக்கடிக்கும் அவுங்க பதில் சொல்லணும். அதனால இங்கனயே சூட்டோட சூடா முடிச்சுவிட்டா தொல்லை தீந்துடும்னு நெனைக்கலாம்” ரெண்டாவதாய் வந்துகொண்டிருந்த ராசு தனது மௌனம் விலக்கிப் பேசினான்.

பூமியில் சூரிய வெப்பம் பரவத் தொடங்கியது. காடுகளில் படிந்திருந்த பனியின் ஈரம் காயத் தொடங்கின. காலை பத்துமணிக்குத்தான் மதுரை - போடிக்கு முதல் ரயில் அது தெரிந்தமையால் தண்டவாளத்தின் இருபுறமும் சைக்கிள்களும் எக்செல் வண்டிகளும் வந்துபோய்க் கொண்டிருந்தன.

“நீ சங்கத்துக் காரெ, நீ அப்பிடித்தேம் பேசுவ ராசு. திருமலா பொரத்தானுக எப்பிடி கச்சிதமா, நேரம் பாத்துக் காய நகத்திக் காசப் பிடிச்சிட்டாங்கெ பாத்தியா.? உண்மையிலயே பூலோகமும் அனஞ்சுவும் இன்னம் கூடுதலாத்தான் காசப் புடிச்சிருப்பாங்கெ. ஏன்னா எப்பிடிப்பட்ட நேரம் பாத்தியா! ஊரே அல்லோகலப்பட்டுக் கெடக்கு. ஊர்வலம் பொதுக்கூட்டம்னு. என்னமோ எல்லாத்தியும் இவங்கெதே நடத்தப் போற மாதரி பிலிம் காமிச்சிருப்பாங்கெ. அதப் பாத்து அந்த லூசுப் பயக இருவதா இருவத்தஞ்சான்னு பணக் கட்ட நீட்டி இருப்பானுக. அம்பது கேட்டாலும் இந்த நேரத்துக்கு இல்லேன்னு சொல்லவே மாட்டாங்கெ. எனக்கெ, வீட்ல குடுத்ததக் கணக்குல சேக்க வேணாம், ஒனக்கு எவ்வளோ வேணும்னு மட்டும் சொல்லு ஒரு செக்குல எழுதி வாங்கிட்டுவாரேன்னு கெஞ்சுனாய்ங்கல்ல. நா மடங்குவனா?

பொறு தம்பி எல்லாரையும் இழுத்துட்டு வாரேன்னு அவனுக்கு ஒரு படத்தக் காமிச்சி எஸ்கேப்பாகி வந்திட்டேன். ஆனா, நாளக்கி மிலிட்டிரியே வந்து மறிச்சாலும் ஊர்வலத்த கலகலக்க வைக்கணும். திருமலாபொரத்தான்லா ஒரு மசிருமில்லேன்னு காமிக்கணும்" அன்னக்கொடி ஆவேசம் அடங்காமல் பேசினான்.

"அது சரி, இப்ப அங்க போய் என்ன பேசப் போறம்?" மருது அமைதியாய்க் கேட்டார். அவருக்கும் அது விளங்காத ஒன்றாய் இருந்தது. அனஞ்சுவை இப்படி மடங்கிப் போவார் என ஒரு காலமும் நினைத்ததில்லை. எல்லோரையும் விட ஒருபடி மேலான மதிப்பு அவரிடம் இருந்தது. இருப்பதிலேயே பெரிய மனுசன், ரெம்பவும் நிதானமானவர், எடுத்தேன் கவிழ்த்தேன் என்ற போக்கெல்லாம் கிடையாது. எல்லோரையும் அரவணைத்து எடுத்த காரியத்தை சிறப்பாகச் செய்து முடிக்கும் போங்கானவர். கடேசி நேரத்தில் இப்படியாகிப் போனதில் ரெம்பவே மனக்கஷ்டம்.

"ம்? இன்னிக்கி சனிக்கெழம, நல்ல எண்ணெ தேச்சித் தலமுழுகி வந்திருக்கோம். நாட்டுக்கோழியடிச்சி நல்லெண்ண ஊத்தி கஞ்சிய ஊத்துடான்னு ஒக்காந்து நாக்கச் சொட்டாம் போட்டு திங்கப் போறோம்." ஏகடியம் பேசிய பாண்டியன் வழக்கத்திற்கு மாறாய் "வேகமாப் போய் செவுளச் சேந்து ரெண்டு அப்பு அப்பி, துரோகத்துத்துக்குப் பொறந்தவனே ண்டு ரெண்டு கேள்விய நாக்கப் புடுங்கறாப்ல கேட்டுப்பூட்டு த்தூன்னு மூஞ்சீல காறித் துப்பீட்டு வந்துட வேண்டியதேன்" பேசினார்.

"என்னா பண்டியண்ணே! அன்னக்கொடிக்கு பக்கத்துல இருக்கதால அவரு ஆவி அடிச்சிருச்சா? இம்புட்டு வேகாளமாப் பேசறீங்க" அபு, கடேசியிலிருந்து சத்தமாய்க் கேட்டான்.

"எனக்கிருக்க வறுமைக்கெல்லா இதுபோல பத்துக்கட்டுப் பணம் வந்தாலும் தீராது அப்பு. இவனுக்கெல்லா என்னா கொள்ள? காடு இருக்கு கரையிருக்கு, சம்பாத்தியத்துக்கு கடகன்னியும் வச்சிருக்கான். இப்பிடி உசுரக் குடுத்து மல்லுக்கட்டி வேலபாத்துக்கிருக்க வேளயில அள்ளையில வேல்க்கம்பச் சொருகுனாப்பல, எல்லாரையும் காட்டிக் குடுத்து வீட்ல ஒக்காந்துக் கிட்டானேப்பா. மனசு ஆற மாட்டேங்குது." உண்மையிலேயே நெஞ்சைப் பிடித்துக் கொண்டு ஒருகையில் சைக்கிளைச் செலுத்திக் கொண்டிருந்தார் பாண்டியன்.

"பாண்டிண்ணே, சொல்றேன்னு கோச்சுக்க வேணாம். ஒங்களுக்கு இருக்க மாதரிதே எல்லாருக்கும் அனஞ்சு அண்ணெம் மேல

கோவம் இருக்கு. ஆனா, நேத்துவரைக்கும் செஞ்ச வேலைய நாம மறக்கக் கூடாது. எல்லாருக்கும் பெத்த அப்பனா முன்னுக்கு நின்டு வேல பாத்தவரு. திடீர்னு ஒரு காரியத்துக்கு காசு இல்லேன்டா கொஞ்சமும் யோசிக்காம, கைக்காசச் செலவு பண்ணாரு. அதுமில்லாம, ஒரொருத்தர் வீட்டாளாவும் தனிப்பட்ட வகைல இருந்தாரா இல்லியா. எதோ இன்னிக்கி அவர் மேல ஒரு சந்தேகம். யாரும் கண்ணாறப் பாக்கல. அன்னக்கொடியவும் அப்பிடித்தே சொன்னாக" ராசு பொறுமையாக எடுத்துச் சொன்னபோது. சட்டென சைக்கிளை பிரேக் அடித்து நிறுத்தினான் அன்னக்கொடி. அவன் நிறுத்தவும், எல்லோருமே சைக்கிளை நிறுத்த வேண்டியதாயிற்று.

"ராசு, இந்த மெப்பனையான பேச்சு, பூசி மொழுகற வார்த்தையெல்லா அங்கிட்டு வச்சுக்க ஆமா. இன்னம் அஞ்சி நிமிசத்தில புள்ள ஆணா, பொண்ணான்னு தெரிஞ்சிரும் ஊரு வந்திருச்சு. அன்னக்கொடிய சந்தேகப்பட்டது ஆரு நிய்யா, இல்ல இவகளா? எல்லா அந்த கரட்டுக்காட்டுப் பயலுக. வேற யாரும் சந்தேகப் படல. ஏன்னு எல்லாருக்கும் தெரியும். ஆனா, இன்னிக்கி இவனுகள எல்லாருமே சந்தேகப் படுறோம். ஏன் ஒனக்குச் சந்தேகம் இல்லியா? இல்லேன்டா நீ எதுக்கு எங்க கூட வார? ஒம் மாமெ பாட்டாளத்துக்காரரப் போல வீட்லயே இருந்திருக்கலாம்ல. இப்பச் சொல்றேன். அனஞ்சுவும் அவெங்க வகையறாவும் மில்லுக்காரெங் கிட்டக்க காசு வாங்கலே அப்படிங்கறது ருசுவாகிட்டா, என் தாய் மேல சத்தியம் பண்ணிச் சொல்றேன். இந்த சூரிக் கத்தியால எங் கழுத்த நானே அறுத்துக்கறேன். ஆமா!" சொல்லிக்கொண்டே, தனது இடுப்பிலிருந்த சூரிக்கத்தியை எடுத்து தன் கழுத்தருகே கொண்டு போனான்.

அபு பதறிப்போய் சைக்கிளை சரியாக ஸ்டாண்ட் போட்டு நிறுத்தியும் நிறுத்தாமலும் விட்டுவிட்டு அன்னக்கொடியை நோக்கி ஓடினான். அதற்குள் அருகிலிருந்த ராசுவும் மருதுவும் அவனது கையைப் பிடித்துக் கொண்டார்கள். பாண்டியன் அன்னக்கொடியை கன்னத்தில் ஓங்கி அறைந்தார்.

அபு ஓடிவந்த வேகத்தில் வேட்டி சைக்கிளில் சீட்டின் ஸ்பிரிங்கில் மாட்டிக்கொண்டது சைக்கிள் அவனொடு சேர்ந்து சாய்ந்தது. மேலே விழுந்து விடாமல் அதனைத் தாங்கிப் பிடித்தான் அபு. அப்போது சீட்டின் உள்புறமிருந்து ஒரு முழ நீளமான அருவாள் வெளியே தலை நீட்டியது. அது கண்டு பதறிப்போனான்.

“என்னாது இது?” சைக்கிளை நேரே நிறுத்தி விட்டு, சீட்டுக்கடியிலிருந்த அருவாளை மெள்ள உருவினான். பளபளவென வெய்யிலில் அதன் கூர்மை மின்னியது.

“இத யார் என் சைக்கிள்ல வெச்சது?” நடுங்கும் குரலில் கேட்டதும் எல்லோரது கவனமும் அருவாள் மீது திரும்பியது.

“சூப்பர் அப்பு. சரியான ஆயுதத்தோட வந்திருக்க” அன்னக்கொடி தனது சூரியை மறுபடி இடுப்பில் சொருகிக்கொண்டான்.

“சத்தியமா எனக்குத் தெரியாது. இது யார் வச்சதுன்னே தெரியல” அருவாளைக் கையில் பிடிக்க முடியாமல் தடுமாறினான். அருகில் வந்து பாண்டியன் அதனை வாங்கி கொண்டார்.

“நீயா வச்செ?” அன்னக்கொடியைப் பார்த்துக் கேட்டான்.

“ப்ச், எனக்கான ஆயுதத்த நானே தான் வச்சுக்குவேன், அடுத்தாளயெல்லா டிஸ்டர்ப் பண்ண மாட்டேன்.” சாதாரணமாகச் சொன்னான்.

“சரி, நீ எதுக்கு இப்ப சூரிய எடுத்து வந்த? இது நம்ம தோழர்களுக்குத் தெரிஞ்சா என்னா நெனப்பாங்க. அதக்கூட விடு இந்த நேரத்துக்கு இப்பிடி சூரியோட அங்க போறது சரியா? மலநாட்டுல இருந்தேன்னு சொல்ற. இப்ப விசாரிக்கப் போறோமா தீர்ப்பு சொல்லப் போறோமா?”

“என்னப் பொறுத்த அளவில ரெண்டுந்தா? இவெங்க ஊரப்பத்தி ஒனக்குத் தெரியாது ராசு! என்னா வேணாலும் நடக்கலாம் ஒரு தற்காப்புக்குத்தே.”

“இத நாங்க நம்பணுமாக்கும். மொதல்ல அதத் தூரப்போடு அன்னக்கொடி. அப்பத்தான் நா வருவேன்” ராசு கண்டிப்புடன் பேசினான்.

“அது முடியாது ராசு. இவ்ளோ பெரிய அருவாளப் பாக்கறப்ப இது கணக்கே இல்ல.”

“இத யார் வச்சது” மருதுவிடமிருந்து பாண்டியன் அருவாளை வாங்கி கொண்டார்.

“நாந்தே!”

பாண்டியன் ஒப்புக் கொண்டதும் எல்லோருக்கும் ஆச்சர்யத்தில் கண்கள் பிதுங்கி நின்றன.

40

திருமலாபுரத்துக்குள் ரயில் தண்டவாளம் ஊடுருவிப் போனது. வடக்கே வீடுகளும் தெற்கே சரளைக் காட்டைத் திருத்திய நிலங்களும் கிணற்று மேட்டில் ஆயில் மோட்டார் பம்ப்செட்களும் கரட்டுக் காடெங்கும் குத்த வைத்திருந்தன.

ஒற்றையடிப்பாதை விரிந்து ஊருக்குள் நுழைந்தது. மண்சுவரெழுப்பித் தகரம் போட்டிருந்த முதல்வீடு தர்மர் வீடு என்றார்கள். வீட்டின் முன்னால் கோழிகள், சிறிசும் பெரிசுமாய் மேய்ந்து கொண்டிருந்தன. மஞ்சள் கழுத்துச் சேவல் ஒன்று தன் பெருத்த உடலை தூக்கிக்கொண்டு பெட்டை ஒன்றை எக்குப் போட்டு இழுக்க முயற்சித்துக் கொண்டிருந்தது. வீட்டின் பின்புறம் கூரை வேய்ந்து நின்ற படலின் பந்தல்க் காலில் ஆடு ஒன்று கட்டிப் போடப்பட்டுக் கிடக்க, அதன் தலைக்கு மேலே அகத்திக் குலை கட்டித் தொங்கியது.

எல்லோரும் ஒரே இடத்தில் சைக்கிளை நிறுத்தாமல் தள்ளித் தள்ளி நிறுத்தினர். இரண்டுகட்டு வீடும் மறைப்புச் சுவருமாய் அமைந்திருந்தது வீடு. அன்னக்கொடியும் எத்திராஜும் முன்னால் போனார்கள். யாரும் பின் தொடரவில்லை. சைக்கிளைப் பிடித்தபடி வெளியே நின்றனர். கதவு திறந்து கிடக்க, அடுப்பில் ஏதோ வெந்து கொண்டிருந்தது. கோரப்பாயில் யாரோ படுத்துக் கிடந்தனர்.

"ம்மோவ்" என்ற அன்னக்கொடியின் சத்தத்தை மீறி பின்பக்கமாக தண்டவாளத்துக்கு அப்பால் "ய்யார்ப்பா அது?" என அதட்டிய பெண்ணின் குரல் ஓங்கி ஒலித்தது. கையில் விளார் ஒன்றைப் பிடித்திருந்தார். காலைக்கடன் முடித்து வருவார் போலும். விளாரைக் கீழே போட்டு

விட்டு தண்டவாளத்தைத் தாண்டி வந்தார். மொத்தமாய்க் குழுமி நிற்பவர்களைப் பார்த்ததும் சேலையைத் திருத்திக் கொண்டார். மனசு ஏனோ திக்கென்றது. விடியாங்காட்டியே இத்தினிபேர் வீட்ட அடச்சு நின்டா? ஆர் வேணும்?" மறுபடி கேட்டாள். வாசலை மறைத்து நின்றாள்.

"தர்மர் வீடு தானம்மா?" அன்னக்கொடி எதிர்க்க நின்று கேட்டான். அபுவை கண்காட்டி அனுப்பினான் ராசு.

"ஆ... மா! நீ ஆர்ப்பா?" பதில் சொல்லும்போதே மனசுக்குள் பல சிந்தனைகள் ஓடின. ஒருவேள கூட்டுறவு பேங்குல இருந்து கடனக் கேட்டு சப்தி கிப்தி பண்ண வந்திருக்காகளா? தேவையில்லாமல் ஆட்டின் பக்கம் கண் சென்றது.

"ஒண்ணுமில்லக்கா, நாங்க அவரோட மில்லுல வேல செய்றவங்க! ச்சும்மா, அவரப் பாக்க வந்தம்" அபு வேகமாய் வந்து பதில் சொன்னான்.

"இன்னம் ஒறங்குறாரா?" அன்னக்கொடி இரண்டாவதாய் இருந்த அறையை எட்டிப் பார்த்தான். அந்த அறைக்கு கதவே இல்லை.

"சங்கத்துக்காரவகளா?"

"ஆமாங்க்கா?"

"அப்பிடிச் சொல்லுங்க. ஆரோன்னு வெருக்குன்னு ஆய்ப் போச்சு."

"கொஞ்சம் அவர எழுப்பி விடுங்க" என அன்னக்கொடி வலியுறுத்தினான்.

"அது, வீட்ல இல்லியே" என்று பதில் சொன்னவர், "யே பாப்பா, திய்ய உள்ள தள்ளி விடு, அடுப்பு அமரப் போகுது பாரு. அம்மா காலக் கழுவீட்டு வரே" என யாருக்கோ உத்தரவு போட்டாள். பாயில் போர்த்திப் படுத்திருந்த உருவம் போர்வையோடு ஊர்ந்து சென்று தீயை அடுப்புக்குள் தள்ளிவிட்டு பழையபடி வந்து படுத்துக் கொண்டது.

அவள் திரும்பிய சமயம், திடுமென மறைப்புச் சுவருக்குள் புகுந்த அன்னக்கொடி, அடுத்த அறையைப் பார்த்தான். அதையடுத்து கிடுகு மறைத்த கொல்லை இருந்தது.

"நெசம்மா அது வீட்ல இல்ல. வெள்ளெனயே எந்திரிச்சி எங்கியோ போய்ருச்சு" என்றாள்.

“எங்க போனார்னு தெரிமா மா?” மருது கேட்டார்.

“ஆம்பளைக அதெல்லா சொல்வாகளா? வெளீல எங்கிட்டும் போயிருக்காது. தோடத்துக்குப் போகும். இல்லாட்டி அந்த அனஞ்சு மச்சான் வெறகுக் கடைல ஒக்காந்துருக்கும்” என்றவள், “வெளீல நின்டுக் கிட்டே இருக்கீக உள்ள வந்து ஒக்காருங்க காப்பி வாங்கி வாரே” என அழைத்தாள்.

“இருக்கட்டும் தங்கச்சி, எப்ப வீட்டுக்கு வருவாப்ல?” பாண்டியன் தன் பங்குக்குக் கேட்டார்.

“தோட்டத்துக்குப் போயிருந்தா கால ரயிலு கடக்கவும் வருவாப்ல. வேற எங்கியாச்சும் சோலியாப் போனா, வாரதுதே நேரம், விடியறதுதேம் பொழுது.”

“வேற எதாச்சும் முக்கியமா பேசுனாப்லயா” அன்னக்கொடி ஊடுருவிக் கேட்டான்.

“அப்பிடியொண்ணும் சொல்லலியே, ஏன் எதும் விசேசம் உண்டா?”

“ச்செரிம்மா வாரம். பாவம் நீ அடுப்பப் பாரு” மருது அன்னக்கொடியைக் கிளப்பினான். போகும்போது எல்லோருடைய வீட்டையும் அடையாளம் கேட்டுக் கொண்டான்.

நாலைந்து வீடு தள்ளி ராசேந்திரனின் வீடு. அங்கே அன்னக்கொடி முகம் கண்டதும் ராசேந்திரனின் மனைவி ஆர்ப்பாட்டமாய் வரவேற்றாள். எல்லோரையும் வீட்டுக்குள் கூப்பிட்டாள். மகனை அழைத்து காப்பி வாங்கிவரச் சொன்னாள். நேத்திலிருந்து ராசேந்திரன் வீட்டில் தங்கவே இல்லை என்றாள். “ரவைக்கும் பகலைக்கும் அந்த அனஞ்சு கூட அப்பிடி என்னாதே கூத்தடிப்பு செய்வாகளோ நானறியேன்” எனப் புலம்பினாள். ‘பேசாம, உள்ள கஞ்சியக் குடிச்சுப் போட்டு, இருக்க காட்டு வேலையப் பாத்துக்கிட்டு, இன்னம் நாலு ஆட்டுக்குட்டியப் பிடிச்சு மேச்சுக்குத் திரிய மாட்டாம, மில்லுக்குப் போறே மல்லுக்குப் போறேன்டு. இப்ப நெசமாவே மல்லுக்கட்டித்தான திரியறே. பொம்பள பேச்சு ஆயிரத்துல ஒண்ணவாச்சும் கேக்கணும்ணே, என்னா நாஞ் சொல்றது?’ என யாரையும் பேசவிடாமல் தானே பேசி முடித்தாள்.

காப்பியைக் குடிக்கும்போது அன்னக்கொடி வழக்கம்போலக் கேட்டான். “வேற எதும் சொன்னானா?”

“அது சொல்லல. அனஞ்சு மச்சாஞ் சொல்லுச்சு?”

“என்னா சொல்லுச்சு?” எல்லோரும் அவளது வார்த்தையில் ஆர்வம் காட்டினர்.

“எதோ ஒண்ணாந் தேதி ஊர்கோலம் இருக்காம்ல. அதுக்கு குடும்பங் குட்டியோட போகணுன்டு சொல்லுச்சு. பெரிய பெரிய தலைவரெல்லா வாரகளாம்ல.”

ராசுவும் அபுவும் மனம் சமனப்பட்டதுபோல பார்த்துக் கொண்டனர்.

“எப்பமா சொன்னாரு. நேத்தா இன்னிக்கா?” பாண்டியனின் துணைக் கேள்வி அன்னக்கொடிக்கு ஆறுதல் அளித்தது.

“நேத்தா, எங்கூட்டுக்காரனே ரெண்டுநாளா வீட்ல தங்கலியே, வெறகுக் கடைலயே கெதியால்லா கெடக்யான். இது போன நாய்த்துக் கெழம சொன்னாரு.”

“விடும்மா பல்க்கா அள்ளீட்டு வருவ்வான்.”

“ஆமா, இது மொகரைக்கும் பல்க்காக் கெடைக்கும் பல்க்கா.”

“அப்படின்னா, இப்ப அவெ, அனஞ்சு கடைலதே இருக்கானா?”

“கழுத கெட்டா குட்டிசொவருதான. நேத்துத்தே என்னமோ லாரியும் வண்டியுமா அலஞ்சிக்கிருந்தாக. அங்கதே இருப்பாக. பூலோகத்தப் பாக்கணும்னா தெக்க போகணும். தோட்டத்துலயே வீட்டப் போட்ருக்காப்ல” என விடை கொடுத்தாள்.

பளபளவென நன்றாக விடிந்து வெய்யில் ஜோராகப் புறப்பட்டு வந்தது. மொத்தமாக சைக்கிளில் வரும் இவர்களைக் கண்டு ஊர்க்காரர்கள் வெறித்துப் பார்த்தனர். “அனஞ்சுவப் பாக்கவாம், ராசேந்திரெ வீட்ல இருந்தாக, மில்லுப் பயலுக” அவர்களுக்குள் பரிமாறிக் கொண்டனர்.

“ஏய் இங்க பாரு” எத்திராஜ் சுட்டிக்காட்டினான். ஒரு பெட்டிக்கடையின் ஸ்டாலில் மே தின வால்போஸ்டர் ஒட்டப்பட்டிருந்தது.

“இங்க ஆருய்யா ஒட்னது?”

“இதும் அவிங்க வேலதான். இப்பிடியெல்லா மேனேஜ்மென்டுக்குக் காமிச்சாத்தான அமவுன்ட கூடுதலாப் பிடிக்க முடியும்” அன்னக்கொடி சட்டமாய் பதிலளித்தான்.

அனஞ்சுவின் கடைக்குப் போவதற்குள் இன்னும் நாலைந்து இடங்களில் போஸ்டர்கள் ஒட்டப்பட்டிருந்ததைக் கண்டனர்.

பஸ்ஸ்டாப் அருகே அனஞ்சுவின் விறகுக்கடை. கடைக்கு முன்னால் விறகுக் குச்சிகள் குவிக்கப்பட்டிருந்தது. சுற்றிலும் நாலைந்து பேர் குழுமி உட்கார்ந்திருந்தனர். எதோ வேலை செய்வது போலிருந்தது.

“லேய்... பிராடுக்காரா? டோய். இங்கிட்டுப் பார்ரா னொன்னக்கொடி!” யாரோ பெருங்குரலெடுத்து அழைப்பது தெரிந்தது.

“பூலோகமா?”

அனஞ்சுவின் கடையை அடுத்திருந்த டீக்கடையில் தர்மரோடு சேர்ந்து நின்றிருந்தான் பூலோகம். தலையில் தாறுமாறாகச் சுற்றிய உருமாவும், வாய் நிறைய இகழ்ச்சியான சிரிப்போடும் நின்றவனது இடது கையில் நீளமான ஒரு பொருள்! துப்பாக்கியா? பழுப்பு நிறமாய்த் தெரிந்தது. தர்மரின் தோளிலும் அதேபோல் ஒன்று சாய்ந்திருந்தது.

“அல்லாரும் இங்க வாங்க!” தான் நின்றிருந்த டீக் கடைக்கு அழைத்தான்.

ஆறுபேரும் ஒருவரை ஒருவர் பார்த்துக் கொண்டனர். “டுப்பாக்கியா? இத்தாந் தண்டி வச்சிருக்கான்” பாண்டி அன்னக்கொடியிடம் கிசுகிசுத்தான். அன்னக்கொடி அவனிடம் இருந்த ஆயுதத்தை குறுகுறுப்பாய்ப் பார்த்தபடி அனஞ்சுவின் கடைப்பக்கம் நடந்தான்.

“யே அல்லாரும் இங்கிட்டு வாங்கப்பா! யே ஒளுவாடி பாண்டியா மொதல்ல வந்து டீயக் குடுச்சிட்டு நவலு. இல்ல, நோழி மவனே ஒனக்குத்தே மொதச் சூடு” துப்பாக்கியை பாண்டியனுக்கு நேராய் நீட்டினான். ஓரிரு நிமிட யோசனைக்குப் பிறகு தர்மரும் தனது கையிலிருந்த துப்பாக்கியையும் நீட்டிப் பிடித்தான். அவனது குறி யாரை நோக்கி எனத் தெரியவில்லை.

சைக்கிள்களை அப்படியப்படியே நிறுத்திவிட்டு ஆறுபேரும் டீக் கடையை நோக்கி முன்னேறினார்கள். பூலோகம், தர்மரை ஒட்டி ஊர்க்காரர்கள் இரண்டுபேர் டீ தம்ளரைக் கையில் பிடித்தபடி சுவாரஸ்யமாய் நின்று வேடிக்கை பார்த்தனர்.

“பூலோகம்ணே என்னாண்ணே வெளையாட்டு?” ராசு ஓங்கிச் சத்தம் கொடுத்தான்.

“வெளாட்டா? இப்பப் பாரு வெள்ளாட்ட! சுட்றா தருமா, மொதக்குண்டு அவெந் தொண்டக் குழியப் பாத்துச் சுடு” என்றவன், “ஊருக்குள்ள வந்தா நேரா இங்கிட்டு வராம பொச்சுக்குப் பெறான

வந்து வீட்ட ராவிக்கிருக்கீக. நீங்க ஊருக்குள்ள நொழஞ்சதுமே தாக்கல் வந்துருச்சுருடி, என்னாடா தருமா?"

"யே அனஞ்சு, ஓம் பங்காளிக வந்துருக்கானுகப்பா. அவெங்களச் சுடப்போறே" ஓங்கிச் சத்தம் கொடுக்க, அருகில் நின்றிருந்த ஊர்க்காரர்கள் புன்னகைத்தபடி தர்மரிடம் ஏதோ சொன்னார்கள்.

நீளமான கழியும் கையில் அருவாளுமாய் கடையிலிருந்து வந்த அனஞ்சு, "யே யப்பா, என்னா பட தெரட்டி வந்தாப்பல மொத்தமா வந்திருக்கீக. வாங்க வாங்க. எனக்குத் தெரியும் எப்பிடியும் தேடி வந்துருவீகன்னு" டீக் கடைக்கு வந்தவர், பூலோகத்தின் கையிலிருந்த துப்பாக்கியை ஒதுக்கித் தள்ளினார். "யே அங்கிட்டுப் போடுறா குச்சிய, கண்ல கின்ல குத்தீரப் போவுது. சின்னப்பிள்ள மாதரி வெளாண்டுக் கிருப்பெ" என்றபடி அவர்களை வரவேற்றார்.

நீளமான தடிமன் வாய்ந்த அகத்திக் குச்சியைச் சீவி, அடிப்பக்கம் அகலமான தென்னை மட்டையை சதுரித்து ஆணியடித்து துப்பாக்கியாய் வடிவமைத்திருந்தனர்.

"யே, மூளக்காரா, எப்பிடி எங்க வேல?" அனஞ்சு ஆளுக்கொரு டீ தம்ளரை எடுத்துத் தந்தார். அன்னக்கொடி அதைக் கையில் வாங்கிப் பார்த்தான்.

"ஊர்வலத்துக்கு கம்பு சொல்லீருந்தம்ல. அந்த லாரி, கொடைக்கானல்ல இருந்து நேத்து இந்நேரம் நேரா கடைக்கே வந்திருச்சி. சரி, கழுத, அங்க ஆவீசுலயும் கால் வெக்க எடமில்லயா. அதுனால இங்கனயே எறக்கிப் போட்டாச்சி. நேத்துப்பூராமு ஒக்காந்து கைப்பிடிக்குத் தக்கன செதுக்கியாச்சி. ந்தா செத்த நேரத்துல ஆளுக வந்துருவாக. சங்க ஆவீசுக்கு வந்து கொடிய எடுத்து வரணும்னு பேசிக்கிருந்தம். இங்கனயே கொடியக் கட்டி முடுச்சிட்டா நாளைக்கி நேரா புள்ளையார் கோயிலுக்குக் கொணாந்து எறக்கீடலாம்ல!. அங்கன இருந்துதான ஊர்வலம் பொறப்படுது. ஆளுக்கொண்ணா கையில குடுத்தரலாம்லப்பா?" அனஞ்சு கதையாய்ச் சொன்னார்.

"டுப்பாக்கியச் சொல்லுப்பா, பயந்துபோய்க் கெடக்காங்கெ" பூலோகம், அபுவின் அருகில் காலை ஆட்டிக்கொண்டு நெட்டு பெஞ்சில் உட்கார்ந்தபடி சொல்லிச் சிரித்தான்.

"திடீர்னு நெனப்பு வந்திச்சு. நீ வேற சொல்லிக்கிருந்தியா! கேரளாவுல ஊர்வலமெல்லா டிசைன் டிசைனா நடக்கும்னு. முன்னால செவப்பு உடுப்புப் போட்டு மிலிட்ரி கணக்கா கொடி

பிடிக்கணும்னு பேசியிருந்தமா. அவகளுக்கு இப்பிடி டுப்பாக்கி செஞ்சு கொடியக் கட்டிவிட்டா என்னாண்டு இந்த கூதறப் பயதே ஓசன சொன்னான். அப்பிடியே செஞ்சு பாத்தம். நல்லா வந்துருக்கா."

"நல்லாருக்கு" என்ற அன்னக்கொடி, "இன்னொரு குச்சியும் எணச்சு வெக்கணும். துப்பாக்கியில ரெண்டு கொழல் இருக்கும்!"

மில் நிர்வாகத்திலிருந்து, பாலு மேஸ்திரியும், முருகேசன் கிளர்க்கும் நேற்று முழுசும் இங்கேதான் கடை விரித்திருந்தார்களாம். இப்பவும் கூட பதினோறு மணிக்குமேல் வருவதாகச் சொல்லிவிட்டுப் போயிருக்கிறார்களாம்! பூலோகம் சொன்னான்.

"நாளைக்கி காலம்பற கொடியேத்துவோம், அப்பத்தக்கி வாங்க சார். அல்லாட்டா கண்டுசனா ஊர்கோலத்துக்கு வந்துரப்பா ண்டு சொல்லிட்டோம்டா, என்னாப்பா அனஞ்சு, சொல்லு! நீ சொன்னாத்தே நம்புவாங்கெ. ஹ்ஹெஹெ" என கைகொட்டிச் சிரித்தான் பூலோகம்.

தன் டவுசர் பாக்கெட்டில் மடித்து வைத்திருந்த கொடியை எடுத்து உதறி குழலின் நுனியில் கட்டிய அன்னக்கொடி, வெளியில் வந்து தோளில் சாய்த்துப் பிடித்தான். சூரிய ஒளியில் கொடி சிரித்துச் சிவந்து ஆடியது.

✡✡✡